திருமுறைத்

திருத் தலங்கள்

பகுதி -2

வேணுசீனிவாசன்

(தமிழ்வளர்ச்சித் துறையின் சிறந்த நூலாசிரியர் விருது பெற்றவர்)

சங்கர் பதிப்பகம்

15 / 21, டீச்சர்ஸ் கில்டு காலனி, 2-வது தெரு,
இராஜாஜி நகர் விரிவு,
வில்லிவாக்கம், சென்னை - 600 049.
தொலைபேசி: 044-26502086, 9444191256
email: shankar_pathippagam@yahoo.com
wef: www shankarpathippagam.in & www bookthagam.com

நூல் விவரப் பட்டியல்

நூலின் பெயர்
திருமுறைத் திருத்தலங்கள் II

உரிமை
பதிப்பகத்தார்க்கு

நூலாசிரியர்
வேணுசீனிவாசன்
(தமிழ்வளர்ச்சித் துறையின் சிறந்த நூலாசிரியர் விருது பெற்றவர்)

நூல் அளவு
டெம்மி

பதிப்பு ஆண்டு
முதல் பதிப்பு - 2022

பக்கங்கள்
376

விலை
ரூ.380/-

வெளியீடு
சங்கர் பதிப்பகம்
15/21, டீச்சர்ஸ் கில்டு காலனி,
2-வது தெரு, இராஜாஜி நகர் விரிவு,
வில்லிவாக்கம், சென்னை - 600 049.
தொலைபேசி: 044 - 2650 2086

வடிவமைப்பு & மேலட்டை
பழனி & லதா, வில்லிவாக்கம்.

அச்சிட்டோர்
எம்.கே.கிராபிக்ஸ், சென்னை - 600 021.
தொலைபேசி : 98408 28213

சமர்ப்பணம்

காஞ்சி காமகோடி பீடாதிபதி

ஸ்ரீ காஞ்சி மகாபெரியவா

திருப்பாதங்களுக்கு

திருமுறைத் திருத்தலங்கள்

பகுதி இரண்டு

பாண்டியநாடு :14

கொங்குநாடு (7)

மலைநாடு (1)

துளுவநாடு (1)

வடநாடு (5)

ஈழநாடு (2)

புதிதாக கண்டுபிடித்தலம் (காவிரி - தென்கரை)

மேலும் புதிதாக கிடைத்துள்ளது.

திருமுறைத் தலங்கள்

பகுதி -2

141 திருப்பழையாறை வடதளி

மூலவர் – சோமேஸ்வரர், வடதளி தர்மபுரீஸ்வரர்.

அம்பாள் – சோமகமலாம்பிகை விமலநாயகி.

தலமரம் – நெல்லி.

தீர்த்தம் – சோம தீர்த்தம், சடாயு தீர்த்தம்.

பதிகங்கள் – அப்பர்–1.

தஞ்சாவூர் கும்பகோணம் ரயில் மார்க்கத்தில் உள்ள தாராசுரம் ரயில் நிலையத்தில் இருந்து 3 கி.மீ. தொலைவில் பழையாறை வடதளி என்ற இந்த இரட்டை சிவஸ்தலம் இருக்கிறது.

தேவாரம் பாடப் பெற்ற காலத்தில் பழையாறை ஊர் வடதளி, மேற்றளி, கீழ்த்தளி மற்றும் தென்தளி என நான்கு சிறு பிரிவுகளாக இருந்தது. இந்தப் பழையாறையில் நான்கு சிவன் கோவில்களும் இருந்தன. அவற்றில் வடதளி தர்மபுரீஸ்வரர் கோவிலும், கீழ்த்தளி சோமேஸ்வரர் கோவிலும் மட்டுமே தற்போது எஞ்சியுள்ளன.

இது ஒரு இரட்டைத் தலமாகும். இதில் வடதளி கும்பகோணத்திற்கு அருகில் உள்ள பட்டீஸ்வரத்தில் இருந்து முழையூர் (தேவார வைப்புத் தலம்) வழியாகச் சிறிது தூரத்தில் இருக்கிறது. சோழ மன்னன் கோச்செங்கணான் கட்டிய மாடக் கோவில்களில் ஒன்றான வடதளி கோவில் மிகவும் சிதிலமான நிலையில் காணப்படுகிறது.

திருநாவுக்கரசர் இந்த வடதளிக்கு வந்தபோது சமணர்கள் ஆதிக்கத்தில் இந்த ஊர் இருந்தது. அவர்கள் இந்த வடதளிக்கு முன்னால் தங்கள் மடத்தைக் கட்டிக் கோவிலை மறைத்ததோடு,

மூர்த்தியையும் யாரும் வழிபடக்கூடாது என்ற எண்ணத்தில் தாழி ஒன்றால் மூடி வைத்திருந்தார்கள். இதனைக் கண்டு நெஞ்சம் கொதித்த அப்பர் பெருமான், பிடிவாதமாக சிவனை வழிபடாமல் திரும்ப மாட்டேன் என்று அங்கேயே தங்கி உண்ணாவிரதம் இருக்கத் துவங்கினார். தன் பக்தனின் உண்மையான வேண்டுகோளை ஏற்ற இறைவன் அன்று இரவே அந்த நாட்டு அரசன் கனவில் தோன்றி "எம்மை மூடி இருக்கும் மறைப்பினை அகற்றி நாவுக்கரசர் தரிசனம் செய்ய வழி ஏற்படுத்துக" என ஆணையிட்டார்.

மெய்சிலிர்த்த அரசன் மறுநாள் அங்கு வந்து தாழியை அகற்ற வடதளி ஈசுவரர் வெளிப்பட்டார். அப்பர் பெருமான் கண்களில் ஆனந்தக் கண்ணீர் ததும்ப இறைவனை தீந்தமிழ்ப்பாடல்கள் பாடி போற்றி வணங்கினார். இக்கோயிலில் தர்மபுரீஸ்வரர் சந்நிதியும், அம்பாள் விமலநாயகி சந்நிதியும் தவிர வேறு பார்ப்பதற்கு குறிப்பாக ஒன்றும் இல்லை. வடதளியிலுள்ள தர்மபுரீஸ்வரர் ஆலயமே அப்பர் பெருமானால் பதிகம் பாடப்பெற்ற தலம்.

பட்டீஸ்வரத்திலிருந்து ஆவூர் செல்லும் வழியில் திருமலைராயன் ஆற்றுப் பாலம் கடந்து பின் முடிகொண்டான் ஆற்றுப் பாலத்திற்குச் சற்று முன்னாலுள்ள தேனாம்படுகை என்ற இடத்தில் இடதுபுறம் திரும்பி சுமார் 2 கி.மீ. சென்றால் பழையாறை சோமேஸ்வரர் கோவிலை அடையலாம்.

சோழர் காலத்து சிற்பக்கலையை மிகச் சிறப்பாக எடுத்துக் கூறும் விதத்தில் கோயில் சுவரும், சிற்பங்களும் காணப்படுகின்றன. இக்கோவிலும் வடதளி கோவிலைப் போன்றே மிகவும் சிதிலமான நிலையில் இருக்கிறது. உள்ளே நுழைந்தவுடன் நம்மைப் பலிபீடமும், நந்தி மண்டபமும் வரவேற்கின்றன. வெளிப் பிரகாரத்தில் வலதுபுறம் அம்பாள் லோகாம்பிகை தெற்கு நோக்கிய சந்நிதியில் அருள்பாலிக்கிறாள். இங்குள்ள படிக்கட்டுகளில் பிரகலாத சரித்திரச் சிற்பங்கள் மிக அழகான முறையில் செதுக்கப்பட்டிருக்கின்றன. கருவறையில் மூலவர் சோமேஸ்வரர் தரிசனம் தருகிறார். மூலவர் கருவறைச் சுற்றில் நால்வர் சந்நிதி, வள்ளி தெய்வானையுடன் கூடிய முருகர் சந்நிதி மற்றும் நவக்கிரகச் சந்நிதிகளும் உள்ளன. கோவிலுக்கு வெளியே சோம தீர்த்தம் உள்ளது.

இங்கு ஒரே கல்லில் செய்யப்பட்ட வீரதுர்க்கையை செவ்வாய், வெள்ளிக்கிழமைகளில் இராகு காலத்தில் குடும்பப் பெண்கள் விளக்கேற்றி வழிபட்டால் குடும்பத்தில் சகல சௌபாக்கியங்களும் கிடைக்கும். எப்படிப்பட்ட தோஷமாக இருந்தாலும் நீங்கும் என்பது கண்கண்ட உண்மை. இந்த வீரதுர்க்கை சந்நிதிக்கு அருகில் கடன் தீர்க்கும் கைலாசநாதர் லிங்கம் உள்ளது. இந்தக் கைலாசநாதரை 11 மாதம் அல்லது 11 வாரம் அல்லது 11 திங்கள், சனிக்கிழமைகளில் விளக்கேற்றி வழிபட்டால் கடன் சுமை, மனச்சுமை தீரும் என்பது ஐதீகம்.

தலையெ லாம்பறிக் குஞ்சமண் கையருள்
நிலையி னான்மறைத் தான்மறைக் கொண்ணுமே
அலையி னார்பொழி லாறை வடதளி
நிலையி னானடி யேநினைந் துய்ம்மினே.

என்பது அப்பர் தேவாரம்.

142 திருவலஞ்சுழி

மூலவர் – கற்பகநாதேஸ்வரர், வலஞ்சுழிநாதர், கபர்த்தீசர்.
அம்பாள் – பெரியநாயகி, பிருகந்நாயகி.
தலமரம் – வில்வம்.
தலவிநாயகர் – வெள்ளைவாரணப்பிள்ளையார், சுவேதவிநாயகர்.
தீர்த்தம் – காவிரி, அரசலாறு, ஜடாதீர்த்தம்.
பதிகங்கள் – சம்பந்தர்–3, அப்பர்–2.

கும்பகோணத்தில் இருந்து 6 கி.மீ. தொலைவில் சுவாமி மலைக்கு அருகே இத்தலம் இருக்கிறது. கும்பகோணத்திலிருந்து தஞ்சாவூர், பாபநாசம், சுந்தரப் பெருமாள் கோயில் முதலிய ஊர்களுக்குச் செல்லும் பேருந்துச் சாலையில் சென்று கோயிலை அடையலாம்.

தல வரலாறு:

முன்னொரு காலத்தில் காவிரி நதி இத்தலத்தில் வலமாகச்

சுழித்துச் சென்றது அதனால் இத்தலம் திருவலஞ்சுழி என்று பெயர் பெற்றது. அவ்வாறு வலம் சுழித்துச் சென்றபோது மணலில் ஆதிசேஷனால் ஏற்பட்ட பெரிய பிலத்துவாரத்தினுள் பாய்ந்து காவிரியாறு பாதாளத்தில் இறங்கிவிட்டது.

அதுகண்ட சோழமன்னன் கவலையுற்றுத் திகைத்தான். ஐயோ கைக்கு எட்டியது வாய்க்கெட்டாமல் போனதே! ஈசனே கருணாகரனே! ஆபத்தில் உதவும் தயாளனே இதற்கொரு வழி காட்டும் என வேண்டினான்.

அவனது வேண்டுதலைக் கேட்டு இறைவன், அசரீரியாக, "மன்னனே நீயோ அல்லது உத்தமமான மகரிஷியோ இறங்கி அப்பாதாளத்தில் தன்னைப் பலியிட்டுக் கொண்டால் அப்பிலத்துவாரம் மூடிக்கொள்ளும். அப்போது காவிரி வெளிப்படும்" என்று குரல் கொடுத்தருளினார். அதுகேட்ட மன்னன் கொட்டையூர் என்ற ஊரில் ஏரண்டம் என்னும் கொட்டைச் செடிகள் அடர்ந்து வளர்ந்துள்ள இடத்தில் தவம் செய்த ஏரண்ட முனிவரையடைந்து நடந்தவற்றைத் தெரிவித்தான். அசரீரி செய்தியைச் சென்னான்.

இதைக் கேட்ட ஏரண்ட முனிவர் ஆறிலும் சாவு நூறிலும் சாவு அப்படியிருக்க இது போன்ற ஒரு சந்தர்ப்பத்தில் நாட்டு மக்க்ளைக் காக்க நான் தியாகம் செய்கிறேன் அந்தப் பிலத்துவாரத்தில் நான் என்னைப் பலியிட்டுக் கொள்கிறேன் என்று சொல்லி ஒரு நல்ல நாளில் அப்படியே செய்தார். உடனே பள்ளம் மூடிக்கொள்ள காவிரி வெளிப்பட்டாள்.

இதை மெய்ப்பிக்கும் விதமாக ஏரண்ட முனிவருக்கு இக்கோவிலில் சிலை இருக்கிறது. இன்றும் மஹாசிவராத்திரி நாளில் இரவில் நான்கு ஜாமங்களிலும் ஆதிசேஷன் வெளிப்பட்டு திருவலஞ்சுழி, திருநாகேச்சுரம், திருப்பாம்புரம், நாகைக்காரோணம் என்னும் தலங்களில் வந்து வழிபடுவதாகச் செவிவழிச் செய்தி சொல்லப்படுகிறது.

தலச்சிறப்புக்கள்

கோபுரம் கிழக்கு நோக்கியுள்ளது. அம்பாள் வலதுபக்கமாக

திருமணக் கோலத்தில் அருள்பாலிக்கிறாள். இங்குள்ள அஷ்டபுஜகாளி மிகவும் சிறப்பு. அது போலவே இங்குள்ள பைரவமூர்த்தி முன்னொரு காலத்தில் மிகவும் உக்கிரமம் வாய்ந்தவராக இருந்தார், அவரது சீற்றத்தைக் கட்டுப்படுத்த சிறிது பின்னப்படுத்தப் படுத்தியதாகச் சொல்லப்படுகிறது. சனீஸ்வரர் தனியாக ஒரு சந்நிதியில் எழுந்தருளி இருக்கிறார்.

மூலவர் அழகான மூர்த்தி. வாணி, கமலாம்பாள் சமேத விநாயகர் உற்சவமூர்த்தி உள்ளது. வெள்ளைப் பிள்ளையாரே இத்தலத்தின் சிறப்பு மூர்த்தியாவார். கடல் நுரையால் செய்யப்பட்டு இந்திரனால் பிரதிஷ்டை செய்யப்பட்ட மூர்த்தியே வெள்ளைப் பிள்ளையார் ஆவார். இப்பெருமானுக்குப் பச்சைக்கற்பூரம் மட்டும் சார்த்தி அபிஷேகம் செய்யப்படுகிறது. விநாயகர் பாற்கடலில் உள்ள அமுதமயமான கடல் நுரையினால் உருவானதால் சுவேத விநாயகர் (வெள்ளை விநாயகர்) எனப் பெயர் பெற்றார். எனவே அபிஷேகம் செய்வதில்லை. வஸ்திரம், சந்தனம், புஷ்பம் ஆகியவையும் சாத்தப் படுவதில்லை.

இந்திரனால் அமைக்கப்பட்ட அழகான மண்டபத்தில் திருவலஞ்சுழி பிள்ளையார் எழுந்தருளி அருள்பாலிக்கிறார். விநாயகர் துதிக்கை வலப்பக்கம் சுழித்துள்ளதால் திருவலஞ்சுழி என இத்தலம் பெயர் பெற்றதென்றும் கூறுகிறார்கள்.இங்குள்ள சித்திரத் தூண்களும், கல்குத்துவிளக்கும் மிக்க அழகுடையவை. இச்சந்நிதியிலுள்ள கருங்கல் பலகணி நுணுக்கமான சிற்ப வேலைப்பாடுடன் திகழ்கிறது. ஆவணி சதுர்த்தி விழா இங்கு விசேஷம். இத்தலம் திருமுறைத் தலம் என்பதைவிட வெள்ளை விநாயகர் தலம் என்ற பெயரிலேயே மிகுதியும் பிரசித்தியாகத் திகழ்கின்றது.

நறைகொள் பூம்புனல் கொண்டு எழுமாணிக்காய்க்
குறைவிலா கொடுங்கூற்று உதைத் திட்டவன்
மறைகொள் நாவன் வலஞ்சுழி மேவிய
இறைவனை இனிஎன்றுகொல் காண்பதே.

என்பது அப்பர் தேவாரம்.

143 திருக்குடமூக்கு (கும்பகோணம்)

மூலவர் – கும்பேஸ்வரர், அமுதேஸ்வரர்.
அம்பாள் – மங்களாம்பிகை.
தலமரம் – வன்னிமரம்
தீர்த்தம் – இந்நகரிலுள்ள 14 தீர்த்தங்களில் தடாகங்கள் 7, கிணறுகள் 3, காவிரித்துறைகள் 4 ஆகும்.
பதிகங்கள் – சம்பந்தர்–1, அப்பர்–1.

கும்பகோணம் நகரின் மையப்பகுதியில் திருக்கோயில் அமைந்துள்ளது.

தலவரலாறு

முன்னொரு காலத்தில் யுகப் பிரளயம் எற்பட்டபோது, பிரம்மா தனது படைப்பு ஆற்றலை எல்லாம் அமுதத்தில் கலந்து ஒரு குடத்தில் (கும்பம்) இட்டு அந்தக் குடத்தை இமயமலை உச்சியில் மீண்டும் சிருஷ்டி செய்வதற்கு ஏதுவாக ஒரு இடத்தில் பாதுகாப்பாக வைத்தார். அப்படிவைத்தும் கூட பிரளய காலத்தில் கடல் பெருமளவில் பொங்கி இமயமலை உச்சி வரை சென்று விட்டது

இதன் காரணமாக பாதுகாப்பாக வைக்கப்பட்ட குடம் நீரில் மிதக்க ஆரம்பித்து இமயமலையில் இருந்து தெற்கே வந்தது, சிறிது காலத்திற்குப் பிறகு பிரளய நீர் வடிந்ததும் ஓரிடத்தில் தரைதட்டி நின்றது. அவ்வாறு குடம் நின்ற இடமே நாம் இப்போது கும்பகோணம் என்று கூறும் குடமூக்கு என்ற பாடல் பெற்ற தலம்.

சிவபெருமான் தரை தட்டிய குடத்தின் மீது அம்பைச் செலுத்தினார். அதனால், குடம் உடைந்து அமுதம் கொட்டியது. சிவபெருமான் அமுதத்தில் நனைந்த மணலால் ஒரு சிவலிங்கத்தை உருவாக்கி அதனுள் அவர் ஐக்கியமானார். குடம் உடைந்து கீழே சிந்திய அமுதம், மணல் இவற்றால் உருவான இவர் ஆதிகும்பேஸ்வரர் என்ற பெயரில் இத்தலத்திலேயே எழுந்தருளி அருள்பாலித்து வருகிறார்.

தலச்சிறப்புக்கள்:

மூலவர் பருமனுடன் கூடிய சற்றே சாய்ந்த பாணத்தோடு மணல் லிங்கமாக அருள்பாலிக்கிறார். (பிருதிவி) மணல் லிங்கமாதலின் தங்கக்கவசம் சார்த்தப்பட்டுள்ளது.பாணத்தின் உச்சி கும்பத்தின் வாயைப் போலவுள்ளது. இவருக்கு அபிஷேகம் இல்லை. புனுகுசட்டம் சார்த்தப்படுகிறது. அம்பாள் பெயருக்கேற்றவாறு மங்களமாகவும், காண்பவர் மனத்தில் மகிழ்ச்சியையும், நிறைவையும் தருபவளாகவும் தரிசனம் தருகிறாள்.

பக்கத்தில் அமுதக்குடத்தை வில்லால் அடித்த வேட்டுவக் கோலத்தில் சிவபெருமான் காட்சி தருகிறார். இத்தலத்தில் மூன்று திருவடிகள் கொண்ட ஜ்வரஹரேசுவரர், சாஸ்தா, பக்கத்தில் கோவிந்ததீக்ஷிதர் அவருடைய மனைவியார், சந்திர சூரியர்கள் ஆகியோருக்கும் சந்திதிகள் உண்டு. 51 சக்தி பீடங்களில் இத்தலம் விஷ்ணு சக்தி பீடம், மந்திரிணி சக்திபீடம் ஆகும்.

இத்தலத்தில் பதினான்கு கோயில்களும் பதினான்கு தீர்த்தங்களும் உள்ளன. குரு சிம்மராசியில் நிற்க, சந்திரன் கும்பராசியிலிருக்கும் (மாசி மக) பௌர்ணமி நாளில் தான் 12 ஆண்டுகளுக்கு ஒரு முறை மகாமகம் நடைபெறுகிறது. அன்று கும்பேஸ்வரர் வெள்ளி ரிஷப வாகனத்தில் பஞ்ச மூர்த்திகளுடன் எழுந்தருளுவார். இத்தீர்த்தம், அமுதகும்பம் வழிந்தோடித் தங்கியதால் “அமுதசரோருகம்” என்றும் அழைக்கப்படுகிறது.

1. அமுதகும்பம் வைத்திருந்த இடம் கும்பேசம்
2. அமுதகும்பம் வைத்திருந்த உறி சிவலிங்கமான இடம் சோமேசம்
3. அமுதகும்பத்தில் சார்த்தியிருந்த வில்வம் விழுந்த இடம் நாகேசம்
4. அமுதகும்பத்தில் வைத்திருந்த தேங்காய் விழுந்த இடம் அபிமுகேசம்
5. பெருமான் அமுதகுடத்தை வில்லால் சிதைத்த இடம் பாணபுரேசம் (பாணாதுறை)

6. கும்பம் சிதறியபோது அதன்மீதிருந்த பூணூல் சிதறிய இடம் கௌதமீசம் என வழங்கப்படுகின்றன.

மகாமக உற்சவநாளில் கங்கை முதலிய ஒன்பது புண்ணிய நதிகளும் (கங்கை, சரயு, யமுனை, சரஸ்வதி, சிந்து, நர்மதை, கோதாவரி, கிருஷ்ணா, காவிரி) நவகன்னியர்களாக வந்து நீராடியதால் 'கன்னியர் தீர்த்தம்' என்றும் பெயர் பெற்றது. மகாமகத் தினத்தன்று மகாமகக் குளத்தில் நீராட, இந்தியாவின் பல பாகங்களிலிருந்தும் மக்கள் கும்பகோணத்தில் கூடுவர். தற்போது வெளிநாட்டினரும் வருகிறார்கள். காசியில் பிறந்தோர் பாவம் கும்பகோணத்தில் போகும், கும்பகோணத்தில் பிறந்தோர் பாவம் மகாமகக் குளத்தில் நீராடினால் போகும் என்று புராணங்கள் கூறுகின்றன.

பூவ ணத்தவன் புண்ணிய னண்ணியங்
காவ ணத்துடை யானடியார்களைத்
தீவணத்திரு நீறு மெய் பூசியோர்
கோவ ணத்துடை யான்குட மூக்கிலே.

என்பது அப்பர் தேவாரம்.

144. குடந்தைக் கீழ்க்கோட்டம்

(நாகேசுவர சுவாமி திருக்கோயில்)

மூலவர் – நாகேஸ்வரர், நாகநாதர்.
அம்பாள் – பெரியநாயகி, பிருகந்நாயகி.
தீர்த்தம் – மகாமகக் குளம்
பதிகங்கள் – அப்பர்–1

கும்பகோணத்தின் (குடந்தையின்) கீழ்த்திசையில் அமைந்துள்ள கோயில். அமுதகலசத்தின் (குடத்தின்) வில்வம் சிவலிங்கமான தலம். நாட்டின் எல்லாப் பகுதிகளிலிருந்தும் கும்பகோணத்திற்குப் பேருந்து வசதிகள் நிரம்பவுள்ளன. திருக்கோயில், பேருந்து நிலையத்திற்கு அருகிலேயே உள்ளது. நாகராசன் சூரியன் ஆகியோர் வழிபட்ட தலம். இங்குள்ள காவிரித்துறை, 'பகவத் படித்துறை' என்று பெயர்

சொல்லப்படுகிறது.

இக்கோயிலுக்கு நான்கு கோபுரவாயில்கள் இருந்தபோதிலும் கிழக்கு வாயிலே முதன்மையானது. உள்ளே நுழைந்ததும் சிங்கதீர்த்தக் கிணறு இருப்பதைப் பார்க்கலாம். அங்கே சுதையில் செய்யப்பட்ட இரண்டு சிங்கங்கள் உள்ளன. சப்தமாதர்களும் சந்நிதி கொண்டு எழுந்தருளி இருக்கின்றனர். வலது புறத்தில் தெற்கு நோக்கிய தனிச் சந்நிதியில் அம்பாள் பிருகந்நாயகி அபயவரத முத்திரைகளோடு நின்ற திருக்கோலத்தில் எழுந்தருளி இருக்கிறாள். அம்பாளின் பக்கத்தில் ஆடிப்பூர அம்மனின் சிலை இருக்கிறது.

உள்ளே சென்றால் இடது புறத்தில் பதினாறுகால் மண்டபமும் வலது பக்கம் நடராசசபையும் உள்ளன. அதற்கு, பேரம்பலம் என்று பெயர். இது தேரின் அமைப்பில் இரண்டு புறங்களிலும் கல்லினால் ஆன சக்கரங்களோடு சிற்ப வேலைப்பாட்டின் உச்சமாக காட்சி அளித்து நம்மை பரவசத்தில் ஆழ்த்துகிறது. இச்சக்கரங்களின் ஆரங்களாக 12 ராசிகளும் இடம் பெற, 2 குதிரைகளும் நான்கு யானைகளும் இழுக்கும் நிலையில் இத்தேர்மண்டபம் அமைந்துள்ளது. அது ஆனந்தத் தாண்டவ நடராசசபை அல்லவா?

சிவபெருமான் ஆடும் நடனத்திற்குச் சிவகாமி தாளம் போடும் பாவனையும் மகாவிஷ்ணு குழலூதும் காட்சியும் காண்பவர்களைச் சொக்கவைக்கின்றன. சுவரில் ஒருபுறம் சரபமூர்த்தி, மறுபுறம் சிவலிங்கம், நந்தி, விநாயகர், அம்பாள், முருகன், நால்வர் உருவங்கள் வண்ணத்தில் தீட்டப்பட்டுள்ளன.

மூலவர் அழகான திருமேனி கொண்டு உயரமான ஆவுடையார் மீது எழுந்தருளி இருக்கிறார். பாணம் குட்டையாக உள்ளது. அவர் நாகாபரணம் அணிந்திருக்கிறார். தண்டூன்றிய கணபதி கருவறை வாயிலில் காவலுக்கு உள்ளார்.

“சொன்மலிந்த மறை நான்காறங்கமாகிச்
சொற்பொருளும் கடந்த சுடர்ச் சோதிபோலும்
கன்மலைந்த கயிலைமலை வாணர் போலும்
கடல்நஞ்சம் உண்டுஇருண்ட கண்டர்போலும்
மன்மலிந்த மணிவரைத் திண்தோளர்போலும்

மலையரையன் மடப்பாவை மணாளர்போலும்
கொன்மலிந்த மூவிலைவேற் குழகர்போலும்
குடந்தைக்கீழ்க் கோட்டத் தெங்கூத்தனாரே.

என்பது அப்பர் தேவாரம்.

145. குடந்தைக் காரோணம் சோமேசர் திருக்கோயில்

மூலவர் – காசிவிஸ்வநாதர், சோமேசர்.
அம்பாள் – சாலாட்சி, தேனார்மொழியாள், சோமசுந்தரி,
தலமரம் – வில்வம்
தீர்த்தம் – சோமதீர்த்தம்
பதிகங்கள் – சம்பந்தர்–1.

அமுத கலசம் வைத்திருந்த உறி சிவலிங்கமாக மாறிய தலம். அம்பாள் பெயர் வழங்கும் தலம். குருபகவான், சந்திரன் ஆகியோர் வழிபட்டு நற்கதி பெற்ற தலம். கும்பகோணம் நகரில் மகாமகக் குளத்தின் வடகரையில் இத்தலம் அமைந்திருக்கிறது.

தலவரலாறு

கும்பகோணத்தில் மகாமகக் குளத்தின் வடகரையிலுள்ள காசி விஸ்வநாதர் கோவிலே திருக்குடந்தைக் காரோணம். இதுவே பாடல் பெற்ற சிவஸ்தலம் என்று சிலர் சொல்கின்றனர். இத்தலத்தில் இராமபிரான், இராவணனைக் கொல்ல ருத்ராட்சம் வேண்டி ருத்திரனை நோக்கி தவம் செய்து தமது உடலில் அவரைத் தரிக்கப்பெற்றார். சிவனது அம்சம் ஆரோகணித்த காரணத்தினால் காய ஆரோகணம் பெற்றதால் இத்தலம் காரோணம் எனப்பட்டது

ஆனால் கும்பகோணத்தில் கும்பேஸ்வரர் கோவிலுக்கு அருகிலுள்ள பொற்றாமரைக் குளத்தின் கீழ்க்கரையில் உள்ள சோமேசர் கோவில் தான் திருக்குடந்தைக் காரோணம் என்று

சிலர் கூறுகின்றனர். மகாபிரளயக் காலத்தில் ஆன்மாக்களை இறைவன் ஐக்கியமாக்கிக் கொண்ட தலமாதலால் காரோணம் என்றும், இந்த சோமேசர் கோயிலில் அம்பிகை, இறைவன் திருமேனியை ஆரோகணித்த தலமாதலின் காரோணம் என்றும் சொல்லப்படுகிறது. மேலும் இத்தலப் பதிகத்தின் 7வது பாடலில் சோமேசர் கோவிலின் இறைவி தேனார்மொழியாள் பெயரை சம்பந்தர் குறிப்பிட்டுள்ளதால் இத்தலமே பாடல் பெற்ற தலம் என்று எடுத்துக் கொள்ளலாம் என்பது சான்றோர் கருத்து.

தலச்சிறப்புக்கள்

கோயிலுக்குள் நுழைந்ததும் வலது புறத்தில் நின்ற நிலையில் பெரிய உருவத்தோடு மங்களநாயகியும், அருகில் மாலீஸ்வர லிங்கமும் தரிசனம் தருகிறார்கள். திருமால் வழிபட்டதால் இவர் மாலீசர் எனப் பெயர் பெற்றார்.

இது ராமர் வழிபட்ட இந்த லிங்கம் உயர்ந்த பாணத்தோடு காட்சி அளிக்கிறது. மேலும் இந்த மகாலிங்கம் வளர்ந்து வருவதாகக் கூறப்படுகிறது. மூலவர் சோமேசர் சிவலிங்க வடிவத்தில் குட்டையான பாணத்தோடு அருட்காட்சி தருகிறார். மூன்று நிலை வாயில் கடந்து உள்ளே சென்றால் வலதுபுறமாக தேனார்மொழியாள் தரிசனம் பெறலாம். முருகப்பெருமான் மயில்மீது அமர்ந்து ஒற்றைக்காலில் பாதரட்சையுடன் காட்சி தருவதை கும்பகோணம் சோமேஸ்வரர் கோயிலில் மட்டுமே நம்மால் காண முடியும்.

பாவம் போக்கும் தலம். எல்லாத் தலங்களிலும் நாம் நவகன்னியர்களை வழிபடுகிறோம். ஆனால் கங்கை, யமுனை, கோதாவரி, நர்மதை, சரஸ்வதி, காவிரி, துங்கபத்ரா, கிருஷ்ணா, சரயு ஆகிய நவகன்னியர்கள் வந்து வழிபடுகின்ற ஒப்பற்ற தலம் இதுவே.

அவர்களுக்கு நெடுங்காலமாக ஒரு குறை. ஐயனே மக்கள் நீராடி அவர்களுடைய பாவங்களை எங்களிடம் தருகிறார்கள். அப்படிச் சேர்ந்த பாவங்களை நாங்கள் எத்தனை காலம்தான் சுமக்க வேண்டும்? என்று ஈசனிடம் அவர்கள் முறையிட்டனர். ஈசன் நவகன்னியர்களையும் அழைத்துக் கொண்டு வந்து

கும்பகோணம் மகாமகத் தீர்த்தத்தில் நீங்கள் நீராடினால் பாவங்கள் தீரும் என்றருளினார். ஈசனும் மகாமகக் குளத்தின் வடகரையில் எழுந்தருளினார். அத்தகைய ஒப்பற்ற தலம் இது

> வாரார்கொங்கை மாதோர்பாக மாகவார்சடை
> நீரார்கங்கை திங்கள்சூடி நெற்றி ஒற்றைக்கண்
> கூரார்மழுவொன் றேந்தியந்தண் குழகன் குடமூக்கிற்
> காரார்கண்டத் தெண்டோ ளெந்தை காரோணத்தாரே.

என்பது சம்பந்தர் தேவாரம்.

146 திருநாகேஸ்வரம்

மூலவர்	–	சண்பகாரேண்யஸ்வர், நாகநாதர்.
அம்பாள்	–	கிரிகுசாம்பிகை, பிறையணிநுதல் அம்மை.
தலமரம்	–	சண்பகம்.
தீர்த்தம்	–	சூரிய தீர்த்தம்
பதிகங்கள்	–	சம்பந்தர்–2, அப்பர்–3, சுந்தரர்–1.

கும்பகோணத்தில் இருந்து காரைக்கால் செல்லும் நெடுஞ்சாலையில் 6 கிமீ தொலைவில் திருநாகேஸ்வரம் இருக்கிறது. கும்பகோணத்தில் இருந்து நகரப் பேருந்துகள் செல்கின்றன.

தலவரலாறு:

கிரி குசாம்பிகை இங்கு கோவில் கொண்டதற்குக் காரணமானவர் பிருங்கி முனிவர். இவர் தீவிரமான சிவபக்தர், ஈசனை அன்றி உமையம்மையைக் கூட வணங்கமாட்டார். இதனால் கோபம் கொண்ட அன்னை பராசக்தி தவம் செய்து இறைவனின் இடப்பாகத்தைப் பெற்றாள். அது முதல் ஈசனுக்கு அர்த்தநாரீஸ்வரன் என்ற திருநாமமும் ஏற்பட்டது. ஆனாலும் பிருங்கி முனிவர் அப்போதும் தனது கொள்கையை விடாமல் ஒரு வண்டு உருவம் எடுத்து அர்த்தநாரீஸவரர் வடிவத்தில் ஈசனை மட்டும் துளைத்துக் கொண்டு வலம்

வந்தார். அதைக் கண்டு வெகுண்ட அம்மை தன் அம்சமான சக்தியை, அதாவது முனிவரின் சதையையும், இரத்தத்தையும் எடுத்துக் கொண்டாள். எலும்புக் கூடாக மாறி தவழ்ந்த நிலையிலும் தளராத ஊக்கமோடு பிருங்கி முனிவர் சிவனை மட்டுமே வலம் வந்து தொழுதார்.

தன் பக்தனின் துன்பத்தைச் சகித்துக் கொள்ளாத சிவபெருமானுக்கு அதற்குக் காரணமான உமையம்மை மீது கோபம் வந்தது. அவளை நோக்கி நீ பூலோகம் சென்று தவம் செய்து வா. தகுந்த காலம் வரும்போது மதுரையம்பதியில் யாமே வந்து திருமணம் செய்து கொள்கிறோம் என்று கூறி அனுப்பி வைத்தார். தேவியான பார்வதி பூலோகத்தில் செண்பகவனமான இத்தலத்திற்குத் தவம் செய்ய வந்த போது அவளுக்குத் துணையாக லட்சுமியும், சரஸ்வதியும் எழுந்தருளினர். இந்தக் கோலத்தையே திருநாகேஸ்வரம் கோவிலில் கிரிகுசாம்பிகை சந்நிதியில் நாம் இன்றும் தரிசிக்கிறோம்.

தலச்சிறப்புக்கள்

ஒரு காலத்தில் இத்தலம் செண்பக வனமாகக் காட்சி அளித்தது. செண்பக மரத்து நிழலில் சிவபெருமான் லிங்க வடிவில் எழுந்தருளியிருந்தார். இதனால் இறைவனுக்கு சண்பகாரண்யேஸ்வரர் என்ற பெயர் ஏற்பட்டது. நாம் கிழக்கு கோபுர வாயில் வழியாக உள்ளே நுழைந்தால் நிருத்த கணபதி, நந்திதேவர், விநாயகர் தரிசனம் தருகிறார்கள். இடது பக்கம் சூரியபுஷ்கரணியும், வலது பக்கம் நூற்றுக்கால் மண்டபமும் அமைந்துள்ளன. புஷ்கரணியின் அருகே கையில் மழுவாயுதம் தரித்த விநாயகரைத் தரிசனம் செய்யலாம்.

கருவறையில் மூலவர் கிழக்கு நோக்கிக் காட்சி தருகிறார். கருவறை சுற்றுப் பிரகாரத்தில் 63 நாயன்மார்கள், நடராஜர் சந்நிதி, நால்வர் சந்நிதி ஆகியவை அமைந்துள்ளன. சேக்கிழார், அவரது தம்பி பாலறாவாயர், அவர் தாயார் அழகாம்பிகை மூவருக்கும் இத்திருக்கோவிலில் தனித் தனிச் சந்நிதிகள் உள்ளது.

இக்கோயிலில் இரண்டு அம்மன் சந்நிதிகள் உள்ளன.

ஒன்று பிறையணிவாள்நுதல் அம்மை. பிறை என்றால் சந்திரன் அல்லவா? அதற்கு ஏற்ப ஒவ்வொரு வருடமும் கார்த்திகை மாத பௌர்ணமி அன்று மாலை வேளையில் சந்திரனின் ஒளி அம்பாள் மேல் விழுகின்றது. கார்த்திகை மாதத்து பௌர்ணமி இங்கு விசேஷம்.

மற்றொரு தேவியான "கிரி குசாம்பிகை" சந்நிதியும் உள்ளது. இங்கு அன்னை தவக்கோலத்தில் காட்சி அளிக்கின்றாள். இவள் உருவம் சுதையால் ஆனதால் அபிஷேகம் செய்வதில்லை. புனுகுச் சட்டம் மட்டுமே சார்த்துகிறார்கள். கிரி குசாம்பிகைக்கு இருபுறமும் நின்ற கோலத்தில் வலதுபுறம் வீணையைக் கையில் தாங்கி சரஸ்வதியும், இடதுபுறம் கரங்களில் தாமரை மலரைத் தாங்கி லட்சுமிதேவியும் தரிசனம் தருகின்றனர்.

ராகுதோஷம் நீக்கும் தலம் இது. ராகு பகவானுக்குரிய விசேஷ தலம் என்ற பெருமையும் உடையதாகும். பாதாள லோகத்திலிருந்து நாகராஜன் வந்து இங்குள்ள சிவபெருமானை வழிபட்டதால் இக் கோயிலின் மூலவர் நாகநாதசுவாமி என்றழைக்கப்படுகின்றார். இத்தலமும் திருநாகேஸ்வரம் என்று அழைக்கப்படுகின்றது.

சிறந்த சிவபக்த கிரகமாகிய இராகு நாகநாதசுவாமி கோயிலில் நாகவல்லி, நாகக்கன்னி ஆகிய தன் இரு தேவிமாருடன் மங்கள ராகுவாக தனிக்கோயிலில் அமர்ந்து காட்சி அளிக்கின்றார். பொதுவாக ராகுபகவான் மனிதத் தலை, நாக உடலுடன் தான் காட்சி தருவார். ஆனால் இங்கே மனித வடிவத்தில் தரிசனம் தருவது சிறப்பம்சம். இவருக்கு உகந்த மலர் மந்தாரை. இவருக்குகந்த நிறம் நீலம் என்பதால் நீல ஆடை அணிகிறார். அதுமட்டுமல்ல, மற்றொரு அதிசயமும் நடக்கிறது. பாலாபிஷேகத்தின் போது தலை மீது ஊற்றும் பால் தலையிலிருந்து வழிந்து உடல் மீது வரும் போது பாலின் நிறமும் நீலமாகி விடுவதை இன்றும் பார்க்கலாம்.

1986ஆம் ஆண்டு பிப்ரவரி மாதம் 16ஆம் நாள் ராகு பகவானின் மீது ஐந்தரை அடி நீளமுள்ள நாகமானது தனது சட்டையை மாலையாக இராகு பகவானுக்கு அணிவித்து ஒரு அதிசயத்தை நிகழ்த்தி இவரது பெருமையை உலகிற்கு

உணர்த்தியது. அதை எடுத்து பத்திரப்படுத்திக் கண்ணாடிப் பேழைக்குள் வைத்திருக்கின்றனர். இறைவனைத் தரிசிக்க வரும் பக்தர்கள் அதனையும் பார்த்து ரசிக்கலாம்.

இத்தலத்திற்கு வந்து வழிபட்டால் ராகுகேது தோஷங்கள் நீங்கும். திருமணம் தாமதமாதல், தடைப்படுதல், குடும்பத்தில் நிம்மதியின்மை, ஜாதகத்தில் பித்ரு தோஷம், களத்திர தோஷம், காலசர்ப்ப தோஷம், சர்ப்ப தோஷம், மாங்கல்ய தோஷம் போன்ற சகலவிதமாக தோஷங்களும் நீங்க இராகு தசை, இராகு புக்திகளில் இராகு பகவானுக்கு பாலாபிஷேகம், அர்ச்சனை, ஹோமம் செய்து வழிபட வேண்டும். இவ்வாறு லட்சக்கணக்கான மக்கள் வழிபட்டு நற்பலன்களைப் பெறுகிறார்கள்

அகலிகைக்குச் சாபம் கொடுத்த கௌதம முனிவர் இத்தலத்து ஈசனை வழிபட்டு மீண்டும் அகலிகையோடு இணைந்தார். நளன் தன் இழந்த செல்வத்தை மீண்டும் பெற்றான். பாண்டவர்கள் தாங்கள் இழந்த நாட்டை மீண்டும் பெற்றனர். இத்தலத்திலுள்ள சூரிய தீர்த்தத்தில் நீராடி நாகேசுவரரை வழிபட்டு சந்திரவர்மன் நாய் வடிவு நீங்கினான். இந்திரன் சாபம் நீங்கப் பெற்றான்.

பெரிய புராணம் பாடிய சேக்கிழாருக்கு இந்தத் தலத்தின் மீது ஈடுபாடு அதிகம். அவர் இக்கோவிலுக்குப் பல திருப்பணிகள் செய்ததோடு இரண்டாம் பிரகாரத்தில் ஒரு மண்டபத்தையும் நிர்மாணித்துள்ளார். தம்முடைய சொந்த ஊரான குன்றத்தூரில் (சென்னைக்கு அருகில் உள்ளது) தாம் கட்டிய கோயிலுக்கும் திருநாகேஸ்வரம் என்றே பெயரிட்டுள்ளார். இவருக்குத் திருவடிஞானம் கிடைத்ததும் இத்தலத்திலேதான் என்பது இன்னுமொரு சிறப்பாகும்.

பிரதி ஞாயிறுதோறும் மாலை ராகு கால நேரத்தில் ராகுவுக்குப் பாலாபிஷேகம் சிறப்பாக நடைபெறுகிறது. காலையில் குடந்தைக் கீழ்கோட்டத்து இறைவனையும், நண்பகலில் திருநாகேஸ்வரம் இறைவனையும், மாலையில் திருப்பாம்பரம் இறைவனையும் ஒரே நாளில் தரிசிப்பது மிகவும் விசேஷமாகும். சங்கநிதி, பதுமநிதி, மகாசாத்தா உருவங்கள் உள்ளன.

பொன்னேர் தருமேனியனே புரியும்
மின்னேர் சடையாய் விரை காவிரியின்
நன்னீர் வயல் நாகேச்சர நகரின்
மன்னேஎன வல்வினை மாய்ந்து அறுமே

என்பது சம்பந்தர் தேவாரம்.

147 திருவிடைமருதூர்

மூலவர் – மகாலிங்கேஸ்வரர், மருதவனேஸ்வரர், மருதவாணர்.

அம்பாள் – பெருநலமுலையம்மை.

தலமரம் – மருதமரம்

தீர்த்தம் – காவிரி, காருண்ய அமிர்த தீர்த்தம்.

பதிகங்கள் – சம்பந்தர்–6, அப்பர்–5, சுந்தரர்–1.

இத்தலம் மயிலாடுதுறை கும்பகோணம் இருப்புப்பாதை தடத்தில் உள்ளது. மயிலாடுதுறையில் இருந்தும், கும்பகோணத்தில் இருந்தும் பேருந்து வசதி இருக்கிறது. கும்பகோணத்தில் இருந்து மாயவரம் செல்லும் சாலையில் சுமார் 10 கி.மீ. தொலைவில் உள்ளது இத் திருத்தலம்.

காவிரியின் தென்கரையில் மருத மரங்கள் நிறைந்த வனத்தில் இந்தத் திருக்கோவில் அமைந்திருக்கிறது. ஏழு கோபுரங்களையும், நான்கு பிரகாரங்களையும் கொண்டு ஓங்கி உயர்ந்தும், பரந்து விரிந்தும் காணப்படுகிறது. இத்தலத்தில் உள்ள இறைவன் மகாலிங்க சுவாமி, தல விருட்சமான மருத மரத்தின் பெயராலேயே மருதவாணர் என்றும், மருதீசர் என்றும் போற்றப்படுகிறார்.

தலவரலாறு

வரகுண பாண்டியன் என்ற மன்னன் காட்டில் வேட்டையாடச் சென்று திரும்பிக் கொண்டிருந்தான். அப்போது அவன் வந்த குதிரை, வழியில் ஓர் அந்தணனை மிதித்துக் கொன்று விட்டது. அதனால் பாண்டிய மன்னனுக்கு பிரம்மஹத்தி தோஷம் ஏற்பட்டது.

பிரம்மஹத்தி தோஷம் ஒரு நிழலின் வடிவத்தில் அவனைத் தொடர்ந்து வந்து வருத்தியது. அவன் மனம் தடுமாறினான், உணவும், உடையும் சரியாகக் கிடைக்காமல் வருந்தினான். எதிலும் தடுமாற்றம் கொண்டான். மனநிலை பாதிக்கப்பட்டு பித்துப் பிடித்த நிலைக்குத் தள்ளப்பட்டான்.

அவன் தனது குலதெய்வமான மதுரை சோமசுந்தரப் பெருமானை வணங்கி தன் குறையை நீக்குமாறு அவரிடம் பிரார்த்தனை செய்து அழுதான். அவனது அழுகைக்குரல் ஈசனுக்குக் கேட்டது. அவர், மன்னா வருந்தாதே, நீ திருவிடை மருதூர் செல், அங்குள்ள இறைவனை மனதார வேண்டிக் கொள், பிறகு பின்வாசல் வழியாக வெளியேறு என்று அசரீரியாக ஒலித்தார். இதையடுத்து வரகுண பாண்டிய மன்னன் திருவிடைமருதூர் திருத்தலம் வந்தான்.

மகாலிங்க சுவாமியை வணங்குவதற்காக பாண்டியன் ஆலயத்துக்குள் பிரவேசித்தபோது, அவனைப் பற்றிக் கொண்டிருந்த, தோஷம் கோயிலுக்குள் செல்ல முடியாமல் வாசலிலேயே உட்கார்ந்து விட்டது. மன்னன் எங்கே போய்விடுவான், ஈசனை வணங்கி வழிபாடு முடித்து திரும்பி வரும்போது, மீண்டும் அவனைப் பிடித்துக் கொள்ளலாம் என்று அது கணக்குப் போட்டது.

ஆனால் நாம் நினைத்தபடி எல்லாம் நடந்து விடுகிறதா? நினைத்தது எல்லாம் நடந்து விட்டால் தெய்வம் ஏதுமில்லை அல்லவா? வரகுண பாண்டியன் மகாலிங்கத்தின் முன் நின்று மனம் உருகி வழிபட்டபோது, பஞ்சபூதங்களின் வடிவான பரமேஸ்வரனின் பேரருளால் பூரண குணமடைந்து தெளிவு பெற்றான். பிறகு இறைவனின் உத்தரவுப்படி, வந்த வழியே வெளியே வராமல் பின்வாசல் வழியே வெளியே சென்று விட்டான். பிரம்மஹத்தி தோஷம் இன்னும் மன்னன் வருவான் என்று கோயில் வாசலில் காத்திருக்கிறது. இதைக் குறிக்கும் விதமாக கோவில் ஆலயத்தின் வாசலில், தலையை சாய்த்தபடி குத்துக்காலிட்டு உட்கார்ந்த நிலையில் இருக்கும் கற்சிலை ஒன்று காணப்படுகிறது.

தலச்சிறப்புக்கள்

நான்கு பிரகாரங்களைக் கொண்ட பெரிய கோயில்,

வெளிப்பிரகாரத்திற்கு அஸ்வமேதப்பிரகாரம் என்று பெயர். இதன் மூலமாக இறைவன், இறைவி ஆகிய இருவரது கோயிலையும் வலம் வரலாம். இந்தச் சுற்றில் வலம் வந்தால் மன நோய்கள், பேய், பிசாசு, பில்லி சூனியம் ஆகியவை நீங்கும். இரண்டாவது கொடுமுடிப் பிரகாரம், மூன்றாவது பிரணவப் பிரகாரம், இதன் மூலமாக மூலவரை மட்டும் வலம் வரலாம். இங்கே தலமரம் இருக்கிறது. உள்பிரகாரத்தில் அம்பாள் சந்நிதி இருக்கிறது.

சுவாமியும், அம்பாளும் இத்தலத்தில் கிழக்கு நோக்கிய சந்நிதிகளில் அருள்பாலிக்கின்றனர். மூலவர் சுயம்பு லிங்கமாக அழகாகத் தரிசனம் தருகிறார். அம்பாள் அழகாக விளங்குகிறாள். இங்கே அமைதியாக அம்பாள் இருந்து தவம் செய்த மூகாம்பிகை சந்நிதி உண்டு. அம்பாள் சந்நிதிக்குத் தெற்குப் பக்கம் இந்த மூகாம்பிகை சந்நிதி அமைந்துள்ளது. மூகாம்பிகை சந்நிதி அருகில் உள்ள மகாமேரு சந்நிதியில் பௌர்ணமியன்று மேருவுக்கு அபிஷேகம் செய்யப்படுகிறது. மூகாம்பிகைக்கு இந்தியாவில் திருவிடைமருதூரிலும், கர்நாடக மாநிலத்திலுள்ள கொல்லூரிலும் மட்டுமே சந்நிதிகள் இருக்கின்றன.

விஸ்வநாதர், ரிஷிபுரீஸ்வரர், ஆத்மநாதர், சொக்கநாதர் ஆகிய நான்கு லிங்கங்களுக்கு இடையில் ஐந்தாவதாக மகாலிங்கேஸ்வரர் எழுந்தருளி அருள்பாலிக்கிறார். ஆகையால் இத்தலம் பஞ்சலிங்கத்தலம் என்ற சிறப்பைப் பெற்றது. மார்க்கண்டேய முனிவருக்கு அவரின் விருப்பப்படி அர்த்தநாரீஸ்வரர் உருவத்தில் இத்தலத்து இறைவன் காட்சி கொடுத்துள்ளார்.

இக்கோயிலின் கிழக்கு வாசலில் பட்டினத்தாரும், மேற்கு வாசலில் பத்ருகிரியாரும் தரிசனம் தருகின்றனர். திருவிடைமருதூர் தலத்தைச் சுற்றியுள்ள சில ஆலயங்கள் திருவிடைமருதூரின் பரிவார தேவதைத் தலங்கள் என்று அழைக்கப்படுகின்றன. அவையாவன.

திருவலஞ்சுழி விநாயகர்

சுவாமிமலை முருகர் (முருகனின் ஆறுபடை வீடுகளில்

ஒன்று)

திருவாரூர்	– சோமஸ்கந்தர்
சிதம்பரம்	– நடராஜர்
ஆலங்குடி	– தட்சிணாமூர்த்தி
திருவாவடுதுறை	– நந்திகேஸ்வரர்
திருசேய்நலூர்	– சண்டிகேஸ்வரர்
சீர்காழி	– பைரவர்
சூரியனார்கோவில்	– நவக்கிரகம்

தீர்த்தச்சிறப்பு

இந்தக் கோயிலில் 32 தீர்த்தங்கள் இருப்பது வியப்புக்குரியது. கலியாணத்தீர்த்தம் என்று அழைக்கப்படும் பூச தீர்த்தம் மிகவும் சக்தி வாய்ந்தது. தைப்பூசத் திருநாளில் இந்தத் தீர்த்தத்தில் நீராடினால் சகலவிதமான பாவங்களும் நீங்கும். இங்குள்ள தீர்த்தங்களில் நீராடி குழந்தைப்பேறு பெற்றவர்களும் இருக்கின்றனர்.

தேவவிரதன் என்ற கள்வன் ஒரு நாள் கோயிலுக்குள் நுழைந்து இறைவனது திருவாபரணங்களைத் திருட முயன்ற பாவத்துக்காக இறுதியில் நோய் வந்து இறந்து போனான். பிறகு அவன் ஒரு புழுவாய்ப் பிறந்து அங்கும் இங்கும் ஊர்ந்து அல்லல்பட்டபோது, ஒரு நாள் பூசத்தீர்த்தத்தில் நீராடிய ஒரு புண்ணியவான் காலில் இருந்து தண்ணீர் பட்டு புழு உருவம் நீங்கி முக்தி பெற்றான் என்று ஆலய வரலாறு கூறுகிறது.

மேலும் பிரமஹத்தி தோஷம், நட்சத்திர தோஷம், சந்திர திசை, சந்திர புத்தி இவற்றால் ஏற்படும் தோஷம், சனிதிசை, ஏழரை நாட்டுச்சனி, அஷ்டமத்து சனி இவற்றால் ஏற்படும் தோஷம் யாவும் தீர்க்கும் தலமாக திருவிடைமருதூர் விளங்குகிறது.

சூலப்படை உடையார் தாமே போலும்
சுடர்த்திங்கள் கண்ணி உடையார் போலும்
மாலை மகிழ்ந்து ஒரு பால் வைத்தார் போலும்
மந்திரமும் தந்திரமும் ஆனார் போலும்
வேலைக் கடல் நஞ்சம் உண்டார் போலும்
மேல்வினைகள் தீர்க்கும் விகிர்தர் போலும்

ஏலக் கமழ் குழலாள் பாகர் போலும்
இடைமருது மேவிய ஈசனாரே

என்பது அப்பர் தேவாரம்

148 தென்குரங்காடுதுறை

மூலவர்	–	ஆபத்சகாயேஸ்வரர்
அம்பாள்	–	பவளக்கொடியம்மை
தலமரம்	–	பவளமல்லிகை மரம்
தீர்த்தம்	–	சகாயதீர்த்தம், சூரிய தீர்த்தம்.
பதிகங்கள்	–	சம்பந்தர்–1, அப்பர்–1.

தற்காலத்தில் இதனை மக்கள் ஆடுதுறை என வழங்குகிறார்கள்.

கும்பகோணத்தில் இருந்து 12 கி.மீ. தொலைவிலும், மயிலாடுதுறையில் இருந்து 20 கி.மீ. தொலைவிலும் ஆடுதுறை உள்ளது. ஆடுதுறை பேருந்து நிறுத்தத்தில் இருந்து சுமார் அரை கி.மீ. தொலைவு. காவிரி நதியின் தென்கரையில் அமைந்துள்ளதாலும், இராமாயணத்தில் வரும் சுக்ரீவன் இங்கு இறைவனை வழிபட்டதாலும் இத்தலம் தென்குரங்காடுதுறை என்று பெயர் பெற்றது.

தலச்சிறப்புக்கள்

மூன்று நிலைகள் கொண்ட ராஜகோபுரம், கடந்து சென்றால் கொடிமரத்து விநாயகர், பலிபீடம், நந்தி ஆகியவை இருக்கின்றன. வெளிப்பிரகாரத்தில் விசுவநாதர், அம்பாள், விசாலாட்சி, சூரியன், சந்திரன், நவக்கிரகச் சந்நிதிகள் அமைந்துள்ளன. வெளிப்பிரகாரத்தில் தெற்கு நோக்கி பவளக்கொடி அம்பிகை தனிச்சந்நிதியில் எழுந்தருளி இருக்கிறாள்.

மண்டபத்தின் மேல்மாடத்தில் சுக்ரீவன் ஆபத்சகாயேஸ் வரரை வணங்குவதும், அவனை ஈசன் அன்னப்பறவையாகவும், அவன் மனைவியை பாரிஜாத மரமாகவும் உருமாற்றிய

வரலாறு சுதைச் சிற்பமாகக் காட்சி தருகிறது.

இரண்டாவது பிரகாரத்தில் மூலவர் சுயம்பு மூர்த்தியாக அருள் பாலிக்கிறார். கோஷ்டத்தில் விநாயகர், அகத்தியர், தட்சிணாமூர்த்தி, லிங்கோத்பவர், பிரம்மா, துர்க்கை, ஆகியோரைத் தரிசிக்கலாம். இந்தக் கோயிலில் எட்டுக்கரங்களோடு கூடிய துர்க்கை, கங்கா விசர்ஜன மூர்த்தி, பைரவர் மற்றும் விஷ்ணு துர்க்கை ஆகியோரும் எழுந்தருளி இருக்கின்றனர். அம்பாள் சந்நிதியின் பின்புறச் சுவற்றில் சுக்ரீவன் வழிபடும் புடைச்சிற்பத்தைக் காணலாம்.

ஒவ்வோர் ஆண்டும் சித்திரை மாதம் 5, 6, 7 தேதிகளில் சூரியனது ஒளிக்கிரணங்கள் சந்நிதிக்கு எதிரில் உள்ள சூரிய தீர்த்தத்தில் பிரதிபலித்து மூலவர் மீது படுகின்றன. இத்தலத்தில் சூரியன், சனி பகவானுக்கு சனி மற்றும் ஞாயிற்றுக்கிழமைகளில் அர்ச்சனை செய்து வழிபட்டால் தந்தை மகன் இருவருக்கும் இடையில் உள்ள பிரச்னைகள் தீரும். தொழில் மற்றும் பொருளாதாரம் சிறந்தோங்கி செழிக்கும். பவுர்ணமியில் அகத்தியருக்கு சந்தனாதி தைலம் சாற்றி வழிபட்டால் நினைத்த காரியம் நிறைவேறும் என்பது பக்தர்களின் நம்பிக்கை.

பரவக்கெடும் வல்வினையாரிடஞ்சூழ
இரவில் புறங்காட்டிடை நின்றெரியாடு
அரவச்சடை அந்தணன் மேய அழகார்
குரவப் பொழில்சூழ் குரங்காடு துறையே

என்பது சம்பந்தர் தேவாரம்.

149 தென்னலக்குடி - திருநீலக்குடி

மூலவர் – மனோக்ஞ நாதசுவாமி, வில்வாரண்யேஸ்வரர் மற்றும் பிரமநாயகர், நீலகண்டேஸ்வரர், தைலப்பியங்கேசர், காமதேனுபுரீஸ்வரர்.

அம்பாள் – இரு அம்பாள்கள். ஒப்பிலா முலையாள், அநூபமஸ்தனி திருமணக்கோலத்தில் இருப்பவர், பக்தாபீஷ்டதாயினி தவக்கோலத்தில் இருப்பவர்.

தலமரம் – பஞ்சவில்வம்

தீர்த்தம் – 1) தேவி தீர்த்தம் (எதிரில் உள்ள குளம்)
2) பாரத்வாஜதீர்த்தம் (வெளியில் உள்ள குளம்)
3) மார்க்கண்டேய தீர்த்தம் (உட்கிணறு)
4) பிரம தீர்த்தம் (கிணறு)
5) க்ஷீரகுண்டம் (காவிரிக் கரையோரம்)

பதிகங்கள் – அப்பர்–1.

கும்பகோணம் காரைக்கால் சாலையில் கும்பகோணத்தில் இருந்து 16 கி.மீ. தொலைவில் உள்ளது தென்னலக்குடி என்ற திருநீலக்குடி. ஆடுதுறையில் இருந்ததும் திருநீலக்குடி வருவதற்கு பேருந்து வசதி உள்ளது.

தலவரலாறு

மிருகண்டு முனிவர், அவரின் மனைவி புத்திரப் பேறு வேண்டி இறைவனை வழிபட்டு வந்தனர். அவர்கள் பக்திக்கு மெச்சி இறைவன் அவர்கள் முன் தோன்றி ஆயிரம் ஆண்டுகள் வாழும் துர்க்குணங்கள் நிறைந்த மகன் வேண்டுமா அல்லது 16 வயது வரை மட்டும் வாழும் தலைசிறந்த மகன் வேண்டுமா என்று கேட்டார்.

மிருகண்டு தம்பதியினர் 16 வயது மகனே வேண்டும் என்று வரம் கேட்டனர். அப்படிப் பிறந்தவர் தான் மார்க்கண்டேயர். அவர் சிறந்த சிவபக்தராக விளங்கினார். அவருக்கு 16 வயது நடக்கும் போது முனிவர் ஒருநாள் அவரை அழைத்து மகனே உனது ஆயுள் இறைவன் கூறியபடி 16 ஆண்டுகள்தான் என வருத்தத்தோடு தெரிவித்தார்.

சிவபெருமானே அவரின் ஆயுளைக் காக்க முடியும் என்று அறிந்த மார்க்கண்டேயர் ஒவ்வொரு சிவஸ்தலமாகச் சென்று வழிபட்டு வந்தார். ஒரு நாள் திருநீலக்குடி தலத்திற்கும் வந்து ஈசனை வழிபட்டு தவம் செயதார். முடிவில் இறைவன் அவர் முன் தோன்றி மார்க்கண்டேயருக்கு இத்தலத்தில் சிரஞ்சீவியாக இருக்க வரம் அளித்தார். அத்தகைய சிறப்பு பெற்ற தலம் திருநீலக்குடி

தலச்சிறப்புக்கள்

பாற்கடலை அமிர்தம் பெற வேண்டி தேவர்களும், அசுரர்களும் கடைந்த போது வெளிப்பட்ட ஆலகால விஷத்தை சிவபெருமான் உண்டார். அது அவர் வயிற்றுக்குள் செல்லாமல் தடுக்க உமை அவரின் கழுத்தைப் பிடிக்க விஷம் அவர் கழுத்தில் தங்கியது. இறைவனும் நீலகண்டேஸ்வரர் என்று பெயர் பெற்றார். நஞ்சை அமுதாக்கிய அம்பிகை என்று இதனைப் போற்றுகிறது அபிராமி அந்தாதி. பாற்கடலில் அமுதுகடைந்த காலத்தில் தோன்றிய நஞ்சையுண்டு இறைவன் நீலகண்டராக எழுந்தருளி விளங்கும் தலமாதலின் திருநீலக்குடி என்றாயிற்று. உட்பிரகாரத்தில் பிரம்மா வழிபட்ட பிரம்மலிங்கம் உள்ளது.

தைல அபிஷேகத்தின் சிறப்பு:

இத்தலத்தில் இறைவன் நீலகண்டேஸ்வரருக்கு செய்யப்படும் நல்லெண்ணய் அபிஷேகம் மிகவும் சிறப்பு வாய்ந்தது. இங்குள்ள மூலவருக்கு பாத்திரம் பாத்திரமாக எண்ணெயால் அபிஷேகம் செய்யும்போது அத்தனையும் சிவலிங்கத்திற்கு உள்ளேயே உறிஞ்சப்பட்டு விடுவது அதிசயமாக உள்ளது. நாள் பூராவும் எண்ணெய் அபிஷேகம் செய்தாலும் அத்தனையும் உறிஞ் சப்பட்டு விடுகிறது.

இதில் ஆச்சர்யம் என்னவெனில் அபிஷேகம் செய்த அடுத்த நாள் சுவாமியைப் பார்த்தால் அவரது சிவலிங்கத் திருமேனி காய்ந்து கிடக்கும். கிட்டதட்ட 1 வருடமாக எண்ணெயே தடவாதது போல் அவ்வளவு உலர்ந்து காணப்படும். அபிஷேகம் செய்யப்படும் எண்ணெயெல்லாம் எங்கு மாயமாகிறது என்பது இத்தனை காலமும் யாருக்கும் புலப்படவில்லை. எண்ணெய் அபிஷேகம் செய்யப்பட்டுக் கொண்டே இருந்தபோதிலும் சிவலிங்கத் திருமேனி வழுவழுப்பாக இருப்பதற்குப் பதில் சொர சொரப்பாகவே இருக்கிறது.

சுவாமிக்கு அபிஷேகம் செய்யப்பட்ட எண்ணெயை உட்கொண்டால் தீராத நோய்களும் குணமாகும். இங்கு மூலவருக்கு தைலாபிஷேகம் (எண்ணெய்) விசேஷம். அதனால் தான் அவருக்கு தைலப்பியங்கேசர் என்ற திருநாமம் ஏற்ட்டது. தவமிருக்கும் அம்பாளே, சுவாமிக்குத் தைலாபிஷேகம் செய்வதாக ஐதீகம். ஆகவே அம்பாள் முன் எண்ணெய் வைத்துப் பின்பு எடுத்துச் சுவாமிக்குத் தேய்ப்பர்.

மூலவர் சன்னதியின் இடப்புறத்தில் இரு அம்மன் சன்னதிகள் உள்ளன. முதல் சன்னதியில் தவக்கோலம்மையும், இரண்டாவது சன்னதியில் அழகாம்பிகையும் உள்ளனர். இருவர் சன்னதியின் முன்பாகவும் பலிபீடமும், நந்தியும் உள்ளன. திருச்சுற்றில் சண்டிகேஸ்வரி சன்னதி உள்ளது. முன் மண்டபத்தில் மார்க்கண்டேயர், நால்வர், சூரியன், பைரவர் உள்ளனர். மண்டபத்தின் வலப்புறம் பிரம்மலிங்கத்தைக் கொண்ட முக்தி மண்டபமும், இடப்புறம் நடராஜர் சன்னதியும் நவக்கிரகச் சன்னதியும் உள்ளன. மூலவர் கருவறைக்கு முன்பாக நந்தி, பலிபீடம் காணப்படுகிறது.

வெளியே வலப்புறம் நர்த்தன விநாயகரும் இடப்புறம் முருகனும் உள்ளனர். கருவறை கோஷ்டத்தில் தட்சிணாமூர்த்தி மட்டும் உள்ளார். மார்க்கண்டேயர் சன்னதி, பாலசுப்ரமணியர் சன்னதி, வள்ளி தெய்வானையுடன் கூடிய சுப்பிரமணியர் சன்னதி, காசி விசுவநாதர் விசாலாட்சி சன்னதி, சரஸ்வதி சன்னதி, மகாலட்சுமி சன்னதி ஆகிய சன்னதிகள் உள்ளன.

தெய்வீகப் பலாமரம்:

ஐந்து இலைகள் கொண்ட வில்வ மரம் இத்தலத்தின் தலவிருட்சமாக இருந்தாலும், கோயிலின் உட்பிரகாரத்தில் இருக்கும் பலா மரம் தெய்வீகமான பலா மரம் என்று அழைக்கப்படுகின்றது. அந்த மரத்தில் காய்க்கும் பலாப்பழத்தை முதலில் ஈசனுக்கு நைவேத்தியம் செய்த பிறகே அதை நாம் சாப்பிட வேண்டும். அப்படிச் செய்யாமல் பலாப்பழத்தையே வெளியில் எடுத்துக் கொண்டு போனால் நிச்சயமாக அப்பலாப்பழத்தில் வண்டுகள் உண்டாகிப் பழம் கெட்டுப் போகும் என்று சொல்கிறார்கள். அதெல்லாம் சும்மா என்று கேலிசெய்து இதனை சோதனை செய்து பார்த்தவர்கள் தகுந்த தண்டனை பெற்றதாகவும் தகவல் உண்டு.

இத்தலத்தில் வழிபட்டால் ஆயுள் பலம் கூடும் என்பது ஐதீகம். எனவே எம பரிகாரம், ராகு தோஷ பரிகாரங்கள் ஆகியவை செய்யப்படுகின்றன. மரணபயம் உள்ளவர்கள், ஆயுள்பலம் குறைவானவர்கள் ஆகியோர் எருமையை தானம் செய்து எமபரிகாரம் செய்கின்றனர். மேலும் நீலப்பட்டுத் துணி எள் முதலியவற்றைத் தானம் செய்தால் அப்பயம் நீங்கும். அவ்வாறே ராகு தோஷமிருந்தால் உளுந்து, நீலவஸ்திரம், வெள்ளி நாகர், வெள்ளிப் பாத்திரம் முதலியவைகளை இத்தலத்தில் தானம் செய்தால் அத்தோஷம் நிவர்த்தியாகும்.

பிரம்மா, தேவகண்டர், வசிஷ்டர், சூரபத்மன், காமதேனு ஆகியோர் வழிபட்டு சாப நிவர்த்தி பெற்ற தலம் என்ற பெருமையும், வருணனும் தேவகன்னியர்களும் பூஜித்து வரம் பெற்ற தலம் என்ற பெருமையும் இத்தலத்திற்கு உண்டு. ஸ்ரீ மனோக்கியநாத சுவாமியை வழிபட்டால் மனஅமைதி கிடைக்கும். சீக்கிரம் திருமணம் நடக்கும், குழந்தைப்பேறு வாய்க்கும். இங்குள்ள திருநீலகண்டரை மனமுருகி வழிபட்டால் பிரிந்திருக்கும் தம்பதியர் மீண்டும் ஒன்று சேர்ந்து இல்லறம் நடத்துவர்.

"கல்லினோடு எனைப்பூட்டி அமண்கையர்
ஒல்லை நீர் புகநூக்க என் வாக்கினால்

நெல்லு நீள் வயல் நீலக்குடி அரன்
நல்ல நாமம் நவிற்றி உய்ந்தேன் அன்றே."

என்பது அப்பர் தேவாரம்.

150 திருவைகல் மாடக்கோவில்

மூலவர்	–	சண்பகாரண்யேஸ்வரர், வைகல்நாதர்.
அம்பாள்	–	சாகாகோமளவல்லி, கொம்பியல் கோதை, வைகலாம்பிகை.
தலமரம்	–	சண்பகம். (தற்போதில்லை).
தீர்த்தம்	–	சண்பக தீர்த்தம்.
பதிகங்கள்	–	சம்பந்தர்.

இங்கே மூன்று கோயில்கள் உள்ளன.

1) விசுவநாதர் ஆலயம்: ஊரின் தெற்கில் உள்ள. 'வளநகர்' என்னும் பகுதி திருமால் வழிபட்டது.

2) பிரமபுரீசுவரர் ஆலயம்: தற்போது சிறப்பாக உள்ள கோயில். (பிரமன் வழிபட்டது)

3) வைகல்நாதர் ஆலயம்: இதுவே மாடக்கோயில். பாடல் பெற்றது.

கும்பகோணத்தில் இருந்து கிழக்கே சுமார் 12 கி.மீ. தொலைவிலும், கொல்லுமாங்குடிக்கு மேற்கே சுமார் 20 கி.மீ. தொலைவிலும் உள்ளது. நாம் மேலே தரிசித்த திருநீலக்குடி என்ற தலத்திலிருந்து 3 கி.மீ. தொலைவில் வைகல் கிராமம் உள்ளது.

இத்தலத்தில் உள்ள ஆலயம் கோச்செங்கட் சோழன் கட்டிய மாடக் கோவில்களுள் ஒன்றாகும். தேவாரப் பதிகம் பெற்ற இந்த ஆலயமும், இவ்வூரிலுள்ள மற்ற இரண்டு ஆலயங்களும் திருமால், பிரம்மா, திருமகள் ஆகியோராலும், இந்திரன் முதலான தேவர்களாலும் அகத்தியர் போன்ற முனிவர்களாலும் வழிபடப் பெற்ற பெருமை உடையது..

தல வரலாறு:

முன்னொரு காலத்தில் பூமிதேவி தன்னைத் திருமணம் செய்து கொள்ளுமாறு திருமாலை வேண்டித் தவம் இருக்க அவரும் அவரை மணம் புரிந்து கொண்டார். இதனால் கோபம் கொண்ட திருமகள் சண்பகவனமாகிய இத்தலத்திற்கு வந்து சிவபெருமானை நோக்கி கடுந்தவம் புரிந்தாள். இதில் ஆச்சரியப்படும் விதமாக திருமகளை அடையவேண்டி திருமாலும், பூமிதேவியும் இத்தலம் வந்து அவர்களும் சிவபெருமானை வழிபட்டனர்.

நீண்ட காலமாகக் காணாதிருக்கவே திருமாலைத் தேடி வந்த பிரம்மாவும் இத்தலம் வந்து சிவபெருமானை வழிபட்டார். இறுதியில் அவர்களது தவத்தினை மெச்சிய சிவபெருமான் அவர்களைச் சேர்த்து வைத்தார். பிரம்மாவிற்கும் அருள் புரிந்தார் என்பது இத்தலத்தின் மூன்று கோவில்களையும் இணைத்துக்கூறும் புராண வரலாறாகும்.

ராஜகோபுரம் இல்லாத கோயிலின் உள்ளே நுழைந்து, தெற்கு வெளிப் பிரகாரத்தில் உள்ள படிகள் மூலம் ஏறினால் மாடக்கோவிலின் முன்புற மேடையை அணுகலாம். அங்கே நந்தி மண்டபம் உள்ளது. மாடக்கோவிலின் உள்ளே இறைவன் வைகல் நாதர் கிழக்கு நோக்கி அருள்பாலிக்கிறார். வலதுபுறம் தெற்கு நோக்கிய சந்நிதியில் அம்பாள் தரிசனம் தருகிறாள். வள்ளி தெய்வானை சமேத முருகர், ஸ்ரீதேவி பூதேவி சமேத மஹாவிஷ்ணு ஆகியோரும் தனிச் சந்நிதிகளில் தரிசனம் தருகின்றனர். காகவாகனர் சனீஸ்வரருக்கும் தனிச் சந்நிதி உள்ளது.

துளமதி யுடைமறி தோன்று கையினர்
இளமதி யணிசடை எந்தை யாரிடம்
உளமதி யுடையவர் வைக லோங்கிய
வளமதி தடவிய மாடக் கோயிலே.

என்பது சம்பந்தர் தேவாரம்.

151 திருநல்லம் (கோனேரி ராஜபுரம்)

மூலவர் – உமாமகேஸ்வரர், பூமீஸ்வரர், பூமிநாதர்.
அம்பாள் – தேகசௌந்தரி, அங்கவளநாயகி.
தலமரம் – அரசு
தீர்த்தம் – பிரமதீர்த்தம்.
பதிகங்கள் – சம்பந்தர்–1, அப்பர்–1.

கும்பகோணம் காரைக்கால் பாதையில் எஸ்.புதூர் என்னும் ஊரை அடைந்து அங்கிருந்து தெற்கே வடமட்டம் செல்லும் சாலையில் சென்று கோனேரிராஜபுரம் கூட்டுரோடில் இறங்கி 1 கி.மீ. சென்றால் இத்தலத்தை அடையலாம். அருகில் உள்ள கும்பகோணத்தில் இருந்து வடமட்டம் செல்ல நகரப் பேருந்து வசதி உள்ளது.

இது தற்போது கோனேரி ராஜபுரம் என்ற பெயரால் வழங்கப்படுகிறது.

தலச்சிறப்புக்கள்

கோயிலுக்குள் முகப்பு வாயில், தாண்டி உள்ளே சென்றால் நீண்ட முன்மண்டபம் உள்ளது. இதன் மேற்பாகத்தின் உட்புற முழுவதும் அறுபத்துமூவர், சிவமூர்த்தம், பன்னிரண்டு ராசிகள், மகரிஷிகள் முதலிய உருவங்கள் வண்ண ஓவியங்களாக எழுதப்பட்டு கண்களைக் கவர்கின்றன.

அம்பாள் தனிச் சந்நிதியில் நின்ற திருக்கோலத்தில் அழகுப்பதுமையாகக் காட்சி தருகிறாள். இக்கோயிலில் உள்ள பெரிய மூர்த்தியான பிரசித்தி பெற்ற நடராச மூர்த்தம் மிகப்பேரழகுடன் காணப்படுகிறது. ஒன்பது அடி உயரமுள்ள இவருக்கு ஏற்ற உயரத்தில் சிவகாமி அம்மையின் செப்புத்திருமேனியும் அழகொழுக காட்சி தருகிறது. நடராஜரது உடம்பில் மருவு, ரேகை, தழும்பு போன்றவைகளைக் காண்பது ஒரு அதிசயம்.

கோஷ்ட மூர்த்தங்களாக விநாயகர். தக்ஷிணாமூர்த்தி, அகத்தியர், ஜ்வரஹரர், லிங்கோற்பவர், கங்காதரர்,

அர்த்தநாரீஸ்வரர், துர்க்கை ஆகியோரைத் தரிசனம் செய்யலாம். புரூரவ மன்னனின் குட்டநோயைத் தீர்த்த வைத்தியநாதப் பெருமானும் இங்கே தனிச் சந்நிதியில் எழுந்தருளி அருள்பாலிக்கிறார். இச்சந்நிதியில் ஜபம் செய்தால் பலமடங்கு பயன் பெறலாம்.

யாகசாலை மண்டபம், மகாகணபதி சந்நிதிகள் ஆகியவை உள்ளன. வாயில் கடந்து, உள்மண்டபம் சென்றால் இடதுபுறம் பிரம்மலிங்கம், சுப்பிரமணியர், மகாலட்சுமி, நடராசசபை, உற்சவத் திருமேனிகள் பாதுகாப்பறை, நால்வர், விநாயகர்கள், அகத்திய லிங்கம், நவக்கிரகங்கள் முதலியவை உள்ளன.

சதுரவடிவமான ஆவுடையார் மீது உயர்ந்த பாணத்துடன் மூலவர் உமா மஹேஸ்வரர் லிங்க உருவில் மேற்கு நோக்கிக் காட்சி தருகிறார். கருவறை கோஷ்டத்தின் பின்புறம் கிழக்கு நோக்கி லிங்கோத்பவர், இருக்க அவரின் இரு பக்கமும் பிரம்மாவும், மகாவிஷ்ணுவும் உள்ளனர். இக்கோவிலில் உள்ள கல்யாணசுந்தரர் கல்யாண கோலத்துடனும், ஸ்ரீமகா விஷ்ணு பார்வதியைத் தாரை வார்த்துக் கொடுக்கும் காட்சியுடனும் எழுந்தருளியுள்ளார். பூமாதேவி இத்தலத்து இறைவனை வழிபட்டிருக்கிறாள். இத்தலத்தை பூர்வ புண்ணியம் இருந்தால் தான் தரிசிக்க முடியும் என்கிறார் அப்பர் பெருமான்.

பொக்கம்பேசிப் பொழுது கழியாதே
துக்கந் தீர்வகை சொல்லுவன் கேண்மினோ
தக்கன் வேள்வி தகர்த்த தழல்வண்ணன்
நக்கன் சேர் நல்ல(ம்) நண்ணுதல் நன்மையே."

என்பது அப்பர் தேவாரம்.

152. திருக்கோழம்பம்

மூலவர் – கோகிலேசுவரர், கோழம்பநாதர்.
அம்பாள் – சௌந்தர நாயகி.
தலமரம் – வில்வம்
தீர்த்தம் – மதுதீர்த்தம்
பதிகங்கள் – சம்பந்தர்–1, அப்பர்–1.

தற்போது திருக்குழம்பியம் திருக் கொழம்பியம் என்று மாறியுள்ளது.

கும்பகோணம் காரைக்கால் சாலையில் திருநீலக்குடியை அடுத்துள்ள எஸ்.புதூர் என்ற ஊரை அடைந்து, அங்கிருந்து வடக்கில் திருக்குழம்பியத்திற்குச் செல்லும் தனிப்பாதையில் 2 கி.மீ. சென்றால் கோயிலையடையலாம். திருவாவடுதுறை சிவஸ்தலத்தில் இருந்தும் தெற்கே சுமார் 4 கி.மீ. ஆட்டோ மூலம் பயணம் செய்தும் இத்தலத்தை அடையலாம்.

தல வரலாறு:

ஒரு சமயம் பார்வதி நடுவராக இருக்கும் போது சிவனும் மகாவிஷ்ணுவும் சொக்கட்டான் ஆடினர். அப்போது ஆட்டத்தில் காய் உருட்டியதில் சந்தேகம் வரவே சிவபெருமான் பார்வதியிடம் கேட்டார். ஆனால் அண்ணனை விட்டுக்கொடுக்காமல் உமாதேவி மகாவிஷ்ணுவிற்குச் சாதகமான பதிலைக் கூறி விட்டாள். விளையாட்டு வினையாகிவிட்டது, கோபம் கொண்ட சிவபெருமான் பார்வதியை பசுவாகப் பூமியில் பிறக்கும் படி சாபம் இட்டார். இப்படி பசுவாக பிறந்த பார்வதி பூவுலகில் பல இடங்களில் இறைவனைப் பூஜித்தாள். அம்பிகை பசு வடிவங்கொண்டு, சாப நீக்கங் கருதிப் பல தலங்களையும் வழிபட்டவாறே திருவாவடுதுறைக்கு வரும்போது இத்தலத்தையும் அடைந்து வழிபட்டதாகத் தலவரலாறு கூறுகிறது.

கிழக்கு நோக்கிய கோயில். எதிரில் குளம். மகாமண்டபத்தில் நடராச சபை உள் பிராகாரத்தில் விநாயகர், அப்பர், முருகன், கஜலட்சுமி, பைரவர் உள்ளனர்.

சந்நிதிகள்

கோஷ்டத்தில் நடராசரும், சட்டை நாதரும், பிட்சாடனரும் தரிசனம் தருகிறார்கள். மூலவர் சுயம்பு மூர்த்தியாக அருள்பாலிக்கிறார். லிங்கத்தின் பாணம் மிகவும் பெரியது. பார்வதி பசுவாய் இருந்து பூஜித்ததை எடுத்துக்காட்டும் விதமாக பசுவின் கால்குளம்பு இறைவன் திருமேனி மேல் பதிந்துள்ளதைக் காணலாம்.

தலச்சிறப்புக்கள்

மகாவிஷ்ணுவிற்கும், பிரம்மாவிற்கும் ஒரு சமயம் தங்கள் இருவரில் யார் உயர்ந்தவர் என்பதில் பிரச்னை ஏற்பட்டது. அந்த போட்டியில் சிவபெருமான் ஜோதிவடிவமாக ஆகாயத்திற்கும் பூமிக்குமாக நின்றார். அவருடைய அடியைக் காண்பதற்கு திருமால் பன்றியாக வடிவம் எடுத்து பூமியைக் குடைந்து கொண்டு சென்றார். பிரம்மன் முடியைக் காண்பதற்காகத் தனது வாகனமாகிய அன்னத்தின் மீது ஏறி ஆகாயத்தில் பறந்து சென்றார். பல யுகங்கள் முயற்சி செய்தும் முடியவில்லை. இந்த நிலையில் தாழம்பூவின் துணையுடன், முடியைக் கண்டதாக பிரம்மன் பொய் சொன்னார். இதனால் கோபப்பட்ட சிவன் பிரம்மனைத் தண்டித்தார். பின்பு, பிரம்மன் இத்தலம் வந்து தன் பெயரால் ஒரு குளம் அமைத்து நீராடி இறைவனை வழிபட்டார். அதுவே பிரம்ம தீர்த்தம் என்ற பெயரில் ஆலயத்திற்கு வெளியே உள்ளது.

சந்தன் என்னும் வித்யாதரன் தவறு செய்த காரணத்தினால் இந்திரனின் சாபத்திற்கு ஆளானான். அதனால் அவன் குயில் உருவம் அடைந்து அங்கும் இங்கும் அலைந்து திரிந்தான். இறுதியாக இத்தலம் வந்து பல்லாண்டு காலம் பூஜித்து, சாபம் நீங்கி சுய உருவை அடைந்தான். குயில் (கோகில) வடிவத்துடன் வந்து பக்தன் பூஜித்ததால் இப்பெருமான் கோகிலேசுவரர் என அழைக்கப்பட்டார். பசுவின் காற்குளம்பு இடறியபோது வெளிப்பட்ட மூர்த்தி இவராதலின் "கோகிலேசுவர்" என்று பெயர் வந்தது என்றும் சொல்கிறார்கள்.

அகலிகையுடன் இன்பம் அனுபவித்த காரணத்தினால் கௌதமரின் சாபத்திற்கு ஆளான இந்திரன் நீண்டகாலமாக

இத்தலத்து இறைவனை வழிபட்டு சாபம் நீங்கப் பெற்றான்.

"நீற்றானை நீள்சடைமேல் நிறை வுள்ளதோர்
ஆற்றானை அழகமர் மென் முலையாளையோர்
கூற்றானைக் குளிர் பொழிற் கோழம்பமேவிய
ஏற்றானை ஏத்துமின் உம்இடர் ஏகவே."

என்பது சம்பந்தர் தேவாரம்.

153. திருவாவடுதுறை

மூலவர் – *மாசிலாமணீசுவரர், கோமுக்தீஸ்வரர்*

அம்பாள் – *ஒப்பிலா முலையம்மை, அதுல்யகுஜாம்பிகை.*

நந்தி – *தருமநந்தி*

தலமரம் – *படர் அரசு*

தீர்த்தம் – *கோமுக்தி தீர்த்தம், பத்ம தீர்த்தம், கைவல்ய தீர்த்தம்*

தலவிநாயகர் – *துணைவந்த விநாயகர்*

பதிகங்கள் – *சம்பந்தர்–1, அப்பர்–5, சுந்தரர்–2.*

ஆ+அடுதுறை = பசுக்கள் நிறைந்த ஊர் என்பதால் இது வடமொழியில் கோமுக்திபுரம் எனப்படும்.

தல வரலாறு:

ஒரு சமயம் பார்வதி நடுவராக இருக்கும் போது சிவனும் மகாவிஷ்ணுவும் சொக்கட்டான் ஆடினர். அப்போது ஆட்டத்தில் காய் உருட்டியதில் சந்தேகம் வரவே சிவபெருமான் பார்வதியிடம் கேட்டார். ஆனால் அண்ணனை விட்டுக்கொடுக்காமல் உமாதேவி மகாவிஷ்ணுவிற்கு சாதகமான பதிலை கூறி விட்டாள். விளையாட்டு வினையாகிவிட்டது, கோபம் கொண்ட சிவபெருமான் பார்வதியை பசுவாக பூமியில் பிறக்கும் படி சாபம் இட்டார். இப்படி பசுவாக பிறந்த பார்வதி பூவுலகில் பல இடங்களில் இறைவனை

பூஜித்தாள். அம்பிகை பசு வடிவங்கொண்டு, சாபநீக்கங்கருதிப் பல தலங்களையும் வழிபட்டவாறே திருவாவடுதுறைக்கு வந்து வழிபட்டதாகத் தலவரலாறு கூறுகிறது

கோபுர வாயிலின் இருபுறமும் பசுவான உமைக்குத் துணையாக வந்த விநாயகர், முருகன் சந்நிதிகள் உள்ளன. கோபுர வாயிலைக் கடந்து சென்றால் வரும் மண்டபத்தில் பெரிய நந்தியைத் தரிசிக்கலாம். அந்த நந்திக்குப் பின்னால் ஒரு பெரிய பலிபீடம் இருக்கிறது அதில் தான் இறைவன் ஞான சம்பந்தருக்கு ஒரு பொற்கிழியை வைத்தார்.

எதற்காக வைத்தார்?:

ஞான சம்பந்தர் தன் தந்தையார் செய்யும் வேள்விக்குப் பொருள் தேவைப்பட்டது. அதனை அவர் ஈசனிடம் கேட்டார். சிவபெருமான் அதற்காக எடுக்க எடுக்கக் குறையாத பொற்காசுகளைக் கொண்ட ஒரு பொற்கிழியை பூத கணங்கள் மூலமாக அந்த பீடத்தில் வைக்கச் செய்தார். இத்தகைய பெருமை பெற்றது இத்தலம். அதோடு மட்டும் அல்ல இந்த ஆலயத்தின் கொடிமரத்தின் அருகே தமிழ்மணம் கமழ்வதை அறிந்து ஞானசம்பந்தர் பீடத்தின் கற்களை பெயர்க்கச் சொன்னார். அதன் அடியில் இருந்து திருமூலர் பாடியருளிய திருமந்திரப்பாடல்கள் எழுதிய சுவடிகள் வெளிப்பட்டன.

பெரிய நந்திக்கு முன்புறம் மற்றொரு சிறிய நந்தியும் இருக்கிறது. பிரதோஷ வேளையில் இவருக்கு மகாஅபிஷேகம் நடக்கிறது. திருவிடைமருதூர் தலத்திற்கான பரிவாரத் தலங்களில் இத்தலம் நந்தி தலமாக இருப்பதால் இங்கு நந்தியிடம் வேண்டிக்கொள்வது விசேஷம். ஆனாலும் இந்தக் கோயிலின் மதில் சுவர்களில் கல்நந்திகளின் சிற்பங்களைப் பார்க்க முடியாது. இதற்குக் காரணம் என்ன?

திருமாளிகைத் தேவர், நரசிங்கன் என்னும் மன்னனின் படைகளை, கோயில் மதிலில் உள்ள நந்திகளை உயிர் பெற்றெழச் செய்து விரட்டியடித்தார். ஆகையால் இன்றும் கோயில் மதில்களில் நந்திகள் இல்லையென்று சொல்லப்படுகிறது. தர்ம தேவதை இறைவனை வழிபட்டு அவருக்கு வாகனமாகும் பேறு பெற்ற தலம். திருவிடைமருதூரின் பரிகாரத் தலங்களில் நந்தி

தலம் இது. தேவர்கள், ரிஷிகள், முனிவர்கள் ஆகியோரின் வேண்டுதலை ஏற்று நடராஜர் இத்தலத்தின் அரசமரத்தின் நிழலில் அமர்ந்தபடியே அம்பலத்தில் தாண்டவம் ஆடிய தலம்.

தலச்சிறப்புக்கள்

அம்பாள் சந்நிதி தெற்கு நோக்கியுள்ளது. இக்கோயிலில் நவக்கிரகம் இல்லை. மூலவர் சன்னதிக்கு வலப்புறத்தில் தியாகேசர் சந்நிதி உள்ளது. இத்தலத்தின் உற்சவ மூர்த்தியான அணைத்தெழுந்த நாயகர் பிரகாரத்தில் தெற்கு நோக்கிய சந்நிதியில் இருக்கிறார். இவர் அம்பாளை அணைத்த வண்ணமாகக் காட்சி தந்த போதிலும், அவரது கைகள் அம்பாள் மீது படாதவாறு சிலை மிக நுணுக்கமாக அமைக்கப்பட்டிருப்பது காண்பவரை வியப்படைய வைக்கிறது. கருத்து வேற்றுமை கொண்டு, பிரிந்திருக்கும் தம்பதியர் இவரிடம் வேண்டிக்கொண்டால் மீண்டும் இணைந்து குடும்பம் நடத்தி நல்வாழ்க்கை அமையப்பெறுவர் என்பது நம்பிக்கை. இத்தலத்தின் பெருமைகளை அளவிட்டுக் கூறமுடியாது. அவற்றில் சிலவற்றைக் காண்போம்.

1 ஞானசம்பந்தர், தன் தந்தையின் வேள்விக்காக இறைவனிடம் வேண்ட அவர் பொற்கிழி அருளியது இத்தலத்தில் தான். *(2)* சுந்தரர் இத்தலத்து இறைவனை வேண்டிக் கொண்டதால் அவரது உடற்பிணி தீர்ந்தது. *(3)*திருவிடைமருதூரின் பரிவாரத் தலங்களுள் நந்தித் தலமாக இத்தலம் விளங்குகிறது *(4)* தேவர்கள் 'படர் அரசு' ஆக விளங்க அதன்கீழ் இறைவன் எழுந்தருளி இருக்கிறார் *(5)* திருமூலர் மூவாயிரம் ஆண்டுகள் யோகநிலையில் தங்கியிருந்து ஆண்டுக்கொரு பாடலாக திருமந்திரம் அருளியது இத்தலத்தில் தான் *(6)* போகச் சித்தருடைய மாணவராகிய திருமாளிகைத்தேவர் பல அற்புதங்களை நிகழ்த்தியதும் இங்குதான் *(7)* சேரமான் பெருமாள் நாயனார், விக்ரமபாண்டியன் ஆகியோர் வழிபட்டது *(8)* முசுகுந்தனுக்கு மகப்பேறு அருளியதோடு சிவபெருமான் அவரது வேண்டுகோளுக்கு செவிசாய்த்து இத்தலத்தைத் திருவாரூராகவும் தம்மைத் தியாகேசராகவும் காட்டி அருளியது இத்தலத்தில் தான். *(9)* சிவன் இத்தலத்தில்

போகர் முதலிய நவகோடி சித்தர்களுக்கு அஷ்டமாசித்திகளை உபதேசித்ததாக ஐதீகம். (10) தருமதேவதை இறைவனை வழிபட்டு அவருக்கு வாகனமாகும் பேறு பெற்றது, 11 திருமூலர், திருமாளிகைத் தேவர் முதலிய மகான்களுடைய சமாதிகள் இருப்பதும் இத்தலத்தில் தான். இது போன்ற எண்ணற்ற சிறப்புக்களையுடைய தலம் திருவாடுதுறை.

"மண்ணின்மேல் மயங்கிக் கிடப்பேனை
வலிய வந்தெனையாண்டு கொண்டானே
கண்ணிலேன் உடம்பில்அடு நோயால்
கருத்தழித்து உனக்கே பொறையானேன்.
தெண்ணிலா எறிக்குஞ் சடையானே
தேவனே திருவாவடு துறையுள்
அண்ணலே எனை அஞ்சல் என்றருளாய்
ஆர் எனக்கு உறவு அமரர்கள் ஏறே."

என்பது சுந்தரர் தேவாரம். இத்தலத்தில் தான் புகழ் மிக்க திருவாவடுதுறை ஆதினம் உள்ளது.

154. திருத்துருத்தி

மூலவர் – உக்தவேதீஸ்வரர், சொன்னவாறு அறிவார்

அம்பாள் – அமிர்த முகிழாம்பிகை, மிருது முகிழாம்பிகை, பரிமள சுகந்த நாயகி, அரும்பன்ன வன முலையாள்.

தலமரம் – தலமரம் உத்தால மரம் (ஆத்தியில் ஒருவகை)

தலவிநாயகர் – துணைவந்த பிள்ளையார்.

தீர்த்தம் – 1. காவிரி, 2. சுந்தர தீர்த்தம், 3. வடகுளம் (பத்ம தீர்த்தம்)

பதிகங்கள் – சம்பந்தர்–1, அப்பர்–1, சுந்தரர்–1.

தற்போது மக்கள் இத்தலத்தை குத்தாலம் என வழங்குகிறார்கள்.

மயிலாடுதுறை கும்பகோணம் சாலையில் மயிலாடுதுறையில் இருந்து 11 கி.மீ தொலைவிலும், கும்பகோணத்தில் இருந்து 24 கி.மீ. தொலைவிலும் குத்தாலம் என்ற ஊரில் இத்தலம் அமைந்துள்ளது.

ஒருவகை ஆத்திமரம் உத்தாலமரம் எனப்படும். இதனால் உத்தாலவனம் எனப்பட்ட இடம் மக்கள் நாவில் மருவி குத்தாலம் என ஆயிற்று.

தலவரலாறு

திருவாவடுதுறை தலத்தில் பசுவாக வந்த பராசக்திக்கு ஈசனது தரிசனத்தினால் பசுவடிவம் நீங்கியது. ஆனாலும் திருமணம் நடக்கவில்லை. மழைவிட்டும் தூவானம் விடவில்லை என்ற கதையாக அவள் குத்தாலம் என்ற இத்தலத்தில் தவம் செய்த பரதமா என்ற மகரிஷிக்கு மகளாகப் பிறந்தாள். அவர் குழந்தையைக் கண்ணும் கருத்துமாக வளர்த்து வந்தார். சிறுவயது முதலே அவள் காவிரிக்கரைக்கு நடுவில் இருந்த மணல் மேட்டில் லிங்கம் பிரதிஷ்டை செய்து பூசை செய்து வந்தாள்.

ஆற்றுக்கு இடையில் உள்ள மேடு துருத்தி எனப்படும். இதுவும் காவிரி ஆற்றின் இரண்டு கரைகளுக்கு நடுவே இருந்ததால் திருத்துருத்தி என்று அழைக்கப்பட்டது. அன்னையின் வழிபாட்டில் மயங்கிய ஈசன் எட்டாம் நாள் அவளுக்குத் தரிசனம் கொடுத்து திருமணம் செய்து கொள்ள வந்தார். வெட்கத்தோடு, சாத்திரங்களில் சொல்லப்பட்டுள்ள முறைப்படி பெற்றோர், உற்றார், உறவினர் முன்னிலையில் திருமணம் செய்து கொள்ளுங்கள் என்றாள் உமாதேவி. உன் விருப்பபடியே திருமணம் நடக்கும் என்று சொல்லி மறைந்தார் ஈசன். பிறகு தாம் சொல்லியபடியே திருமணம் செய்து கொண்டார். அதனால் ஈசனுக்கு சொன்னவாறு அறிவார் என்ற திருநாமம் ஏற்பட்டது.

ஆத்திமரம் குடையாக அமைய, வேதங்களே பாதுகையாக ஈசன் உமாதேவியை மணம் செய்து கொள்ளும் பொருட்டு, மணவாளநாதராக எழுந்தருளினார். உத்தாலமரத்தின் அடியில் இன்றும் பாதுகைகள் இருப்பதைக் காணலாம்.

தலச்சிறப்புக்கள்

மூலவர் மேற்குப் பார்த்தும், திருமணக்கோலத்தில் வந்த அம்பாள் நறுஞ்சாந்திளமுலையம்மை தெற்கு பார்த்த சந்நிதியிலும் தரிசனம் தருகின்றனர். இதற்கு எதிர்ப்பக்கத்தில் திருமேனி இருக்கிறது. அம்பிகைக்கு துணையாக வந்த விநாயகர் துணைவந்த விநாயகர் என்ற பெயரில் இத்தலத்தில் எழுந்தருளி இருக்கிறார். இத்தலத்தை உமையம்மை வழிபட்டு திருமணம் கொண்டதுபோலவே, வருணன் வழிபட்டு சலோதரம் என்ற நோய் நீங்கப் பெற்றான். காளி வழிபட்டு நற்கதி பெற்றாள். இவர்கள் தவிர, காசிபமுனிவர், ஆங்கிரசன், கௌதமர், மார்க்கண்டேயர், புலஸ்தியர், அகத்தியர் ஆகிய சப்த ரிஷிகளும் வழிபட்டு பேறுபெற்ற சிறப்புடையது இத்தலம்.

மேலும் இந்த ஆலயத்தில் நவக்கிரகங்கள், சப்தரிஷீஸ்வரர், சனீஸ்வரர், பைரவர் மற்றும் பஞ்ச லிங்கங்கள் ஆகிய சந்நிதிகள் உள்ளன. சுவாமி கருவறை விமானத்திலுள்ள சுதைச் சிற்பங்கள் யாவும் பெரியவையாகவும், கலையழகு நிரம்பியும் காட்சி தருகின்றன.

சங்கிலி நாச்சியாருக்கு திருவொற்றியூரை விட்டு வெளியேற மாட்டேன் என்று சத்தியம் செய்து கொடுத்த சுந்தரர், பரவை நாச்சியார் மீது கொண்ட காதலினால் அவரைக் காணப் புறப்பட்டார். செய்து கொடுத்த சத்தியத்தை மீறி அவளைப் பிரிந்து சென்றதால் இரண்டு கண்களிலும் பார்வை பறிபோயிற்று. காஞ்சீபுரத்தில் ஒரு கண் பார்வையை மீண்டும் பெற்றார். பிறகு நலிந்த உடலுடன் இத்தலத்திற்கு வந்து இங்குள்ள இறைவனை மனமுருகி வேண்டி பதிகம் பாடி மன்னிப்பு வேண்டினார்.

சுந்தரா வருந்தாதே! இந்த ஆலயத்தின் வடக்கு திசையில் உள்ள தாமரைக் குளத்தில் நீராடினால் உன் உடற்பிணி தீர்ந்துவிடும் என்று திருவாய் மலர்ந்து அருளினார். சுந்தரரும் குளத்தில் பக்தியோடு முழுகினார். நீரிலிருந்து எழும்போது நோய் நீங்கியது, உடல் வலுவடைந்தது, முன்னிலும் பளபளக்கும் திருமேனி அழகோடு காணப்பட்டார். அப்போது தான் திருத்துருத்தியையும், திருவேள்விக்குடியையும் இணைத்து

மின்னுமா மேகங்கள் பொழிந்திழிந் தருவி
வெடிபடக் கரையொடுந் திரைகொணர்ந் தெற்றும்
அன்னமாங் காவிரி அகன்கரை உறைவார்
அடியிணை தொழுதெழும் அன்பராம் அடியார்
சொன்னவா றறிவார் துருத்தியார் வேள்விக்
குடியுளார் அடிகளைச் செடியனேன் நாயேன்
என்னைநான் மறக்குமா றெம்பெரு மானை
என்னுடம் படும்பிணி இடர்கெடுத் தானை.

எனத் தொடங்கும் பதிகம் பாடினார். சுந்தரமூர்த்தி நாயனாரின் பிணி தீர்த்ததால் தாமரைத் தடாகத்திற்கு சுந்தர தீர்த்தம் என்று பெயர் ஏற்பட்டது. தீர்த்தக்கரையில் சுந்தரருக்குக் கோயில் உள்ளது.

155 திருவழுந்தூர்

மூலவர் – வேதபுரீஸ்வரர்.
அம்பாள் – அம்பாள் சௌந்தராம்பிகை.
தலமரம் – சந்தனமரம்
தீர்த்தம் – வேதாமிர்த தீர்த்தம்.
பதிகங்கள் – சம்பந்தர்–1.

இது தேரழுந்தூர் என்று வழங்கப்படுகிறது.

மயிலாடுதுறை கும்பகோணம் சாலையில் சென்று கோமல் செல்லும் சாலையில் திரும்பி மூவலூர் தாண்டிச் சென்றால் தேரழுந்தூரை அடையலாம். மயிலாடுதுறையில் இருந்து 11 கி.மீ. தொலைவில் இத்தலம் அமைந்துள்ளது. மயிலாடுதுறையில் இருந்து நகரப் பேருந்து வசதிகள் இருக்கின்றன.

தல வரலாறு:

ஒரு சமயம் பார்வதி நடுவராக இருக்கும் போது சிவனும் மகாவிஷ்ணுவும் சொக்கட்டான் ஆடினர். அப்போது ஆட்டத்தில் காய் உருட்டியதில் சந்தேகம் வரவே சிவபெருமான் பார்வதியிடம் கேட்டார். ஆனால் அண்ணனை விட்டுக்கொடுக்காமல் உமாதேவி மகாவிஷ்ணுவிற்கு சாதகமான

பதிலை கூறி விட்டாள். விளையாட்டு வினையாகிவிட்டது, கோபம் கொண்ட சிவபெருமான் பார்வதியை பசுவாகப் பூமியில் பிறக்கும் படி சாபம் இட்டார். சிவபெருமான் உமையவளைப் பசு ஆகும்படி சபித்தது தேரழுந்தூரில் தான் என்று அவ்வூர் புராண வரலாறு கூறுகிறது. துணைவியைப் பிரிந்த சிவபெருமான் அந்தணர் வேடம் பூண்டு, இத்தலத்தில் மரத்தின் கீழ் அமர்ந்து வேதம் ஓதி வந்தார். அதனால் அவர் வேதபுரீஸ்வரர் என்று பெயர் பெற்றார்.

பெயர்க்காரணம்

அகத்தியர் இத்தலத்து இறைவனை மன ஒருமைப்பாட்டோடு வழிபடும் போது அதனை அறியாத மன்னன் ஊர்த்துவரதன் வான வெளியில் பறக்கின்ற ஆற்றல் கொண்ட தனது தேரை செலுத்திச் சென்றான். ஆனால் மேலே செல்ல முடியாமல் நின்றது. தேர் அழுந்தி நின்ற காரணத்தினால் இந்த ஊர் தேரழுந்தூர் எனப்பட்டது. அகத்தியர், மார்க்கண்டேயர், காவேரி ஆகியோர் இத்தலத்தில் இறைவனை வழிபட்டு மோட்சம் பெற்றிருக்கின்றனர்.

தலச்சிறப்புக்கள்

கருவறையில் வேதபுரீஸ்வரர் மேற்கு நோக்கி அருள்பாலிக்கிறார். ஆலயத்தின் வடமேற்கு மூலையில் ஸ்ரீமடேஸ்வரர் சந்நிதி உள்ளது. அம்பாள் திருநாமம் ஸ்ரீமடேஸ்வரி. இதுதான் முதலில் இருந்த ஆதி கோவில் என்றும், வேதபுரீஸ்வரர் சந்நிதி இதற்கு சிறிது காலத்துக்குப் பின்னரே தோன்றியதென்றும் கூறுகிறார்கள். ஸ்ரீமடேஸ்வரர் சந்நிதிக்கு எதிரில் அம்பாள் சௌந்தராம்பிகை கிழக்கு நோக்கி தனிக் கோவிலில் எழுந்தருளி இருக்கிறாள்.

உட்பிரகாரத்தில் வள்ளி தெய்வானை சமேத சுப்பிரமணியரைத் தரிசனம் செய்யலாம், வடகிழக்கு மூலையில் நவக்கிரக சந்நிதி அமைந்துள்ளது. பக்கத்தில் காவேரி அம்மன், அடுத்து சூரியன், காலபைரவர் முதலியவர்களும் இருக்கின்றனர்.

கிழக்குப் பிரகாரத்தில் தல விருட்சமான சந்தன மரம் இருக்கிறது. இம்மரத்தினடியில் தான் சிவபெருமான்

அந்தணர்களுக்கு வேதம் கற்றுக் கொடுத்தார் என தலபுராணம் கூறுகிறது. அதன் அடையாளமாக பக்கத்தில் க்ஷேத்திர லிங்கத்தையும், நந்தியையும் தரிசனம் செய்யலாம். அருகில் கிழக்கு நோக்கிய வலஞ்சுழி விநாயகர் சந்நிதி உள்ளது. கல்வியில் பெரிய கம்பர் பிறந்த ஊர். அவர் வாழ்ந்த இடம் தற்போது கம்பர்மேடு என்று அழைக்கப்படுகிறது.

தொழுமாறு வல்லார் துயர் தீர நினைந்து
எழுமாறு வல்லார் இசைபாட விம்மி
அழுமாறு வல்லார் அழுந்தை மறையோர்
வழிபாடு செய் மாமடம் மன்னினையே.

என்பது சம்பந்தர் தேவாரம்.

156. மயிலாடுதுறை

மூலவர் – மயூரநாதர்
அம்பாள் – அபயாம்பிகை
தலமரம் – மா, வன்னி
தீர்த்தம் – பிரமதீர்த்தம், காவிரி, ரிஷபதீர்த்தம்.
பதிகங்கள் – திருநாவுக்கரசர்–1, சம்பந்தர்–2.

மயிலாடுதுறை நகரத்தின் மையப்பகுதியில் கோயில் அமைந்திருக்கிறது.

தலவரலாறு

தன்னுடைய வார்த்தைகளை அலட்சியப்படுத்திவிட்டு தட்சனது யாகத்தில் கலந்து கொண்டு அவமானப்பட்ட பார்வதியை சிவபெருமான் மண்ணுலகத்தில் பிறக்குமாறு சாபம் கொடுத்துவிட்டார். தேவி காவிரிக்கரையில் ஐப்பசி மாதம் 30 நாட்களும் தவம் செய்தால் தன்னை மீண்டும் சேரலாம் என பாபவிமோசனமும் அளித்தார். மயில் ரூபம் பெற்று சிவபெருமானை வெகுகாலம் பூஜை செய்து அம்பிகை சுய உருவம் அடைந்து பாவங்கள் நீங்கியபிறகு சிவனை அடைந்தாள். மயில் ரூபத்தில் அம்பிகை சிவனை வழிபட்டதால் இத்தலம் மயிலாடுதுறை எனப்பட்டது. அம்பிகை இத்தலத்தில்

ஆடியது கௌரி தாண்டவம் எனப்படுகிறது.

தலச்சிறப்புக்கள்

இவ்வாலயம். வீதி உட்பட ஐந்து பிரகாரங்கள் கொண்டு விளங்குகிறது. கிழக்கிலுள்ள ராஜகோபுரம் ஒன்பது நிலைகளுடனும், கண்கவரும் சிற்பங்களுடனும் கம்பீரமாகக் காட்சியளிக்கின்றது. உள்ளே நுழைந்தவுடன் இடதுபுறம் திருக்குளம் உள்ளது. நடராஜரின் பாதத்திற்கு அருகில் ஜுரதேவர் இருப்பது மற்ற ஆலயங்களில் இல்லாத வித்தியாசமான அமைப்பு. அருகே ஆலிங்கன மூர்த்தியையும் தரிசிக்கலாம். துர்க்கையம்மனின் காலுக்குக் கீழே மகிஷனும், இருபுறமும் இரண்டு அசுரர்களும் இருக்கும் துர்க்கையின் இந்த வடிவத்தை நாம் வேறு எங்கும் காணமுடியாது.

மற்றொரு சிறப்பம்சம் என்னவென்றால் இங்கு சிவ சண்டிகேஸ்வர் மற்றும் தேஜஸ் சண்டிகேஸ்வரர் ஆகிய இருவரும் ஒரே சன்னதியில் இருக்கின்றனர். பிரகாரத்தில் அஷ்டலட்சுமியும், அதற்கு மேலே சட்டைநாதரும் இருக்கின்றனர். சிவலிங்கத்தைப் பூஜிக்கும் மகாவிஷ்ணு தனியே இருக்கிறார்.

அம்பாள் அபயாம்பிகை நின்ற திருக்கோலத்தில் நான்கு கைகளுடன், மேற்கரங்கள் இரண்டில் சங்கு சக்கரமும், இடது திருக்கரம் தொடை மேல் தொங்கவும், வலது திருக்கரத்தில் கிளியை ஏந்தியும் காட்சி தருகிறாள்.

துலாஸ்நானத்தின் சிறப்பு:

இத்தலத்துக் காவிரித் துறையில் (ஐப்பசி) துலா நீராடுதல் மிகவும் விசேஷமானது. அங்கு காசி விசுவநாதர், விசாலாட்சி கோயிலுள்ளது. துலா மாதத்தின் கடைசி நாளில் காவிரியில் நீராட நாதசர்மா, அனவித்யாம்பிகை என்னும் தம்பதியர் பக்தியோடும் உறுதியுடனும் மாயூரம் நோக்கி வந்தார்கள். அவர்கள் வருவதற்குள் 30ம் நாள் நீராடல் முடிந்து விட்டது.

ஐயோ நாம் இத்தனை உடல் வருத்தம் கொண்டு நீண்ட தொலைவு நடந்து வந்தும் குறிப்பிட்ட தினத்திற்குள் நீராடும்

பாக்கியம் கிடைக்கவில்லையே! இறைவா இது என்ன சோதனை என வருந்தி சிவனை வேண்டி ஆலயத்தில் தங்கினர். அன்றிரவில் நாதசர்மாவின் கனவில் தோன்றிய சிவன், பக்தா வருந்தாதே! நீங்கள் நாளை அதிகாலை சூரிய உதயத்திற்கு முன்பு நீராடினாலும், பாவம் நீங்கி புண்ணியம் கிடைக்கும் என்றார். அதன்படியே மறுநாள் அத்தம்பதியர் காவிரியில் மூழ்கி பாவம் நீங்கினர். இதன் அடிப்படையில் கார்த்திகை முதல் நாளன்று, அதிகாலையிலும் இங்கு நீராடும் வழக்கம் இருக்கிறது.

இந்தத் தம்பதியருக்கு இறைவன் கனவில் தோன்றி ஆலோசனை தந்ததோடு முக்தி கொடுத்ததின் பொருட்டு அவர்களுக்கு அம்பாள் சந்நிதியின் தெற்கே சன்னிதி உள்ளது. தம்பதியரை லிங்கத்தில் ஐக்கியமாக்கி முக்தி வழங்கிய இறைவன், அதுமட்டுமன்றி "அனைத்து தெய்வங்களையும் வழிபட்டு முடிந்த பின்பு உங்களையும் வழிபட்டால் மட்டுமே என்னை வழிபட்ட பலன் கிடைக்கும்" என்ற வரத்தையும் அருளி அவர்களைக் கவுரவித்திருக்கிறார். ஆகவே கோயிலுக்கு சென்று இறைவனை வழிபட்ட பிறகு இந்த தம்பதியரையும் நாம் வழிபடவேண்டும்.

நதிகளின் பாவம் போக்கிய துலா ஸ்நானம்:

ஒருமுறை கண்ணுவ முனிவர் கங்கையில் நீராடச் செல்லும் போது அவர் எதிரில் சண்டாளக் கன்னிகள் மூவர் வருகின்றனர். கறுப்பாகவும், அழகற்றும், குரூரமான அங்கங்களொடும் அவர்கள் கண்ணுவ முனிவரை வணங்கியபோது அம்மா தாங்கள் யார் என்றார் மகரிஷி. ரிஷி சிரேஷ்டரே நாங்கள் தான் புனித நதிகளான கங்கை, யமுனை, சரஸ்வதி என்றனர். அதிர்ச்சி அடைந்த அவர் அழகொழுகும் மங்கையாகிய நீங்கள் இப்படி அலங்கோலமாகக் காட்சி அளிக்கக் காரணம் என்ன? என்றார்.

ஐயனே மக்கள் தாங்கள் செய்த பாவங்களைப் போக்கிக்கொள்ள புண்ணிய நதிகளில் நீராடுகிறார்கள். அவர்கள் செய்த அளவுக்கதிகமான பாவங்களை நாங்கள் ஏற்று எங்கள் அழகையும், புனிதத்தன்மையும் இழந்து சண்டாள உருவம் பெற்று விட்டோம். எங்கள் பாவம்

தீர என்ன செய்யவேண்டும்? என்றனர். உடனே முனிவர், அவர்களுடைய பாவம் நீங்கி அவர்கள் சுய உருவம் பெற தென்திசையில் உள்ள மாயூரத்தில் துலா மாதத்தில் காவிரியில் மூழ்கி நீராடுங்கள் என்றார். அந்த நதிகளும் அவ்வாறே செய்து பாவங்கள் நீங்கி சுய உருவம் பெற்றனர்.

ஆகையால் துலா மாதத்தில் (ஐப்பசி மாதம்) மயிலாடுதுறையில் காவிரியில் நீராடுவது மிகவும் சிறப்புடையதாகும். அதிலும் ஐப்பசி மாதத்தில் கடைசி நாளான கடைமுகம் அன்று நீராடுவது மிகமிகச் சிறப்பு. இம்மாதத்தில் முதல் 29 நாட்களில் நீராட முடியாவிட்டலும் கடைசி நாளான 30ம் நாள் காவிரியில் நீராடி மாயூரநாதரையும் அன்னை அபயாம்பிகையும் அன்று வழிபட்டால் மோட்சம் கிட்டும் என்பது ஐதீகம். தமிழகத்தில் உள்ள காசிக்கு தலங்களில் இத்தலமும் ஒன்று.

முடவன் முழுக்கு:

கார்த்திகை மாதத்தின் முதல் நாள் "முடவன் முழுக்கு" என்று கொண்டாடப்படுகிறது. துலா நீராடலைக் கேள்விப்பட்டு, தன் பாவத்தினைப் போக்க முடவன் ஒருவன் அரும்பாடுபட்டு மயிலாடுதுறைக்கு வந்தான். ஆனால் அவன் வருவதற்குள் ஐப்பசி மாதம் முடிந்து, கார்த்திகை முதல் நாள் ஆகி விட்டது.

ஐயோ மோசம் போனேனே கைக்கு எட்டியது வாய்க்கு எட்டாத துரதிருஷ்டம் பிடித்தவனாகிவிட்டேனே, அடுத்த ஆண்டுவரையில் நான் காத்திருக்க வேண்டுமே! அதுவரையில் என் ஆயுள் இருக்குமோ, இறந்து விடுவேனோ என்று பலவாறு வருந்தினான் அவன். தன் இயலாமையைச் சொல்லி இறைவனிடம் முறையிட்டான். அவன்மீது கருணை கொண்ட ஈசன், நீ நாளைக் காலையில் நீராடினாலும் முக்தி கிடைக்கும் என அவனுக்கு ஒருநாள் நீட்டிப்பு தந்தார். முடவனும் காவிரியில் மூழ்கி எழுந்தான். அவனது பாவமும் நீங்கியது. முடவனுக்காக சிவன் வழக்கமான நேரத்தை முடக்கி வைத்ததால் இதனை, "முடவன் முழுக்கு" என்கின்றனர். ஐப்பசி மாதக் கடைசி நாளில் இத்தலத்தைச் சுற்றியுள்ள தலங்களிலிருந்து உற்சவங்கள் எழுந்தருளி இத்தல இறைவனோடு

சேர்ந்து தீர்த்தம் கொடுக்கும் விழாச் சிறப்பு.

'ஊனத்திருள் நீங்கிடவேண்டில்
ஞானப்பொருள் கொண்டடியேனும்
தேனொத்தினியான மருஞ்சேர்
வானம் மயிலாடுதுறையே'

என்பது சம்பந்தர் தேவாரம்.

157 திருவிளநகர்

மூலவர்	–	துறைகாட்டும் வள்ளலார், உச்சிரவனேஸ்வரர்.
அம்பாள்	–	வேயுறுதோளியம்மை
தலமரம்	–	விளாமரம்
தீர்த்தம்	–	மெய்ஞான தீர்த்தம்.
பதிகங்கள்	–	திருஞானசம்பந்தர்–1.

மயிலாடுதுறை தரங்கம்பாடி சாலையில் மயிலாடுதுறையில் இருந்து 6 கி.மீ. தொலைவில் இத்தலம் உள்ளது. ஊருக்கு 'விழல்' என்று பெயர். இதுவே பின்னர் (விழல் நகர்) விளநகர் என்றாயிற்று. உசிரம் : விழல். கபித்தன் என்னும் மன்னன் வழிபட்டுப் பிரமஹத்திதோஷம் நீங்கப் பெற்ற தலம்.

தலவரலாறு

முன்னொரு காலத்தில் இத்தலத்து இறைவனுக்கு பூமாலைகட்டி சாத்தி தினமும் வழிபாடும் செய்யும் அருள்வித்தன் என்ற அந்தணன் ஒருவன் இருந்தான். அக்கரையில் இருந்த அவன் ஒவ்வொரு நாளும் பூமாலையை எடுத்துக் கொண்டு ஆற்றைக் கடந்து ஆலயம் வந்து இறைவனை வழிபட்டு வந்தான். ஒரு நாள் மழைக்காலத்தில் அவன் ஆற்றில் இறங்கிய உடனே வெள்ளம் பெருக்கெடுத்தது. அவனது பக்தியைச் சோதிக்க விரும்பியே இறைவன் அவ்வாறு செய்தார். ஆனால் அந்தணன் இறைவனது பஞ்சாக்கர மந்திரத்தை உச்சரித்தபடியே பூக்குடலையை ஏந்தி ஆற்றைக் கடந்தான். வெள்ளம் அதிகமாகி அவனது கழுத்து வரையில்

வந்தது. அப்போது அவன் பூக்கூடையைத் தனது தலைமீது வைத்துக்கொண்டு வெள்ளத்தில் நீந்தி வந்தான். அவனுடைய உறுதியையும், அன்பையும் கண்ட இறைவன் அருள் செய்து ஆற்றின் துறையைக் காட்டி அவனைக் கரையேறச் செய்தார். இதனால் இறைவன் "துறை காட்டும் வள்ளல்" என்ற பெயரைப் பெற்றார்.

தலச்சிறப்புக்கள்

இக்கோவில் 2 பிரகாரங்களைக் கொண்டது. இரண்டாவது பிரகாரத்தில் சிறிய நந்தி மண்டபமும், ஆஸ்தான மனடபமும் இருக்கின்றன. 2 வது கோபுர வாசலின் இருபுறமும் விநாயகர் காணப்படுகிறார். மூலவர் கிழக்கு நோக்கியபடி காட்சி தருகிறார். இறைவி வேயுறுதோளியம்மை தனது திருக்கரங்களில் சங்கு சக்கரம் ஏந்தி காட்சி தருகிறாள். சோமஸ்கந்தர், ஆறுமுகன், அருணாசலேஸ்வரர் ஆகியோருக்கு சந்நிதிகள் உள்ளன. வடக்குப் பிரகாரத்தில் நடராஜர், கிழக்கில் நவக்கிரக சந்நிதி, சூரியன், பைரவர் ஆகியோருக்கும் சந்நிதிகள் உள்ளன.

திருஞானசம்பந்தர் ஒருமுறை மயூரநாதரை வணங்க ஆவல் கொண்டு வந்த போது ஆற்றில் வெள்ளம் கரைபுரண்டது. கடக்க முடியாமல் வருந்தி நின்று 'துறை காட்டுவார் எவரேனும் உளரோ' என்று கலங்கி இறைவனைத் துதித்தார். அப்போது இறைவனே வேடனாக வந்து நான் உன்னை அழைத்துப் போகிறேன் எனச் சொல்லி அழைத்துச் சென்றான். காவிரி வெள்ளமும் சம்பந்தரின் பாதத்து அளவே ஆயிற்று. கரையேறிய ஞானசம்பந்தர், தன்னை அழைத்து வந்த வேடன் திடீரென மறைந்தது கண்டு அதிசயித்து, வேடனாக வந்தவர் இறைவனே என்றுணர்ந்து, 'துறைகாட்டும் வள்ளலோ' என்று வணங்கிப் போற்றினார். மெய்சிலிர்த்தார், இதனை தனது தேவாரப் பாடல்களில் வைத்துப் பாடினார்.

சொற்றரும்மறை பாடினார் சுடர்விடுஞ் சடைமுடியினார்
கற்றருவ் வடங் கையினார் காவிரித்துறை காட்டினார்
மற்றருந்திரள் தோளினார் மாசில்வெண்பொடிப் பூசினார்
விற்றரும்மணி மிடறினார் மேயதுவிள நகரதே.

என்பது சம்பந்தர் தேவாரம்.

158 திருப்பறியலூர்

மூலவர்	–	வீரட்டேஸ்வரர், தட்சபுரீசர்.
அம்பாள்	–	இளங்கொம்பனையாள், வாலாம்பாள்.
தலமரம்	–	வில்வம், சிலர் பலாமரம் என்றும் சொல்வதுண்டு.
தீர்த்தம்	–	உத்தரவேதி தீர்த்தம்.
பதிகங்கள்	–	சம்பந்தர்–1.

இது தற்போது பரசலூர் என்ற பெயரில் வழங்கப்படுகிறது.

மயிலாடுதுறையில் இருந்து தரங்கம்பாடி செல்லும் பாதையில் செம்பொன்னார் கோயிலை அடைந்து, அங்கிருந்து நல்லாடை செல்லும் பாதையில் (வலப்புறமாக) சிறிது தூரம் சென்று, "பரசலூர்" என்று கைகாட்டி உள்ள இடத்தில் வலதுபுறம் பிரியும் சாலையில் திரும்பி 2 கி.மீ. சென்றால் கோயிலை அடையலாம். கோயில் சாலையோரத்தில் உள்ளது. வீரட்டேஸ்வரர் கோயில் என்றால் எல்லோருக்கும் தெரிகிறது.

தலவரலாறு

சிவபெருமானை மதிக்காமல் அவிர்ப்பாகமும் கொடுக்காமல் தட்சன் செய்த யாகத்திற்கு பார்வதி தேவி வந்தாள். அவளையும் மதிக்காமல் ஏசினான் தட்சன். தட்சனுக்குப் பெண் என்ற இந்த உடல் தேவையில்லை என்று கோபம் கொண்ட தேவி யாக குண்டத்தில் விழுந்து உடல் விட்டாள். இதை அறிந்து கோபம் கொண்ட ருத்திரன், வீரபத்திரரை அனுப்பி தட்ச யாகத்தை அழித்தார். தட்சன் தலையைக் கொய்தார். அந்தத் தலம் இது. அட்ட வீரத்தலங்களுள் ஒன்று.

தலச்சிறப்புக்கள்

கோயிலில் கொடிமரம் இல்லை. ஆனால் நந்தி, பலிபீடம் ஆகியவை உண்டு. உள்பிரகாரத்தில் விநாயகர், விசுவநாதர், பைரவர், சூரியன் ஆகியோருக்குத் தனிச்சந்நிதிகள் உள்ளன.

கருவறைச் சுவற்றில் தக்கன் சிவலிங்கத்தை வழிபாடு செய்யும் சிற்பம் இருக்கிறது. உள்ளே தட்ச சம்ஹார மூர்த்தி ஆறுகரங்களோடு, சூலம் தண்டு, வாள், மணி, கபாலம், மழு ஆகியவற்றை ஏந்தி காட்சி தருகிறார். இது உற்சவமூர்த்தி. கீழே செப்புத்தகட்டில் தக்கன் யாகம் செய்வதையும் பிரம்மன் இருப்பதையும் சிற்பமாகப் பார்க்கலாம்.

மேலும் தட்ச சம்ஹார மூர்த்தியின் காலடியில் தட்சன் விழுந்து கிடக்கும் சிற்பம் உண்டு. ஆனால் இதை மூடிவைத்திருக்கின்றனர். அங்குள்ள அர்ச்சகரிடம் கேட்டால் தகட்டைத் தள்ளி சிற்பத்தை காணமுடியும்.

மூலவர் சதுரவடிவத்தில் அமைந்த ஆவுடையாரில் சுயம்பு லிங்கமாக பெரிய உருவில் மேற்கு நோக்கி எழுந்தருளி இருக்கிறார். கோமுகம் மாறி இருக்கிறது. மண்டபத்தில் ஒரு காலை மயில் மீது ஊன்றியபடி தரிசனம் தரும் முருகப்பெருமான் விசேஷம். வெளிமண்டபத்தில் தெற்கு நோக்கிய சந்நிதியில் அம்பாள் தரிசனம் பெறலாம். இக்கோயிலில் பைரவருக்கு அர்த்தஜாம பூசை சிறப்பாகச் செய்யப்படுகிறது.

தன்னை மதிக்காமல் தட்சன் நடத்திய அந்த யாகத்தில் கலந்து கொண்ட தேவாதி தேவர்களை எல்லாம் சிவபெருமான் தண்டித்தார். அந்தத் தண்டனையில் சூரியனின் பல் உடைந்தது. இந்தத் தலத்தில் தான் செய்த சிவநிந்தனையைப் போக்க சூரியன் தனிச் சந்நிதியில் எழுந்தருளி இறைவனை வழிபடுவதைப் பார்க்கலாம். எனவே இத்தலத்தில் நவக்கிரங்களுக்கு என்று தனிச் சந்நிதி இல்லை. யாக சம்ஹார மூர்த்திக்கு தமிழ் வருடப் பிறப்பு, ஆடிப் பிறப்பு, ஐப்பசி பிறப்பு, புரட்டாசி சதுர்த்தி, தைப் பிறப்பு, வைகாசி திரிவோணம்

ஆகிய நாட்களில் அபிஷேகங்கள் நடைபெறுகின்றன.

கருத்தன் கடவுள் கனலேந் தியாடும்
நிருத்தன் சடைமேல் நிரம்பா மதியன்
திருத்த முடையார் திருப்பறியலூரில்
விருத்தன் எனத்தகும் வீரட்டத்தானே.

என்பது சம்பந்தர் தேவாரம்.

159 திருசெம்பொன்பள்ளி (செம்பொனார்கோவில்)

மூலவர் – சுவர்ணபுரீஸ்வரர்.
அம்பாள் – சுகந்த குந்தளாம்பிகை, மருவார் குழலியம்மை.
தலமரம் – வன்னி, வில்வம்.
தீர்த்தம் – சூரிய தீர்த்தம், காவிரி.
பதிகங்கள் – சம்பந்தர்–1 அப்பர்–2.

மயிலாடுதுறையில் இருந்து பொறையாறு செல்லும் பேருந்துப் பாதையில் 10 கி.மீ. தொலைவில் இத்தலம் உள்ளது. மயிலாடுதுறையில் இருந்து நகரப் பேருந்து வசதி உண்டு.

தல வரலாறு:

பிரம்மாவின் மானச புத்திரரான தட்சன் தன் மகள் தாட்சாயினியை இறைவன் சுவர்ணபுரீஸ்வரருக்கு மணமுடித்துத் தருகிறான். பிறகு ஆணவம் அவன் கண்களை மறைத்து விடுகிறது. மாயையின் வசப்பட்ட தட்சன் சிவநிந்தனை செய்வதோடு, அவரை அவமானப்படுத்தி ஒரு யாகத்தையும் செய்கிறான். தந்தை தவறு செய்வதைப் பொறுக்காத தாட்சாயினி அவனைத் திருத்தி நல்வழிப்படுத்த இந்த தலத்தில் இருந்து திருப்பறியலூர் செல்கிறாள். அங்கே அவளை ஏளனமாகப் பேசியதோடு, சிவனையும் தூஷணை செய்ததால் அவனது யாகம் அழியட்டும் என தாட்சாயினி

சாபம் கொடுத்து விடுகிறாள். அதோடு சிவபெருமானிடம் தட்சனைத் தண்டிக்கும் படி முறையிடுகிறாள்.

வீரபத்திரன், காளி ஆகியோரைக் கொண்டு ஈசன் தட்சனுடைய யாகத்தை அழித்து அவன் தலையை நகத்தினால் கிள்ளி எறிகிறார். தட்சனுக்கு மகளாகப் பிறந்த பாவம் தீருவதற்கு உமாதேவி இந்தத் தலத்தில் பஞ்சாக்கினி ஏற்படுத்தி அதன் நடுவே நின்று தவம் செய்தாள். இறைவன் அவளது தவறை மன்னித்து, தவத்தை மெச்சி தரிசனம் தந்ததோடு, தேவி நீ மருவார் குழலியம்மை என்ற பெயரோடு இந்தத் தலத்தில் என் அருகில் எப்போதும் இருந்து அருளாட்சி செய் என்று ஆணையிடுகிறார். இத்தலம் தாட்சாயணிக்கு அருள்புரிந்ததும், வீரபத்திரர் தோன்றியதுமாகிய இரண்டு சிறப்புக்களைப் பெற்றது.

வசிட்டர், அகத்தியர், பிரமன், இந்திரன், குபேரன் வழிபட்ட தலம். மேலும் இத்தலத்து தீர்த்தத்தில் நீராடி, இறைவனை வழிபட்டு விருத்திராசுரனைக் கொல்வதற்கு வச்சிராயுதம் பெற்றான் இந்திரன். ஆகவே இதற்கு இந்திரபுரி என்ற பெயரும் உண்டு.

தலச்சிறப்புக்கள்

மூலவர் மிக அழகான தாமரை மலர் போன்ற ஆவுடையாரில் சுயம்பு லிங்கமாகக் காட்சி தருகிறார். கீழே பதினாறும், மேலே பதினாறுமாகிய இதழ்களை இந்த ஆவுடையார் கொண்டுள்ளது. மேலும் இவற்றில் வட்டவடிவமான ஆவுடையாரில் உள்ள லிங்கம் மகாவிஷ்ணு வால் வழிபடப்பட்ட சுவர்ணபுரீஸ்வர், சதுரவடிவத்தில் உள்ள லிங்கம் பிரம்மாவினால் வழிபாடு செய்யப்பட்டது.

சித்திரை மாதம் 7ம் நாள் முதல் 18ம் நாள் வரையில் தொடர்ந்து 12 நாட்களுக்கு காலையில் சூரியனின் கதிர்கள் மூலவரின் மீது படுவது மிகவும் விசேஷம்.

அம்பாள் தனிச்சந்நிதியில் தெற்கு நோக்கி எழுந்தருளி இருக்கிறாள். அம்பாள் சந்நிதியின் தென்மேற்கில் சப்தகன்னிகையர் உள்ளனர். வனதுர்க்கை, விசுவநாதர்,

சீனிவாசப் பெருமாள், சிபிகாட்சிநாதர் எனப்படும் மான்மழு வேந்திய சிவபெருமான், உருத்திராக்கமாலையும் சக்தி ஆயுதம் தரித்த நான்கு கைகளையுடைய பாலசுப்பிரமணியர், கஜலட்சுமி, ஜேஷ்டாதேவி, வீரபத்திரர், சூரியர், பைரவர் ஆகியோரும் இந்த ஆலயத்தில் எழுந்தருளி பக்தர்களுக்கு அருள்பாலித்து வருகின்றனர். பண்டைக் காலத்தில் செம்பொன்னால் கூரை வேயப்பட்டிருந்தது. எனவே செம்பொன் பள்ளி எனப் பெயர் பெற்றது.

நவக்கிரக தோஷம் உள்ளவர்கள் இத்தலத்திற்கு வந்து வழிபாடு செய்வது சிறந்த பரிகாரமாகும். இத்தலத்தில் துர்க்கை வழிபாடு விசேஷமானது. சித்திரை மாத அமாவாசையிலும், வைகாசியிலும் இங்குள்ள சூரிய தீர்த்தத்தில் நீராடினால் சகல பாவங்களும் விலகும். கார்த்திகை திங்கட்கிழமைகளில் (சோமவாரங்களில்) இத்தலத்தில் 108 சங்காபிஷேகம் நடைபெறுகிறது அப்போது இத்தலத்திற்கு வந்து சுவாமியைத் தரிசனம் செய்து முறைப்படி பூசைகள் செய்து வழிபட்டால் தடைப்பட்ட திருமணங்கள் விரைவில் நடக்கும், குழந்தைப்பாக்கியம் ஏற்படும்,

தந்தையும் தாயுமாகித் தானவன் ஞானமூர்த்தி
முந்திய தேவர்கூடி முறைமுறை இருக்குச் சொல்லி
எந்தை நீ சரணம் என்றங்(கு) இமையவர் பரவிஏத்தச்
சிந்தையுள் சிவமதானார் திருச் செம்பொன் பள்ளியாரே."

என்பது அப்பர் தேவாரம்.

160 திருநனிபள்ளி

மூலவர் – நற்றுணையப்பர்
அம்பாள் – பர்வதபுத்திரி
தலமரம் – செண்பகம்
தீர்த்தம் – சொர்ணதீர்த்தம்.
பதிகங்கள் – சம்பந்தர்–1, அப்பர்–1, சுந்தரர்–1.

மக்கள் இதனை புஞ்சை என்று சொல்கிறார்கள்.

மயிலாடுதுறை திருக்கடவூர் சாலை மார்க்கத்தில் உள்ள திருசெம்பொன்னிபள்ளி தலத்தில் இருந்து 4 கி.மீ. தூரத்தில் இத்தலம் உள்ளது.

தலவரலாறு

சம்பந்தர், மூன்று வயதுக் குழந்தையாக இருந்தபோது தாயார் பகவதியம்மை பிறந்த ஊரான இத்தலத்திற்கு வந்தார். அவரை தந்தையார் தனது தோளின்மீது வைத்து தூக்கி வந்தார். ஊரை நெருங்கியதும் இது தான் திருநனிபள்ளி என்று தந்தை சொன்னதுமே ஞானக்குழந்தை "காரைகள் கூகைமுல்லை களவாக ஈகை" எனத் தொடங்கும் பதிகத்தைப் பாடியது. இதனை சம்பந்தரே இந்தப் பதிகத்தின் இறுதிப்பாடலில் தெரிவித்துள்ளார்.

இத்தலத்தின் கருவறைப் பாடல் பெற்ற தலங்களில் மிகப் பெரியது. யானை உள்ளே சென்று வழிபடும் அளவிற்குப் பெரிய கருவறை. கோயில் கிழக்கு நோக்கியது. கோபுர வாயிலில் பஞ்சமூர்த்திகள் சுதைச் சிற்பங்கள் அழகாக வரவேற்கின்றன. உள்ளே சமயக்குரவர் நால்வரும், சூரியன், விநாயகர் ஆகியோர் தனிச்சந்நிதிகளில் எழுந்தருளி இருக்கின்றனர். அம்பாள் மேற்கு நோக்கி தரிசனம் தருகிறாள்.

இங்கு பர்வதராஜபுத்திரி, மலையான் மடந்தை என்ற திருநாமத்தில் இரண்டு அம்பாள்கள் உண்டு. இங்கு சுவாமியின் வலது பக்கம் அம்மன் வீற்றிருக்கிறார். இது தவிர தனிச் சன்னதியில் மூலஸ்தானத்திலேயே அம்மனுடன் அகத்தியருக்கு திருமணக்கோலங் காட்டிய கல்யாணசுந்தரேஸ்வரர் தரிசனம் தருகிறார்.

தலச்சிறப்புக்கள்

விநாயகர், அகத்தியர் இருவருக்குமே சிவபெருமான் தனது திருமண கோலத்தைக் காட்டியருளிய தலம் திருநனிபள்ளி. எனவே திருமணத்தில் தடை உள்ளவர்கள் இங்குள்ள கல்யாணசுந்தரரை பக்தியோடு வழிபட்டால் விரைவில் திருமணம் நடைபெறும். நற்றுணையப்பரை வணங்கினால் செல்வச் செழிப்பு, குழந்தைகளின் படிப்பு சிறக்கும் என்பதும் பக்தர்களின் நம்பிக்கை.

ஆண்டு தோறும் சித்திரை மாதத்தில் 7ம் நாள் முதல் 13ம் நாள் வரை சூரியனின் கதிர்கள் சிவலிங்கத்தின் மீது படுவது இத்தலத்தின் மற்றொரு சிறப்பம்சம்

"ஆதியன் ஆதிரையன் அயன் மால் அறிதற்கரிய
சோதியன் சொற் பொருளாய்ச் சுருங்காமறை நான்கினையும்
ஓதியன் உம்பர் தங்கோன் உலகத்தினுள் எவ்வுயிர்க்கும்
நாதியன் நம் பெருமான் நண்ணும் ஊர் நனிபள்ளியதே."

என்பது சுந்தரர் தேவாரம். அஷ்ட வசுக்கள் வணங்கிய தலம்.

❀❀❀

161 திருவலம்புரம் (மேலப்பெரும்பள்ளம்)

மூலவர் – வலம்புரநாதர்
அம்பாள் – வடுவகிர்க்கண்ணி
தலமரம் – பனை
தீர்த்தம் – பிரமதீர்த்தம், லட்சுமி தீர்த்தம். (கோயில் எதிரில் உள்ளது)
பதிகங்கள் – சம்பந்தர்–1, அப்பர்–2, சுந்தரர்–1.

சீர்காழியில் இருந்து பூம்புகார் செல்லும் சாலையில் சென்று மேலையூர் அடைந்து, அங்கிருந்து பிரிந்து செல்லும் மயிலாடுதுறை சாலையில் சென்று இத்தலத்தை அடையலாம். மயிலாடுதுறையிலிருந்தும் பூம்புகார்ச் சாலையில் சென்று

காவிரி கடைமுக அணையை அடைந்து, அங்கிருந்து சென்றாலும் இத்தலத்தை அடையலாம். சீர்காழியில் இருந்து சுமார் 16 கி.மீ. தூரத்தில் இத்தலம் இருக்கிறது.

திருமால் வழிபட்டு வலம்புரிச் சங்கினைப் பெற்ற தலம். ஏரண்ட முனிவர் திருவலஞ்சுழியில் காவிரியில் இறங்கி, இவ்வூரில் கரையேறியதாகக் கூறப்படுகிறது. அம்முனிவருடைய கோயில் இங்குள்ளது.

தல வரலாறு:

மகத நாட்டு மன்னன் தனஞ்செயன் என்பவன் இறக்கும் தறுவாயில் தனது மகனை அழைத்து மகனே! எல்லோரையும் போல என்னை இந்த ஊரில் தகனம் செய். ஆனால் எனது சாம்பலை இங்குள்ள நீர்நிலையில் கரைக்காதே. அதைப் பாதுகாப்பாக ஒரு மண்பானையில் வைத்து பல தலங்களுக்கும் செல். எனது அஸ்தி எங்கு மலராக மாறுகிறதோ, அங்குள்ள தீர்த்தத்தில் எனது அஸ்தியைக் கரைத்து விடு," என்று கூறிவிட்டு இறந்தான். அதன்படி மைந்தன் பல தலங்களுக்கும் சென்றான். இறுதியில் இத்தலம் வந்ததும் மன்னனுடைய அஸ்தி பூக்களாக மாறியதைக் கண்டு ஆச்சரியம் அடைந்தான். இந்த தலத்தின் மகிமையை அறிந்தான், தந்தையின் சாம்பலை இத்தலத்திலுள்ள தீர்த்தத்தில் கரைத்தான். அந்த மன்னனின் சிலை இத்தலத்தில் உள்ளது. எனவே இத்தலம் காசியை விடப் புனிதமானது என்று புராணங்கள் கூறுகிறது.

தலச்சிறப்பு

மூலவர் பிருதிவிலிங்கம். திருமுடியில் பள்ளம் உள்ளது. சாம்பிராணித் தைலம், புனுகுசட்டம் சார்த்தப்படுகிறது. குவளை சார்த்தி அபிஷேகம் செய்யப்படுகிறது. இக்கோயிலில் "பட்டினத்தாரை மன்னன் வரவேற்கும் ஐதீக விழா" என்று ஒருவிழா நடைபெறுகிறது. அது தொடர்பாகச் சொல்லப்படும் தகவலைக் கீழே தருகிறேன்

மன்னன் ஒருவன் வேட்டைக்குச் சென்றான், அங்கே அவனுக்கு ஒரு விபரீத ஆசை தோன்றியது. நான் இறந்து

விட்டதை அறிந்தால் அந்தப்புரத்தில் உள்ள தேவிகள் எப்படி அழுவார்கள் என்பதை அறிய வேண்டும் என்பதே அந்த விபரீத எண்ணம். அதை நிறைவேற்ற தான் இறந்து விட்டதாக அமைச்சர் மூலம் பொய்ச் செய்தி அனுப்பினான். அதனை உண்மையென்று நம்பிய பத்தினிப் பெண்ணான அவன் மனைவி அதிர்ச்சி அடைந்தாள், மாரடைப்பு ஏற்பட்டு அந்தக் கணமே உயிர் விட்டாள். விளையாட்டு வினையாகிவிட்டதை அறிந்த மன்னன் கதறி அழுதான். மன்னனைப் பழி சூழ்ந்தது. பாவமும் பற்றியது.

பாவம் நீங்க என்ன வழி என்று சான்றோர்களிடம் ஆலோசனை கேட்டான். அவர்களும் நாடொறும் ஆயிரம் பேருக்கு உணவளிக்க வேண்டும். அப்படி சாப்பிடுகிறவர்களில் யாராவது சத்தியம் தவறாத மகாத்மா இருந்தால் அவர் உணவு உண்ணும் போது அரண்மனை வாசலில் உள்ள மணி ஒலி கொடுக்கும். அதுவே உனது பழியும் பாவமும் நீங்கியதற்கு அடையாளம் என்றனர்.

அது கேட்ட மன்னனும் அவ்வாறே செய்து வந்தான். ஆண்டுகள் ஓடின, ஒரு முறை அன்னதானம் நடந்து கொண்டிருந்த போது, பட்டினத்தார் ஒரு நாள் அங்கு வந்தார். அன்னதானத்தில் தானும் உண்பதற்கு எண்ணி அவ்விடம் சென்றார். அங்கிருந்தோர் அவரைப் பின்புறமாக வருமாறு சொல்ல அவரும் அவ்வாறே சென்றார். பசி பொறுக்காமல் சென்றவர் அங்குக் குழியில் கஞ்சி வடிந்திருப்பதைப் பார்த்தார். பிறகு கிடைக்கின்ற அன்னத்தை விட அருகில் இருக்கும் கஞ்சியே போதும் என்ற மனத்தோடு அதைத் தம் கைகளால் வாரிப் பருகினார். அடுத்த கணமே கணகணவென்று மணியொலித்தது. மன்னன் ஓடிவந்து செய்தியறிந்து பட்டினத்தாரை வணங்கி வரவேற்றான். அவன் தோஷம் விலகியது. மன்னன் பட்டினத்தாரை வரவேற்கும் விழா ஆண்டுதோறும் கோலாகலமாக இக்கோயிலில் நடைபெறுகிறது.

"எனக்கினித் தினைத் தனைப் புகலிடம் அறிந்தேன்
பனைக்கனி பழம் படும் பரவையின் கரைமேல்

எனக்கினியவன் தமர்க்கினியவன் எழுமையும்
மனக்கினியவன் தனதிடம் வலம்புரமே."

என்பது சுந்தரர் தேவாரம்.

162 திருதலைச்சங்காடு

மூலவர்	–	*சங்காரண்யேஸ்வர், சங்கவனேஸ்வரர்.*
அம்பாள்	–	*சௌந்தரநாயகி*
தலமரம்	–	*புரசுமரம்*
தீர்த்தம்	–	*சங்குதீர்த்தம்.*
பதிகங்கள்	–	*சம்பந்தர்*

பௌர்ணமியில் இத்தீர்த்தத்தில் நீராடுவது சகலபாவங்களையும் போக்கி, நன்மைகளை ஏற்படுத்தும். சம்பந்தர் பாடல் பெற்ற தலம். மயிலாடுதுறை தரங்கம்பாடி சாலையில் மயிலாடுதுறையில் இருந்து சுமார் 21 கி.மீ. தொலைவில் உள்ளது. திருக்கடையூரில் இருந்து சுமார் 8 கி.மீ. வடக்கே பயணம் செய்தும் இத்தலத்தை அடையலாம்.

தலச்சிறப்புக்கள்

மாடக் கோயில் கட்டுமலை மேல் கிழக்கு பார்த்த கோயில், எதிரே சங்கு தீர்த்தம் உள்ளது. மஹாவிஷ்ணு இத்தலத்தில் சங்காரண்யேஸ்வரரை வழிபட்டு பாஞ்ச சன்னிய சங்கைப் பெற்றார். எனவே வெளிப்பிரகாரத்தில் ஸ்ரீதேவி பூதேவி சமேதராக பெருமாள் எழுந்தருளி சேவை சாதிக்கிறார். உள்பிரகாரத்தில் நால்வர், ஜ்வரஹரேஸ்வரர், பட்டினத்தார், அகத்தியர் மற்றும் காவிரித்தாய் ஆகியோர் அருள்பாலிக்கின்றனர்.

மூலவர் சங்கு போன்ற உருண்டை வடிவத்தில் லிங்க உருவில் காட்சி தருகிறார். மூலவர் சங்காரண்யேஸ்வரருக்கு நல்லெண்ணை ஊற்றி அபிஷேகம் செய்யும் போது விளக்கு வெளிச்சத்தில் பார்த்தால் லிங்கத்தின் மீது மயிர்க்கால்கள்

தெரியும் சிறப்புடையது இத்தலம். அம்பாள் தெற்கு நோக்கிய சந்நிதியில் அருள்பாலிக்கிறாள்.

நலச்சங்க வெண்குழையுந் தோடும்பெய்தோர் நால்வேதஞ்
சொலச்சங்கை யில்லாதீர் சுடுகாடல்லால் கருதாதீர்
குலைச்செங்காய்ப் பைங்கமுகின் குளிர்கொள்சோலைக் குயிலாலுந்
தலைச்சங்கைக் கோயிலே கோயிலாகத் தாழ்ந்தீரே.

என்பது சம்பந்தர் தேவாரம்.

163 திரு ஆக்கூர்

மூலவர்	–	தான்தோன்றீஸ்வரர், சுயம்புநாதர்.
அம்பாள்	–	கடகநேத்திரி, வாள்நெடுங்கண்ணி.
தலமரம்	–	சரக்கொன்றை
தீர்த்தம்	–	குமுததீர்த்தம்
பதிகங்கள்	–	அப்பர்–1, சம்பந்தர்–1.

மயிலாடுதுறை பொறையாறு பேருந்துச் சாலையில் ஆக்கூர் உள்ளது. 2) மயிலாடுதுறையிலிருந்தும், சீர்காழியிலிருந்தும் ஆக்கூருக்கு நகரப் பேருந்துகள் செல்கின்றன. ஊர் ஆக்கூர் கோயில் தான்தோன்றி மாடம்.

கோச்செங்கட்சோழன் கட்டிய மாடக் கோயில்களுள் இதுவும் ஒன்று. கோயில் சிறியது. சிறப்புலி நாயனார் அவதரித்த தலம். கபிலதேவநாயனார் 11ஆம் திருமுறையில் இத்தலத்தைப் பாடியுள்ளார். அகத்தியருக்கு ஈசன் தங்கள் திருமணக்காட்சியைக் காட்டியருளிய தலங்களுள் இதுவும் ஒன்று. அதனால் தான் வலதுபக்கத்தில் அம்பாள் சந்நதி இருக்கிறது.

உள்பிரகாரத்தில் பாணலிங்கம், விசுவநாதர், விசாலாட்சி, சிறப்புலிநாயனார் மற்றும் இலட்சுமி ஆகியோரைத் தரிசிக்கலாம். அங்கே ஆயிரத்துள் ஒருவர் சந்நிதி இருக்கிறது. இவரே இத்தலத்தின் நாயகன். இவர் எப்படி ஆயிரத்துள் ஒருவரானார்?

ஆயிரத்துள் ஒருவர்:

ஒரு காலத்தில் இறைவன் கட்டளைப்படி மன்னன் ஒருவன் தினமும் *1000* பேருக்கு அன்னதானம் செய்தான். ஆயிரம் பேர்கள் அமர்ந்து சாப்பிடுவதற்கு இலை போட்டனர். ஆனால் ஒவ்வொரு நாளும் *999* பேர் மட்டுமே வந்து சாப்பிட்டனர். தினமும் ஒரு இலை காலியாகவே இருந்தது, இப்படியே *47* நாட்கள் நடந்தது. மன்னன் மனம் வருந்தியபடியே இருந்தான், ஒரு மண்டலத்தின் கடைசி நாளான அன்று, ஈசனே அந்தண வடிவம் எடுத்துவந்து அன்னதான மண்டபத்தில் அனைவரோடும் அமர்ந்து உணவு உண்டான். இதனால் அன்று முதல் ஆயிரத்தில் ஒருவன் என்று போற்றப்படுகிறான். ஆயிரம் பேருக்கு உணவு அளிக்கும் பாக்கியத்தை இறைவன் திருவுள்ளக் கருணையினால் பெற்றது கண்டு மன்னன் உள்ளம் பூரித்தான், ஆனந்தக் கண்ணீர் பெருக மெய்சிலிர்த்தான், பலமுறை நிலத்தில் விழுந்து வணங்கினான். பந்தியில் தானும் அந்தண உருவத்தில் வந்து சாப்பிட்ட பெருமை உடையது இத்திருத்தலம்.

வாளார்கண் செந்துவர்வாய் மாமலையான் றன்மடந்தை
தோளாகம் பாகமாப் புல்கினான் தொல்கோயில்
வேளாள ரென்றவர்கள் வள்ளன்மையான் மிக்கிருக்கும்
தாளாளர் ஆக்கூரிற் றான்றோன்றி மாடமே.

என்பது சம்பந்தர் தேவாரம்.

164 திருக்கடவூர்

மூலவர்	–	*அமிர்தகடேஸ்வரர்*
அம்பாள்	–	*அபிராமி.*
தலமரம்	–	*வில்வம், பிஞ்சிலம்.*
தீர்த்தம்	–	*அமிர்த தீர்த்தம், சிவகங்கை.*
பதிகங்கள்	–	*சம்பந்தர்–1, அப்பர்–3, சுந்தரர்–1.*

தலவரலாறு

பாற்கடலைக் கடைந்து அமுதத்தை எடுத்த தேவர்கள்

அதை அசுரர்களுக்குக் கொடுக்க விரும்பாமல் ஒரு குடத்தில் அமுதத்தை எடுத்துக் கொண்டு மண்ணுலகத்திற்கு வந்தனர். மாலை நேரத்தில் சந்தியாவந்தனம் செய்வதற்காக மண்ணில் குடத்தை வைத்தனர். மாலைக்கடன்களை முடித்துவிட்டு குடத்தை எடுத்த போது அது அசையாமல் பூமிக்குள் வேர்பிடித்து விட்டது. அதனால் கடம் வேர் பிடித்த ஊர் கடவூர் என்ற பெயரைப் பெற்று திருக்கடவூர் என்று ஆயிற்று. அந்தக் குடம் சிவலிங்க வடிவத்தில் நிலைத்து நின்றதால் இத்தலத்து இறைவனுக்கு அமிர்தகடேஸ்வரர் எனப் பெயர் வந்தது.

தலச்சிறப்புக்கள்

இங்குள்ள இறைவன் காலனைக் காலால் உதைத்தவர். மார்க்கண்டேயன் திருக்கடவூருக்கு வந்து சிவபூசை செய்து வந்தார். அவரது ஆயுள் முடிந்து எமன் பாசக்கயிற்றை வீசியபோது, மார்க்கண்டேயன் சிவலிங்கத்தைத் தனது இரண்டு கரங்களினால் இறுகப் பற்றிக் கொண்டார். தன் பணியைச் செய்வதில் ஆர்வம் காட்டிய எமதருமன் பாசக்கயிற்றை லிங்கத்திற்கும் சேர்த்து வீசினான். உடனே தனது பக்தனைக் காப்பாற்ற ஈசன் லிங்கத்தில் இருந்து வெளிப்பட்டு தனது சூலாயுதத்தை வீசி எமனையே எமனுலகம் அனுப்பினார். எமன் இறந்து போனதால் மண்ணுலகில் யாருக்கும் இறப்பே ஏற்படவில்லை, இதனால் பூமி பாரம் அதிகமானது. பூமாதேவியும் மற்றுமுள்ள தேவர்களும் இறைவனிடம் முறையிட்டனர். அவர்களது வேண்டுகோளுக்கு இணங்கி ஈசன் எமனுக்கு உயிர்ப்பிச்சை அளித்தார் என்பது தலவரலாறு.

மூலவர் மேற்கு நோக்கிய சந்நிதியில் சுயம்புலிங்கமாக அருள்பாலிக்கிறார். அம்பாள் கிழக்கு நோக்கிய சந்நிதியில் நின்ற திருக்கோலத்தில் அழகொழுக காட்சி தருகிறாள். 'அழகுக்கு ஒருவரும் ஒவ்வாத வல்லி' என அபிராமி பட்டர் பாடியது சும்மாவா என்ன? அவளுடைய திருமேனி அழகுக்கு வேறு எந்த பெண்ணும், தெய்வமும் இணையாகாது.

இங்குள்ள அம்பாளின் அழகில் தன்னை மறந்த அபிராமிபட்டர், அமாவாசையை அரசன் கேட்கும்போது

பௌர்ணமி என்று சொல்லி அரசனின் கோபத்திற்கு ஆளானார். பிறகு அபிராமி அந்தாதிபாடி பூரண சந்திரனை வானத்தில் வரவழைத்து மெய்சிலிர்க்க வைத்த அற்புதத் தலமாகும் இது.

அட்ட வீரட்டத் தலங்களுள் ஒன்று. இறைவன் கருவறைக்கு முன்னால் உள்ள மண்டபத்தில் காலசம்ஹார மூர்த்தி, பாலாம்பிகையுடன் காட்சி தருகிறார். காலனை சம்ஹரித்த மூர்த்தி மிகப்பெரிய மூர்த்தி. கம்பீரமான தோற்றம் திருமேனியில், எமன் வீசிய பாசத்தின் தழும்பு உள்ளது. காலசம்ஹார மூர்த்தியின் செப்புச் சிலை வடிவமும் சிவலிங்கம் இரண்டாகப் பிளந்து அதிலிருந்து திரிசூலம் ஏந்திய கையுடன் சிவபெருமான் வெளிப்படும்படி தத்ரூபமாக அமைந்துள்ளது. இந்தக் காலசம்ஹார மூர்த்திக்கு ஆண்டுக்கு 11 முறை மட்டுமே அபிஷேகம் நடைபெறும். அவ்வாறு அபிஷேகம் நடைபெறும் போது இறைவனின் திருமேனி அழகினைக் கண்டு களிக்க முடியும்.

வெள்ளிப்பேழையில் உடையவர் மரகதலிங்கம் இருக்கிறது. இவருடைய திருவடியின் கீழே மார்க்கண்டேயர் கைகூப்பிய நிலையில் இருக்க, எமன் உதைபெற்று கீழேவிழுந்து கிடக்கும் அற்புதமான காட்சி வெள்ளித்தகட்டில் செதுக்கப்பட்டுள்ளது. தீபாராதனை காலத்தில் இந்தக் காட்சியைத் தரிசிக்கலாம்.

பூமாதேவியும் மகாவிஷ்ணுவும், பிரம்மாவும், மற்ற தேவர்களும் வேண்டியதால் ஈசன் எமனை எழுப்பித் தந்தார் அல்லவா? அனுக்கிரகம் பெற்ற தர்மராஜாவின் உருவம் இந்த மூர்த்திக்கு எதிரே இருக்கிறது.

கார்த்திகை மாத சோமவார நாட்களில் மூலவர் சந்நிதிக்கு எதிரில் உள்ள சங்கு மண்டபத்தில் வலம்புரிச் சங்குடன் கூடிய 1008 சங்குகள் வைத்து இறைவனுக்கு அபிஷேகம் நடைபெறும். இறைவன் திருமேனியை வஸ்திரம் ஏதுமின்றி தரிசிக்கும் போது காலன் பாசக்கயிறு மேலே விழுந்ததால் ஏற்பட்ட அடையாளத் தழும்புகளை நாம் பார்க்கலாம், மேலும் காலனை சம்ஹாரம் செய்யும் பொருட்டு லிங்கத்திலிருந்து வெடித்துத் தோன்றியதால் லிங்கத்தின் உச்சியில் ஏற்பட்ட பிளவும் நன்றாகத் தெரியும். பூர்வஜென்ம புண்ணியம்

இருந்தால் மட்டுமே இவைகளைத் தரிசிக்க முடியும்.

60வது வயது தொடங்கும் போது உக்ரரத சாந்தியும், 61வது வயது தொடக்கத்தில் ஷஷ்டியப்த பூர்த்தி சாந்தியும், 71வது வயது தொடக்கத்தில் பீமரத சாந்தியும், 80வது வயதில் சதாபிஷேகமும் இத்தலத்திற்கு வந்து செய்து கொள்வதை தம்பதிகள் மிகவும் விரும்புகிறார்கள். அவ்வாறு செய்து கொள்வது மேலும் நன்மைகளைக் கொண்டுவந்து சேர்க்கும், ஆயுளை விருத்தியாக்கும், சகல ஐஸ்வர்யங்களையும் அள்ளித்தரும், நோய்நொடிகள் இல்லாத ஆரோக்கியமான வாழ்க்கையைத் தரும் என்பது அவர்களது அசைக்கமுடியாத நம்பிக்கை. இத்தகைய விசேஷங்கள் காலங்காலமாக இத்தலத்தில் சிறப்பாக இன்றுவரையில் நடந்து வருகிறது.

பண்பொலி நான்மறை பாடியாடிப் பலவூர்கள் போய்
உண்பலி கொண்டுழல் வானும் வானின்ஒளி மல்கிய
கண்பொலி நெற்றி வெண்திங்களானும் கடவூர்தனுள்
வெண்பொடிப் பூசியும் வீரட்டானத்தரன் அல்லனே."

என்பது சம்பந்தர் தேவாரம்.

165 திருக்கடவூர் மயானம்

மூலவர் – பிரம்மபுரீஸ்வரர்,
பெரிய பெருமானடிகள்.

அம்பாள் – நிமலகுசாம்பிகை,
அமலக்குய மின்னம்மை.

தலமரம் – கொன்றைமரம்

தீர்த்தம் – காசி தீர்த்தம்.

பதிகங்கள் – சம்பந்தர்–1, அப்பர்–1, சுந்தரர்–1.

இத்தலம் நாம் மேலே தரிசித்த திருக்கடையூர் அமிர்தகடேஸ்வரர் ஆலயத்தின் கிழக்கு கோபுர வாசலில் இருந்து இரண்டு கிமீ தொலைவில் உள்ளது.

தலவரலாறு

சைவ சமயத்தில் ஐந்து தலங்கள் மயானம் என்ற பெயரில்

அழைக்கப்படுகின்றன. அவை காசி மயானம், கச்சி மயானம் (காஞ்சீபுரம்), காழி மயானம் (சீர்காழி), நாலூர் மயானம் மற்றும் கடவூர் மயானம் ஆகும்.

மயானம் என்றால் சுடுகாடு. இத்தலத்தில் ஒரு பிரம்ம கர்ப்பத்தின் பல யுக முடிவில் சிவபெருமான் பிரம்மதேவரை எரித்து நீராக்கிவிட்டதால் இது மயானம் என்ற பெயரைப் பெற்றுள்ளது.

பிரம்மா இல்லாமல் படைப்புத் தொழில் நடைபெறவில்லை. பிரபஞ்சம் ஸதம்பித்தது, ஆகவே தேவர்கள் அனைவரும் ஒன்றாக வந்து பிரம்மனுக்கு உயிர்ப்பிச்சை அளிக்குமாறு ஈசனை வேண்டினர். இறைவன் அதற்கிணங்கி இத்தலத்தில் பிரம்மாவை உயிர்ப்பித்து அவருக்கு சிவஞானத்தைப் போதித்து படைக்கும் ஆற்றலை மீண்டும் வழங்கினார். பிரம்மா சிவஞானத்தை உணர்ந்து பண்பட்ட இடம் திருக்கடவூர் மயானம். ஆகவே இத்தலம் திருமெய்ஞானம் என்றும் அழைக்கப்படுகிறது. இத்தலத்திற்குச் சென்று வழிபடுவோருக்கு உலகம் நிலையாமை, யாக்கை நிலையாமை, செல்வம் நிலையாமை ஆகியவற்றை உணர்வது எளிதாகும். சிறந்த மெய்ஞானம் சித்தியாகும்.

தலச்சிறப்புக்கள்

இக்கோயிலுக்கு ராஜகோபுரம் இல்லை, கொடிமரம் இல்லை. பலிபீடம் மட்டுமே இருக்கிறது. உள்ளே சென்றால் வள்ளி தேவானை சமேத முருகன் வில்லேந்திய கோலத்துடன், பாதக்குறடு அணிந்த சிங்காரவேலராகத் தரிசனம் தருகிறார். அந்த மண்டபத்தின் மேற்புறத்தில் பன்னிரண்டு ராசிகளும் வண்ணத்தில் ஓவியமாக எழுதப்பட்டுள்ளன. மேற்குப் பிராகாத்தில் தென்புறத்தில் சங்கு சக்கரத்துடன் நின்ற கோலத்தில் கிழக்கு முகமாக ஸ்ரீபிள்ளைபெருமாள் காட்சி தருகிறார்.

மூலவர் சதுரவடிவமான ஆவுடையாரில் மேற்கு நோக்கி எழுந்தருளி அருள்பாலிக்கிறார். மிகப்பழமையான மூர்த்தி. அம்பாள் நின்ற திருக்கோலத்தில் நான்கு கரங்களோடு தரிசனம் தருகிறாள்.

ஆலயத்தின் வெளியே உள்ள பிரம்ம தீர்த்தத்தின் அருகே உள்ள கிணற்றில் இருந்து எடுக்கப்படும் தண்ணீரைக் கொண்டு தான் அருகில் உள்ள திருக்கடையூர் அமிர்தகடேஸ்வரருக்கு தினமும் அபிஷேகம் செய்யப்படுகிறது. மார்க்கண்டேயன் சிவபூசை செய்வதற்காக இறைவனால் உண்டாக்கப்பட்ட கிணறு அது. காசியில் இருந்து கங்கா தீர்த்தம் எடுத்து வந்தாலும் அபிஷேகம் கிடையாது.

இந்தப் புனித நீரைக் கொண்டு மற்ற தெய்வங்களுக்கு அபிஷேகம் செய்வதில்லை . செய்தால் என்ன ஆகப்போகிறது என்ற விபரீத எண்ணம் பாகுலேயன் என்ற மன்னனுக்கு தோன்றியது. அவன் பிரம்மபுரீஸ்வரருக்கு அபிஷேகம் செய்த போது சிவலிங்கத்தின் உச்சியில் வெடிப்பு ஏற்பட்டது. அரண்டு போனான் அவன். இத்தல இறைவனின் திருமுடியில் அந்த வெடிப்பை நாம் இன்றும் காணலாம். இத்தல பிரம்ம தீர்த்தத்தில் கங்கை வந்த நாள் பங்குனி மாதம் அஸ்வினி நட்சத்திரம் ஆகும். வருடந்தோறும் வரும் இந்தப் புண்ணிய நாளில் மட்டும் தான் பக்தர்கள் அனைவரும் புனித நீராடுகிறார்கள்.

பாசமானகளைவார் பரிவார்க்கு அமுதமனையார்
ஆசைதீரக் கொடுப்பார் அலங்கல் விடைமேல் வருவார்
காசைமலர் போல் மிடற்றார் கடவூர் மயானம் அமர்ந்தார்
பேசவருவார் ஒருவர்அவர் எம்பெருமான் அடிகளே

என்பது சம்பந்தர் தேவாரம்.

166 திருவேட்டக்குடி

மூலவர் – திருமேனி அழகர், சுந்தரேஸ்வரர்.
அம்பாள் – சௌந்தரநாயகி, சாந்தநாயகி.
தலமரம் – புன்னைமரம்.
தீர்த்தம் – தேவதீர்த்தம்.
பதிகங்கள் – சம்பந்தர்.

காரைக்காலில் இருந்து தரங்கம்பாடி செல்லும் சாலை வழியில் வரிச்சக்குடி என்ற ஊர் வரும். அங்கிருந்து வலதுபுறம் கிழக்கே செல்லும் கிளைச்சாலையில் சுமார் 2 கி.மீ. சென்றால் இத்தலத்தை அடையலாம்.

தலவரலாறு

பாண்டவர்கள் வனவாசம் செய்த காலத்தில் அருச்சுனன் பல தலங்களுக்கும் சென்று சிவபெருமானை வணங்கினான். அவற்றுள் இதுவும் ஒன்று. அருச்சுனன் தவம் செய்தபோது அவனது தவத்தை மெச்சிய ஈசன், வேடன் உருவில் வந்து அருள் செய்த தலம் இது. ஆகவே வேட்டக்குடி எனப்பட்டது.

தலச்சிறப்புக்கள்

கிழக்கு நோக்கிய கோபுரம் ஐந்து நிலைகளுடன் நம்மை வரவேற்கிறது. கோயிலில் செப்புக்கவசமிட்ட கொடிமரம் உள்ளது. வெளிப்பிரகாரத்தில் சுந்தரவிநாயகர், வள்ளிதெய்வானை சமேத சுப்பிரமணியர், புன்னைவனநாதர், மகாலட்சுமி ஆகியோர் தனிச் சந்நிதிகளில் தரிசனம் தருகின்றனர். ஞானசம்பந்தரும் தனிக்கோயிலில் அருள் செய்கிறார்.

மூலவர் சதுரவடிவத்தில் அமைந்த பீடத்தில் ருத்திராட்சப் பந்தலின் கீழே கிழக்கு நோக்கி அருள்பாலிக்கிறார். உயரமான பாணம். சிவபெருமானை நோக்கித் தவம் செய்து அவரிடமிருந்து பெற்ற பாசுபதாஸ்திரத்தோடு, அருச்சுனன் உற்சவத் திருமேனி இருக்கிறது. ருத்திராட்ச மாலை அணிந்து, கைகளில் சூலத்தையும், வில்லையும் தாங்கிய இவருக்கும் விழாக்காலங்களில் பூசைகள் நடக்கின்றன.

அம்பாள் தனிக்கோயிலில் நின்ற திருக்கோலத்தில் முகத்தில் சாந்தம் தவழ தரிசனம் தருவது கண்கொள்ளாக்காட்சி. அதனால் தான் அம்பாள் சாந்தநாயகி என்று அழைக்கப்படுகிறாள்.

அருச்சுனனுக்கு அருள்செய்ய கையில் வில்லை ஏந்தி வேடரூபத்தில் கம்பீரமாக வந்த ஈசன் வேடரூபர், அவரது மனைவியாக வந்த அம்பாள் வேடுவச்சி, இவர்களது உற்சவத் திருமேனிகள் அழகானவை. இத்தலத்தில் முருகப்பெருமானும் தன் கையில் வில் வைத்திருக்கிறார். ஒரே தலத்தில் வில் ஏந்திய சிவபெருமானும், சுப்பிரமணியரும் இருப்பது சிறப்பு.

மற்றொரு சிறப்பம்சம் இங்கு மாசிமகத்தில் இங்கு நடைபெறும் கடலாடு வைபவம். மாசிமகத்தில் திருமேனி அழகராகிய ஈசன் வேடமூர்த்தியாகக் காட்சி தந்து கடலாடுகிறார். இத்தலத்தில் உமாதேவியார் மீனவர் குலத்தில் பெண்ணாக அவதரித்ததாக தலபுராணம் தெரிவிக்கிறது. எனவே இந்தக் கடலாடு விழாவை அருகில் கடலோர ஊர்களில் வாழும் மீனவர்கள் ஏற்று விமரிசையாக நடத்துகின்றனர்.

வண்டு இரைக்கும் மலர்க்கொன்றை விரிசடைமேல் வரி அரவம்
கண்டு இரைக்கும் பிறைச் சென்னிக் காபாலி கனைகழல்கள்
தொண்டு இரைத்துத் தொழுது இறைஞ்சத் துளங்கொளிநீர்ச் சுடர்ப்பவளம்
தெண்டிரைக்கள் கொணர்ந்து எறியும் திருவேட்டக் குடியாரே.

என்பது சம்பந்தர் தேவாரம்.

167. திருத்தெளிச்சேரி

மூலவர் – பார்வதீஸ்வரர்
அம்பாள் – ஸ்ரீசுயம்வர தபஸ்வினி, சக்திநாயகி.
தலமரம் – வில்வம், வன்னி.
தீர்த்தம் – சூரியபுஷ்கரணி, குகதீர்த்தம், தவத்தீர்த்தம். தீர்த்தங்களில் சூரிய புஷ்கரணி சிறந்ததாகும்.
பதிகங்கள் – சம்பந்தர் பாடல் பெற்ற தலம்.

தற்போது இது கோயில்பத்து என அழைக்கப்படுகிறது.

ஞாயிறு நாள்களில் வைகறையில் இத் தீர்த்தத்தில் நீராடுவது சிறப்பாகச் சொல்லப்படுகிறது. இத்தலம் காரைக்கால் நகரத்தின் ஒரு பகுதியாக இருக்கிறது. ஆலயம் இருக்கும் இடத்தை கோயில்பத்து என அழைக்கின்றனர்.

அழகாக அமைந்த கற்கோயில் இது. ராஜகோபுரம் ஐந்து நிலைகளைக் கொண்டது. கோயிலின் உள்ளே சிவசுப்பிரமணியர், இலட்சுமி, துர்க்கை, சூரியன், பைரவர், சனீஸ்வரர், வன்னிலிங்கம், தட்சிணாமூர்த்தி மற்றும் அறுபத்து மூவர் ஆகியோரைத் தரிசனம் செய்யலாம். வேடரூபம் கொண்ட கிராதமூர்த்தியே இந்தக் கோயிலின் பிரதான உற்சவ மூர்த்தியாக இருக்கிறார்.

மூலவர் லிங்க உருவத்தில் மேற்கு நோக்கி அருள்பாலிக்கிறார். இவருக்கு பிரமன் வழிபட்டதால், மகாலிங்கம், பிரம்மலிங்கம் என்றும்; அம்பரீஷன் வழிபட்டதால் ராஜலிங்கம்; சூரியன் வழிபடப்பட்டதால் பாஸ்கரலிங்கம் என்றும் பல திருநாமங்கள் உண்டு. இத்தலத்தில் சோமவார (திங்கட்கிழமை) வழிபாடு சிறப்பானது. கொடும் பஞ்சம் நிலவிய காலத்தில் இறைவனே விதை விதைத்து பயிர் விளைவித்த தலம் என்ற பெருமை உடையது. பங்குனி மாதத்தில் 16 நாட்கள் இறைவன் மீது சூரிய ஒளிக் கதிர்கள் விழுகின்றன. எனவே இவ்விறைவன் பாஸ்கர லிங்கம் எனப்படுகிறார்.

அம்பாள் நின்ற திருக்கோலத்தில் தெற்கு நோக்கி காட்சி தருகிறாள். மிக அழகான மூர்த்தம்.

இத்தலத்திற்கு அருகில் போதிமங்கை என்ற ஊர் உள்ளது. ஞான சம்பந்தர் தனது அடியார் திருக்கூட்டத்துடன் சிவனைப் போற்றிப் பாடிக் கொண்டு சென்றதை புத்தர்கள் தடுத்தனர். அப்போது சம்பந்தரின் அடியவர் ஒருவர், சம்பந்தர் பாடிய பஞ்சாட்சரப் பதிகத்தில் இருந்து ஒரு பாடலை பக்தியோடு பாடினார்.

அடுத்த கணம் ஒரு அதிசயம் நிகழ்ந்தது, புத்தர்களின் தலைவனாகிய புத்தநந்தி என்பவது தலையில் மின்னலோடு இடி ஒன்று விழுந்தது. அவன் இறந்து போனான்.

இதைக்கண்டு ஆத்திரம் அடைந்த புத்தர்கள் சாரிபுத்தனை

தலைவனாக ஏற்று, சம்பந்தரை வாதுக்கு அழைத்தனர். சம்பந்தரின் பாடல்களைக் கையேட்டில் எழுதும் அடியவர் சம்பந்தரது முன்னிலையில் புத்தர்களோடு வாது செய்து வென்றார். தங்கள் பிழை உணர்ந்த அவர்கள் அத்தனை பேரும் புத்தமதம் விட்டு, சைவமதத்தில் சேர்ந்து சிவன்பாதம் பற்றினர்.

திக்கு உலாம் பொழில் சூழ் தெளிச் சேரி எம் செல்வனை
மிக்க காழியுள் ஞானசம் பந்தன் விளம்பிய
தக்க பாடல்கள் பத்தும் வல்லார்கள் தடமுடித்
தொக்க வானவர் சூழ இருப்பவர் சொல்லிலே.

என்பது சம்பந்தர் தேவாரம்

168 திருத்தருமபுரம்

மூலவர்	–	தருமபுரீஸ்வரர், யாழ்முரிநாதர்.
அம்பாள்	–	மதுரமின்னம்மை, தேனமிர்தவல்லி.
தலமரம்	–	வாழை.
தீர்த்தம்	–	விஷ்ணு தீர்த்தம், தருமதீர்த்தம், பிரமதீர்த்தம்.
பதிகங்கள்	–	சம்பந்தர்–1.

தலவரலாறு

எமதருமன் சிவபெருமானுக்கு எதிராகச் செயல்பட்டு மார்க்கண்டேயருடைய உயிரைப் பறித்தபோது ஏற்பட்ட தோஷம் நீங்க இத்தலத்திற்கு வந்து வழிபட்டு பாவம் நீங்கியதால் இத்தலம் தருமபுரம் எனப்பட்டது. பஞ்ச பாண்டவர்களுள் மூத்தவரான தருமபுத்திரன் வழிபட்ட தலம் அதனால் இப்பெயர் ஏற்பட்டது என்பாரும் உண்டு.

இது ஞானசம்பந்தருடன் எப்போதும் இருந்து அவரது பாடல்களுக்கு யாழ் வாசித்த திருநீலகண்ட யாழ்ப்பாணருடைய பிறந்த ஊர். ஒரு முறை இத்தலத்திற்கு சம்பந்தர் தனது அடியார் கூட்டத்தோடு வந்தார். பாணரது சுற்றத்தினர் பெருமிதத்தோடு, சம்பந்தர் பாடல்களுக்கு பாணர் யாழ்வாசிப்பதால் தான்

சிறப்பு, அதனால் தான் அவைகளை மக்கள் போற்றுகிறார்கள் என்றனர்.

இதைக்கேட்டு பாணர் மனம் வருந்தினார், தெய்வத்தின் வாக்காக வெளிப்படும் தங்கள் பாடல்களுக்குச் சிறப்பு இந்தப் பாணரின் யாழ்வாசிப்பினால் தான் ஏற்படுகிறது என்ற பழி எனக்கு வேண்டாம். ஐயனே இந்த யாழில் அடங்காத பண்களையும் தங்களால் பாட முடியும் என நிருபித்து என்னை கவுரவிக்க வேண்டும் என்று வேண்டுகோள் விடுத்தார்.

உடனே சம்பந்தரும், 'மாதர்மடப்பிடியும் மடவன்னமும் அன்னதோர்' என்று தொடங்கும் பதிகத்தைப் பாடினார். அந்த இசை பாணரின் யாழில் கட்டுப்படவில்லை. பாடல் யாழிசையில் அடங்காமல் போகவே பாணர் யாழை உடைக்க முற்பட்டார். சம்பந்தர் அவரை ஆறுதல் படுத்தி முடிந்தவரையில் வாசிக்கச் சொன்னார். (முரி = ஒருவகை இசைப் பாடல். யாழில் அமைத்துப்பாடும் இசையமைப்பாதலின் 'யாழ்முரி' எனப் பெயர் பெற்றது.) அது முதல் கொண்டு அத்தல இறைவனுக்கு யாழ்முறிநாதர் என்ற பெயர் ஏற்பட்டது.

ஒருபுறம் சம்பந்தர் பாடவும், பாணர் யாழ் வாசிக்கிறார். மனைவி பக்கத்தில் நிற்கிறார். இந்த சுதைச்சிற்பங்கள் மூலவர் சந்நிதியின் முகப்பு வாயில் மேலே உள்ளது. கருவறையில் இறைவன் யாழ்முரிநாதர் கிழக்கு நோக்கி அருள்பாலிக்கிறார். சிறிய பாணம் கொண்ட அவருக்கு நாகாபரணம் சார்த்தியிருக்கிறார்கள். அழகான தரிசனம் . கோஷ்ட மூர்த்தங்களாக நர்த்தனகணபதி, தட்சிணாமூர்த்தி, லிங்கோத்பவர், துர்க்கை ஆகியோரைத் தரிசனம் செய்யலாம்.

இரண்டு பக்கங்களிலும் சனகாதி முனிவர்கள் அமர்ந்திருக்க முயலகன் மீது காலை ஊன்றியபடி குரு தட்சிணாமூர்த்தி எழுந்தருளியுள்ளார். பிரம்மாவும், மகாவிஷ்ணுவும் இருக்க நடுவில் லிங்கோத்பவரைத் தரிசனம் செய்யலாம். தெற்குப் பிரகாரத்தில் அமைந்துள்ள ஸ்ரீ மேதாதெட்சிணாமூர்த்தி திருவுருவம் தரிசிக்க வேண்டிய ஒன்று. அதே போல உற்சவ மூர்த்திகளுள் ஸ்ரீயாழ்மூரிநாதரின் திருவுருவமும் பார்க்கப்

பார்க்க திகட்டாத அழகு படைத்தது.

2ம் கோபுர வாயிலைக் கடந்து உள்ளே சென்றால் வெளிப் பிரகாரத்தில் வலதுபுறம் அம்பாள் மதுர மின்னம்மை சந்நிதி உள்ளது. வெளிப் பிரகாரத்தில் வடகிழக்கு மூலையில் நவக்கிரக சந்நிதி அமைந்துள்ளது.

"மாதர் மடப்பிடியும் மட அன்னமும் அன்னதோர்
நடையுடைம் மலைமகள் துணையென மகிழ்வர்
பூதஇனப்படை நின்றிசை பாடவும் ஆடுவர்
அவர்படர் சடைந் நெடு முடியதொர் புனலர்
வேதமொடு ஏழிசைபாடுவர் ஆழ்கடல் வெண்டிரை
யிரைந் நுரை கரை பொருது விம்மி நின்றயலே
தாதவிழ் புன்னை தயங்கு மலர்ச் சிறை வண்டறை
யெழில் பொழில் குயில் பயில் தருமபுரம் பதியே."

என்பது சம்பந்தர் பாடிய யாழ்முரிப் பதிகப் பாடல்.

169 திருநள்ளாறு

மூலவர்	–	தர்ப்பாரண்யேசுவரர், திருநள்ளாற்றீஸ்வரர்.
அம்பாள்	–	பிராணாம்பிகை, பிராணேஸ்வரி, போகமார்த்த பூண்முலையாள்.
தலமரம்	–	தர்ப்பை
தீர்த்தம்	–	நளதீர்த்தம்.
தலவிநாயகர்	–	சொர்ணவிநாயகர்
பதிகங்கள்	–	சம்பந்தர்–4, அப்பர்–1, சுந்தரர்–2.

இடையனைக் காத்த ஈசன்:

கோயிலில் அபிஷேகத்திற்கு ஒரு இடையனை பால் கொடுக்கச் சொல்லி அரசன் நியமித்திருந்தான். கணக்கன் அந்தப் பாலை தனது சொந்த உபயோகத்திற்கு எடுத்துக் கொண்டான். இந்த விஷயத்தை வெளியே தெரிவித்தால் தண்டனை வாங்கித் தருவதாகச் சொல்லி இடையனையும் பயமுறுத்தி வந்தான். எப்படியோ கணக்கனின் தந்திரம்

அரசனுக்குத் தெரிந்து விட்டது.

இந்த நிலையில் இறைவன், இடையனைக் காக்கவும் கணக்கனைத் தண்டிக்கவும் எண்ணித் தம் சூலத்தை ஏவினார். அச்சூலத்திற்கு பலிபீடம் சற்று ஒதுங்கி வழிவிட்டது. சூலம் கணக்கன் தலையைக் கொய்தது. இடையனுக்கு இறைவன் காட்சி தந்து அருள் புரிந்தார். இந்த நிகழ்ச்சிக்கு ஆதாரமாக பலிபீடம் சற்று தள்ளி இருப்பதை இன்றும் காணலாம்.

மரகத லிங்கம் சிறப்பான ஒன்று. சப்த வடங்கத் தலங்களில் ஒன்று. மூலவர் சுயம்பு லிங்கத் திருமேனி. இவர் தர்ப்பையில் முளைத்த சுயம்புமூர்த்தி. சிவலிங்கத்தின் மீது தர்ப்பை முளைத்த தழும்புள்ளது.

பக்கத்தில் உன்மத்த நடன தியாகேசர் தரிசனம். (நகவிடங்கத் தியாகர்) தேவி நீலோத்பலாம்பாள். இச்சந்நிதியில் செய்யப்படும் மரகதலிங்க வழிபாட்டை பூர்வ புண்ணியம் உள்ளவர்களே காண முடியும். அம்பாள் நின்ற நிலையில் தனிச்சந்நிதியில் அருள்பாலிக்கிறாள்.

பிரதான சனிபகவான் கோபுரவாயிலின் வடக்கில் சனிபகவான்' சந்நிதி உள்ளது. மகர, கும்பராசிகளுக்குச் சனி, அதிபதியாதலின் முன்னால் மகர, கும்பராசிகளின் உருவங்கள் உள்ளன. இத்தலத்தில் பிரதானம் இப்பகவானுக்கே.

மூலவராக தர்ப்பாரண்யேஸ்வரர் என்ற பெயருடன் சிவபெருமான் அருள் பாலித்து வந்தாலும், இத்தலத்தின் பெருமைக்கு மூலகாரணமாக இருப்பவர் சனீஸ்வரர் மட்டுமே ஆவார். நவக்கிரக ஸ்தலங்களில் சனி பகவானுக்கு உரிய ஸ்தலமாக திருநள்ளாறு விளங்குகிறது. சனீஸ்வரன் தனிச் சன்னதி பிரதானமாக விளங்குவதால் இக் கோயிலில் நவகிரகங்கள் கிடையாது. இத்தலத்தில் சனிபகவான் அனுக்கிரக மூர்த்தியாக விளங்குகின்றார். இவருக்குத் தனியே அஷ்டோத்ரம், சஹஸ்ரநாம அர்ச்சனைகள் உண்டு. திருமால், பிரமன், இந்திரன், திசைப் பாலகர்கள், அகத்தியர், புலஸ்தியர், அர்ச்சுனன், நளன் முதலியோர் வழிபட்டுப் பேறு பெற்ற தலம்.

மூலவர் தர்ப்பாரண்யேஸ்வரர் சந்நிதிக்கும், அம்பாள் பிரணாம்பிகை சந்நிதிக்கும் இடையில் சனீஸ்வரர் சந்நிதி அமைந்துள்ளது. சனிபகவானுக்குத் தங்கத்தாலான காக வாகனமும் தங்கக் கவசமும் உள்ளது. சனி தோஷமுள்ளவர்கள் நெய் தீபம் ஏற்றும் பிரார்த்தனை இங்கு விசேஷம்.

இந்த தலத்திற்கு வந்து சனீஸ்வரரரையும், மூலவரையும் வணங்கினால் ஏழரைச்சனி, அஷ்டமச்சனி, அர்த்தாஷ்டமச்சனி ஆகியவற்றினால் அதிகமாகப் பாதிப்பு ஏற்படுவதில்லை. தொல்லைகள் நீங்கவும், பிரச்சனைகளைத் தீர்க்க பாதை தெரியவும் இத்தலத்திற்கு வந்து இறைவனை வணங்குவது அவசியம்.

நள தீர்த்தம்:

நிடத நாட்டு அரசனாகிய நளன், நாட்டை இழந்து, அழகான மனைவி தமயந்தியை இழந்து சனியின் பிடியினால் துன்பங்களை அனுபவித்தான். இறுதியில் ஒரு நாள் இத்தலத்திற்கு வந்து இங்குள்ள தீர்த்தத்தில் பக்தியோடு முழுகி எழுந்து, இறைவனைத் தரிசனம் செய்தான். சனி நீங்கியது. நளன் நீராடிய குளம் அவன் பெயராலேயே நளதீர்த்தம் என வழங்கப்படுகிறது. இது இக்கோவிலுக்குள் இருக்கிறது.

நள தீர்த்தம் தவிர, பிரம்ம தீர்த்தம், சரஸ்வதி தீர்த்தம் ஆகியவையும் இத்தலத்தில் உள்ளன. சனீஸ்வரன் இரண்டரை ஆண்டுகளுக்கு ஒரு முறை ஒரு ராசியிலிருந்து மற்றொரு ராசிக்கு பெயர்ச்சி ஆகிறார். சனிப் பெயர்ச்சியின் போது அவரவர் ஜாதகத்தின் தன்மைக்குத் தக்கவாறு நன்மை தீமைகள் நடைபெறும். அது போன்ற நேரங்களில் சனிபகவானுக்கு தீபமேற்றி வழிபட்டால் நன்மை உண்டாகும் என்பது மக்கள் நம்பிக்கை. இதனால் ஒவ்வொரு சனிப் பெயர்ச்சியின் போதும் லக்ஷக்கணக்கில் மக்கள் இங்கு வந்து நள தீர்த்தத்தில் நீராடி சனி பகவானையும், தர்ப்பாரண்யேஸ்வரரையும் வழிபாடு செய்கின்றனர். தங்களைப் பிடித்த சனி இத்தோடு தொலையட்டும் என்ற நம்பிக்கையில் நளதீர்த்தத்தில் நீராடும் போது அங்கேயே தங்கள் பழைய ஆடைகளை விட்டுவிடுகிறார்கள்.

பச்சைப் பதிகம்:

திருஞானசம்பந்தரின் இத்தலத்திற்கான "போகமார்த்த பூன்முலையாள்" என்று தொடங்கும் பதிகம் "பச்சைப் பதிகம்" என்று போற்றப்படுகிறது. சம்பந்தரை மதுரையில் சமணர்கள் வாதிற்கு அழைத்தனர். அப்போது அனல்வாதம் நடந்தது. சமணர்கள் தங்கள் சமயக் கருத்துக்களை ஒரு பனை ஏட்டில் எழுதி அதை தீயில் இட்டனர். ஏடு தீயில் எரிந்து சாம்பலாயிற்று.

அதன் பின் சம்பந்தர் முறை வரும் போது அவர் திருமுறை ஏட்டில் கயிறு சார்த்தி பார்த்தார். அப்போது ஏற்கெனவே அவர் திருநள்ளாறு தலத்திற்காகப் பாடியிருந்த "போகமார்த்த பூண்முலையாள்" என்ற பதிகம் வந்தது. சம்பந்தர் அந்த பச்சை பனை ஏட்டை எடுத்து தீயில் இட்டார். ஏடு தீயில் கருகாமல் பச்சை ஏடாகவே இருந்தது. சமணர்கள் வாதில் தோற்றனர். சைவத்தின் பெருமையை அறிந்த மதுரை மன்னனும் சமண சமயத்தில் இருந்து சைவ சமயத்திற்கு மாறினான். இவ்வாறு பாண்டிய நாட்டில் சைவம் தழைக்கக் காரணமாக இருந்த பதிகம் பெற்ற பெருமையை உடையது இந்தத் திருநள்ளாறு திருத்தலம்.

> "போகமார்த்த பூண் முலையாள் தன்னோடும் பொன்னகலம்
> பாகமார்த்த பைங் கண் வெள்ளேற்றண்ணல் பரமேட்டி
> ஆகமார்த்த தோலுடையன் கோவண ஆடையின் மேல்
> நாகமார்த்த நம்பெருமான் மேயது நள்ளாறே.

என்பது சம்பந்தர் தேவாரம்.

170 திருக் கோட்டாறு

மூலவர் – ஐராவதேஸ்வரர், அம்பாள் வண்டார்
அம்பாள் – பூங்குழலியம்மை,
சுகந்த குந்தளாம்பிகை.
தலமரம் – பாரிஜாதம் தற்போது இல்லை.
தீர்த்தம் – வாஞ்சியாறு, சூரிய தீர்த்தம்.
பதிகங்கள் – சம்பந்தர்–2.

இதனை கொட்டாரம் என மக்கள் வழங்குகிறார்கள்.

காரைக்காலில் இருந்து 12 கி.மீ. தொலைவில் திருகோட்டாறு தலம் இருக்கிறது. காரைக்காலில் இருந்து திருநள்ளாறு, நெடுங்காடு வழியாக கும்பகோணம் செல்லும் சாலையில் நெடுங்காடு தாண்டிய பிறகு திருக்கொட்டாரம் கூட்டு சாலை என்ற பிரிவு வரும். அங்கிருந்து சுமார் 2 கி.மீ. தொலைவில் இத்தலம் உள்ளது.

தலவரலாறு

ஒரு முறை துர்வாச முனிவர், ஈசனுக்கு சாத்திய தாமரை மலரைக் கொண்டு வரும் போது இந்திரன் தனது வெள்ளை யானை மீது ஏறி பவனி வருவதைக் கண்டார். அவனைக் கவுரவிக்கும் விதமாக அந்தப் புனித மலரை அவனிடம் கொடுத்தார். அதன் பெருமை அறியாத அவன் யானைமீது அமர்ந்த படியே இடது கையினால் வாங்கி, கண்களில் ஒற்றிக் கொள்ளாமல், யானையின் மத்தகத்தில் வைத்தான். அந்த விலங்கும், தன் துதிக்கையினால் தாமரை மலரை எடுத்து தரையிலிட்டு காலினால் மிதித்து துவைத்து அழித்துவிட்டது.

தன்னையும், இறைவனையும் செல்வச் செருக்கினால் மதிக்காத இந்திரனையும், அவனது வெள்ளையானையையும் துர்வாசர் சபித்தார். அதனால் தேவேந்திரனின் பட்டத்து யானை, சாதாரண காட்டுயானையாகி நூறு வருடங்களுக்கும் மேலாக மண்ணகத்து காடுகளில் அலைந்து திரிந்தது. அப்போது பல தலங்களுக்கும் சென்று இறைவனை வழிபட்டு இறுதியில் மதுரைக்குச் சென்று சாபம் தீர்ந்தது. ஐராவதம் வழிபட்ட

பல தலங்களுள் இத்தலமும் ஒன்று. வெள்ளை யானை தனது தந்தத்தினால் மேகத்தைக் கிழித்து தண்ணீரை ஆறுபோல பெருக்கெடுத்து ஓடவைத்து லிங்கத்தை நீராட்டி வழிபாடு செய்ததால் இத்தலம் கோட்டாறு எனப் பெயர் பெற்றது. கோடு என்றால் கரை என்று பொருள். வாஞ்சியாற்றின் கரையில் உள்ளதால் இது கோட்டாறு எனப்பட்டது என்றும் சொல்கிறார்கள்.

ஆலயம் மூன்று நிலைகள் உடைய ராஜகோபுரம் கொண்டது. உள்ளே சென்றதும் நேரே சுவாமி சந்நிதி தெரிகிறது. வலமாக வரும்போது விநாயகர் உள்ளார். கோஷ்ட மூர்த்தங்களாகத் தட்சிணாமூர்த்தி, பிரம்மா, விஷ்ணு ஆகியோர் உள்ளனர். பிரகாரத்தில் சுந்தரர், பரவையார், சுபமகரிஷி மூலத் திருமேனிகள் காணப்படுகின்றன.

உள் பிரகாரத்தில் பால விநாயகர், கைலாசநாதர், சமயாசாரியர், சடைமுடியோடு கூடிய சுப முனிவர், முருகன், தட்சிணாமூர்த்தி, அர்த்தநாரீஸ்வரர், சண்டேஸ்வரர், பைரவர், சூரியன், சந்திரன், நடராஜர் ஆகியோர் எழுந்தருளி உள்ளனர். சுபமகரிஷி, குமார புவனேஸ்வரர் ஆகியோரின் உருவச்சிலைகள் வெளிச்சுற்றில் பின்புறத்தில் வைக்கப்பட்டுள்ளன.

அம்பாள் தெற்கு நோக்கிய சந்நிதியில் நின்ற திருக்கோலத்தில் அருள்பாலிக்கிறாள். மூலவர் சிறிய உருவத்தில் கிழக்கு நோக்கி தரிசனம் தருகிறார். கருவறைக்குள் ஒரு தேன்கூடு பல்லாண்டு காலமாக இருந்து வருகிறது. அதைக் குறித்த செவிவழிச் செய்தி இது.

சுபமகரிஷி என்பவர் தினந்தோறும் இத்தலத்து இறைவனைத் தரிசிப்பதை வழக்கமாகக் கொண்டிருந்தார். ஒரு நாள் தாமதமாகிவிட்டது கோயில் கதவுகளை அடைத்து விட்டனர். உடனே மகரிஷி தாமதிக்காமல் ஒரு தேனியின் வடிவம் எடுத்து கருவறைக்குள் நுழைந்து இறைவனை வழிபட்டார். பிறகு அங்கேயே நிரந்தரமாகத் தங்கிவிட்டார். அந்தக் காலம் தொடங்கி மூலவரது கருவறைக்குள் ஒரு தேன்கூடு இருந்து வருகிறது.

இப்போது மூலவரைத் தரிசனம் செய்யும் போது

தேன்கூட்டை தொடாமல் தரிசனம் செய்து விட்டு வரவேண்டும். வருடத்திற்கு ஒரு முறை அந்த தேன்கூட்டில் இருந்து தேனை எடுத்து ஈசனுக்கு அபிஷேகம் செய்கின்றனர்.

வேதியன் விண்ணவர் ஏத்த நின்றான் விளங்கும் மறை
ஓதிய ஓண் பொருளாகி நின்றான் ஒளியார்கிளி
கோதிய தண் பொழில் சூழ்ந்தழகார் திருக் கோட்டாற்றுள்
ஆதியையே நினைந்தேத்த வல்லார்க்கு அல்லல் இல்லையே."

என்பது சம்பந்தர் தேவாரம்.

171. திருஅம்பர் பெருந்திருக்கோவில்

மூலவர் – பிரம்மபுரீஸ்வரர்
அம்பாள் – பூங்குழலம்மை.
தலமரம் – புன்னை
தீர்த்தம் – பிரம்மதீர்த்தம்.
பதிகங்கள் – சம்பந்தர்–1.

இத்தலத்தை மக்கள் தற்போது அம்பர் என்றும் அம்பல் என்றும் சொல்கிறார்கள். மயிலாடுதுறை திருவாரூர் சாலை மார்க்கத்தில் உள்ள பூந்தோட்டம் என்ற ஊரில் இருந்து 3 கி.மீ. தூரத்தில் இத்தலம் இருக்கிறது. பூந்தோட்டம் மயிலாடுதுறையில் இருந்து சுமார் 23 கி.மீ. தொலைவில் உள்ளது.

மூன்று நிலைகளைக் கொண்ட ராஜகோபும். கோயிலின் உள்ளே சுதையினால் உருவாக்கப்பட்ட பெரியநந்தி இருக்கிறது. பக்கத்தில் அன்னமாம் பொய்கையும் அருகே சிவலிங்கமும் உள்ளன. இப்பொய்கையை பிரம்மா உண்டாக்கியதாகச் சொல்லப்படுகிறது.

தல வரலாறு:

அன்னத்தின் மீதேறிச் சென்று ஜோதி வடிவமான சிவபெருமானின் முடியைக் கண்டதாகப் பொய் கூறியதால் சிவபெருமான் பிரம்மாவை அன்னமாகும்படி சபித்தார்.

தவற்றை உணர்ந்த பிரம்மா பிழை பொறுக்க வேண்டினார். பெருமான் புன்னாகவனம் என்னும் இத்தலத்தை அடைந்து தவம் செய்யுமாறு சாபவிமோசனம் கூறினார். பிரம்மாவும் அவ்வாறே இத்தலத்தை அடைந்து பொய்கை ஒன்றை உண்டாக்கி அதன் நீரை எடுத்து வந்து தினமும் இறைவனுக்கு அபிஷேகம் செய்து பல ஆண்டுகள் வழிபட்டார். அதன் காரணமாக சாபம் நீங்க அன்ன உருவம் மறைந்து பழைய உருவம் பெற்றார். இறைவனைப் பலவாறு பணிந்து போற்றி, படைப்புத் தொழிலை மேற்கொண்டார். பிரம்மனுக்கு ஈசன் காட்சி தந்த ஐதீகம் ஆண்டுதோறும் மாசி மகத்தன்று விழாவாகக் கொண்டாடப்படுகிறது

இத்தலத்திற்கு மற்றொரு வரலாறும் சொல்லப்படுகிறது. அம்பன், அம்பரன் என்ற இரு அசுரர்கள் இத்தல இறைவனை நோக்கித் தவம் செய்து இறவா வரம் பெற்றனர். அவர்கள் வழிபட்டதால் இத்தலம் அம்பர் எனப்பட்டது. அசுரர்கள் இருவரும் தாங்கள் அடைந்த வரபலத்தின் ஆற்றலினால் முனிவர்களுக்கும், மக்களுக்கும் தேவர்களுக்கும் அதிகமான துன்பங்கள் செய்துவந்தனர். பொறுக்க முடியாத நிலையில் தேவரும் முனிவரும் ஈசனிடம் முறையிட்டு தங்களைக் காக்க வேண்டினர்.

பெருமான் பார்வதியை நோக்க, குறிப்பறிந்த தேவி காளியாக உருமாறினாள். காளி கன்னி உருவெடுத்து அவர்கள் முன் வந்தாள். பருத்த முலை, சிறுத்த இடை, வெளுத்த நகை, கறுத்த குழல், சிவந்த இதழ்கள், கவர்ச்சியான பருவம் கொண்டு தங்கள் எதிரே வந்த அவளை இருவரும் அடைய விரும்பினர். மோகத்தினால் அவர்களுக்குள் சண்டை மூண்டது, இருவருக்கும் நடந்த சண்டையில் மூத்தவன் இறந்தான். இளையவனைக் காளி கொன்றாள். காளி அம்பரனைக் கொன்ற இடமே அம்பகரத்தூர் ஆகும்.

63 நாயன்மார்களில் ஒருவரான சோமாசிமாற நாயனார் அவதரித்த தலம் இதுவே. எழுபது மாடக்கோயில்களைக் கட்டிய கோச்செங்கட் சோழன் கடைசியாகத் திருப்பணி செய்த திருக்கோயில் இதுவாகும். படிக்காசு விநாயகர் சந்நிதியில் அடுத்தடுத்து மூன்று சிறிய விநாயக மூர்த்தங்கள்

உள்ளன. அதேபோல இக்கோயிலில் மூன்று அம்பலவாணர் மூர்த்தங்கள் உள்ளன. பிரகாரத்தில் விநாயகர், சுப்பிரமணியர் மகாலட்சுமி, ஜம்புகேஸ்வரர் சந்நிதிகள் உள்ளன.

அம்பாள் தனிச் சந்நிதியில் நின்ற திருக்கோலத்தில் தரிசனம் தருகிறாள். வெளியில் இருபுறமும் ஆடிப்பூர அம்மன் சந்நிதியும் பள்ளியறையும் உள்ளன. மூலவர் பிரம்மபுரீஸ்வரர் சுயம்பு மூர்த்தியாக அருள்பாலிக்கிறார் மூலவரின் பின்னால் சோமாஸ்கந்தர் காட்சியளிக்கின்றார் வலதுபக்கத்தில் நடராசசபை. கோஷ்ட மூர்த்தங்களாக விநாயகர், தட்சிணாமூர்த்தி, மகாவிஷ்ணு, பிரம்மா உள்ளனர் மன்மதனின் சாபத்தைப் போக்கிய தலம், சுதையால் ஆன நந்தி பெரிய வடிவில் உள்ளது.

எரிதர அனல்கையில் ஏந்தி எல்லியில்
நரிதிரி கானிடை நட்டம் ஆடுவர்
அரிசிலம் பொருபுனல் அம்பர் மாநகர்க்
குரிசில்செங் கண்ணவன் கோயில் சேர்வரே.

என்பது சம்பந்தர் தேவாரம்.

172 திருஅம்பர் மாகாளம்

மூலவர் – மாகாளநாதர், காளகண்டேஸ்வரர்.
அம்பாள் – ராஜமாதங்கி, பக்ஷயாம்பிகை.
தலமரம் – கருங்காலிமரம்
தீர்த்தம் – மாகாளதீர்த்தம்.
பதிகங்கள் – சம்பந்தர்–3.

மயிலாடுதுறை திருவாரூர் மார்க்கத்தில், மயிலாடுதுறையில் இருந்து 25 கி.மீ. தொலைவில் பூந்தோட்டம் என்ற ஊரின் அருகே அரிசிலாற்றின் கரையில் இத்தலம் அமைந்துள்ளது பேரளம் என்ற ஊரிலிருந்தும் சுமார் 7 கி.மீ. தொலைவில் உள்ள இத்தலத்தை அடையலாம்

மாகாளம் என்ற பெயரில் மூன்று சிவத்தலங்கள் உள்ளன வடஇந்தியாவில் உள்ள உஜ்ஜயினி மாகாளம், தொண்டை

நாட்டில் உள்ள இரும்பை மாகாளம், மூன்றாவது காவரியின் தென்கரையில் உள்ள அம்பர் மாகாளம் என்ற இத்தலம்.

தலவரலாறு

அம்பரன் என்னும் அசுரனைக் கொன்ற பாவந்தீரக் காளி, இறைவனைப் பூசித்து வழிபட்ட தலம். எனவே "மாகாளம்" என்று பெயர் பெற்றது. 63 நாயன்மார்களுள் ஒருவரான சோமாசிமாற நாயனார், தான் நடத்துகின்ற யாகத்திற்கு சிவபெருமானே நேரில் வரவேண்டும் என ஆசைப்பட்டார். அவர் தன் விருப்பத்தை சுந்தரரிடம் தெரிவிக்க அவரும் இறைவனை அழைத்துவர ஒப்புக் கொண்டார். சுந்தரர் சிவபெருமானிடம் வேண்ட அவரும் வைகாசி மாதம் ஆயில்ய நட்சத்திரத்தில் தாம் வருவதாகச் சம்மதம் தெரிவித்தார்.

யாகம் வேதவிதிகளின் படி நூற்றுக்கணக்கான வேதியர்கள் பங்கேற்க மிகச் சிறப்பாக நடந்தது. குறிப்பிட்ட தினத்தில் எல்லோரும் முக்கண் முதல்வனை எதிர்பார்த்து காத்திருந்தனர். ஈசன் தான் கொடுத்த வாக்கின்படியே வந்தார். ஆனால் பரமன் உருவத்தில் வராமல், பறையன் உருவில் கையில் நான்கு வேதங்களையும் நான்கு கறுப்பு நாய்களாக மாற்றி,

சிவபெருமானும், உமையம்மையும் புலைத்தம்பதிகளின் உருவில் யாகத்திற்கு வருவதை சித்தரிக்கும் ஓவியம்.

கையில் பிடித்துக் கொண்டு தம்பட்டத்தை அடித்தபடி வந்தார். அவருடன் மதுக்குடம், மாட்டிறைச்சி ஆகியவற்றோடு புலைச்சி வேடத்தில் அன்னை பராசக்தி, யாகம் நடக்கும் இடத்திற்கு எழுந்தருளினார். புலையன் மதுக்குடத்தோடு யாகசாலைக்குள் வந்ததால் யாகத்தின் புனிதம் கெட்டுவிட்டது என்று சொல்லி வேதியர்கள் கோபத்தோடு அந்த இடத்தை விட்டு போய்விட்டனர்.

அந்த நேரத்தில் புலையன் வடிவத்தில் வந்திருப்பது ஈசனே என்பதை விநாயகப் பெருமான் சோமாசிமாற நாயனாருக்கு குறிப்பாக உணர்த்தினார். மகிழ்ச்சி அடைந்த நாயனார், தனது மனைவியோடு பறையர் தம்பதிகளை வரவேற்று, பூசைகள் செய்து யாகத்தின் அவிர்ப்பாகத்தை ஈசனுக்குக் கொடுத்தார்.

இதனால் மகிழ்ச்சி அடைந்த ஈசன், ரிஷபவாகனத்தில் நாயனாருக்கும் அவர் மனைவிக்கும் காட்சி கொடுத்தார். நாயனாரின் பயத்தைப் போக்கியதால் இத்தலத்து விநாயகர் அச்சந்தீர்த்த விநாயகர் என்று அழைக்கப்படுகிறார். இவரை வழிபடுவதன் மூலம் மனதில் ஏற்படும் தேவையில்லாத பயங்கள் நீங்கும்.

தலச்சிறப்புக்கள்

ஈசனும், உமாதேவியும் பறையர் தம்பதி உருவத்தில் செப்புச் சிலைகளாக வடிக்கப்பட்டு இக்கோவிலில் உள்ளனர். சோமாசிமார நாயனார், அவர் மனைவி ஆகியோரின் உருவச் சிலைகளும் இக்கோவிலில் உள்ளன. ஆலயம் ஒரு கட்டுமலை மேல் அமைந்துள்ளது. சோழ மன்னன் கோச்செங்கட் சோழன் கட்டிய ஆலயங்களில் இதுவும் ஒன்று. யாகத்திற்கு வந்து அருள்கொடுத்த ஈசனே காட்சி கொடுத்த நாயகர் எனப்படுகிறார். இவர் வலக்காலை ஊன்றி, இடதுகாலை சற்றே மடக்கி, இடக்கரத்தை ரிஷபத்தின் மீது ஊன்றியபடி காட்சி தருகிறார்.

வைகாசி ஆயில்ய நட்சத்திரத்தில் சோமயாகப் பெருவிழா நடக்கிறது. இந்த விழாவில் காலில் செருப்பு, கையில் மத்தளம், அருகில் மதுக்குடம் ஏந்திய பார்வதியுடன் சிவன்

அருள்பாலிப்பது சிறப்பு. திருவாரூரில் இருந்து தியாகராஜர் இவ்விழாவிற்கு எழுந்தருள்வதால் அன்றைய தினம் திருவாரூரில் தியாகராஜருக்கு அபிஷேக ஆராதனைகள் கிடையாது.

காரணப்பெயர் பெற்ற ஊர்கள்

ஈசன் புலையன் வேடத்தில் வந்தபோது உமாதேவி தலையில் கள்குடம் ஏந்திவந்தார் அல்லவா? அது பொங்கிய இடம் பொங்குசாராயநல்லூர் என வழங்கப்படுகிறது. இது மக்கள் பேச்சில் கொங்கராய நல்லூர் ஆகிவிட்டது. ஈசன் எடுத்துவந்த பறை தானாக ஒலித்த இடம் அடியுக்கமங்கலம். இன்று அடியக்க மங்கலமாகிவிட்டது. யாகம் நடத்தப்பட்ட மண்டபம் இன்று பண்டாரவாடை திருமாளம் என்று அழைக்கப்படுகிறது. இறந்து போன கன்றினை ஏந்திவந்த இடம் கடாமங்கலம் என்ற பெயர்களில் இந்த ஊர்கள் இன்றும் இருக்கின்றன.

கோபுர வாயில் வழி உள்ளே சென்றால் விசாலமான முற்றம் உள்ளது. முற்றவெளியை அடுத்து அதிகார நந்தி கோபுரம் உள்ளது. உள்ளே மகாமண்டபத்தில் நாகநாதசுவாமி லிங்கத் திருமேனி கொண்டு தரிசனம் தருகிறார். அவருக்கு வலதுபுறம் அம்பிகையை அமர்ந்த திருக்கோலத்தில் தரிசிக்கலாம்.

நாகநாதசுவாமிக்குப் பின்புறம் யோகாசனத்தில் நாககன்னிகை இருக்கிறாள். காளம் என்றால் விஷம். காளத்தை உடையதால் நாகம் காளம் எனப்பட்டது. காளமாகிய நாக கன்னிகை இறைவனை வழிபட்டு நற்கதி பெற்றதால் மாகாளம் என்று இத்தலம் பெயர் பெற்றது என்றும் கூறுவர். வடக்குப் பக்கத்தில் சோமாசிமாற நாயனாருக்குக் காட்சி கொடுத்த நாயகர், நடராஜர் மற்றும் பிற உற்சவமூர்த்திகளைக் காணலாம். அம்பாள் சந்நிதி தனியே கிழக்கு நோக்கி அமைந்துள்ளது.

நாடொறும் ஐந்துகால வழிபாடுகள் நடக்கின்றன.

மாகாளநாதர், காளி தன் கையால் பிடித்து வைத்த சிறிய லிங்கத் திருமேனியுடன் சிறிய தோற்றத்தில் எழுந்தருளியுள்ளார். கருவறையை வலம் வரும்போது தெற்குப் புறத்தில் தியாகராஜர் சந்நிதி உள்ளது. அடுத்து 63 மூவர், பரிவார கணபதி, தட்சிணாமூர்த்தி, உதங்க, மதங்க முனிவர்கள், தனுசு

சுப்பிரமணியர், மகாலட்சுமி, சண்டேஸ்வரர் ஆகியோரைத் தரிசிக்கலாம். தனுசு சுப்பிரமணியர் வில்லேந்திய கோலத்தில் அழகாகக் காட்சி அளிக்கிறார். வெளிப் பிரகாரம் வந்தால் அங்கு தென்மேற்கு மூலையில் அம்பாசுரனை வதம் செய்தபின், அந்தத் தோஷம் நீங்க மாகாளநாதரை வழிபட்ட மாகாளி எழுந்தருளி இருக்கிறாள்.

நீண்ட நாட்களாக திருமணம் ஆகாதவர்கள் இத்தலம் வந்து சிவப்பு அரளிப்பூ மாலைகள் இரண்டு தொடுத்து அதை இறைவன், இறைவிக்கு சார்த்தி ஐந்து வெள்ளிக்கிழமைகள் அர்ச்சனை செய்து வழிபாடு செய்கிறார்கள். பிறகு ஒரு மாலையைப் பெற்று கழுத்தில் அணிந்து கொண்டால் விரைவில் திருமணம் நடைபெறும் என்பது நம்பிக்கை

அடையார்புரம் மூன்றும் அனல்வாய் விழ எய்து
மடையார் புனல் அம்பர் மாகாளம் மேய
விடையார் கொடி எந்தை வெள்ளைப் பிறைசூடும்
சடையான் கழல் ஏத்தச் சாரா வினை தானே."

என்பது சம்பந்தர் தேவாரம்.

173. திருமீயச்சூர்

மூலவர் – மேகநாதர், முயற்சிநாதர்.
அம்பாள் – சௌந்தரநாயகி.
தலமரம் – வில்வம்.
தீர்த்தம் – சூரியதீர்த்தம்.
பதிகங்கள் – சம்பந்தர்–1.

மீயச்சூர் கோயிலை சூரியன் வழிபட்டு நற்கதி பெற்றான், கருவறை கஜபிருஷ்ட அமைப்புடையது. மயிலாடுதுறை திருவாரூர் ரயில் மார்க்கத்தில் உள்ள பேரளம் ரயில் நிலயத்தில் இருந்து கோவில் 1 கி.மீ. தொலைவில் உள்ளது.

கோயிலின் ராஜகோபுரம் ஐந்து நிலைகள் கொண்டது, இரண்டாவது கோபுரம் மூன்று நிலைகளுடனும் உள்ளது. கோயிலில் நுழைந்தவுடன் வலது பக்கம் லலிதாம்பிகை சன்னதி

உள்ளது. மகாமண்டபத்தில் ரத விநாயகர், உள்பிரகாரத்தில் நாகர், சேக்கிழார், நால்வர், சப்தமாதர்கள் பூஜித்த லிங்கங்கள், அக்னி, எமன், இந்திரன் பூஜித்த லிங்கங்கள் உள்ளன.

மூலவர் மேகநாதர் சுயம்பு லிங்க உருவில் காட்சி தருகிறார். இறைவன் வீற்றிருக்கும் கர்ப்பக்கிரகத்தைச் சுற்றி அமைந்துள்ள மண்டபங்களிலும் தூண்களிலும் சோழர் காலத்தின் ஒப்பற்ற சிற்பக்கலையின் அழகை கண்டு ரசிக்கலாம். கோயிலின் வெளிப் பிரகாரத்தில் தெற்கு நோக்கி லலிதாம்பிகை தனிச்சந்நிதியில் அமர்ந்த நிலையில் தரிசனம் தருகிறாள். இவளுக்கு சௌந்தரநாயகி என்ற திருநாமமும் உள்ளது. இவள் ஸ்ரீசக்ர பீடத்தில் ராஜ சிம்மாசனத்தில் அமர்ந்திருக்கிறாள். அபய, வரத ஹஸ்த முத்திரையுடன், வலது காலை மடித்து இடது காலைத் தொங்கவிட்டு அழகோடு வீற்றிருந்து ஆட்சி செய்கிறாள்.

வலது காலை மடித்த அம்பிகையை மற்ற ஆலயங்களில் நாம் காணவே முடியாது. உலகிலேயே இது போன்ற கலை அழகு மிக்க திருமேனியை வேறெந்தக் கோயிலிலும் காண முடியாது.

அழகுக்கு ஒருவரும் ஒவ்வாத வல்லி என்றும், மண்களிக்கும் பச்சை வண்ணமுமாகி மதங்கர் குலப் பெண்களில் தோன்றிய எம்பெருமாட்டி தன் பேரழகே என்றும் அபிராமி பட்டர் போற்றும் அல்லியந்தாமரைக் கோயிலில் எழுந்தருளி இருக்கும் அம்பாளைக் காணும் போது புண்ணியம் செய்தனமே மனமே என்று பாடத் தோன்றும். கண்களிக்கும் படி கண்டு கொண்டேன் என்று மனம் ஆனந்திக்கிறது.

அமர்ந்த கோலத்தில் சாந்த சொரூபியாகக் காட்சி

அளிக்கும் அம்பாளின் இருப்பிடம் ஒரு ராஜ தர்பார் போன்ற உணர்வைத் தருகிறது. லலிதா சகஸ்ரநாமத்தையும் லலிதா நவரத்னமாலையையும் அம்பாளின் சந்நிதிக்கு வந்து மனமுருகிப் படிப்பவர்களுக்கு, அம்மனின் பரிபூரண அருள் கிடைக்கும். ஆயுஷ்ய ஹோமமும், மிருத்யுஞ்சய ஹோமமும் இங்கு செய்வது சிறப்பு. மேலும் பிரண்டை அன்னத்தை, தாமரை இலையில் சுவாமிக்கு அர்ப்பணம் செய்து, அன்னதானம் செய்தால் நீண்ட ஆயுளும், சகல நோய்களும் தீரும் என்பது நம்பிக்கை. இத்தல இறைவனை கன்னிப் பெண்கள் வழிபட்டால் மனதுக்குப் பிடித்த வாழ்க்கை அமையும் என்பது நம்பிக்கை.

தலத்தின் சிறப்பு:

சிவபெருமான் சாபத்தால் மேனி கருகிப் போன சூரியன் சாப விமோசனம் பெற திருமீயச்சூரில் 7 மாத காலம் கடுந்தவம் புரிந்தான். அப்போதும் மேனி நிறம் மாறாததால் மனம் நொந்து வாய்விட்டு அலறி இறைவனை அழைத்தான். அந்தக் குரல் கேட்டு பார்வதி தேவி கோபம் அடைந்தாள். தான் இறைவனோடு தனித்திருக்கும் நேரத்தில் தங்களது இன்பத்திற்கு பங்கம் விளைவித்த சூரியனை மேலும் சபிக்க நினைத்தாள்.

இதை அறிந்த ஈசன் அவளைத் தடுத்தார். தேவி என்னிடம் பெற்ற சாபத்தினால் சூரியன் ஏற்கெனவே வருந்திக் கொண்டிருக்கிறான், அவனை நீயும் சாபம் கொடுத்து மேலும் வருத்தாதே, சற்று அமைதியாக இரு என்றார். ஐயன் சொற்கேட்டு அன்னை, பார்வதி சாந்தநாயகி ஆனாள். இறைவன் வேண்டிக் கொண்டதற்கு இணங்கச் சாந்தநாயகியான அன்னையின் வாயிலிருந்து வெளிப்பட்ட 'வசினீ' என்ற வாக்தேவதைகள் வாழ்த்திப் பாடிய வாழ்த்துரைகளான ஆயிரம் திருநாமங்கள்தாம் லலிதா சஹஸ்ரநாமம் என்ற பெயர் பெற்றது.

இச்சம்பவத்தைச் சித்தரிக்கும் விதமாகக் கோவில் விமானத்தின் கீழ் பார்வதியின் முகவாயைப் பிடித்துச் சாந்தநாயகியாய் இருக்கச் சொல்லி ஈசன் வேண்டுவது போன்ற சிற்பம் உள்ளது. இதுபோன்ற சிற்ப அழகை வேறெந்தக் கோயிலிலும் நாம் பார்க்க முடியாது.

இதன் விசேஷம் சொல்லி மாளாது. இந்த சிற்பத்தை ஒரு பக்கத்தில் இருந்து பார்த்தால் அம்பாள் கோபமுடன் இருப்பதைப் போலத் தோன்றும். இதே சிற்பத்தை நீங்கள் மறுபக்கம் சென்று பார்த்தால் அம்பாள் சாந்தசொரூபியாக நாணத்துடன் இருப்பதைப் பார்க்கலாம். ஒரே சிற்பத்தில் இது எப்படி சாத்தியம்? மிகவும் ஆச்சரியப்படுத்தும் விதமாக சிற்பி இதனைச் செதுக்கியுள்ள நேர்த்தியை நாம் நேரில் சென்று பார்த்தால் தான் புரிந்து கொள்வோம், பரவசப்படுவோம்..

ஒவ்வொரு வருஷமும் சித்திரை மாதம் 21ந்தேதி முதல் 27ந்தேதி வரை உதய காலத்தில் சூரியன் மூலவர் மேகநாதரைச் சிறப்பாகப் பூஜிக்கின்றான். இதனை உறுதிப்படுத்தும் விதமாக அந்த 7 நாட்களிலும் சூரியனது கிரணங்கள் கருவறையிலுள்ள லிங்கத்தின் மீது விழுவதை இன்றளவும் காணலாம். இங்குள்ள லிங்கத்தை எமன் 1008 சங்காபிஷேகம் செய்து வழிபட்டுப் பல நன்மைகள் அடைந்தான். எனவே தீராப் பிணியால் துன்பப்படுபவர் இங்குள்ள இறைவனை 1008 சங்காபிஷேகம் செய்து வழிபட்டால் எமன் அருள் பெற்று, பிணி நீங்கி நலம் பெறுவர் என்று நம்பப்படுகிறது.

காயச் செவ்விக் காமற் காய்ந்து கங்கையைப்
பாயப் படர்புன் சடையில் பதித்த பரமேட்டி
மாயச் சூர் அன்று அறுத்த மைந்தன் தாதை தன்
மீயச்சூரைத் தொழுது வினையை வீட்டுமே.

என்பது சம்பந்தர் தேவாரம்.

174 திருமீயச்சூர் இளங்கோயில்

மூலவர்	–	சகலபுவனேஸ்வரர்
அம்பாள்	–	மின்னு மேகலாம்பிகை
தலமரம்	–	வில்வம்
தீர்த்தம்	–	சூரியதீர்த்தம்
பதிகங்கள்	–	அப்பர்–1.

நாம் மேலே தரிசித்த மீயச்சூர் கோயிலுக்கு உள்ளேயே இளங்கோயில் இருக்கிறது. மீயச்சூர் இளங்கோயில் காளி வழிபட்ட சிறப்புடையது. இது சுவாமி சந்நிதிக்கு வடக்கில் உள்ளது.

இதில் கருவறையில் கிழக்கு நோக்கிய படி மூலவர் சகல புவனேச்வரர் அருள்பாலிக்கிறார்.

தெற்கு நோக்கி இறைவி மின்னு மேகலையாளும் தனிச் சந்நிதியில் வீற்றிருந்து தரிசனம் தருகிறாள்.

இறைவன், இறைவி சந்நிதிகள் அநேக நேரங்களில் மூடியே காணப்படுகின்றன. அப்பர் பெருமான் தனது பதிகத்தின் 6வது பாடலில் இத்தல இறைவியை மின்னு மேகலையாள் என்று குறிப்பிடுகிறார். இறைவன் கருவறைச் சுற்றில் கோஷ்டத்தில் வழக்கமாக துர்க்கை காணப்படும் இடத்தில் சதுர்முக சண்டிகேஸ்வரர் காணப்படுகிறார்.

கோயில்களுள்

நன்னிலக் கோயில்	–	பெருங்கோயில்
கடம்பூர் கோயில்	–	கரக்கோயில்
விளநகர் கோயில்	–	ஞாழற்கோயில்
கருப்பறியலூர் கோயில்	–	கொகுடிக்கோயில்
மீயச்சூர் கோயில்	–	இளங்கோயில்
திருக்கச்சூர் கோயில்	–	ஆலக்கோயில்

கோச்செங்கட்சோழன் கட்டியவை மாடக்கோயில் என்று அழைக்கப்படுகிறது)

வேதத்தான் என்பர் வேள்வியுளான் என்பர்
பூதத்தான் என்பர் புண்ணியன் தன்னையே

கீதத்தான் கிளறும் திருமீயச்சூர்
ஏதம் தீர்க்க நின்றார் இளங்கோயிலே."

என்பது அப்பர் தேவாரம்.

175. திருத்திலதைப்பதி

மூலவர்	–	முத்தீஸ்வரர், மந்தாரவனேஸ்வரர்
அம்பாள்	–	சுவர்ணவல்லி, பொற்கொடிநாயகி
தலமரம்	–	மந்தாரை
தீர்த்தம்	–	சந்திர தீர்த்தம் (வெளியே பக்கத்தில் உள்ளது.)
பதிகங்கள்	–	சம்பந்தர்

இது அந்தக் காலத்தில் திலதர்ப்பணப்பதி என்ற பெயரில் அழைக்கப்பட்டது. தற்போது மக்கள் பேச்சில் செதலபதி எனப்படுகிறது. மயிலாடுதுறை திருவாரூர் மார்க்கத்தில், மயிலாடுதுறையில் இருந்து சுமார் 25 கி.மீ. தொலைவில் உள்ள பூந்தோட்டம் என்ற ஊரின் அருகே இத்தலம் இருக்கிறது.

தல வரலாறு:

ஒரு முறை கைலாயத்தில் ஈசன் திருநடனம் ஆடினார். அதைக் காண முக்கோடி தேவர்களும், முனிவர்களும், பிரம்மா, மகாவிஷ்ணு ஆகியோரும் கூடியிருந்தனர். சிவபெருமான் தனது அற்புதமான ஆனந்தக் கூத்தை நடத்திக் காட்ட அனைவரும் மெய்மறந்து ரசித்து பரவசம் அடைந்தனர். அந்த நேரத்தில் தனது மகிழ்ச்சியைத் தெரிவிக்க வாயுபகவான் சற்றே துள்ளிக்குதித்து சுழன்றான்.

அதனால் ஏற்பட்ட காற்றின் விசையினால் அருகே நின்ற தேவலோக அழகி ஊர்வசியின் மேலாடை விலகியது. அவளது இளமை பொங்கும் அங்கங்களை பிரம்மன் பார்த்தான். மனதுக்குள் காமவசப்பட்டான். ஈசன் கோபம் கொண்டார், பூலோகத்தில் பிறந்து இன்ப துன்பங்களை அனுபவித்து எம்மை வழிபட்டு சத்தியலோகம் வா என

பிரம்மனைத் தண்டித்து அனுப்பினார். ஐயனே எனது பிழையைப் பொறுத்து சாபவிமோசனம் அருளுங்கள் என பிரம்மன் வேண்டினான்.

பின் பிரம்மாவின் வேண்டுகோளுக்கு இணங்கி, பிரம்மாவை திலதைப்பதியில் சிவவழிபாடு செய்துவரும் படி கட்டளையிட்டு நேரம் வரும்போது காட்சியளித்து சாபம் நீக்குவேன் என்று வரம் அளித்தார். பிரம்மாவும் திலதைப்பதி வந்து, தன் பெயரால் ஒரு தீர்த்தத்தை உண்டாக்கி சிவபெருமானுக்குத் தினமும் அபிஷேக ஆராதனைகள் செய்து வழிபாடு செய்தார்.

நேரம் கூடிவந்தபோது சிவபெருமான் அவருக்குக் காட்சி கொடுத்தார். அதே தலத்தில் தக்கன் கொடுத்த உடல் நீங்கும் பொருட்டு தாட்சாயினி ஒரு புற்றின் கீழ் தவம் செய்து கொண்டிருந்தாள். விஷயமறிந்த பிரம்மா புற்றை வெட்டினார். அம்பிகை தரிசனம் தந்தாள். சிவன், பார்வதி இருவரையும் வழிபட்டபோது பிரம்மாவின் சாபம் நீங்கியது. இன்றும் திலதைப்பதி பாவங்களை நீக்கி சித்திகளை அளிக்கும் தலமாக விளங்கி வருகிறது.

தலச்சிறப்புக்கள்

இத்தலத்தில் பித்ரு காரியங்கள் செய்தால் அவர்கள் நற்கதி பெறுவது உறுதி. நற்சோதி என்ற மன்னன் ஒருவன் தன் தந்தைக்கு பிதுர் காரியங்கள் செய்ய வேண்டி வந்தது. ஆனால் அவன் எந்த ஊரில் பித்ருக்கள் நேரடியாக வந்து அன்னத்தைப் பெற்றுக் கொள்கிறார்களோ அதுவரை ஓயமாட்டேன் என்ற கொள்கையை வைத்துக் கொண்டு பல தலங்களுக்கும் சென்று பித்ரு காரியங்கள் செய்தான்.

இறுதியாக மன்னன் திலதைப்பதி வந்தபோது பித்ருக்கள் பிண்டத்தை கைநீட்டி வாங்கிக் கொண்டார்களாம். மன்னன் அடைந்த மகிழ்ச்சிக்கு அளவேயில்லை. அத்தகைய பெருமை பெற்ற தலம் இது. ஆகவே இறந்து போன முன்னோர்களுக்கு பித்ரு காரியங்கள் இங்கு செய்வது விசேஷம். அதற்காக ஏராளமானவர்கள் வருகிறார்கள். முன்னோர்களுக்கு தர்ப்பணம் செய்ய காசி, ராமேஸ்வரம், ஸ்ரீவாஞ்சியம்,

திருவெண்காடு, திலதர்ப்பணபுரி (செதலபதி), கயா, அலகாபாத்தில் உள்ள திரிவேணி சங்கமம் ஆகிய 7 தலங்கள் சிறந்த தலங்களாகப் புராணங்களில் சொல்லப்பட்டுள்ளது. இதில் ஐந்தாம் இடத்தில் உள்ள தலம் இது.

இத்தலத்தில் உள்ள மற்றொரு விசேஷம் என்ன வென்றால் பித்ருக்கள் இறந்த திதியில் தான் பொதுவாக பித்ரு தர்ப்பணம், சிரார்த்தம் ஆகியவை செய்யப்படும். ஆனால் இக்கோயிலில் முன்னோர்களுக்கு பிதுர் தர்ப்பணம் செய்ய அமாவாசை, திதி, நட்சத்திரம் எனப் பார்க்கத் தேவையில்லை. எந்த நாளில் வேண்டுமானாலும் சிரார்த்தம், தர்ப்பணம் செய்து கொள்ளலாம்.

இறந்து போன தனது தந்தை தசரதனுக்கும், ஜடாயுவிற்கும் ராமனும் லக்ஷ்மணனும் இந்தத் தலத்தில் தில தர்ப்பணம் செய்து வழிபட்டபோது ஈசன் தரிசனம் தந்து, தசரதனுக்கு முக்தி அளித்தார் என்று தலபுராணம் கூறுகிறது. அதனால் தான் இத்தல இறைவன் முக்தீஸ்வரர் என்ற பெயரில் அழைக்கப்படுகிறார். ராமர் தர்ப்பணம் செய்தபோது மாதா, பிதா, குரு, தெய்வம் ஆகிய நால்வரையும் வணங்கி நான்கு பிண்டங்கள் பிடித்து வைத்து பூஜித்தார். இந்தப் பிண்டங்கள் லிங்கங்களாக மாறின. இவை தற்போது கருவறைக்குப் பின்புறத்தில் உள்ளன. ராமர், லட்சுமணர் இவ்வாறு தர்ப்பணம் செய்யும் நிலையுலுள்ள சிற்பத்தை கோயில் பிராகாரத்தில் நாம் பார்க்கலாம்..

இக்கோயிலில் மகாவிஷ்ணு தனது மூன்று கோலத்தைக் காட்டியபடி அருளுகிறார். இராமராக சிவபூஜை செய்யும் உருவிலும், கருவறை கோஷ்டத்தில் வழக்கமாக லிங்கோத்பவர் இருக்கும் இடத்தில் மகாவிஷ்ணுவாக நின்ற திருக்கோலத்திலும், பிரகாரத்தில் நவக்கிரகச் சன்னதி அருகில் மற்றொரு பெருமாள் ஸ்ரீதேவி, பூதேவியுடன் வடக்கு நோக்கி அமர்ந்த கோலத்திலும் காட்சி தருகிறார். இவ்வாறு மகாவிஷ்ணுவின் மூன்று விதமான கோலங்களை இக்கோயிலில் தரிசிக்கலாம்.

கிழக்கு நோக்கிய சிறிய கோயில், உள்ளே சென்றால் கொடிமரம், நந்தி, உள்வாயிலைக் கடந்து முன் மண்டபம் அடைந்தால் நேரே மூலவர் தரிசனம் பெறலாம். வலது

பக்கத்தில் அம்பாள் சந்நிதி. பிரகாரத்தில் விநாயகர், இராம இலக்குவர்கள் ஆகியோர் உள்ளனர். அவர்கள் பிரதிஷ்டை செய்த சிவலிங்கங்கள், ஆறுமுகர், கஜலட்சுமி, நவக்கிரகம் பைரவர், நால்வர், சூரியசந்திரர், தேவியருடன் பெருமாள் ஆகியோரையும் தரிசனம் செய்யலாம். கோயிலுக்கு எதிரில் உள்ள ஆதி விநாயகர் சந்நிதியைத் தவறாமல் தரிசிக்க வேண்டும். விநாயகருக்கு தும்பிக்கை இல்லை. இதுவே விசேஷம் என்றால் மேலும் அவர் வலக்காலைத் தொங்கவிட்டு இடக்கால் மடித்து, இடக்கையை இடக்காலின் மீது வைத்து வலக்கை சற்று சாய்ந்த அபயகரமாக விளங்க, அதிசயமான கோலத்தில் காட்சி தருவது மேலும் சிறப்பு.

இத்தலத்தின் தீர்த்தங்களில் ஒன்றான அரிசிலாறு வடக்கிலிருந்து தெற்கு நோக்கி உத்தரவாஹினியாகச் செல்கிறது. இதுபோன்ற நதிகள் ஓடும் தலங்களில் உள்ள கோவில்களிலுள்ள இறைவனை வழிபட்டால் செல்வம் செழிக்கும் என்பது நம்பிக்கை. சூரியன், சந்திரன், யானை சிங்கம், இராமர், இலக்குவன் ஆகியோர் இத்தலத்திற்கு வந்து ஈசனை வழிபட்டுள்ளனர்.

பொடிகள்பூசிப் பலதொண்டர் கூடிப்புலர் காலையே
அடிகளாரத் தொழுதேத்த நின்றவ்வழ கன்னிடங்
கொடிகளோங்கிக் குலவும் விழவார்தில தைப்பதி
வடிகொள்சோலைம் மலர்மணங் கமழும்மதி முத்தமே.

என்பது சம்பந்தர் தேவாரம்

176 திருப்பாம்புரம்

மூலவர் – பாம்புரேஸ்வரர், சேஷபுரீஸ்வரர், பாம்பீசர், பாம்புரநாரதர்.

அம்பாள் – பிரமராம்பிகை, வண்டார்குழலி.

தலமரம் – வன்னி

தீர்த்தம் – ஆதிசேஷ தீர்த்தம் (கோயிலுக்கு எதிரில் குட்டை போலுள்ளது)

பதிகங்கள் – சம்பந்தர்–1.

மயிலாடுதுறை திருவாரூர் சாலையில் உள்ள பேரளம் என்ற ஊரிலிருந்து மேற்கே 7 கி.மீ. தொலைவில் இத்தலம் உள்ளது. கும்பகோணம் காரைக்கால் வழிப்பாதையில் உள்ள கற்கத்தி என்ற இடத்தில் இறங்கி தெற்கே 2 கி.மீ. சென்றும் இத்தலத்தை அடையலாம். பேரளம் மற்றும் கற்கத்தியில் இருந்து திருபாம்புரம் செல்ல ஆட்டோ வசதி உள்ளது.

தலவரலாறு

ஒரு நாள் கயிலாயத்தில் விநாயகப்பெருமான் சிவபெருமானைச் சுற்றி வந்து வணங்கினார். அதைக்கண்ட சிவபெருமான் கழுத்தில் இருந்த நாகம் விநாயகப்பெருமான் தன்னையும் சேர்த்து வணங்குவதாக எண்ணி இறுமாந்திருந்தது. இதை ஞானதிருஷ்டியில் அறிந்த சிவபெருமான் கோபம் கொண்டார். நாக இனம் முழுவதுமே தங்கள் சக்தியை இழந்து போகட்டும் என்ற சாபம் கொடுத்தார்.

இதைக்கண்ட ராகுவும் கேதுவும் மற்ற நாகங்களும் சிவபெருமானைத் தஞ்சம் அடைந்தன. யாரோ

ஒருவர் செய்த குற்றத்திற்காக நாக இனமே துன்பப்படுவது நியாயமல்ல. ஆகவே எம்பெருமானே தங்கள் தண்டனையை மறுபரிசீலனை செய்ய வேண்டும் என்று பிரார்த்தனை செய்தன.

இதனால் மனம் மாறி கோபம் தணிந்த சிவபெருமான், நாகங்களே நீங்கள் அனைவரும் பூலோகத்தில் உள்ள ஒரு தலத்தில் ஒன்றாகக் கூடி தவம் செய்வதன் மூலமாக சாபநீக்கம் பெறலாம் என்று பரிகார வழியைத் தெரிவித்தார். அதன்படியே நாகலோகத்தில் இருந்த அத்தனை பாம்புகளும் இந்தத் தலத்தில் கூடி தவத்தில் ஈடுபட்டன. அவ்வாறே, ஆதிசேஷன் தலைமையில் நாக இனங்கள் அனைத்தும் சிவராத்திரி முதல் சாமத்தில், கும்பகோணம் நாகேஸ்வரரையும், இரண்டாம் சாமத்தில் திருநாகேஸ்வரம் நாகநாதரையும், மூன்றாம் சாமத்தில் திருப்பாம்புரம் பாம்புநாதரையும், நான்காம் சாமத்தில் நாகூர் நாகநாதரையும் வழிபட்டு சாபவிமோசனம் பெற்றனர்.

பாம்புகள் அனைத்தும் ஒன்று கூடிய தலம் பாம்புரம் என்று அழைக்கப்பட்டது. அதுவே இன்று திருப்பாம்புரம் ஆயிற்று. மேலும் பிரம்மன், பார்வதிதேவி, அகத்தியர், தட்சன், சூரியன் போன்றோர் பூஜை செய்த தலம்; இந்திரன் சாபம் நீங்கிய தலம்; கங்கை பாவம் தொலைந்த தலம்; சந்திரன் பழி நீங்கிய தலம்; எட்டு மகா நாகங்கள் வழிபட்டதலம் என்று எண்ணற்ற பெருமைகளைக் கொண்டு திருபாம்புரம் ஒரு சிறந்த தலமாக இருக்கிறது.

தலச்சிறப்புக்கள்

மூலவர் சேஷபுரீஸ்வரர், கிழக்கு நோக்கி நாக கவசம் சாற்றப்பட்டு காட்சி தருகிறார். அம்பாள் ஒரு கையில் தாமரை மலருடனும், மற்றொரு கையில் ருத்திராக்ஷ மாலையுடனும் அபய முத்திரை காட்டி கிழக்கு நோக்கிய சந்நிதியில் காட்சி தருகிறாள். சட்டநாதர் சந்நிதி விசேஷமானது. தலவிநாயகர்

ராஜராஜ விநாயகர், பிரகாரத்தில் தலமரமாகிய வன்னியின் அருகில் வன்னீசுவரர் காட்சி தருகிறார்.

நவக்கிரகங்களில் ராகுவும் கேதுவும் தனித்தனியாக கோயில்களில் இருப்பதை மட்டுமே நாம் பார்த்திருக்கிறோம். ஆனால் இரண்டு கிரகங்களும் இணைந்து ஒரே உருவத்தில் காட்சி தரும் அதிசயத்தை நாம் இந்தத் தலத்தில் பார்க்க முடிகிறது. திருப்பாம்பரம் ஒரு ராகு கேது தோஷத்துக்கான நிவர்த்தி தலம். குடந்தை, நாகூர், திருநாகேஸ்வரம், காளஹஸ்தி, கீழப்பெரும்பள்ளம் ஆகிய நாக தோஷ பரிகார ஸ்தலங்கள் அனைத்தையும் தரிசித்த பலன், திருப்பாம்பரம் ஒன்றை மட்டும் தரிசித்தாலே போதும் என்கிறது தலமகாத்மியம்.

ராகுவும் கேதுவும் ஏக சரீரியாக, அதாவது ஒருடலாக இருந்து தன் நெஞ்சில் சிவபெருமானை வைத்து வழிபட்டதால் இத்தலம் ராகு கேது பரிகாரத் தலமாக விளங்குகிறது. பாம்புகள் எல்லாம் வழிபட்ட இடம் என்பதாலோ என்னவோ இந்தக் கோயிலில் அடிக்கடி பாம்புகள் நடமாடுகின்றன என்று பக்தர்கள் தெரிவிக்கிறார்கள். சில கிழமைகளில் தாழம்பூவின் மணமும், மல்லிகை மணமும் வீசுகிறது என்றும் சிலர் கூறுகிறார்கள். இவ்வாறு இருந்த போதிலும் இத்திருத்தலத்தில் பாம்பினால் யாருக்கும் துன்பம் இல்லை. ஆகவே விஷம் தீண்டாப்பதி என்ற பெருமை இத்தலத்திற்கு உண்டு.

நாகதோஷமும் ஜாதக தோஷமும்

ஜாதகத்தில் காலசர்ப்ப தோஷம் இருந்தால், 18 வருட ராகு தசை நடந்தால், 7 வருட கேது தசை நடந்தால், ஜாதகத்தில் லக்னத்துக்கு 2ல் ராகுவோ அல்லது கேதுவோ இருந்தால், ஜாதகத்தில் லக்னத்துக்கு 8ல் ராகுவோ அல்லது கேதுவோ இருந்தால், ராகு புக்தி கேது புக்தி நடந்தால், களத்திர தோஷம், புத்திர

வன்னி மரத்தடியில் கல் நாகங்கள்

தோஷம், திருமணம் தடைபடுதல், கனவில் அடிக்கடி பாம்பு வருதல் ஆகிய தோஷங்கள் நீங்க இத்தலத்துக்கு வந்து ஆதிசேஷ தீர்த்தத்தில் நீராடி, கோவில் அர்ச்சகர் வழி பரிகாரங்கள் செய்து, தோஷ நிவர்த்தி செய்துகொள்ளலாம். ராகு கேது தோஷங்கள் நீங்க, கல்லால் ஆன நாக வடிவங்களை இக் கோயிலில் உள்ள வன்னி மரத்தடியில் பிரதிஷ்டை செய்து வழிபடுகிறார்கள்.

சீர் அணி திகழ் திருமார்பில் வெண்ணூலர்
திரிபுரம் எரிசெய்த செல்வர்
வார் அணி வனமுலை மங்கை ஓர் பங்கர்
மான்மறி ஏந்திய மைந்தர்
கார் அணி மணிதிகழ் மிடறு உடை அண்ணல்
கண்ணுதல் விண்ணவர் ஏத்தும்
பார் அணி திகழ்தரு நான்மறை யாளர்
பாம்புர நன்னகராரே.

என்பது சம்பந்தர் தேவாரம்

177 திருச்சிறுகுடி

மூலவர் – சூக்ஷ்மபுரீஸ்வரர், மங்கள நாதர், சிறுகுடியீசர்.

அம்பாள் – மங்களநாயகி, மங்களாம்பிகை.

தலமரம் – வில்வம்

தீர்த்தம் – மங்கள தீர்த்தம் (கோயிலின் எதிரில் உள்ளது)

தலவிநாயகர் – மங்கள விநாயகர்

பதிகங்கள் – சம்பந்தர் பாடல் பெற்றது. (இத்தலத்துப் பதிகம் 'திருமுக்கால்' யாப்பில் அமைந்துள்ளது.)

கும்பகோணம் நாச்சியார்கோவில் கூந்தலூர் பூந்தோட்டம் சாலையில் கூந்தலூர் கடந்து கடகம்பாடியை அடைந்து அங்கிருந்து வடக்கே அரசலாற்றுப் பாலம் தாண்டி சுமார் 3 கி. மீ. தொலைவில் சிறுகுடி தலம் இருக்கிறது. நாம் மேலே

தரிசனம் செய்த திருபாம்புரம் என்ற தலத்திலிருந்து மேற்கே 2 கி.மீ. தொலைவு சென்றால் சிறுகுடியை அடையலாம்.

தலவரலாறு

கைலாயத்தில் பார்வதி பரமேஸ்வரன் இருவரும் சொக்கட்டான் ஆடிய போது அம்பிகை ஜெயித்து விட்டாள். வெட்கம் கொண்ட ஈசன் சடாரென்று எங்கோ மறைந்து விட்டார். கணவரைத் தேடி சிறுகுடி தலத்திற்கு வந்து, மங்கள தீர்த்தத்தை உண்டாக்கினாள். கைப்பிடியளவு மணலால் லிங்கம் பிடித்து வைத்து வழிபட்டாள். அவளது பக்திக்கு மெச்சிய ஈசன் காட்சி கொடுத்து மீண்டும் ஏற்றுக் கொண்ட தலம் இது. சிறுபிடி என்பது மருவி சிறுகுடி என்றாயிற்று என்கிறார்கள்.

நன்னிலம் வட்டத்தில் சிறுகுடி என்னும் பெயரில் பல ஊர்களிருப்பதால் அவைகளில் இருந்து பிரித்தறிய இத்தலம் திருச்சிறுகுடி என்றழைக்கப்படுகிறது. சூட்சுமபுரி என்பதும் இதன் பெயர். அதற்கும் ஒரு காரணம் உண்டு. திருக்கயிலாயத்தில் திடீரென்று சூட்சுமமாய் மறைந்த ஈசன் இங்கே தோன்றி அருள் செய்ததால் இத்தலம் சூட்சுமபுரி என்றும் இத்தலத்து இறைவன் சூட்சுமபுரீஸ்வரர் என்றும் பெயர் பெற்றனர். கருடன், செவ்வாய், கந்தர்வர் ஆகியோர் வழிபட்ட தலம் இது.

தலச்சிறப்புக்கள்

மூன்று நிலைகளுடன் கூடிய ராஜகோபுரம் கிழக்கு நோக்கியவாறு உள்ளது. வாயிலின் உள்ளே சென்றால் பலிபீடம் நந்தி ஆகியன உள்ளன. ஆனால் கொடிமரம் இல்லை. வெளிப் பிரகாரத்தில் மங்களவிநாயகர், வள்ளி தெய்வானை சமேத சுப்பிரமணியர் தனிச் சந்நிதிகளில் எழுந்தருளி உள்ளனர். முன் மண்டபத்தில் நவக்கிரக சந்நிதி உள்ளது.

சுவர் ஓரமாக ஞானசம்பந்தர் திருமேனிச்சிலை பெரிய வடிவத்தில், இடுப்பில் அரைஞாண் கயிறு, கழுத்து மாலை பொலிய அழகாகக் காட்சியளிக்கிறது. முன் மண்டபத்தில்

அம்பாள் மங்களநாயகி தெற்கு நோக்கி அபயவரதத்துடன் நின்ற திருக்கோலத்தில் காட்சி அளிக்கிறாள். இத்தலத்தில் அம்பாளுக்குத் தான் அபிஷேகம் நடைபெறுகிறது.

காரணம் மூலவர் சூட்சுமபுரீஸ்வரர் கையளவே உள்ள சுயம்புவாகத் தோன்றிய மணல் லிங்கம். சிறுகுடியீசர் என்ற பெயருக்கேற்றவாறு மிகச் சிறிய லிங்கம். ஆதலால் இதற்கு அபிஷேகம் கிடையாது. லிங்கத் திருமேனி எப்போதும் கவசம் சாத்தியே வைக்கப்பட்டுள்ளது. நெற்றியில் பள்ளமும் இருபுறமும் கைபிடித்த அடையாளமும் உள்ளது. இவைகள் அம்பாள் ஈசனை தழுவிக் கொண்டபோது உண்டான தழும்புகள்.

இந்தத் தெய்வீக காதல் நாடகத்தை நாம் மற்றொரு இடத்திலும் பார்த்து ரசிக்கலாம். அது தான் சந்தோஷ ஆலிங்கன மூர்த்தி. அம்பிகையின் பூஜைக்கு மகிழ்ந்து அம்பாளை ஆலிங்கனம் செய்யும் அமைப்பில் அவள் தோள்மீது கை போட்டுக் கொண்டு ஈசன் காட்சிதரும் அழகுக்கு வேறொன்றையும் ஈடு சொல்ல முடியாது. கண்கள் பெற்ற பாக்கியம் நாம் அதைப் பார்த்து ரசிப்பது தான்.

இத்தலத்தில் அங்காரகனுக்குத் தனி சந்நிதி உள்ளது அவர் இத்தலத்து இறைவனை வணங்கி நன்மைகள் அடைந்திருக்கிறார். செவ்வாய் தோஷமுடையவர்கள், மற்றும் திருமணமாகாதவர்கள் இங்கு வந்து வழிபட்டால் அங்காரக தோஷம் நிவர்த்தியாகிறது என்பது இங்கு பிரசித்தம் ஆலயத்திற்கு வெளியே நேரே எதிரிலுள்ள மங்கள தீர்த்தத்தில் நீராடி கோயிலுக்குச் சென்று அங்காரகனை வழிபட்டு வந்தால் செவ்வாய் தோஷங்கள் நீங்கி நலம் பெறலாம் வேற்று மதத்தினர்கள் கூட இங்கு வந்து வழிபடுவதைப் பார்க்க முடிகிறது.

"தேன் வண்டுகள் விரும்பும் பொழில் சூழ்ந்த சிறுகுடி" என்று சம்பந்தர் பாடியுள்ளார். அந்தக் கூற்றை உறுதிப்படுத்தும் விதமாக சுவாமிக்கு முன்னால், முன் மண்டபத்தில் வலப்புறத்தில் சுவர் ஓரத்தில் இன்றும் கூட தேனடை காணப்படுகிறது. தேனீக்கள் வந்து போக வசதி ஏற்படுத்தி உள்ளனர். அந்தப்பாடலைக் கீழே தருகிறேன்.

தேன் அமர் பொழில் அணி சிறுகுடி மேவிய
மான் அமர் கரம் உடையீரே
மான் அமர் கரம் உடையீர் உமை வாழ்த்திய
ஞானசம்பந்தன தமிழே.

என்பது சம்பந்தர் தேவாரம்.

178 திருவீழிமிழலை

மூலவர் – நேத்திரார்ப்பணேசுவரர், விழியழகீசர், விழியழகர்.
அம்பாள் – சுந்தரகுஜாம்பிகை, அழகுமுலையம்மை.
தலமரம் – வீழிச்செடி
தீர்த்தம் – விஷ்ணுதீத்தம் முதலாக 25 தீர்த்தங்கள் உள்ளன.
பதிகங்கள் – சம்பந்தர்–15, அப்பர்8, சுந்தரர்–1.

கும்பகோணத்தில் இருந்து பூந்தோட்டம் செல்லும் சாலையில் சென்று தென்கரை என்ற இடத்தில் இறங்கி 1 கி.மீ. சென்றால் இத்தலத்தை அடையலாம்.

தலவரலாறு

மகாவிஷ்ணுவின் சக்கராயுதத்தை சலந்தரன் என்ற அரக்கன் பறித்துச் சென்று விட்டான். திருமால் உடனே பரமசிவனிடம், சென்று தனது சக்ராயுதத்தை மீட்டுத்தர வேண்டினார். பூலோகத்தில் வீழிச்செடிகள்அடர்ந்த இடத்தில் யாம் எழுந்தருளி இருக்கிறோம். நீர் அங்கே சென்று தினமும் பூஜை செய்தால் சக்ராயுதம் கிடைக்கும் என்றார் பெருமான். உடனே விஷ்ணுவும் இத்தலத்தில் தனது பெயரால் ஒரு தீர்த்தம் உண்டாக்கி, அதிலிருந்து சிவனுக்கு அபிஷேகம் செய்து ஆயிரம் தாமரை மலர்களால் ஈசனை அர்ச்சித்து வழிபாடு செய்து வந்தார்.

அவரது பக்தியை உலகத்திற்கு வெளிச்சம் போட்டுக் காட்ட விரும்பிய ஈசன் ஒரு மலரை மறைத்து விட்டார்.

அதனால் சிவபூஜைக்கான ஆயிரம் தாமரையில் ஒன்று குறைந்தது. அர்ச்சனை பங்கப்படுவதை விரும்பாத திருமால் அந்த ஒரு தாமரைக்குப் பதில் தன் கண்ணையே இடந்து எடுத்து ஆயிரமாவது மலராக வைத்து அர்ச்சனையை முடித்தார். இப்பூஜைக்கு மகிழ்ந்த சிவன், சலந்தரனை வதம் செய்து, திருமாலுக்கு சக்கராயுதத்தைக் கொடுத்தருளினார். கல்யாணசுந்தரரின் பாதத்தில் விஷ்ணு தம் கண்ணைப் பறித்து அருசித்த அடையாளம் உள்ளது. உற்சவமூர்த்தியின் வலப்பாதத்தின் மேலே திருமாலின் கண்ணும் கீழே சக்கரமும் உள்ளன.

மாப்பிள்ளைக் கோலத்தில் இறைவன் இத்தலத்தில் காசியாத்திரைக்குக் கிளம்பும் மாப்பிள்ளைக் கோலத்தில் அருள்பாலிப்பதால், மாப்பிள்ளை சுவாமி எனப்படுகிறார். காத்தியாயன முனிவருக்கும் அவருடைய மனைவிக்கும் நீண்டநாட்களாகக் குழந்தைப்பேறு வாய்க்கவில்லை. அவர்கள் இருவரும் குழந்தை வேண்டி இறைவனை நோக்கி கடுமையான விரதம் இருந்தனர். தவம் செய்தனர்.

இவரது தவத்திற்கு மெச்சிய பார்வதி, அந்த முனிவருக்கே மகளாகப் பிறந்தாள். அக்குழந்தைக்கு கார்த்தியாயினி என்று பெயரிட்டு வளர்த்தனர். அவளுக்குத் திருமண வயது வந்தது. தனது பெண்ணுக்கு ஏற்ற கணவன் ஈசனே என்பதை அறிந்த முனிவர் சிவபெருமானே நீயே எனது பெண்ணைத் திருமணம் செய்து கொள்ள வேண்டும் என வேண்டினார்.

முனிவரின் வேண்டுகோளை ஏற்று ஈசன் சித்திரை மாதம் மகம் நட்சத்திரத்தில் இத்தலம் எழுந்தருளி அம்பிகையைத் திருமணம் செய்து கொண்டார். அப்போது ஐயனே தாங்கள், என்றென்றும் இதே திருமணக்கோலத்தில் இத்தலத்தில் அனைவருக்கும் அருள்பாலிக்க வேண்டும் என்று முனிவர் கேட்டுக் கொண்டார். அதன்படியே இறைவன் மூலஸ்தானத்திலேயே திருமணக்கோலத்தில் அருள்பாலிக்கிறார். கல்யாண சுந்தரேஸ்வரர் உமையம்மையைத் தழுவியவாறு காட்சி தருகிறார். இவரை வணங்கும் தம்பதியர் ஒற்றுமையாக மனமொத்து வாழ்வர்.

தலச்சிறப்புக்கள்

கோயில் கிழக்கு நோக்கி ஐந்து நிலை ராஜகோபுரத்துடன் காணப்படுகிறது. மூலவர் சுயம்பு உருவத்தில் சுமார் ஐந்தடி உயரத்தில் கிழக்கு நோக்கி அருள்பாலிக்கிறார். மூலவருக்குப் பின்னால் ஸ்ரீ பார்வதி பரமேஸ்வரன் திருமணக்கோலத்தில் உள்ளனர். இறைவன் உமையை மணந்து கொண்ட தலம் என்பதை உறுதிப்படுத்தும் விதமாக, கர்ப்பக்கிரக வாயிலில் அரசாணிக்கால் என்னும் தூணும், வெளியில் மகாமண்டபத்தில் பந்தக்கால் என்னும் தூணும் உள்ளன.

மூலவர் செப்புத்தகடுகள் வேயப்பட்ட தங்கக்கலசங்கள் தாங்கிய விண்ணிழி விமானத்தின் கீழே எழுந்தருளி இருக்கிறார். சக்கரம் பெற்ற திருமால் வைகுண்டத்தில் இருந்து இந்த விமானத்தைக் கொண்டு வந்து இக்கோவிலை அலங்கரித்ததாகப் புராணங்கள் சொல்கின்றன. இந்த விமானத்தை 16 சிம்மங்கள் தாங்குகின்றன. அம்பாள் சுந்தர குசாம்பாள் மூலவர் சந்நிதிக்கு அருகில் தனிச் சந்நிதியில் எழுந்தருளி இருக்கிறாள்.

பிட்சாடனர், ரதிதேவி, வசிஷ்டர், காமதேனு, மனு முதலியோர் வழிபட்டுப் பேறு பெற்ற தலம் இது. ஒருகாலத்தில் இத்தலம் முழுவதும் வீழி எனப்படும் சந்தனம், செண்பகம், பலா, விளா ஆகிய மரங்கள் அடங்கிய காடுகளாக இருந்தன. மிழலைக்குறும்பர் என்ற வேடுவர் இத்தல இறைவன் மேல் கொண்ட அன்பினால் தினமும் விளாங்கனியை நைவேத்யம் செய்து அருள்பெற்றார்.

படிக்காசு அருளிய பெருமான் சம்பந்தரும், நாவுக்கரசரும் பல தலங்களைத் தரிசித்து விட்டு திருவீழிமிழலையில் சில காலம் தங்கினர். அப்போது பஞ்சம் தலைவிரித்தாடியது. மக்கள் வறுமையாலும் பசித்துன்பத்தினாலும் கஷ்டப்பட்டனர். இதைக் காணச் சகியாத தொண்டர்கள் இருவரும் வீழிநாதரைப் பணிந்து பஞ்சம் போக்க பாடினர்.

இருவரது கனவிலும் தோன்றிய ஈசன், கவலை வேண்டாம், யாம் தினமும் ஆளுக்கு ஒரு பொற்காசு தருகிறோம், அதைக் கொண்டு நீங்கள் இருவரும் அடியார்களின் பசி தீர்க்கலாம்

என்று கூறினார். அதன்படி கிழக்குப்பீடத்தில் உள்ள காசை சம்பந்தரும், மேற்குப்பீடத்திலுள்ள காசை திருநாவுக்கரசரும் எடுத்து அடியார்களிடம் கொடுத்து, சமையலுக்குத் தேவையான பொருட்களை வாங்கி, அன்னதானம் செய்து அவர்கள் பசி போக்கினர். படிக்காசு அளித்த போது ஈசன் ஒரு குறும்பு செய்தான். அப்பருக்கு நல்ல காசும், சம்பந்தருக்கு மாற்றுக் குறைந்த காசும் கொடுத்தான்". இதனால் மனம் வருந்திய சம்பந்தர் "வாசி தீரவே காசு நல்குவீர்" என்னும் பதிகம் பாடிய பிறகு அவருக்கும் நல்ல காசு கொடுத்து அருள் செய்தார். இப்போதும் இத்தலத்தில் கிழக்கிலும் மேற்கிலும் படிக்காசு பீடம் இருக்கிறது. இங்குள்ள விநாயகர் படிக்காசு விநாயகர் எனப்படுகிறார். இவர் மேற்கு பலிபீடத்தின் அருகில் உள்ளார். அருகில் சம்பந்தர், அப்பரின் உருவங்கள் உள்ளன. இவ்விருவரும் தங்கியிருந்த திருமடங்கள் வடக்கு வீதியில் கீழ்க்கோடியிலும் (சம்பந்தர்) மேற்குக் கோடியிலும் (அப்பர்) உள்ளன.

காலனை உதைத்தவர்:

வட இந்திய மன்னன் ஒருவனின் அன்புமகன் சுவேதகேது. அவனது ஜாதகத்தைக் கணித்த ஜோதிடர்கள், 16 வயதில் மரண கண்டம் இருக்கிறது என்ற அதிர்ச்சியான செய்தியைத் தெரிவித்தனர். மனமுடைந்து போன அரசன் முனிவர்களிடம் ஆலோசனை செய்ய, அவர்கள் திருவீழிமிழலை தலத்திற்குச் சென்று சிவபூஜை செய்தால் காலமிருத்யுவை வெல்லலாம் என்று நம்பிக்கையுடன் கூறினார்கள்.

உடனே சுவேதகேது திருவீழிமிழலை தலத்திற்கு வந்து இறைவனை மெய்யன்போடு தினமும் ஆராதித்து வந்தான். நாட்கள் சென்றன. சுவேதகேதுவின் உயிர் பிரிய வேண்டிய நேரம் வந்தது. உயிரை எடுக்க வந்த எமதர்மரைப் பார்த்த சுவேதகேது சிவலிங்கத்தை இறுகப் பற்றிக் கொண்டான். சிவலிங்கத்திலிருந்து சிவபெருமான் வெளிப்பட்டு, எமனைக் காலால் உதைத்து, மார்க்கண்டேயரைக் காத்ததுபோல், சுவேதகேதுவைக் காப்பாற்றினார். தேவர்கள் எமனை எழுப்பித் தருமாறு ஈசனை வேண்டினர். எமது பக்தர்கள் சிவபூசையில் ஈடுபட்டிருக்கும் போது அவர்களின் உயிரைப் பறிக்கக்கூடாது

என்ற கட்டளையோடு அவனை உயிர்ப்பித்தார்.

இங்கு சிற்ப வேலைப்பாடுகள் நிறைந்த பிரம்மாண்ட 'வவ்வால் நத்தி மண்டபம்' உள்ளது. சஷ்டியப்த பூர்த்தி, திருமணங்கள் இங்கு நடத்தப்படுகின்றன. கோயில் திருப்பணிகள் செய்யும் கல்தச்சர்கள் சில தலங்களில் உள்ள அரிய திருப்பணிகளைப் போல இங்கு செய்யமாட்டோம். அவைகள் நீங்கலாக சிறப்பாக செய்து தருவோம் என்று அந்தக் காலத்தில் ஒப்பந்தம் செய்வார்கள். அப்படிப்பட்ட தலங்களில் இதுவும் ஒன்று. இங்குள்ள வவ்வால் மண்டபத்தின் சிற்ப வேலைப்பாடுகளைப் போல வேறெங்கும் காணமுடியாது.

நீற்றினைநிறையப் பூசி நித்தல் ஆயிரம் பூக் கொண்டு
ஏற்றுழி ஒருநாள் ஒன்று குறையக்கண் ணிறைய விட்ட
ஆற்றலுக் காழிநல்கி அவன் கொணர்ந்திழிச்சுங் கோயில்
வீற்றிருந்தளிப்பர் வீழி மிழலையுள் விகிர்தனாரே

என்பது அப்பர் தேவாரம்

179 திருவன்னியூர்

மூலவர் – அக்கினிபுரீசுவரர், அக்னீஸ்வரர்.

அம்பாள் – கௌரி

தலமரம் – வன்னி.

தீர்த்தம் – அக்கினி தீர்த்தம் (கோயிலுக்கு எதிரில் உள்ளது. இதில் நீராடினால் இரத்தக் கொதிப்பு, உஷ்ணரோகம் முதலியன நீங்கும்.)

பதிகங்கள் – அப்பர்–1.

அரிசிலாற்றின் வடகரையில் உள்ளது. மக்கள் அன்னியூர் என்று வழங்குகின்றனர்.

திருவீழிமிழலையிலிருந்து 4 கி.மீ. தொலைவில் இத்தலம் உள்ளது. கும்பகோணத்திலிருந்து அன்னியூர் நகரப்பேருந்து செல்கிறது.

சாலையோரத்திலேயே கோயில் உள்ளது.

தலவரலாறு:

தக்கன் வேள்வியில் பங்கு கொண்ட சாபம் தீர அக்கினி வழிபட்ட தலமாதலின் வன்னி அனல், (நெருப்பு) வன்னியூர் என்று பெயர் பெற்றது. சிவபெருமானை அலட்சியப்படுத்திவிட்டு தக்கன் ஆணவத்தோடு செய்த யாகத்தில் தேவர்களும், கலந்து கொண்டனர். இதற்காக அவர்கள் வீரபத்திரனால் தண்டிக்கப்பட்டனர். அந்தத் தண்டனை பெற்றவர்களுள் அக்கினியும் ஒருவன். தோஷமடைந்த அவனால் வேதியர்கள் செய்யும் யாகங்களில் கலந்து கொண்டு அதன் பயனை அடைய முடியவில்லை.

வேள்விகள் நின்றதால் மழைவளம் குறைந்தது, வறட்சி வந்தது, பயிர்களும் உயிர்களும் வாடின. ஏற்கெனவே பெற்ற சாபம் போதாது என்று இந்தப் பாவமும் கலந்து அக்கினியை வருத்தின. அப்போது தனது சாபம் தீர அவன் பல சிவத்தலங்களுக்கும் சென்று வணங்கினான். இந்தத் தலத்திற்கும் வந்து தீர்த்தம் ஏற்படுத்தி, லிங்கம் அமைத்து வன்னிமரத்து இலைகளைக் கொண்டு அர்ச்சனை செய்தான். இறைவன் திருவுள்ளத்தினால் அவனுக்கு ஏற்பட்ட சாபம் விலகியது. அக்கினி வழிபட்ட தலமாகையினால் ஈசன் அக்கினீஸ்வரர் எனப்பட்டார்.

இந்தத் தீர்த்தத்தில் பக்தியோடு நீராடும அத்தனை பக்தர்களுக்கும் ரோகங்கள் நீங்க வேண்டும், ஆரோக்கியம் பெருக வேண்டும் என்று இறைவனிடம் வேண்ட அவரும் அப்படியே ஆகுக என்று சொல்லி மறைந்தார். இந்த தலத்திற்கு வந்து அக்னி தீர்த்தத்தில் பக்தியோடு நீராடி, கோதுமையால் செய்த உணவுப் பண்டங்களை நிவேதனம் செய்து இறைவனை வழிபட்டால் ரத்தக்கொதிப்பு மற்றும் உஷ்ண சம்பந்தமான வியாதிகள் இன்றுவரையில் நீங்குகின்றன.

தலச்சிறப்புக்கள்

பார்வதி தேவி ஒரு முறை காத்யாயன ரிஷியின் பெண்ணாகப் பிறந்து வளர்ந்தாள் என்றும் அவளை திருவீழிமிழலையில் ஈசன் மணந்து கொண்டார் என்றும் மேலே படித்தோம்.

அல்லவா? அவள் இறைவன் தன்னை மணக்க வேண்டும் என்ற குறிக்கோள் கொண்டு மனதை அடக்கி தவம் செய்தது இத்தலத்தில் தான். எனவே இது ஒரு மிகச்சிறப்பான ஆற்றல் பெற்ற திருமணத்தடை நீக்கும் கேந்திரமாக இயங்கிவருவது கண்கூடு. திருமணம் ஆகாதவர்கள், ஏதோ ஒரு காரணத்தினால் திருமணத்தடை ஏற்பட்டு மனம் வருந்துகிறவர்கள் இங்கு வந்து முறைப்படி வழிபட்டால் விரைவில் திருமணம் நடக்கும்.

அரிசிலாற்றின் வடகரையில் சிறிய ராஜகோபுரத்துடன் இப்பழம் பெரும் கோயில் கம்பீரமாக அமைந்திருக்கிறது. முன்மண்டபத்தில் நால்வர் சந்நிதி இருக்கிறது. அதற்கு வடக்கில் அம்பாள் தெற்கு நோக்கிய தனிச்சந்நிதியில் அழகாகத் தரிசனம் தருகிறாள். மூலவர் சுயம்புவாக சிறிய லிங்கத் திருமேனி கொண்டு எழுந்தருளி இருக்கிறார். அவர் மிக்க பிரகாசத்துடன் காட்சியளிக்கின்றார்.

கருவறைச் சுவரில் அப்பர், அக்கினி, கௌரி, சிவலிங்கம், காமதேனு பால் சொரிவது, ரிஷபாரூடர் சிற்பங்கள் வரிசையாகவுள்ளன. பக்கத்தில் தட்சிணாமூர்த்தி உள்ளார். விநாயகர், பாலசுப்பிரமணியர், கஜலட்சுமி சந்நிதிகளும் தலமரம் வன்னியும் உள்ளன. இங்குள்ள சோமாஸ்கந்தர், நடராசர் திருமேனிகள் மிக்க அழகுடையவை.

"ஞானம் காட்டுவர் நன்னெறி காட்டுவர்
தானம் காட்டுவர் தன்னடைந்தார்க் கெலாம்
தானம் காட்டித் தன் தாளடைந்தார் கட்கு
வானம் காட்டுவர் போல் வன்னியூரரே."

என்பது அப்பர் தேவாரம்.

180 திருக் கருவிலிக்கொட்டிட்டை

மூலவர் – சற்குண நாதேஸ்வரர்
அம்பாள் – சர்வாங்க நாயகி
தலமரம் – தாழை
தீர்த்தம் – எமதீர்த்தம் (எதிரில் உள்ளது)
பதிகங்கள் – அப்பர்–1.

இது மக்கள் வழக்கில் கருவேலி என வழங்கப்படுகிறது. கும்பகோணத்திலிருந்து 20 கி.மீ. தொலைவில் பூந்தோட்டம் செல்லும் சாலையில் உள்ளது. பூந்தோட்டத்திலிருந்து நாச்சியார் கோயில் செல்லும் பேருந்துச் சாலையில் கூந்தலூரையடைந்து அரிசிலாற்றுப் பாலத்தைக் கடந்து சென்றால் இந்தத் தலத்தை யடையலாம்.

தலவரலாறு

சற்குணன் என்னும் அரசன் பூசித்துப் பிறவிக்கடலைக் கடந்த தலமாதலால் இத்தலத்திற்கு சற்குணேஸ்வரபுரம் என்னும் பெயர் உண்டு. இனி ஒரு தாயின் கருவிலே உதிக்க வேண்டிய நிலை ஏற்படாது என்பதைக் குறிக்கும் விதமாக இத்தலம் கருவிலி என்று அழைக்கப்படுகிறது. இந்தக் கோவில் சற்குணேஸ்வரரையும், சர்வாங்க சுந்தரியையும் தரிசித்தால் அந்தப் பேறு கிடைக்கும்.

மாதாஉடல்சலித்தாள், வல்வினையேன் கால்சலித்தேன்
வேதாவும் கைசலித்துவிட்டானே நாதா
இருப்பையூர் வாழும் சிவனே இன்னுமோர் அன்னை
கருப்பையூர் வாராமல் கா

என்று பாடினார் முற்றும் துறந்த பட்டினத்தார். அப்படி இன்னுமொரு அன்னையின் வயிற்றில் பிறக்காத மோட்ச வாழ்வு பெறவேண்டுமானால் இத்தலம் வந்து இறைவனை மனமார வாழ்த்தி வழிபட வேண்டும்.

தலச்சிறப்புக்கள்

ஆலயத்தின் உள்ளே சென்றால் கருவறையில் இறைவன் சற்குண நாதேஸ்வரர் என்ற பெயருடன் லிங்க வடிவில்

தரிசனம் தருகிறார். கருவறை வெளிப்பிரகாரச் சுவர் மாடங்களில் கோஷ்ட மூர்த்தங்களாக நர்த்தன விநாயகர், அர்த்த நாரீஸ்வரர், தட்சிணாமூர்த்தி, பைரவர் ஆகியோரது பழமையும் கலைச்சிறப்பும் வாய்ந்த சிலைத்திருமேனிகளைத் தரிசிக்கலாம். கருவறை முன் மண்டபத்தில் நடராஜர், ஆஞ் சனேயர் ஆகியோர் எழுந்தருளி இருக்கின்றனர்.

அம்பாள் தனிச் சந்நிதியில் கிழக்கு நோக்கி நான்கு திருக்கரங்களோடு அழகுப் பதுமையாகக் காட்சி தருகிறாள். ஈசனின் கவனத்தைத் தன் பக்கம் இழுப்பதற்கு அன்னை உலகத்து அழகை எல்லாம் ஒன்று திரட்டிக் கொண்டு இங்கு வந்து சர்வாங்க சுந்தரியாக இறைவனின் முன் நின்றாளாம். அதில் மயங்கியே இறைவன் இவளை மணந்து கொண்டாராம். இந்தக் கருத்துக்கு ஏற்றார் போல அம்பாள் சின்னஞ்சிறிய இடுப்பில் சாத்திய சிவந்த பட்டும், பெரிய முலைகளும், முத்துமாலையும், கன்னங்கரிய குழலும், ஆளைக்கவரும் கண்களும், கொண்டு அழகுக்கு ஒருவரும் ஒவ்வாத வல்லியாகக் காட்சி தருகிறாள்.

இவளைத் தரிசித்த இளம்பெண்களின் கல்யாணம் உடனே ஆகிவிடுகிறது என்றும், குழந்தை இல்லாதவர்க்குக் குழந்தை பிறக்கிறது என்றும் மக்கள் நம்பிக்கையோடு சொல்கிறார்கள். புல்லாகிப் பூண்டாகி பல்விருகமாகி, மனிதராய் தேவராய் எல்லாப் பிறப்பும் பிறந்தும் இறந்தும் அலுத்துப் போனவர்கள் இத்தலம் வந்து இறைவனைத் தொழுதால் பிறவியாகிய சுழலில் இருந்து தப்பித்து, இறைவன் திருவடிநிழலில் இளைப்பாறலாம்.

“வாடிநீர் வருந்தாதே மனிதர்காள்
வேடனாய் விசயற்கு அருள் செய்த வெண்
காடனார் உறைகின்ற கருவிலிக்
கோடு நீள் பொழில் கொட்டிட்டை சேர்மினே”

என்பது அப்பர் தேவாரம்.

181. திருப் பேணுபெருந்துறை

மூலவர் – சிவானந்தேஸ்வரர், பிரணவேஸ்வரர்.
அம்பாள் – மங்களாம்பிகை, மலையரசி.
தலமரம் – வன்னி
தீர்த்தம் – மங்கள தீர்த்தம் எதிரில் உள்ளது.
பதிகங்கள் – சம்பந்தர்–1.

கும்பகோணம் காரைக்கால் செல்லும் வழியில் இது அமைந்திருக்கிறது. நாச்சியார் கோயிலை அடுத்து எரவாஞ் சேரி பாதையில் ஒரு கிமீ பயணம் செய்து இத்தலத்தை அடையலாம். அரிசிலாற்றின் கரையில் இத்தலம் இருக்கிறது. ஏற்கெனவே உள்ள திருப்பெருந்துறையில் இருந்து வேறுபடுத்தி அறிவதற்காக இதனை பேணுப்பெருந்துறை என்று அழைக்கின்றனர்.

தல வரலாறு:

ஒருமுறை பிரணவ மந்திரத்திற்கு பிரம்மனிடம் முருகப்பெருமான் பொருள் கேட்டபோது அவர் விழித்தார். அதனால் யார் சொல்லையும் கேட்காமல் அவரை முருகன் சிறையில் அடைத்துவிட்டார். அப்போதிருந்து சுப்ரமணியருக்கு தான் தவறு செய்துவிட்டோமோ என்ற மனக்கவலை ஏற்பட்டது.

பிரம்ம நிந்தனையும், சிவ நிந்தனையும் செய்து விட்டோமோ என்ற கவலை தினம் தினம் அவரை வாட்டி எடுத்தது. மனக்கவலை போக்கும் மருந்தென்ன என்று மாமன் மகாவிஷ்ணுவிடம் கேட்டார். அவர் சிவபெருமானை லிங்க உருவத்தில் மனமொருமித்து வழிபாடு செய்; பிரச்சனை தீரும் என்ற ஆலோசனை தந்தார்.

அதன்படி முருகர் திருப்பனந்தாள் அருகிலுள்ள சேங்கனூரில் சிவலிங்கப் பிரதிஷ்டை செய்து வழிபட்டார். ஆனால் அவர் கவலை தீரவில்லை. இதனால் மனம் வருந்திய முருகப்பெருமான் யாரிடமும் பேசாமல் வாடிய முகத்தோடு மவுனசாமி ஆகிவிட்டார். பல தலங்களுக்கும் கால்நடையாகச் சென்று இறைவனைத் தொழுதார். ஒருநாள் காவிரியின்

கிளைநதியான அரிசொல் ஆறு எனப்படும் அரிசிலாற்றின் கரையோரம் இருந்த பேணுப்பெருந்துறை தலத்தை அடைந்தார். அங்கு வன்னி மரத்தடியில் குடி கொண்டிருக்கும் சிவானந்தேஸ்வரரைக் கண்டதும் முருகப்பெருமானது நெஞ்சக்கனல் நெகிழ்ச்சி அடைந்தது. ஆனந்தம் மலர்ந்தது.

அதுவரை மௌனியாக இருந்த முருகர் தலையில் குடுமியோடும் கையில் சின் முத்திரையோடும் தண்டாயுதபாணியாக மாறி சிவானந்தேஸ்வரரை விதிப்படி பூஜித்தார். அவர் பூஜையில் மனம் மகிழ்ந்த சிவபெருமான் தனது அருமை மகனை பாசத்தோடு பார்த்தார். அவரது கருணைக் கண்களின் அருளாசியால் மௌனமாய் இருந்த முருகர் மகிழ்வடைந்தார். மனக்கவலை மறைந்தது.

தலச்சிறப்புக்கள்

கிழக்கு நோக்கிய 3 நிலை இராஜ கோபுரத்துடன் கோயில் காட்சி அளிக்கிறது. எதிரில் மங்கள தீர்த்தம் இருக்கிறது. அதன் கரையில் கோவிலை ஒட்டி குகவிநாயகர், சாட்சி விநாயகர் என இரட்டை விநாயகர் சந்நிதிகள் உள்ளன. இராஜ கோபுரம் வழியே உள்ளே சென்றால் கொடிமரம், பலிபீடம், நந்தி ஆகியவற்றைக் காணலாம். ஆலயத்தில் ஒரு பிரகாரம் மட்டுமே உள்ளது. கருவறை கோஷ்டங்களில் நர்த்தன விநாயகர், தட்சிணாமூர்த்தி, லிங்கோத்பவர், பிரம்மா, துர்க்கை ஆகியோர் உள்ளனர். கருவறை சுற்றுப் பிரகாரத்தில் விநாயகர் சந்நிதி, முருகன் சந்நிதி, கஜலட்சுமி சந்நிதி, நவக்கிரக சந்நிதி ஆகியோருக்கு தனிச்சிந்நிதிகள் உள்ளன.

இங்கு முருகன் தான் சிறப்புக்குரியவர். தலையில் குடுமியுடன் தியான நிலையில் உள்ள முருகனை வேறு எங்கும் காண இயலாது. சின் முத்திரையுடன் தியான நிலையிலுள்ள தண்டபாணி பார்த்துப் பரவசம் அடைய வேண்டிய திருமேனி.

இத்திருத்தலத்தில் முருகனுக்கு தொடர்ந்து ஒரு மண்டலகாலம் குழந்தையின் பெயரில் தேனபிஷேகம் செய்வதன் மூலமாக அவர்களது திக்குவாய் மாறி

நல்லமுறையில் பேசமுடியும் என்பது நம்பிக்கை. எனவே இத்தலம் மனக்கவலையைப் போக்கும் திருத்தலமாகவும் திக்குவாய் குறையைத் தீக்கும் தலமாகவும், வாக்கு வன்மையை அதிகரிக்கச் செய்யும் தலமாகவும் விளங்குகிறது.

"பைம்மா நாகம் பன்மலர் கொன்றை
பன்னிவெண் கொம்பென்று பூண்டு
செம்மாந்தையம் பெய்கென்று சொல்லிச்
செய் தொழில் பேணியோர் செல்வர்
அம்மானோக்கிய அந்தளிர் மேனி
அரிவையோர் பாகமமர்ந்த
பெம்மானல்கிய தொல் புகழாளர்
பேணு பெருந்துறையாரே."

என்பது சம்பந்தர் தேவாரம்.

182. திருநறையூர் சித்தீச்சரம்

மூலவர்	–	சித்தநாதேஸ்வரர், வேதேஸ்வரர், நரேஸ்வரர், சித்தநாதர்.
அம்பாள்	–	சௌந்தரநாயகி, அழகம்மை.
தலமரம்	–	பவளமல்லிகை
தீர்த்தம்	–	சூலதீர்த்தம் (கோயிலின் வடக்கே உள்ளது)
பதிகங்கள்	–	சம்பந்தர்–3, சுந்தரர்–1

ஊர்ப் பெயர் திருநறையூர். கோயில் சித்தீச்சரம்.

கும்பகோணத்தில் இருந்து நாச்சியார்கோவில் செல்லும் வழியில் 10 கி.மீ. தொலைவில் திருநறையூர் உள்ளது. திருநறையூர் பேருந்து நிறுத்தத்தில் இருந்து மிக அருகில் ஆலயம் உள்ளது. 108 திவ்யதேசங்களில் ஒன்றான நாச்சியார்கோவில் என்ற வைணவத்தலம் சித்த நாதேஸ்வரர் ஆலயத்தில் இருந்து 1 கி.மீ. தூரத்தில் இருக்கிறது. சம்பந்தர், சுந்தரர் இருவரால் பாடப்பெற்று, திருநாவுக்கரசரால் திருத்தாண்டகத்தில் குறிக்கப்பட்டுள்ள இத்தலம் மிகப் பழமையானது.

தலவரலாறு

மேதாவி மகரிஷி தனக்கு மகாலட்சுமி மகளாகப் பிறக்க வேண்டும் என்ற ஆசையை மனத்தில் கொண்டு சிவபெருமானை நோக்கித் தவம் செய்தார். ஈசன் மகரிஷியின் விருப்பத்தை நிறைவேற்றும்படி திருமாலிடம் கேட்டுக் கொண்டார். மஹாவிஷ்ணு கூறியதின் பேரில் மகாலட்சுமியும் தீர்த்தக் குளத்தில் அன்று மலர்ந்த ஒரு தாமரை மலரில் மேதாவி மகரிஷி முன் பெண் குழந்தையாகத் தோன்றினாள். மகரிஷியும் அவளை வளர்த்து வந்தார். திருமணப் பருவத்தில் சிவன், பார்வதி இருவரும் முன்னின்று மஹாவிஷ்ணுவிற்கு அவளைத் திருமணம் செய்து கொடுத்தனர். இதன் காரணமாக மகாலட்சுமிக்குப் பிறந்த ஊராக திருநறையூர் தலமும், புகுந்த வீடாக அருகில் உள்ள நாச்சியார்கோவில் வைணவத்தலமும் சொல்லப்படுகிறது.

கோரக்க சித்தருக்கு ஏற்பட்ட தோல் வியாதி இத்தலத்து இறைவனை அர்ச்சனை செய்து வழிபட்டதால் நீங்கியது. சித்தருக்கு அருளியதால் இறைவன் பெயர் சித்தநாதேஸ்வரர் என்றும் ஆலயம் சித்தீச்சரம் என்றும் வழங்கப்படுகிறது. கோயில் பழமையானது. ராஜகோபுரம் ஐந்து நிலைகளையுடையது.

கொடிமரம், கொடிமரத்து விநாயகரைத் தரிசனம் செய்து கொண்டு உள்ளே சென்றால் பிரகாரங்கள் இல்லை. முன்மண்டபத் (வெளவால்நெத்தி)தில் இடப்பால் அம்பாள் சந்நிதி. நேரே மூலவர் தரிசனம். உட்புறமாக நவக்கிரகங்கள், நடராசசபை, பைரவர், வீரபைரவர் ஆகியோருக்கு சந்நிதிகள் உள்ளன. மூலவர் மிக அழகாக லிங்க உருவில் மேற்கு நோக்கிக் காட்சி தருகிறார்.

முன்னொரு காலத்தில் நரன், நாராயணர் என்ற இருவர் இத்தலத்தில் தவமியற்றி வந்தனர். அவர்களது தவவாழ்க்கைக்கு அசுரன் ஒருவன் எப்போதும் தடைகள் ஏற்படுத்தி வந்தான். முனிவர்கள் இருவரும் தந்திரமாக அவனுடைய கவச குண்டலங்களை யாசகமாகப் பெற்று அவனை அழித்து வெற்றி கண்டனர். இதனால் அவர்களுக்கு தோஷம் ஏற்பட்டது. அதைப் போக்கிக் கொள்ள இத்தலத்தில் சிவநிஷ்டையில் ஆழ்ந்திருந்தனர்.

அப்போது அந்த இடத்திற்கு வருகை தந்த துர்வாசரை கவனிக்கவில்லை. கோபம் கொண்ட துர்வாசர் அவர்கள் இருவரையும் பறவைகளாகப் போகும்படி சபித்துவிட்டார். நாரையாகப் பிறந்த நாராயணர் காவிரி வடகரைத் தலமான திருநாரையூரில் இறைவனை வழிபட்டு சாபம் நீங்கப் பெற்றார். நரனோ, நரையான் என்ற பறவையாகப் பிறந்து, இத்தல சித்தீச்சரப் பெருமானை வழிபட்டு தன் பழைய வடிவம் பெற்றார்.

கருவறையின் பின்புறத்தில் லிங்கோற்பவருக்குப் பக்கத்தில் நரன் (மனிதன்) வழிபடும் சிற்பம் உள்ளது. கோஷ்டமூர்த்தங்களாக நர்த்தன விநாயகர், தட்சிணாமூர்த்தி, லிங்கோற்பவர், பிரம்மா, பிட்சாடனர், அர்த்தநாரீஸ்வரர், துர்க்கை மூர்த்தங்கள் உள்ளன.

நர, நாராயண பக்ஷி சிவனை வழிபடும் சிற்பம்

மாசி மாதத்தில் மூன்று நாட்களும், ஆவணி மாதத்தில் மூன்று நாட்களும் சூரிய கிரணங்கள் மூல லிங்கத்தின் மீது

படுகின்றது. சூரியனே இத்தலத்தில் இறைவனை வணங்குவதாக ஐதீகம். மூலவர் கருவறைச் சுற்றில் கோஷ்டத்தின் தெற்கில் ஒரு தட்சிணாமூர்த்தியும், மேற்கில் மற்றொரு தட்சிணாமூர்த்தியுமாக இருவர் தரிசனம் தருகிறார்கள். அதுபோலவே பிரகாரத்தில் ஒரே சந்நிதிக்குள் மூன்று சண்டிகேஸ்வரர் இருப்பதையும் காணலாம். ரிஷபத்தின் தலையின் மீது வலது கையை ஊன்றியபடி காட்சி தரும் அர்த்தநாரீஸ்வரர் அழகோ அழகு. இவைகள் இந்தக் கோயிலின் சிறப்பம்சங்கள்.

நீரும் மலரு(ம்) நிலவுஞ் சடைமேல்
ஊரும் அரவமும் உடையானிடமாம்
வாரும் மருவி மணி பொன் கொழித்துச்
சேருந் நறையூர்ச் சித்தீச்சுரமே."

என்பது சுந்தரர் தேவாரம்.

183. திருஅரிசிற்கரைபுத்தூர்

மூலவர் – சொர்ணபுரீஸ்வரர், படிக்காசளித்தநாதர்.

அம்பாள் – சௌந்தரநாயகி, அழகாம்பிகை

தலமரம் – வில்வம்

தீர்த்தம் – (கோயில் எதிரில் உள்ளது.)

பதிகங்கள் – சம்பந்தர்–1, அப்பர்–1, சுந்தரர்–1.

தற்போது அழகாபுத்தூர் என்று வழங்கப்படுகிறது.

தலச்சிறப்புக்கள்

கோவில் மேற்குப் பார்த்த மூன்று நிலைகள் கொண்ட ராஜகோபுரத்துடன் கம்பீரமாக நிற்கிறது. உள்ளே கொடிமரம், நந்தி, பலிபீடம் ஆகியவை உண்டு. வலது புறத்தில் விநாயகரும், இடதுபக்கத்தில் ஆறுமுகப் பெருமானும் உள்ளனர். இவர் ஆறுமுகங்களும் பன்னிருகரங்களும் கொண்டு தரிசனம் தருகிறார். மற்றொரு விசேஷம் என்னவென்றால் வலதுபக்கம்

உள்ள ஆறுகரங்களில் முதலாவது சக்கரத்தையும், இடது புறம் உள்ள ஆறுகரங்களில் முதலாவது சங்கும் ஏந்தி இருப்பது தான். இது போன்ற அதிசயமான வடிவத்தை நாம் வேறு ஆலயங்களில் காண்பது அரிது. இவரிடம் பிரார்த்தனை செய்து கொண்டால் அது நிச்சயம் நிறைவேறும் என்பது பக்தர்களின் நம்பிக்கை.

மூலவர் சதுரபீடத்தில் உயர்ந்த பாணத்தோடு நீண்ட உருத்திராக்க மாலை அணிந்து தெய்வீகக் காட்சி தருகிறார். தரிசிக்கும் போது மனத்தில் மகிழ்ச்சியும், நிறைவும் ஏற்படுவதை அனுபவித்து உணரவேண்டும். கோயிலில் மூன்று கால வழிபாடுகள் நடக்கின்றன. வாயிலைக் கடந்து உள்ளே சென்றால் முன்மண்டபத்தில் இடதுபக்கத்தில் தெற்கு நோக்கிய சந்நிதியில் அம்பாளைத் தரிசிக்கலாம். மகாமண்டபத்தில் விநாயகர், நால்வர், புகழ்த்துணை நாயனார் அவர் மனைவியார் ஆகியோருக்கு தனிச்சந்நிதிகள் உள்ளன. மேலும் இத்தலத்தில் வழிபட்டுப் பேறுபெற்ற உண்மையானந்த முனிவரும் தரிசனம் தருகிறார்.

புகழ்த்துணை நாயனார்:

அழகாபுத்தூர் என்று அழைக்கப்படும் அரிசிற்கரைப்புத்தூருக்கு செருவிலிபுத்தூர் என்றும் பழம் பெயர் உண்டு. இந்த செருவிலிபுத்தூரில் பழமையான சிவ வேதியர் குலத்தில் தோன்றிய புகழ்த்துணை நாயனார் சொர்ணபுரீஸ்வரருக்கு சிவாகம முறைப்படி தினந்தோறும் பூஜைகள் செய்து வந்தார். அதுவும் எப்படி? சிறுவயது முதலே அரிசிலாற்றில் இருந்து தண்ணீரைக் குடத்தில் மொண்டுவந்து இறைவனுக்கு அபிஷேகம் செய்வதை வழக்கமாக வைத்திருந்தார். ஆண்டுகள் ஓடின, வயதாகியது, கைகால்கள் தடுமாறின, உடல் நடுங்கியது. கண்களில் பார்வை குறைந்தது. அப்படியிருந்தும் தினமும் அரிசிலாற்றிலிருந்து நீரைக் கொண்டுவந்து இறைவனுக்கு அபிஷேகம் செய்வதை நிறுத்தவில்லை.

இந்தத் தள்ளாமையினால் ஏற்பட்ட வேதனை

போதாதென்று ஊரில் கடும் பஞ்சம் ஏற்பட்ட காரணத்தினால் புகழ்த்துணை நாயனாரை வறுமையும் பற்றிக் கொண்டது. அப்படியும் அவர் சிவபூசையைப் புறக்கணிக்கவில்லை. வைராக்கிய மனத்தோடு கடுமையான வறுமை, தள்ளாமை, பசி ஆகியவற்றைப் பொறுத்துக் கொண்டு இறைத்தொண்டு செய்து வந்தார். ஒரு நாள் வழக்கப்படி அரிசிலாற்றிற்குச் சென்று குடத்தில் நீரை நிரப்பிக் கொண்டு இறைவன் சந்நிதிக்கு வந்தார். பசி மயக்கத்தில் கால்கள் தள்ளாடின, கைகள் நடுங்கின, பார்வை சரியாகத் தெரியவில்லை அப்படியிருந்தும் குடத்தைத் தூக்கி அபிஷேகம் செய்யச் சென்றார்.

குடம் தவறி இறைவனின் திருமுடி மீது விழுந்தது. ஐயோ மோசம் போனேனே, இறைவன் தலையில் குடத்தைப் போட்டு வேதனை கொடுத்த பாவியாகி விட்டேனே என கதறினார். சிவலிங்கத்தின் மீது விழுந்த குடத்தால் சிவபெருமானின் தலையிலேயே அடிபட்டு விட்டதாக எண்ணி புகழ்த்துணை நாயனார் மூர்ச்சித்து விழுந்தார். (குடம் பட்ட தழும்பு இறைவனின் சிரசில் காணப்படுகிறது).

அவரது மனக்கண்ணில் இறைவன் தோன்றி, "பஞ்சம் தீரும் வரை தினமும் உனக்கு பொற்காசு தருகிறேன், அதனால் உன் வறுமைத் துன்பங்கள் தீரும்" என்று சொல்லி மறைந்தார். விழித்தெழுந்த புகழ்த்துணை நாயனார் சுவாமிக்கு அருகிலுள்ள பீடத்தில் பொற்காசு இருக்கக் கண்டார். ஆஹா இறைவன் என்மீது எத்தனை கருணை கொண்டவனாக இருக்கிறேன், நான் எத்தனை பாக்கியம் செய்தவன் என்று சொல்லிச் சொல்லி உருகினார், ஆனந்தக் கூத்தாடினார். கரங்களை தலைமேல் கூப்பி பக்திக்கண்ணீர் பெருக்கி மெய்சிலிர்த்தார்.

அந்த காசைக் கொண்டு தன் வறுமையை விரட்டி அடித்த புகழ்த்துணை நாயனார் மேலும் இறைத்தொண்டில் சிலகாலம் ஈடுபட்டு இறுதியில் ஈசன் திருவடியில் ஐக்கியமானார். நாயனாருக்கு பொற்காசு தந்த காரணத்தினால் இறைவனுக்கு "படிக்காசு அளித்த நாதர்" என்ற பெயரும் ஏற்பட்டது.

வேதனை மிகுவீணையின் மேவிய
கீதனைக் கிளருந் நறுங்கொன்றையம்

போதனைப் புனல் சூழ்ந்த புத்தூரனை
நாதனை நினைந்து என்மனம் நையுமே."

என்பது அப்பர் தேவாரம்.

184. திருச்சிவபுரம்

மூலவர் – சிவபுரநாதர், பிரம்மபுரிநாதர்.

அம்பாள் – சிங்காரவல்லி, பெரியநாயகி.

தலமரம் – சண்பகம் (இப்போதில்லை)

தீர்த்தம் – சந்தர தீர்த்தம் எதிரில் உள்ளது.

பதிகங்கள் – சம்பந்தர்–3, அப்பர்–1.

கும்பகோணத்தில் இருந்து சுமார் 7 கி.மீ. தூரத்தில் உள்ளது கும்பகோணம் திருவாரூர் சாலையில் சாக்கோட்டை என்ற இடத்தில் இருந்து பிரிந்து செல்லும் ஒரு கிளைப்பாதையில் சுமார் 3 கி.மீ. சென்றால் இத்தலத்தை அடையலாம் இந்த ஊரில் உள்ள பட்டினத்து விநாயகர் கோயிலில் பட்டினத்தடிகளின் சிலை அமர்ந்த நிலையில் உள்ளது அதற்குக் காரணம் அவரது தமக்கை இவ்வூரில் வாழ்ந்தது தான்.

தலச்சிறப்புக்கள்

மூலவர் கிழக்கு நோக்கி சுயம்பு மூர்த்தியாக கம்பீரமான சற்றுப் பெரிய சிவலிங்கத் திருமேனி கொண்டு காட்சி தருகிறார். இவர் மகாவிஷ்ணுவால் பூஜிக்கப்பட்டவர் சித்திரை மாதம் 4, 5, 6 ஆகிய தேதிகளில் சூரியனின் ஒளி மூலவர் மீது விழுகிறது. இந்தத் தினங்களில் சூரியன் ஈஸ்வர பூசை செய்வதாக ஐதீகம்.

கோஷ்ட தெய்வங்களாக தட்சிணாமூர்த்தி, லிங்கோத்பவர் பிரம்மா, துர்க்கை ஆகியோர் உள்ளனர். தட்சிணாமூர்த்திக்குப் பக்கத்தில் சுவரில் திருமால் வெண் பன்றியாக இருந்து சிவனை வழிபட்ட சிற்பம் உள்ளது. இந்தத் தலவரலாற்றை அப்பர் பெருமான் இத்தலத்துத் திருத்தாண்டகத்தில் "பாரவன்காண்"

என்று தொடங்கும் பாடலில் "பிறை எயிற்று வெள்ளைப் பன்றி பிரியாது பலநாளும் வழிபட்டேத்தும் சீரவன்காண்" என்று பாடியுள்ளார். முன் மண்டபத்தில் தெற்கு நோக்கிய சந்நிதியில் அம்பாள் தரிசனம் தருகிறாள்.

குபேரன், ராவணன், அக்னி முதலானோர் இத்தல இறைவனை வழிபட்டுள்ளனர். ஒரு முறை நந்தியெம்பெருமானின் சாபத்திற்கு உள்ளான குபேரன் தனது பதவியை இழந்தான். குபேரன் பூவலகில் தனபதி என்ற பெயருடைய மன்னனாகப் பிறந்து இத்தலத்து இறைவனை வழிபட்டு அருள் பெற்றான். தீபாவளி நாளில் இத்தலத்தில் குபேர பூஜை மிகச் சிறப்பாகக் கொண்டாடப்படுகிறது.

இத்தலத்தில் பூமிக்குள் அடிக்கு ஒரு சிவலிங்கம் இருப்பதாக ஐதீகம். ஆகையால் இத்தலத்தைக் காலால் மிதிப்பதற்கு அஞ்சி திருஞானசம்பந்தர் அங்கப் பிரதட்சிணம் செய்து இறைவனை வழிபட்டார். பின்பு ஊர் எல்லையைத் தாண்டிச் சென்று அங்கிருந்தபடி இத்தல இறைவனைப் பதிகம் பாடி வழிபட்டார் என்று வரலாறு கூறுகிறது. அவ்வாறு பாடிய இடம் இன்று 'சுவாமிகள் துறை' என்றழைக்கப்படுகிறது.

> சுருதிகள் பலநல முதல்கலை துகளறு வகைபயில் வொடுமிகு
> உருவிய லுலகவை புகழ்தர வழி யொழுகுமெயுறு பொறியெழி
> அருதவ முயல்பவர் தனதடியடை வகை நிலையரனுறை பதி
> திருவயர் சிவபுர நினைபவர் திகழ்குலனில னிடைநிகழுமே."

என்பது சம்பந்தர் தேவாரம்.

185. திருக்கலயநல்லூர்

மூலவர் – அமிர்தகலசநாதர், அமிர்தகலேஸ்வரர்.
அம்பாள் – அமிர்தவல்லி.
தலமரம் – வன்னி, (இன்று இல்லை).
தீர்த்தம் – புண்டரீகப் பொய்கை.
பதிகங்கள் – சுந்தரர்–1.

தற்காலத்தில் இது சாக்கோட்டை என வழங்கப் படுகிறது.

கும்பகோணம் நீடாமங்கலம் சாலையில் கும்பகோணத்தி லிருந்து சுமார் நான்கு கி.மீ. தொலைவில் சாக்கோட்டை என்ற இடத்தில் இத்தலம் இருக்கிறது. சாலை ஓரத்திலேயே கோவில் உள்ளது. ஊர் மக்கள் இத்தலத்தை கோட்டை சிவன் கோவில் என்று அழைக்கிறார்கள்.

தலவரலாறு

ஊழிக்காலத்தில் உயிர்களை அடக்கிய கலயம் பிரளயத்தில் மிதந்து வந்து இங்குத் தங்கியதால் கலயநல்லூர் என்று பெயர் வந்ததாக தலபுராணத்தால் அறியலாம்.

தலச்சிறப்புக்கள்

இது ஒரு கிழக்கு நோக்கிய கோவில். நுழைவாயில் மேற்புறம் அமர்ந்த நிலையில் சிவன், பார்வதி, அவர்களுக்கு இருபுறமும் நின்ற நிலையில் விநாயகரும், முருகரும் சுதை வடிவில் காட்சி தருகின்றனர். அதைக் கடந்து உள்ளே சென்றால் நந்தி மண்டபம் உள்ளது.

கருவறையில் மூலவர் அமிர்தகலசநாதர் லிங்க உருவில் கிழக்கு நோக்கி தரிசனம் அளிக்கிறார். கோஷ்டத்தில் தட்சிணாமூர்த்தி, லிங்கோத்பவர், துர்க்கை ஆகியோரது தரிசனம் கிடைக்கிறது. ஒரே கல்லில் புடைப்புச் சிற்பமாக உள்ள சப்தமாதர்களின் சிற்பங்கள் மிக அழகானவை. நவக்கிரக சந்நிதியும் உள்ளது. தனியே தெற்கு நோக்கிய சந்நிதியில் அம்பாள் தரிசனம் தருகிறாள்.

காணவேண்டிய சிற்பங்கள்

இங்குள்ள தட்சிணாமூர்த்தி சிற்பம் மற்ற ஆலயங்களில் காணமுடியாதபடி சற்று வித்தியாசமாக காணப்படுகிறது. இத்திருமேனி வலது மேற்கையில் ருத்ராட்ச மாலையும் இடது மேற்கையில் அக்கினியும், வலக்கையில் சின் முத்திரையும், இடக்கையில் சுவடியும், கொண்டு விளங்குகிறது. மூர்த்தியின் தலைமுடி சூரியபிரபை போன்ற அமைப்பில் காட்சி அளிக்கிறது. இடது காலை மடித்து வைத்துக் கோண்டு வலது காலை முயலகன் மீது வைத்தபடி காட்சி தருகிறார்.

இங்குள்ள லிங்கோத்பவர் சிற்பம் பச்சை மரகதக் கல்லால் ஆனது. தபஸ்வியம்மனின் புடைப்புச்சிற்பம் மிகவும் நுட்பத்தோடு வடிவமைக்கப்பட்டுள்ளது. தேவி தனது வலக்காலை தரையில் ஊன்றி, இடதுகாலை வலது தொடையில் பொருந்த மடக்கி மேல் நோக்கிய படி நிற்கிறாள். அவளது வலக்கரம் உச்சிமீது உள்ளங்கை கவிழ்த்து வைத்த நிலையில் சிரசை பார்த்தபடி இருக்கிறது. இடக்கரம் வயிற்றின் கீழ் உள்ளங்கை மேல் நோக்கி வைத்துத் தவம் செய்கின்ற கோலத்தில் அமைந்துள்ளது.

இத்தலத்திலுள்ள அர்த்தநாரீஸ்வரர் புடைப்புச் சிற்பமும் பார்த்து ரசிக்க வேண்டிய ஒன்று. இது 4 அடி உயரம் புடைப்புச் சிற்பமாக உள்ளது. அர்த்தநாரீஸ்வரர் தனது இடக்காலை ஊன்றி, வலக்காலை ஓய்வாக நிறுத்தி, ரிஷபத்தின் மேல் சாய்ந்த நிலையில், வலதுமேற்கையில் மழுவும் இடது மேற்கையில் தாமரையும் ஏந்தி, வலக்கையை காளையின் தலைமீது வைத்தும், இடக்கையைத் தொடையில் ஊன்றியும் (காளை பின்னால் நிற்க) காட்சி தருகின்றார்.

சாக்கிய நாயனாரால் பெயர் பெற்றது இத்தலம். இந்தப் பகுதியில் சாக்கியர்கள், (பௌத்தர்கள்) அதிகமாக வாழ்ந்து வந்ததால் இவ்விடம் சாக்கியர் கோட்டை எனப்பட்டது. அதுவே பிற்காலத்தில் மருவி சாக்கோட்டை என்று பெயர் பெற்றது. வேற்று மார்க்கத்தில் இருந்த போதிலும் தினமும் சிவபெருமானை வழிபடாமல் ஒரு போதும் உண்ணாதவர் சாக்கியநாயனார் என்பவர். ஒருநாள் சாக்கிய நாயனார், சிவ சிந்தனையிலேயே மூழ்கியிருந்ததால், சிவபூஜை

செய்யாமல் சாப்பிட அமர்ந்தார். திடீரென நினைவு வந்தது. பதறிப் போனார், ஐயோ எத்தனை பெரிய சிவத்துரோகம் செய்துவிட்டோம் என வருந்தி ஓடிச் சென்று லிங்கத்தின் மீது கல் எறிந்து சிவபூஜை செய்தார். சிவபக்தியுடன் இவர் எறிந்த கல் கயிலையில் பார்வதியுடன் அமர்ந்திருந்த சிவனின் பாதத்தில் பொன்மலராக விழுந்தது. அவரது பக்திக்கு மகிழ்ந்த இறைவன் பார்வதிதேவியுடன் இவருக்குக் காட்சி கொடுத்து நாயன்மார்களில் ஒருவராக்கினார். சாக்கிய நாயனார் வழிபட்ட தலமாதலால் இந்த ஊர் சாக்கோட்டை எனப்பட்டது.

பக்தர்கள், சஷ்டியப்த பூர்த்தி, பீமரத சாந்தி மற்றும் சதாபிஷேகம் ஆகியவற்றைச் செய்து கொண்டு சிறப்போடு விளங்குவதற்கு இது சிறந்த தலமாக விளங்குகிறது.

"தண்புனலும் வெண்மதியும் தாங்கிய செஞ்சடையன்
தாமரையோன் தலை கலனாக் காமரமுன்பாடி
உண்பலி கொண்டுழல் பரமன் உறையும் ஊர் நிறைநீர்
ஒழுகுபுனல் அரிசிலின் கலய நல்லூரதனை
நண்புடைய நன் சடையன் இசைஞானி சிறுவன்
நாவலர் கோன் ஆரூரன் நாவில் நயந்துறை செய்
பண்பயிலும் பத்துமிவை பத்தி செய்து பாட
வல்லவர்கள் அல்லலொடும் பாவம் இலர்தாமே."

என்பது சுந்தரர் தேவாரம்.

✿✿✿

186 திருக்கருக்குடி

மூலவர் – சற்குணலிங்கேஸ்வரர், கருக்குடிநாதர், பிரம்மபுரீஸ்வரர்.
அம்பாள் – சர்வாலங்கார நாயகி, அத்வைதநாயகி, கல்யாணநாயகி.
தலமரம் – குரவகம், மருதோண்றி.
தீர்த்தம் – எமதீர்த்தம்.
பதிகங்கள் – சம்பந்தர்.

இது தற்போது மருதாந்தநல்லூர் என்று அழைக்கப்

படுகிறது.

இத்தலம் நாம் மேலே தரிசனம் செய்த சாக்கோட்டையில் இருந்து தென்கிழக்கே ஒன்றரை கிமீ தொலைவில் இருக்கிறது. கும்பகோணத்தில் இருந்து இத்தலத்திற்கு நேரடி பஸ் வசதி உண்டு.

தலவரலாறு

இராமேசுவர வரலாறு இத்தலத்திற்கும் சொல்லப்படுகிறது. ராமாயண காலத்தில் ராமபிரான் இலங்கைக்குச் செல்லும் போது இத்தலத்திற்கும் வந்திருக்கிறார். லிங்க வழிபாடு செய்வதற்கு அனுமனைப் பார்த்து ஒரு லிங்கம் எடுத்து வரச் சொன்னார். குறித்த நேரத்தில் சிவபூசை செய்ய அனுமன் சிவலிங்கம் கொண்டு வரவில்லை. உடனே ராமன் தன் அருகிலிருந்த மணலிலேயே இரண்டு கைகளாலும் லிங்கம் பிடித்து இத்தலத்தில் வழிபட்டார் என்றும், அதுவே தற்போதைய பிருதிவி லிங்கம் என்றும் கூறப்படுகிறது. அனுமன் கொண்டு வந்த லிங்கம், அனுமந்த லிங்கம் என்ற பெயரில் தனி சந்நிதியில் உள்ளது

இத்தலத்திற்கு மற்றொரு வரலாறும் உண்டு. தனஞ்சயன் என்ற வணிகன் ஒருவன் தன் சிற்றன்னையை அறியாது புனர்ந்தான். அந்த தோஷத்தினால் அவனுக்கு மற்ற நோய்கள் தொழுது செல்லும் மிகக் கொடியதான தொழுநோய் ஏற்பட்டது. அறியாமல் செய்த பிழைக்கு இத்தனை பெரிய தண்டனையா என்று மனம் வருந்திய அவன் இத்தல இறைவனை இறைஞ்சி தனது நோயை நீக்க வேண்டினான். இறைவன் திருவுள்ளத்தினால் தொழுநோய் நீங்கப்பெற்றான். அம்மன் சன்னதி எதிரே தனஞ்சய வணிகனின் உருவச்சிலை வணங்கிய நிலையில் காணப்படுகிறது. சர்மநோய்களினாலும், தொழுநோயாலும் பாதிக்கப்பட்டவர்கள் இத்தல இறைவனை உள்ளன்போடு வழிபட்டு வந்தால் நோய் நிவாரணம் பெறலாம்.

தலச்சிறப்புக்கள்

கருவறையில் உள்ள சிவலிங்கம் மிகவும் சிறியது. இத்தல

இறைவன் மணலால் ஆன சுயம்பு லிங்கமாக அருள்பாலிக்கிறார் இராமபிரான் தனது கைகளால் பிடித்து செய்த லிங்கம் என்பதற்கு ஏற்ப மண்ணினைக் கையால் பிடித்து செய்த சுவடுகள் தெரிகிறது. மிக மிகத் தாழ்வான, அரையடி உயர சிறிய ஆவுடையார். மண்ணாலானது. பீடம் கல்லால் அமைக்கப்பட்டுள்ளது.

கோஷ்டங்களில் நர்த்தனவிநாயகர், இருபுறம் பூதகணங்கள் தட்சிணாமூர்த்தி (மேலே வீணாதர தட்சிணாமூர்த்தி) லிங்கோத்பவர் ஆகியோரின் மூர்த்தங்கள் உள்ளன. பிரகாரத்தில் வலம்புரி விநாயகர், நவகிரக சந்நிதி. சூரியன், சந்திரன் லிங்கோத்பவர், முருகன் உள்ளனர். இத்தல விநாயகர் வலம்புரி விநாயகர் என்ற திருநாமத்துடன் அருள்பாலிக்கிறார். பிரம்மா சற்குணன் என்ற அரசன் ஆகியோர் இத்தலத்தில் இறைவனை வழிபட்டுள்ளனர். இதனால் இறைவன் சற்குணலிங்கேஸ்வரர் என அழைக்கப்படுகிறார்.

வானுடைப் பிறவியை அறுக்க உன்னுவீர்
கானிடை ஆடலாள் பயில் கருக்குடிக்
கோனுயர் கோயிலை வணங்கி வைகலும்
வானவர் தொழுகழல் வாழ்த்தி வாழ்மினே."

என்பது சம்பந்தர் தேவாரம்.

187. திரு வாஞ்சியம்

மூலவர் – வாஞ்சிநாதேஸ்வரர், வாஞ்சிலிங்கேஸ்வரர்.

அம்பாள் – மங்களநாயகி, வாழவந்தநாயகி.

தலமரம் – சந்தனம்

தீர்த்தம் – குப்தகங்கை, எமதீர்த்தம்.

பதிகங்கள் – சம்பந்தர்–1, அப்பர்–1, சுந்தரர்–1.

கும்பகோணத்தில் இருந்து 28 கி.மீ. தொலைவில் இத்தலம் அமைந்துள்ளது. கும்பகோணத்தில் இருந்து நாச்சியார்கோவில் வழியாக நன்னிலம் செல்லும் சாலை வழியில் உள்ள அச்சுதமங்கலம் என்ற ஊரிலிருந்து தெற்கே

2 கி.மீ. தொலைவில் இருக்கிறது. நன்னிலத்தில் இருந்து சுமார் 7 கி.மீ. தொலைவில் உள்ளது.

காசிக்கு இணையான தலம் இந்த ஸ்ரீவாஞ்சியம். காசியில் புண்ணியமும் வளரும். பாவமும் வளரும். ஆனால், இத் தலத்திலோ புண்ணியம் மட்டுமே வளரும். காவிரிக் கரையில் உள்ள 6 சிவஸ்தலங்கள் காசிக்குச் சமானமாகக் கருதப்படுகின்றன. அவற்றில் திருவாஞ்சியம் தலமும் ஒன்றாகும். மற்றவை 1. திருவையாறு, 2. திருவெண்காடு, 3. திருவிடைமருதூர், 4. திருச்சாய்க்காடு மற்றும் 5. மயிலாடுதுறை ஆகும். இவற்றில் திருவாஞ்சியம் காசியை விட 1/16 பங்கு மேலானதாகக் கருதப்படுகிறது.

தலவரலாறு

பிரளய காலத்தில் உலகம் அழிந்தபோது சிவபெருமானும் பார்வதியும் கைலாயத்திலிருந்து புறப்பட்டுப் பிரளயத்தில் அழியாது தப்பிப் பிழைத்த காசியைப் பார்த்து வியந்தனர். அது போலவே தப்பிய இடங்கள் வேறு எங்கெங்கே உள்ளன என்று தேடித் தென் திசைக்கு வந்தனர். அப்போதுதான் காவிரிக் கரையில் திருவாஞ்சியம் என்னும் ஊரைக் கண்டு அதன் அழகில் மயங்கி லிங்கவடிவில் சுயம்புவாகச் சிவபெருமானும் ஞானசக்தியாகப் பார்வதி தேவியும் அவ்வூரிலேயே கோயில் கொண்டுவிட்டனர். ராகுவும், கேதுவும் ஒரே சிலையில் காட்சி தரும் இத் தலத்தில் உள்ள குப்த கங்கையில் நீராடி வாஞ்சிநாதரையும், மங்களநாயகியையும், மஹாலக்ஷ்மியையும் வழிபட்டால், பிரிந்திருக்கும் தம்பதியர், பிணக்குகள் அனைத்தும் தீர்ந்து ஒன்று சேர்வர். கால சர்ப்ப தோஷம் நீக்கும், பாவங்கள் தீர்த்து முக்தி அருளும். இது சனி தோஷ பரிகாரத்திற்குச் சிறந்த திருத்தலம்.

தன்னைப் பிரிந்த திருமகளை (ஸ்ரீ) மீண்டும் அடைய விரும்பி (வாஞ்சித்து) விஷ்ணு தவமிருந்து சிவனருள் பெற்ற தலம் இதுவாதலால் இத்தலம் ஸ்ரீவாஞ்சியம் எனப்படுகிறது. இத்தலத்தில் யமதர்மனுக்குத் தனி சந்நிதி இருப்பது ஒரு சிறப்பம்சம். இத்தலத்தில் க்ஷேத்திர பாலகனாக விளங்கும் எமனை முதலில் தரிசனம் செய்த பின்பே இறைவனைத் தரிசிக்க வேண்டும். அதன்படி நாள்தோறும் எமதர்மராஜனுக்கே முதல்

வழிபாடு, ஆராதனைகள் நடைபெறுகின்றன. இங்குள்ள குப்தகங்கை தீர்த்தத்தில் நீராடி முதலில் யமனை வழிபட்டு பிறகே கோவிலில் மற்றவர்களை வழிபட வேண்டும்.

தலச்சிறப்பு

சுமார் 558 அடி நீளமும், 320 அடி அகலமும் உடைய இவ்வாலயம் 3 கோபுரங்களும், 3 பிரகாரங்களும் உடையது. பிரதான இராஜ கோபுரம் 5 நிலைகளுடன் கம்பீரமாகக் காட்சி தருகிறது. இத்தலத்தின் மூலவர் சுயம்புத் திருமேனி கொண்டு லிங்க வடிவத்தில் அருள்காட்சி அளிக்கிறார். இவர் உலகிலுள்ள 64 சுயம்பு லிங்கத் திருமேனிகளுள் மிகவும் பழமையானவர். இவர் சற்று உயர்ந்த தடிமனான பாணத்தோடு கம்பீரமாகக் காட்சி அளிக்கிறார். உள்வாயிலைத் தாண்டியதும் வலதுபக்கத்தில் அம்பாள் சந்நிதி உள்ளது.

மரணபயம் நீங்கும் எமன்

உலக உயிர்களைக் கொல்லும் பாவம் தீர, இங்கு இறைவனை வழிபட்டு இறைவனுக்கு வாகனமாகும் தன்மையைப் பெற்றான். எமனுக்குக் காட்சி தரும் இந்த ஐதீக விழா மாசிமகப் பெருவிழாவில் இரண்டாம் நாள் விழாவாக நடைபெறுகிறது. அன்று சுவாமி எமவாகனத்தில் புறப்பாடாகி எம தீர்த்தத்தில் தீர்த்தவாரி நடக்கிறது.

மரணபயம், மனக்கிலேசம் உள்ளவர்கள் இங்கு வந்து வழிபட அவை நீங்கும். இத்தலத்தில் இறப்பவர்களுக்கு எம வேதனை கிடையாது. இத்தலத்தில் எந்த இடத்தில் இறப்பு நிகழ்ந்தாலும் மற்ற தலங்கள் போல் கோவில் மூடப்படுவதில்லை. தமிழ்நாட்டில் உள்ள தலங்களில் எமபயம் நீக்குவதில் திருக்கடவூருக்கு அடுத்தபடி நிகரற்ற தலம் திருவாஞ்சியம் ஆகும்.

குப்தகங்கை தீர்த்தம்:

மக்கள் அனைவரும் கங்கையில் நீராடி தங்கள் பாவங்களைத் தீர்ப்பதால் தன்னிடம் சேர்ந்துவிட்ட பாவங்களைப் போக்கிக் கொள்ள கங்கை இறைவனை வேண்டினாள். இத்தலத்தில் சென்று வழிபட்டு பிரார்த்தனை செய்யும்படி கூறினார்.

கங்கையும் தனது கலைகளில் ஒன்றைத் தவிர மற்ற 999 கலைகளுடன் இத்தலத்திலுள்ள தீர்த்தத்தில் ஜக்கியமாகி தனது பாவங்களைப் போக்கிக் கொண்டாள். இத்தலத்து தீர்த்தமும் குப்த கங்கை எனப் பெயர் பெற்றது. ஒவ்வொரு ஆண்டும் கார்த்திகை மாதத்தில் ஞாயிற்றுக்கிழமைகளில் அதிகாலை நேரத்தில் ஈசனும், தேவியும் பிரகார வலம் வந்து குப்தகங்கை தீர்த்தக் கிழக்குக் கரையில் பக்தர்களுக்கு ஆசி வழங்குவதாக ஐதீகம்.

பைரவர் சநிதிக்கு அடுத்து ஒரே கல்லில் செதுக்கப்பட்ட ராகுகேது உருவச்சிலை இக்கோவிலின் சிறப்பம்சமாகும். ராகு கேதுவிற்கு பாலாபிஷேகம் செய்யும் போது பால் நீலநிறமாக மாறிவிடுகின்ற அதிசயத்தை இக்கோயிலில் பக்தர்கள் கண்டு மெய்சிலிர்க்கின்றனர். இத்தலத்தில் ராகுகேதுவை வழிபடுவது திருமண தடைகளை நீக்கும் என்றும் நரம்பு சம்பந்தப்பட்ட வியாதிகள் தீரும் என்றும் நம்பிக்கையோடு பக்தர்கள் வந்து நலம் அடைகிறார்கள்.

கருவறை சுற்றில் உள்ள தெற்குப் பிரகாரத்தில் 63 நாயன்மார்கள் உருவச்சிலைகள் உள்ளன. மஹாலக்ஷ்மி மற்றும் மகிஷாசுரமர்தினியின் சந்நிதிகளும் இங்குள்ளன. சிம்ம வாகனத்துடன் நின்ற நிலையில் எட்டு கைகளுடன் எழுந்தருளி இருக்கும் மகிஷாசுரமர்தினியை இராகு காலத்தில் 108 தாமரை மலர்களால் அர்ச்சித்தால் திருமுணத் தடைகள் நீங்கும், சத்ரு பயம் விலகும், நாட்பட்ட நோய்கள் அகலும்.

தீர்த்தச் சிறப்பு

இத்தலத்திலுள்ள லக்ஷ்மி தீர்த்தம், நாக தீர்த்தம் மற்றும் சக்கர தீர்த்தம் மிகவும் புனிதமானதாகக் கருதப்படுகின்றன. இவை மூன்றும் முறையே லக்ஷ்மி, ஆதிசேஷன் மற்றும் சக்கரத்தாழ்வார் ஆகியோரால் உருவாக்கப்பட்டதாகக் கூறப்படுகிறது. லக்ஷ்மி தீர்த்தத்தில் ஆவணி மாதத்தில் வெள்ளிக்கிழமை நீராடுவதால் ஒருவன் பிரிந்து போன குடும்பத்துடன் மீண்டும் சேருவான் என்றும் நாக தீர்த்தத்தில் வைகாசி மாதம் திருவோணம் நட்சத்திர நாளன்று நீராடினால் நாக தோஷம் நீங்கும் என்றும், ஆவணி மாதம் ஏகாதசி விரதம் இருந்து மறுநாள் துவாதசியில் சக்கர தீர்த்தத்தில் நீராடுதல்

பிரம்மஹறத்தி தோஷத்தைப் போக்குமென்றும் தலபுராணம் கூறுகின்றது. எனவே இது போன்ற தொல்லைகளினால் அவதிப்பட்டுக் கொண்டிருப்பவர்கள் ஒருமுறை ஸ்ரீ வாஞ்சியம் சென்று வழிபாடு செய்து வருவதன் மூலமாக பிரச்சனைகளைத் தீர்த்துக் கொள்ளலாம்.

நீறுபூசி நிமிர்சடை மேற்பிறை
ஆறுசூடும் அடிகள் உறைபதி
மாறுதொனொருங்கும் வயல் வாஞ்சியம்
தேறிவாழ்பவர்க்குச் செல்வமாகுமே."

என்பது அப்பர் தேவாரம்.

188. திருநன்னிலம்

மூலவர் – மதுவனேஸ்வரர், பிரகாசநாதர், தேவாரண்யே சுவரர்.

அம்பாள் – அம்பாள் மதுவனேஸ்வரி, தேவகாந்தார நாயகி.

தலமரம் – வில்வம், கோங்கு, வேங்கை, மாதவி, சண்பகம், தற்போது வில்வம் மட்டுமே உள்ளது.

தீர்த்தம் – பிரமதீர்த்தம், சூலதீர்த்தம்.

பதிகங்கள் – சுந்தரர்–1.

மயிலாடுதுறையிலிருந்து திருவாரூர் செல்லும் பேருந்துகள் நன்னிலம் வழியாகவும் செல்கின்றன. நன்னிலம் பேருந்து நிலையத்திலிருந்து திருவாரூர் போகும் பாதையில் அரசு மருத்துவமனை எதிரில் செல்லும் வழியில் சென்றால் கோயிலை அடையலாம்.

நன்னிலம் என்பது ஊர். ஆலயத்தின் பெயர் பெருங்கோயில். (1) மதுவனம் (2) தேவாரண்யம் (3) சுந்தரவனம் (4) பிருகத்புரம் என்பன இத்தலத்திற்குரிய வேறு பெயர்கள். சூரியன், அகத்தியர் வழிபட்ட சிறப்புடையது. கோச்செங்கட் சோழனின் மாடக்கோயில். தேவாரத்தில்

நன்னிலத்துப் பெருங்கோயில்' என்று குறிக்கப்படுகின்றது. விருத்திராசுரனின் துன்பம் தாளாமல் தேவர்கள் தேனீக்களாய் மாறியிருந்து வழிபட்ட தலம். ஆதலின் மதுவனம் என்று பெயர் பெற்றது.

தல வரலாறு:

துவாபர யுகத்தில் விருத்திராசூரன் என்ற அசுரன் தவம் செய்து பெற்ற அசாத்தியமான வரபலத்தினால் ஆணவம் கொண்டு தேவர்களைத் துன்புறுத்தி வந்தான். முனிவர்களின் யாகத்தைக் கெடுத்தான், பெண்களுக்கும், குழந்தைகளுக்கும் சொல்லவே முடியாத துன்பங்களை ஏற்படுத்தினான்.

அவனுடைய கொடுமைகளைத் தாங்க முடியாத தேவர்கள் சிவனிடம் தஞ்சம் புகுந்தனர். அவனது வரபலத்தை என்னால் மாற்ற முடியாது, ஆனால் அவனது அழிவு ஏற்படும் காலம்வரையில் நீங்கள் உங்கள் உருவத்தை மாற்றிக் கொள்ள உதவுகிறேன் என்று சொன்ன ஈசன் தேவர்களை தேனீக்களாக மாற்றிவிட்டார். தேவர்களே நீங்கள் மண்ணுலகத்தில் நன்னிலம் என்ற தலத்தின் ஆலயத்தில் கர்ப்பகிரகத்தில் கூடுகட்டி வசித்திருந்து அங்கு எழுந்தருளி இருக்கின்ற எம்மை லிங்க வழிபாடு செய்து வாழுங்கள், காலம் கனியும் வரை காத்திருங்கள் என்று கூறினார்.

தேவர்கள் தேனீக்கள் வடிவம் கொண்டு வழிபட்டதால் இறைவன் "மதுவனேஸ்வரர்" என்றும், அம்மன் "மதுவன நாயகி"' என்றும் பெயர் பெற்றனர். தேவர்கள் தேனீக்களாய் மாறியிருந்து இத்தலத்தில் இறைவனை வழிபட்டதால் இத்தலம் மதுவனம் என்று பெயர் பெற்றது. இப்போதும் சுவாமியின் கர்ப்பகிரகத்திலும், கோயிலின் சுற்றுப்புறங்களில் உள்ள தேனீக்கள் வசித்து வருகின்றன. அவைகளினால் பக்தர்களுக்கோ பொதுமக்களுக்கோ தீங்கு ஏதும் ஏற்படுவதில்லை.

மற்றொரு வரலாறும் சொல்லப்படுகிறது. ஒரு காலத்தில் ஆதிசேடனுக்கும், வாயுபகவானும் தங்களுக்குள் யார் வலிமையானவர் என்ற போட்டி ஏற்பட்டது. கைலாச மலையை யார் அசைக்கிறார்களோ அவரே வலிமையானவர்

என்ற போட்டியில், தேவர்கள் ஆதிசேஷனை விட்டுக் கொடுக்குமாறு வேண்டினர். அவரும் தன் பிடியைத் தளர்த்த வாயுபகவான் மலையின் ஒரே ஒரு சிகரத்தைப் பெயர்த்து தெற்கில் உள்ள கடலில் போட எடுத்துச் சென்றார். அப்போது அந்தச் சிகரத்தின் சிறிய துளி இந்த தலத்தில் விழுந்ததாகத் தல புராணம் கூறுகிறது. சமவெளியாக இருந்த இப்பகுதியில் சிகரத்தின் துளி விழுந்த பகுதி சிறிய மலையாக மாறி அதன் மீது கோவில் கட்டப்பட்டதாகக் கூறப்படுகிறது.

கோச்செங்கட் சோழன் தனது முன்பிறவியில் யானையினால் ஏற்பட்ட துன்பத்தின் நினைவால், யானை ஏற முடியாத மாடக் கோவில்கள் 70 கட்டினான். அவற்றில் நன்னிலம் மதுவனேஸ்வரர் திருக்கோவிலும் ஒன்றாகும்.

தலச்சிறப்புக்கள்

முடிகொண்டான் ஆற்றின் கரையில் இக்கோயில் இரண்டு நிலைகளைக் கொண்ட ராஜகோபுரத்தோடு அமைந்திருக்கிறது. கோயிலின் உள்ளே பிரம்மன் வழிபாடு செய்த பிரம்மபுரீஸ்வரர் சந்நிதியும், அகத்தியர் வழிபட்ட அகத்தீஸ்வரர் சந்நிதியும் உள்ளன. பிரகாரத்தில் சித்திவிநாயகர் மகாலட்சுமி, சண்டிகேஸ்வரர், சனீஸ்வரர், பைரவர், சூரியன் நவக்கிரகங்கள் ஆகியோரைத் தரிசிக்கலாம்.

மூலவர் கட்டுலையில் தரிசனம் தருகிறார். அங்கே பிரகாரத்தில் சோமாஸ்கந்தர் மிக எழிலோடு அருட்காட்சி தருகிறார். மூலவர் மதுவனேஸ்வரர், சதுரவடிவமான பீடத்தில் சற்று உயர்ந்த பாணத்தோடு காட்சி தருகிறார் இவருக்கு விசேஷ நாட்களில் மட்டும் குவளை, நாகாபரணம் சார்த்தப்படுகின்றது.

இந்தக் கோயிலில் சில சிறப்பான அம்சங்களைப் பார்க்க முடிகிறது. சூரியனுக்கு அருகே பைரவர் எழுந்தருளி இருக்கிறார் அனைத்துக் கிரகங்களும் சூரியனைப் பார்த்தபடி உள்ளன சூரியனும், வியாழபகவானும் நேருக்கு நேராகப் பார்க்கின்றனர் சனிபகவான் மற்றும் சித்ரகுப்தர் ஆகியோர் தனிச்சந்நிதிகளில் எழுந்தருளி இருக்கின்றனர். இங்குள்ள நன்னிலத்து துர்க்கை மிகுந்த சக்தி வாய்ந்தவள். இவளுக்கு ராகு காலத்தில் சிறப்பு

வழிபாடுகளை பக்தர்கள் நடத்துகின்றனர்.

தெற்கில் எமனும், மேற்கில் வருணனும், கிழக்கில் இந்திரனும், வடக்கில் குபேரனும் லிங்கம் அமைத்து பூஜை செய்துள்ளார்கள். இந்திரன் முதலான தேவர்கள், சூரியன், பிருஹத்ராஜன் ஆகியோர் இத்தல இறைவனை வழிபட்டுள்ளனர்.

பிருஹத்ராஜனின் கோரிக்கைக்கு இணங்கி, சிவபெருமான் ஆலயத்தின் வடக்கே தனது சூலாயுதத்தால் ஒரு குளத்தை உருவாக்கி, தன் தலையில் உள்ள கங்கையை அதில் நிரப்பினாராம். இது சூலதீர்த்தம், பிருஹத் தீர்த்தம், மது தீர்த்தம் என்று பல பெயர்களால் அழைக்கப்படுகிறது. ஜலந்திரன் என்ற அசுரனை எம்பெருமான் வதம் செய்தபோது வீசிய சக்கரம், இத்தலத்தினருகில் விழுந்ததாம். அங்கு உருவான தீர்த்தம் சக்கரக்குளம் என்று தற்போது அழைக்கப்படுகிறது. இது ஆலயத்தின் கிழக்கே சற்று தொலைவில் உள்ளது. இக்கோவில் கோச்செங்கட் சோழனால் கட்டப்பட்டது என்பதை

> கோடுயர் வெங்களிற் றுத்திகழ் கோச்செங்க ணான்செய்கோயில்
> நாடிய நன்னிலத் துப்பெருங் கோயில் நயந்தவனைச்
> சேடியல் சிங்கிதந் தைசடை யன்றிரு வாரூரன்
> பாடிய பத்தும்வல் லார்புகுவார்பர லோகத்துள்ளே.

என்று சுந்தரர் குறிப்பிடுகிறார்.

189 திருக் கொண்டீச்சரம்

மூலவர்	–	பசுபதீஸ்வரர்
அம்பாள்	–	சாந்தநாயகி
தலமரம்	–	வில்வம்
தீர்த்தம்	–	க்ஷீரபுஷ்கரணி (நல்லநிலையில் இல்லை)
பதிகங்கள்	–	அப்பர்–2.

நன்னிலத்தில் இருந்து கிழக்கே சுமார் 3 கி.மீ. தொலைவில் முடிகொண்டான் ஆற்றின் வடகரையில் இத்தலம் அமைந்துள்ளது. நாகப்பட்டினம், கும்பகோணம் (வழி நன்னிலம்) பாதைகளில் வருவோர், நன்னிலம் ஊருக்குள் நுழைவதற்கு முன்னால் "தூத்துகுடி நிறுத்தம்" என்னுமிடத்தில் பிரியும் பாதையில் உள்ளே சென்றால் வெகு அருகாமையிலுள்ள கோயிலையடையலாம்.

தல வரலாறு:

ஒருமுறை சிவபெருமான் உமையம்மைக்கு வேத ரகசியங்களை உபதேசம் செய்து கொண்டிருந்தார். ஏதோ ஒரு காரணத்தினால் அம்பாளின் கவனம் சிதறியது. இதனால் கோபம் கொண்ட ஈசன், நீ பூலோகத்தில் பசுவாகப் பிறந்து உழன்று வா, தக்க காலத்தில் யாம் வந்து சாபவிமோசனம் அளிப்போம் என்று சபித்து விட்டார். தேவியும் கயிலையில் இருந்து பூலோகத்திற்கு வந்து பல தலங்களிலும் இறைவனைத் தேடி இறுதியாக வில்வவனம் வந்தாள். உள்உணர்ச்சி உந்த தனது கூர்மையான கொம்புகளால் பூமியை ஆழத் தோண்டினாள். அப்போது மண்ணுக்கு அடியில் லிங்க உருவில் மறைந்திருந்த சுவாமியின் சிரசை கொம்பு இரு பாகமாகக் கிழித்து விட்டது. பாணமாக உள்ள லிங்கத்தில் இருந்து ரத்தம் கொட்டியது.

இதனால் பதறிப்போன உமாதேவியான பசு தனது பாலை அவர் மீது சொரிந்து ரத்தம் வருவதை நிறுத்த முயன்றபோது, அந்தப் புண்ணியத்தின் பயனாக அம்பிகையின் பசுவடிவம் நீங்கி சுயஉருவம் பெற்றாள். லிங்கத்தினிலிருந்து இன்னும் ரத்தம் வடிவதைக் கண்ட அம்பிகை மனவருத்தம் கொண்டு

தனது கரத்தினால் லிங்கத்தின் சிரசைப் பற்றி மார்போடு சேர்த்து அணைத்துக் கொள்ள ரத்தம் வருவது நின்றது. அவளது அன்பைக் கண்டு இரங்கிய ஈசன் வெளிப்பட்டு சாபவிமோசனம் கொடுத்தார். இதனை மெய்ப்பிக்கும் விதமாக இங்குள்ள லிங்கத்தில் பசுவின் கொம்பால் ஏற்பட்ட பிளவை இன்றும் காணலாம். ஆலய குருக்களிடம் காண்பிக்கச் சொன்னால், சிவலிங்கத்தின் பாணத்தில் உள்ள வெட்டுப் பகுதியைக் காட்டுகிறார்.

தலச்சிறப்புக்கள்

கோயில் மிகமிகப் பழைமையானது, ராஜகோபுரம் இல்லை. வாயிலைக் கடந்து உள்ளே சென்றால் பிராகாரத்தில் விநாயகர், சுப்பிரமணியர், கஜலட்சுமி ஆகியோருக்கு சிதலமடைந்த சந்நிதிகள் உள்ளன. நவக்கிரகங்கள், சூரியன் ஆகியோரையும் தரிசிக்கலாம்.

வௌவால் நெத்தி மண்டபத்தில் வலது பக்கத்தில் அம்பாள் தனிச் சந்நிதியில் அருள்பாலிக்கிறாள். இம் மண்டபத்தில் ஆபத்சகாய மகரிஷி உருவமுள்ளது. மற்றொரு பக்கத்தில் மூன்று திருவடிகளுடன் கூடிய ஜ்வரஹரேசர் சிலை இருக்கிறது. காய்ச்சலினால் பாதிக்கப்பட்டவர்கள், இம்மூர்த்திக்கு வெந்நீரால் அபிஷேகம் செய்து, புழுங்கலரிசி நிவேதனம் செய்தால் சுரம் நீங்குகிறது. இதனை நாம் இன்றும் காணலாம். அகத்தியர் ஒருமுறை இத்தலத்திற்கு சுவாமியை வழிபட வந்தபோது கடுமையான காய்ச்சலால் அவதியுற்றதாகவும், இறைவன் ஜுரதேவராக வந்து காய்ச்சலைப் போக்கியதாகவும் சொல்லப்படுகிறது. மற்றொரு தூணில் காமதேனு, அம்பாள் வடிவம் போன்ற சிற்பங்கள் உள்ளன. மூலவர் சிறிய பாணத்தோடு லிங்க வடிவம் கொண்டு எழுந்தருளி இருக்கிறார். லிங்கத் திருமேனி ஆழமான வடுப்பட்டு இரண்டாகப் பிளந்திருப்பது போலக் காட்சியளிக்கிறது.

"பாலனாய்க் கழிந்த நாளும் பனிமலர்க் கோதைமார்தம்
மேலனாய்க் கழிந்த நாளும் மெலிவொடு மூப்பு வந்து
கோலனாய்க் கழிந்த நாளும் குறிக்கோளிலாது கெட்டேன்
சேலுலாம் பழனவேலித் திருக்கொண்டீச்சரத்துளானே."

என்பது அப்பர் தேவாரம்.

190 திருப்பனையூர்

மூலவர்	–	சௌந்தரேஸ்வரர், அழகியநாதர், தாலவனேஸ்வரர்.
அம்பாள்	–	பிரஹந்நாயகி, பெரியநாயகி.
தலமரம்	–	பனைமரம் (கோயிலில் உள்ளன)
தீர்த்தம்	–	பராசர தீர்த்தம், (அமிர்த புஷ்கரணி, திருமகள் தீர்த்தம்)
பதிகங்கள்	–	சம்பந்தர்–1, சுந்தரர்–1.

திருவாரூர் மயிலாடுதுறை சாலையில் உள்ள ஆண்டிப் பந்தலில் இருந்து கிழக்கே 2 கி.மீ. தொலைவில் அமைந்துள்ளது பனையூர். நன்னிலத்தில் இருந்தும் சுமார் 3 கி.மீ. சென்று இத்தலத்தை அடையலாம். பேரளம் திருவாரூர் பேருந்து சாலை வழியில் சன்னாநல்லூரரைக் கடந்து மேலும் சென்றால் "பனையூர்" என்று கைகாட்டி உள்ளது. குறுகலான அக்கிளைப் பாதையில் 1 கி.மீ. சென்றால் இத்தலத்தை அடையலாம். இவ்வழியில் பேருந்து செல்லாது. கார், வேன் செல்லும்.

தீர்த்தச் சிறப்பு

சுந்தரர் திருவாரூர்ப் பங்குனி உத்திரத் திருநாளைச் சிறப்பாக கொண்டாடி தான தருமங்கள் செய்ய வேண்டும் என பரவைநாச்சியார் ஆசைப்பட்டார். அதற்காக, திருப்புகலூர் இறைவனிடம் பதிகம் பாடி வணங்கி உறங்கும் போது தலைக்கு வைத்துக் கொண்ட செங்கல் செம்பொன்னாக மாறியது. இறைவன் அருளை வியந்து பக்திப்பரவசத்தோடு, அடுத்து திருப்பனையூர் தலத்திற்கு வந்தார். அப்போது ஊரின் எல்லையில் இறைவன் சுந்தரருக்கு நடனக் காட்சி காட்டியருளினார். இதனால் மகிழ்ச்சி அடைந்த சுந்தரர் அவரை வணங்கி அருள் பெற்றார். இந்நிகழ்ச்சியின் நினைவாக இன்றும், ஊர்க்கு வடகிழக்கில் உள்ள மாணிக்க நாச்சியார் திட்டிற்கு அருகே உள்ள குளம் 'சந்தித்த தீர்த்தம்' என்னும் பெயருடன் விளங்குகிறது.

தலச்சிறப்பு

கிழக்கு நோக்கிய கோயில், உள்ளே நுழைந்ததும், வலது பக்கத்தில் அம்பாள் நின்ற திருக்கோலத்தில் அருள்பாலிக்கிறாள். அருகே துணையிருந்த விநாயகர் சந்நிதி இருக்கிறது. அவருக்கு ஏன் அந்தப் பெயர் வந்தது தெரியுமா?

கரிகாலன் குழந்தையாக இருந்தபோது அவனைக் கொல்லக் கருதிய பகைவர்களிடம் இருந்து காப்பாற்ற தாயோடு குழந்தையை தாய்மாமன் இரும்பிடர்த்தலையார் இந்த பனையூருக்கு அனுப்பி காப்பாற்றினார். அரசி இத்தலத்தில் எழுந்தருளியிருந்த விநாயகரிடம் முறையிட்டு அவரது பாதுகாப்பில் குழந்தையோடு எட்டு ஆண்டுகள் இருந்தாள். அவர்களுக்குப் பாதுகாப்பாக இருந்த காரணத்தினால் இத்தலத்து விநாயகருக்கு துணையிருந்த விநாயகர் என்ற பெயர் ஏற்பட்டது.

பராசர முனிவர் பிரதிஷ்டை செய்து வழிபட்ட மூலவராகிய சிவலிங்கத் திருமேனி கருவறையில் மேற்கு நோக்கி உள்ளது. இவர் தாலவனேஸ்வரர் என்ற பெயருடன் சதுர ஆவுடையார் மீது எழுந்தருளியுள்ளார். இவர் உயரமாகவும், அழகாகவும் கண்களைக் கவரும் விதத்தில் இருக்கிறார். தாலம் என்பது பனை மரத்தைக் குறிக்கும். பனைமரங்களை மிகுதியாக உடைய ஊரானதால் தாலவனம் என்றும் இத்தலத்திற்கு பெயருண்டு. இத்தலத்தில் ஆண் பனைமரமும் பெண் பனைமரமும் தானே இணைந்து வளரும் அதிசயத்தைக் காணலாம்.

பிரகாரத்தில் பராசர முனிவர் சிலை இருக்கிறது, அடுத்துள்ள விநாயகருக்கு மாற்றுரைத்த விநாயகர் என்று பெயர். இந்த கோயிலில் எழுந்தருளி இருக்கும் சோமஸ்கந்த மூர்த்தி இடது கரத்தில் பழம் ஏந்தி வித்தியாசமான கோலம் காட்டுவது இத்தலத்தின் சிறப்பாகும்.

"அணியார் தொழவல்ல வரேத்த
மணியார் மிட றொன்று டையானூர்
தணியார் மலர் கொண்டு இருபோதும்
பணிவார் பயிலும் பனையூரே."

என்பது சம்பந்தர் தேவாரம்

191 திருவிற்குடி

மூலவர் – *வீரட்டானேஸ்வரர்*

அம்பாள் – *ஏலவார்குழலி, பரிமள நாயகி.*

தலமரம் – *துளசி*

தீர்த்தம் – *1) சக்கரதீர்த்தம் (கோயிலின் முன்னால் உள்ளது.)*
2) சங்குதீர்த்தம் (கோயிலின் பின்புறம் உள்ளது.)

பதிகங்கள் – *சம்பந்தர்–1.*

திருவாரூர் மயிலாடுதுறை சாலையில் (SH23) வெட்டாறு தாண்டி, கங்களாஞ்சேரிக்குப் பிரியும் வலப்புறப் பாதையில் திரும்பி கங்களாஞ்சேரி அடைந்து, நாகப்பட்டினம், நாகூர் செல்லும் சாலையில் (SH148) வலதுபுறம் திரும்பி விற்குடி ரயில் பாதையைக் கடந்து விற்குடியை அடைந்து, "விற்குடி வீரட்டேசம்" என்னும் பெயர்ப் பலகை காட்டும் பாதையில் இடப்புறமாகத் திரும்பி 2 கி.மீ. சென்று, இடப்புறமாகப் பிரியும் (வளப்பாறு பாலத்தைக் கடந்து) சாலையில் சென்றால் கோயிலை அடையலாம்.

தல வரலாறு:

சிவபெருமான் எட்டு வீரச் செயல்கள் நிகழ்த்திய அட்ட வீரட்டத்தலங்களில் திருவிற்குடியும் ஒன்றாகும். சலந்தாசுரன் என்பவன் பிரம்மாவை நோக்கி கடும் தவம் செய்து சாகாவரம் கேட்டான். இந்த மண்ணுலகத்தில் பிறந்த அத்தனை உயிர்களும் இறந்து தான் தீர வேண்டும், மரணம் தவிர்க்க முடியாதது. ஆகவே வேறு ஏதாவது வரம் கேள் என்றார் பிரம்மா. சற்று யோசித்த அவன் "தர்ம பத்தினியான என் மனைவி பிருந்தை எப்போது மனதளவில் கெடுகிறாளோ அப்போது எனக்கு அழிவு வரட்டும்" என வரம் வாங்கி விட்டான்.

சாகாவரம் பெற்றுவிட்டோம் என்ற மமதையில் அவன் தேவர்களுக்கும் முனிவர்களுக்கும் தீங்கு செய்ய ஆரம்பித்தான். யாகங்களைக் கெடுத்தான், இந்திரலோகத்தை அபகரித்தான்.

சலந்தாசுரன் போர்க்கோலம் பூண்டு கயிலை மலையை அடைந்தான். இருவருக்கும் போர் நடந்தது, சிவபெருமானால் அவனை அழிக்க முடியவில்லை.

அவன் வைத்திருந்த மந்திரக்கவசம் அவன் உயிரைக் காப்பாற்றியது. அதை ஒரு தந்திரத்தினால் கவர திட்டம் தீட்டிய தேவர்கள், மகாவிஷ்ணுவை அனுப்பினர். அவர் தன்னை ஒரு அந்தணராக உருமாற்றம் செய்து கொண்டு சலந்திரனிடம் சென்று அந்த மந்திரக் கவசத்தை யாசகமாகப் பெற்றுக் கொண்டார். அதன் உதவியினால் தன்னை சலந்திரனாக மாற்றிக் கொண்டு அவன் அரண்மனைக்குச் சென்றார். தன் கணவனே வந்திருப்பதாக எண்ணி பிருந்தை அவரை வரவேற்று இன்பமாக இருந்தாள். இதனால் அவளது கற்புநிலை தவறியது, அது சலந்திரனுக்கு எமனை அழைத்து வந்தது.

இதுவே தகுந்த தருணம் என்பதை அறிந்த சிவபெருமான் ஒரு கிழ அந்தணர் வேடத்தில் சலந்தாசுரன் முன்பு தோன்றினார். சலந்தாசுரனிடம் தான் செய்யும் ஒரு சிறிய செயலை அவனால் செய்ய முடியுமா என்று கேட்டார். தன்னால் எதையும் சாதிக்க முடியும் என்ற செருக்குடன் அதற்கு ஒப்புக் கொண்டான் சலந்தாசுரன். சிவபெருமான் தனது காற் பெருவிரலால் மண்ணில் ஒரு வட்டமிட்டு அந்த வட்டத்தைப் பெயர்த்து உன் தலைமேல் தாங்கி நில் என்று சலந்தாசுரனிடம் கூறினார். அவனும் பெரு முயற்சிக்குப் பின் அந்த வட்டத்தைப் பெயர்த்தெடுத்து தன் தலைமேல் தாங்கினான். அந்த வட்டச் சக்கரம் சலந்தாசுரன் உடலை இருகூறாகப் பிளந்துவிட்டு இறைவனின் கரத்தில் அமர்ந்தது.

விஷ்ணுவை சலந்திரனாகக் கண்டதால் தன் பதிவிரதா தன்மைக்குப் பங்கம் ஏற்பட்டதைக் கண்டு கொதித்தாள் பிருந்தை. அவர் செய்த துரோகத்தை அவளால் தாங்கிக்கொள்ளவே முடியவில்லை, முதலில் அழுதாள். பிறகு ஆத்திரமும் வன்மமும் கொண்டாள்.

கிருஷ்ணா ஒரு பெண்ணை ஏமாற்றி மானபங்கப்படுத்திய நீ கல்லாகப் போ என்று சாபம் கொடுத்தாள். அதோடு

அடுத்தவன் மனைவிக்கு ஆசைப்பட்டு வந்த நீ ஒரு அவதாரத்தில் உனது மனைவியை அரக்கனிடம் பறிகொடுத்துத் தவிப்பாய், இதுவே நான் உனக்குத் தரும் தண்டனை என்று சாபம் கொடுத்தாள். அதனால் தான் மகாவிஷ்ணு ராமாவதாரத்தில் சீதையை இராவணனிடம் பறிகொடுத்து தவித்தார்.

பிறகு அவர் பிருந்தாவைப் பார்த்து, உன்னுடைய மானுடப் பிறவி முடிந்து விட்டது. ஆகையால் இனிமேல் செடியாகவும், நதியாகவும் மாறி மக்களுக்குச் சேவை புரிவாயாக என்று ஆசிர்வதித்தார். அவள் தீக்குள் பாய்ந்து உடலை விட்டாள். பதிவிரதை கற்புக்குப் பங்கம் ஏற்படுத்தியதால் திருமாலுக்கு பித்துப் பிடித்தது. ஆகவே அதைப் போக்க சிவபெருமான் அவள் தீக்குளித்த சாம்பலில் ஒரு விதையை போட்டார். அதுவே துளிசிச் செடியாக உருவெடுத்தது. பிருந்தை துளிசியாக உருவெடுத்தாள். அவளைத் தனது கழுத்தில் திருமால் மாலையாக அணிந்து கொண்டதும் அவரது பித்தம் தெளிந்தது.

கோயிலுள் நுழையும்போது மூலவர் சந்நிதி நேரே தெரிகின்றது. மூலவர் சுயம்பு லிங்கமாக சதுர ஆவுடையார் மீது அருள்பாலிக்கிறார் பாணம் உருண்டையாகவுள்ளது. கோயிலின் எதிரில் சக்கர தீர்த்தம் உள்ளது. நல்லபடித்துறைகளும் கோபுர வாயிலைக் கடந்து உள்ளே நுழைந்ததும், எதிரில் வலப்புறமாக உள்ள முதல் தூணில் மிக அழகான நாகலிங்கச் சிற்பத்தைக் காணலாம்.

வெளிப்பிரகாரத்தில் பிருந்தையை, திருமாலுக்காக இறைவன் துளசியாக எழுப்பிய இடமும், திருமால் வழிபட்ட சிவாலயமும் உள்ளன. உள்பிரகாரத்தில் வலமாக வரும்போது மகாலட்சுமி, வள்ளி தெய்வயானையுடன் சுப்பிரமணியர் பள்ளியறை, பைரவர், சனிபகவான் ஆகியோரைத் தரிசனம் செய்யலாம். பைரவர் தனியாக ஒரு சந்நிதியில் எழுந்தருளி இருக்கிறார். நவக்கிரகங்கள், சூரியன் சந்நிதி, ஞானதீர்த்தமென்னும் கிணறு, பிடாரி ஆகிய சந்நிதிகளும் உள்ளன.

சலந்தரனைச் சம்ஹரித்த மூர்த்தியாகிய 'ஜலந்த்ரவத மூர்த்தி வலது உள்ளங்கையில் சக்கரம் ஏந்தியும், மற்ற கரங்களில் மான், மழு ஆகியவற்றைத் தாங்கியும், ஒருகையில்

ஆயுத முத்திரை காட்டியும் உற்சவ மூர்த்தியாக எழுந்தருளி இருக்கிறார். இந்த ஐம்பொன் திருமேனி மிக அழகானது.

அம்பாள் தெற்கு நோக்கிய சந்நிதியில் நின்ற திருக்கோலத்தில் நான்கு கரங்களுடன் அபயவரத முத்திரைகளோடு தரிசனம் தருகிறாள். சந்நிதியின் எதிரில் மண்டபத்தின் மேற்புறத்தில் பன்னிரு ராசிகளும் உரிய கட்டமைப்பில் அமைக்கப்பட்டுள்ளன.

இக்கோயிலுக்குப் பின்புறம் கிழக்கு நோக்கி மற்றொரு கோயில் உள்ளது. இது 'திருமயானேசுவரர் கோயில்' ஆகும். சலந்தரனின் மனைவி விருந்தை உயிர் நீத்த இடமாக இது கருதப்படுவதால் இங்குள்ள இறைவன் திருமயானேசுவரர் என்று அழைக்கப்படுகிறார். இது விருந்தை மயானம் என்றும் அழைக்கப்படுகிறது. விருந்தையின் சாம்பலில் துளசி முளைத்ததாகக் கூறப்படும் புராண வரலாற்றிற்கேற்ப இங்கு துளிசி மாடம் உள்ளது

கரிய கண்டத்தர் வெளியவெண் பொடியணி மார்பினர் வலங்கையில்
எரியர் புன்சடை யிடம்பெறக் காட்டகத் தாடிய வேடத்தர்
விரியும் மாமலர்ப் பொய்கைசூழ் மதுமலி விற்குடி வீரட்டம்
பிரிவி லாதவர் பெருந்தவத் தோரெனப் பேணுவ ருலகத்தே.

என்பது சம்பந்தர் தேவாரம்.

❀❀❀

192 திருப்புகலூர்

மூலவர் – அக்கினிபுரீசுவரர், சரண்யபுரீசுவரர், கோணப்பிரான்.
அம்பாள் – சூளிகாம்பாள், கருந்தார் குழலி.
தலமரம் – புன்னை
தீர்த்தம் – அக்கினி தீர்த்தம்
பதிகங்கள் – திருநாவுக்கரசர்–5, திருஞானசம்பந்தர்–2, சுந்தரர்–2

இத்தலத்தில் அக்னி பகவான் இறைவனை நோக்கித் தவம்

செய்யும் போது தன்னைச் சுற்றி ஒரு தீர்த்தம் அமைத்துக் கொண்டார். அதுவே ஆலயத்தின் வெளிப்புறத்தில் அகழியாக அக்னி தீர்த்தமாக விளங்குகிறது. இத்தலம் திருவாரூர் மாவட்டத்தில் நன்னிலம் ரயில்நிலையத்திற்குக் கிழக்கே 7 கி.மீ. தொலைவில் உள்ளது.

தலவிசேஷம்:

பாணாசுரன் என்ற அசுரனின் தாயார் சிவபூஜை செய்யும் வழக்கமுடையவள். தாயாரின் பூஜைக்காக சுயம்புலிங்கத்தைப் பெயர்த்து எடுத்துச் செல்ல விரும்பி இத்தலத்து அக்னீசுவரரைப் பெயர்த்து எடுக்க முயற்சி செய்தான். ஆனால் அது முடியாமல் போகவே தன்னையே பலி கொடுக்க முயன்ற போது, இறைவன் அவனைத் தடுத்து ஆட்கொண்டார். உனது தாயாரின் பூஜையை யாம் இந்த இடத்தில் இருந்தே ஏற்றுக் கொள்கிறோம் என்று அருளினார். இதற்கு அடையாளமாக தலைசாய்த்து காட்சி அளிக்கிறார்.

கிழக்கு நோக்கிய கோயிலின் ராஜகோபுரம் ஐந்து நிலைகளைக் கொண்டது. அம்பாள் தனிச் சந்நிதியில் தெற்கு நோக்கி அருள்பாலிக்கிறாள். கோஷ்டத்தில் விநாயகர், நடராசர், தட்சிணாமூர்த்தி, அகத்தியர், லிங்கோத்பவர், பிரம்மா, துர்க்கை, பிட்சாடனர், ஆலிங்கன கல்யாண சுந்தரர் ஆகியோர் தரிசனம் தருகின்றனர்.

மூலவர் கிழக்கு நோக்கி அருள்பாலிக்கிறார். பாணாசூரன் பெயர்த்து எடுக்க முயன்றதால் கோணப்பிரான் என்ற பெயருக்கேற்ப சற்று வடக்கே சாய்ந்து காணப்படுகிறார். அவருக்குக் கவசம் சாத்தப்பட்டுள்ளது. மூலவருக்கு அருகே சந்திரசேகரர் தனிச்சந்நிதியில் எழுந்தருளி இருக்கிறார். இவரே பிரதானமானவர். இந்த ஆலயத்தின் நடராச சபை மிக அழகாக இருக்கிறது.

மூலவர் சந்நிதிக்கு வடக்கே வர்த்தமானீசுவரர், அவர் துணைவி மனோண்மணிக்கும் தனிச் சந்நிதிகள் இருக்கின்றன. மூலவரைச் சுற்றி உள்ள உட்பிரகாரத்தில் சந்திரசேகரர், திரிபுராந்தகர், அக்னி, பிரம்மா ஆகியோரின் செப்புச் சிலை வடிவங்களைக் காணலாம். இத்தலத்தில் 2 முகம், 7 கரம், 3

திருவடி, 4 கொம்பு, 7 ஜுவாலைகளுடன் கூடிய அக்கினி மூகாசூரசம்ஹார மூர்த்தி, சோமாஸ்கந்தர், நடராசர் ஆகிய சந்நிதிகள் தனிச் சிறப்புடையன. நவக்கிரகங்கள் இங்கு மற்ற கோவில்களில் இருப்பதைப் போல் இல்லாமல் "ட" என்ற அமைப்பில் இருக்கிறார்கள். அனுக்கிரக சனீஸ்வர பகவானும், நளச்சக்கரவத்தியும் ஒரு சன்னதியில் உள்ளனர்.

பொற்கட்டிகளாக மாறிய செங்கற்கள்:

திருவாரூரில் பங்குனி விழா ஒவ்வொரு ஆண்டும் மிகச் சிறப்பாக நடைபெறும். அப்போது தானதருமங்கள், அன்னதானம் செய்வதற்கு பரவைநாச்சியாருக்குப் பெரும்பொருள் தேவைப்பட்டது, அவர் தனது கணவர் சுந்தரரிடம் கேட்டார். மனைவி பரவையார் செலவிற்குப் பொன் பெற விரும்பி சுந்தரர் திருப்புகலூர் வந்து அங்கே எழுந்தருளிய ஈசனை வணங்கி, தனது கருத்தைப் பதிகத்தில் வைத்துப் பாடினார்.

இறைவன் எப்படியும் தனது கோரிக்கையை நிறைவேற்றுவான் என்ற நம்பிக்கையோடு தன்னுடன் வந்த அடியார்களுடன் கோவிலில் சிறிது இளைப்பாறினார். தூங்குவதற்காக அங்கிருக்கும் செங்கற்களைத் தலைக்கு உயரமாக வைத்துத் தம் மேலாடையாகிய வெண்பட்டை அதன் மீது விரித்துப் படுத்தார். துயில் நீங்கி சுந்தரர் எழுந்தபோது அந்த செங்கற்களெல்லாம் பொற்கட்டிகளாக மாறி இருப்பதைப் பார்த்து வியப்படைந்தார். இறைவனின் பெருங்கருணையை நினைத்து மெய்சிலிர்த்தார், பிறகு 'தம்மையே புகழ்ந்து' என்று தொடங்கும் திருப்பதிகம் பாடி வணங்கினார். 63 நாயன்மார்களில் ஒருவரான முருக நாயனாருடைய அவதார தலம் திருப்புகலூர்.

சமயக்குரவர்களில் ஒருவரான திருநாவுக்கரசர் முக்தி அடைந்த தலம் இது. அவர் தனிக்கோயிலில் எழுந்தருளி அருள்பாலிக்கிறார். அப்பர் (திருநாவுக்கரசர்) தனது 81ம் வயதில் இத்தலத்தில் உழவாரப் பணி செய்த போது, இறைவன் சித்திரை சதய நட்சத்திர நாளில் அவருக்கு முக்தி கொடுத்தார். எனவே, இது சதய நட்சத்திரத் தலமாக விளங்குகிறது.

எண்ணுகேன் என்சொல்லி எண்ணுகேனோ?
எம்பெருமான் திருவடியே எண்ணின் அல்லால்
கண்ணிலேன், மற்றோர் களைகண் இல்லேன்,
கழல் அடியே கைதொழுது காணின் அல்லால்
ஒண்ணுள்ளே ஒன்பது வாசல் வைத்தாய்,
ஒக்க அடைக்கும்போது உணரமாட்டேன்,
புண்ணியா உன்னடிக்கே போதுகின்றேன்
பூம்புகலூர் மேவிய புண்ணியனே

என்று தொடங்கும் பதிகம் பாடிக்கொண்டே அப்பர் இறைவனுடன் ஒரு சித்திரைச் சதய நாளில் இரண்டறக் கலந்து விட்ட புனிதமான தலம் திருப்புகலூர்.

193. திருப்புகலூர் வர்த்தமானீச்சரம்

மூலவர் – வர்த்தமானேஸ்வரர்.
அம்பாள் – கருந்தாழ்குழலி, மனோன்மணி.
தலமரம் – புன்னை
தீர்த்தம் – அக்னி தீர்த்தம்
பதிகங்கள் – சம்பந்தர்–1

திருப்புகலூர்க் கோயிலுக்குள்ளேயே திருப்புகலூர் வர்த்தமானீச்சரம் உள்ளது. மூலவரைத் தரிசிக்கும்போது வலதுபக்கத்தில் இக்கோயில் இருக்கிறது தனிக்கோயில்.

சந்நிதியுள் நுழைந்ததும் இடதுபக்கமாக இத்தலத்தில் பிறந்த முருகநாயனார் தனிச் சந்நிதியில் எழுந்தருளி இருக்கிறார். வர்த்தமான லிங்கம் அழகான மூர்த்தி. அம்பாள் மனோன்மணி சிறிய உருவத்துடன் அழகாக தனிச் சந்நிதியில் தரிசனம் தருகிறாள்.

திருப்புகலூர் அக்னீஸ்வரர் கோவில் தலத்தை திருநாவுக்கரசர், திருஞானசம்பந்தர், சுந்தரர் ஆகிய மூவரும் பதிகம் பாடி இருந்தாலும், அதே ஆலயத்திற்குள் உள்ள திருப்புகலூர் வர்த்தமானீச்சரம் தலத்தை திருஞானசம்பந்தர் மட்டுமே பதிகம் பாடியுள்ளார் என்பது குறிப்பிடத்தக்கது. இவர் பாடிய பதிகம் 2ம் திருமுறையில் இடம் பெற்றுள்ளது.

பதிகத்தின் 3வது மற்றும் 5வது பாடலில் 63 நாயன்மார்களில் ஒருவரான முருக நாயனாரைச் சிறப்பித்துப் பாடியுள்ளார்.

அழகிய புகலூரில் முருகநாயனார் வண்டுகள் மொய்க்கும் கொன்றை மலர் கொண்டு மூன்று பொழுதிலும் வழிபட அந்த மலர்களோடு விளங்கும் வர்த்தமானீச்சரத்து இறைவர் எல்லோர்க்கும் தலைவர், விடையேறு உடையவர், இனிய அமுதம் போன்றவர், எந்தை, எம்பெருமான் குற்றம் அற்ற வெண்ணீறு பூசியவர்.

ஈச னேறமர் கடவுள் இன்னமு தெந்தையெம் பெருமான்
பூசு மாசில்வெண் ணீற்றர் பொலிவுடைப் பூம்புக லூரில்
மூசு வண்டறை கொன்றை முருகன்முப் போதுஞ்செய் முடிமேல்
வாச மாமல ருடையார் வர்த்தமா னீச்சரத் தாரே.

என்பது சம்பந்தர் தேவாரம்.

194 திருஇராமனதீச்சுரம்

மூலவர் – இராமநாதர்
அம்பாள் – சரிவார்குழலி
தலமரம் – சண்பகம், மகிழமரம்.
தீர்த்தம் – இராமதீர்த்தம்.
பதிகங்கள் – சம்பந்தர்–1.

திருவாரூர் மாவட்டத்தில் நன்னிலம் ரயில்நிலையத்திலிருந்து 8 கி.மீ தொலைவில் உள்ள இத்தலம் தற்போது 'கண்ணபுரம்' என்று வழங்கப்படுகிறது. திருச்செங்காட்டங்குடியிலிருந்து 3 கி.மீ தொலைவில் உள்ளது.

தல வரலாறு:

ராமர் இலங்கையில் ராவணன் உட்பட ஆயிரக்கணக்கான அசுரர்களைக் கொன்று சீதையை மீட்டுவந்தார். அதனால் அவருக்கு பிரம்மஹத்தி தோஷம் ஏற்பட்டது. அந்தத் தோஷம் நீங்குவதற்கு ராமேஸ்வரத்தில் லிங்கம் பிடித்து வழிபாடு செய்தார். மேலும் வருகின்ற வழியில் பல தலங்களிலும் சிவ

வழிபாடு செய்துவருகின்ற போது இத்தலத்தில் ஒரு மரத்தின் அடியில் சுயம்புவாகத் தோன்றிய சிவலிங்கத்தைக் கண்டு பூசை செய்ய விரும்பினார். அங்கே காவலுக்கு இருந்த நந்தி தேவர், ராமரை மானிடர் என நினைத்து சிவனை நெருங்கவிடாமல் தடுத்தார். உண்மையை அறிந்த அம்பாள் கருணை கொண்டு நந்தியைத் தடுத்து ராமருக்குக் காட்சி தந்ததாகவும், பின்பு இராமர் தீர்த்தத்தில் நீராடி சிவனை வழிபட்டதாகவும் சொல்லப்படுகிறது. இதன் காரணமாக இத்தலத்திற்குரிய சோமஸ்கந்த மூர்த்தத்தில் அம்பாள் கரத்தில் நந்தி தேவர் உள்ளார். இம்மூர்த்தம் தற்போது திருப்புகலூரில் வைத்து பாதுகாக்கப்பட்டு வருகிறது. இராமரால் வழிபடப்பட்டவர் என்பதால் சுவாமி "ராமநாதசுவாமி" என்று பெயர் பெற்றார்.

தலச்சிறப்புக்கள்

கிழக்கு நோக்கிய இவ்வாலயத்திற்கு இராஜகோபுரமில்லை. கொடிமரம் இல்லை. எதிரே இராமதீர்த்தம் இருக்கிறது. முகப்பு வாயில் வழியாக உள்ளே நுழைந்தால் நேரே பலீபீடத்தையும், நந்தி மண்டபத்தையும் காணலாம். வலதுபுறம் அம்பாள் சரிவார்குழலி தனியான சந்நிதியில் நின்ற திருக்கோலத்தில் தெற்கு நோக்கி அருள்பாலிக்கிறாள். வெளிச்சுற்றில் விநாயகர், வள்ளி தெய்வானை சமேத சுப்பிரமணியர், கஜலட்சுமி, காலபைரவர், சூரியன் ஆகியோரின் சந்நிதிகள் உள்ளன.

சுவாமியின் விமானம் 'வேசர' அமைப்புடையது. கருவறையிலுள்ள மூலவர் சுயம்பு சிவலிங்கத் திருமேனி, பெரியது. உயரமான பெரிய சுற்றுடைய ஆவுடையாரும், உயர்ந்த பாணமும் கொண்டு தரிசனம் தருகிறார். தீபாராதனையின்போது மூலவர் லிங்கத் திருமேனியில் ஜோதி வடிவம் தெரிவது பக்தர்களை மெய்சிலிர்க்க வைக்கும் விசேஷம்.

இராமர் கோயில்களில் அவரது திருநட்சத்திரமான புனர்பூசத்தன்று விசேஷ பூஜை நடப்பதைப் போலவே, இராமர் வழிபட்ட இந்தத் தலத்திலும் சிவனுக்கு அந்நாளில் விசேஷ பூஜை நடத்தப்படுகிறது. தினமும் சாயங்கால பூஜையை

இராமரே செய்வதாக ஐதீகம். இவ்வேளையில் சுவாமி தரிசனம் செய்தால் நினைத்த காரியங்கள் நிறைவேறும்.

சங்கொளிர் முன்கையர் தம்மிடையே
அங்கிடு பலிகொளு மவன்கோபப்
பொங்கர வாடலோன் புவனியோங்க
எங்குமன் இராமன தீச்சுரமே.

என்பது சம்பந்தர் தேவாரம்.

195 திருப்பயற்றூர்

(தற்போது திருப்பயத்தங்குடி என்று வழங்குகிறது)

மூலவர் – முக்தபுரீஸ்வரர், திருப்பயற்றுநாதர்

அம்பாள் – நேத்ராம்பிகை, காவியங்கண்ணி.

தலமரம் – சிலந்தி மரம் (தலமரத்தின் மலர் மஞ்சள் நிறத்தில் சிலந்திப் பூச்சி வடிவில் இருக்கும். சித்திரை வைகாசியில் பூக்கும். மணமுண்டு. இலை, புன்னையிலைபோல இருக்கும். இம்மரம் தட்சிணாமூர்த்தி சந்நிதியில் உள்ளது.)

தீர்த்தம் – கருணா தீர்த்தம் (கோயில் முன்பு உள்ளது.) இதனைப் பிரம தீர்த்தம் என்றும் கூறுவர்.

பதிகங்கள் – அப்பர் பாடல் பெற்றது.

திருவாரூரிலிருந்து கங்களாஞ்சேரி சென்று அங்கிருந்து வலப்பக்கம் பிரியும் நாகூர்ச் சாலையில் சென்றால் மேலப்பூதனூர் கிராமம் வரும். அங்கிருந்து திருமருகல் செல்லும் சாலையில் சென்றால் இத்தலத்தை அடையலாம். திருவாரூரிலிருந்து இத்தலத்தை அடைய நகரப் பேருந்து வசதி உள்ளது.

தல வரலாறு:

முன்னொரு காலத்தில் வணிகர் ஒருவர் சிவபெருமான் மீது அளவற்ற பக்தி கொண்டு மிளகு வாணிபம் செய்து வந்தார். மிளகு மூட்டைகளை ஏற்றிக் கொண்டு இத்தலத்தின் வழியே வந்தார். அந்த நாட்களில் மிளகுக்கு சுங்கவரி கட்ட வேண்டும். ஆனால் பயற்றுக்கு வரி இல்லை. வரிகட்டாமல் இருக்க எண்ணிய வணிகர் இத்தலத்தின் பெருமானிடம், ஐயனே, பயற்றுக்கு வரியில்லையாதலால் எனது மிளகு மூட்டைகளை சுங்கச்சாவடியை அடையும் போது பயற்று மூட்டைகளாக மாற்றி விடு என்று வேண்டிக் கொண்டார்.

ஆச்சரியப்படும் விதமாக சிவபெருமான் அவருடைய வேண்டுகோளை ஏற்றுக் கொண்டார். வணிகர் சுங்கச் சாவடியை அடைந்த போது அவருடைய மிளகு மூட்டைகள் அத்தனையும் பயற்று மூட்டைகளாகக் காட்சி அளித்தன. சுங்க அதிகாரிகள் அனைத்து மூட்டைகளையும் சோதனை செய்தனர். பயறு மூட்டைகளாக இருப்பதை அறிந்து வரி விதிக்காமல் அனுப்பி விட்டனர்.

சுங்கச்சாவடி கடந்த பின் பயறு மூட்டைகள் அனைத்தும் மீண்டும் மிளகு மூட்டைகளாக மாறிவிட்டன. வணிகர் மிளகை விற்று அதிக லாபம் பெற்றார். அந்தப் பொருளைக் கொண்டு சிவபெருமானுக்கு திருத்தொண்டுகள் செய்து வழிபட்டார். இதனால் இத்தலம் "திருப்பயற்றூர்" எனவும், இறைவன் "திருப்பயற்றுநாதர்" எனவும் அழைக்கப்படுகிறார்.

தலச்சிறப்புக்கள்:

கோயில் பழமையானது. அம்பாள் தெற்கு நோக்கிய சந்நிதியில் நின்ற நிலையில் நான்கு கரங்களுடன் காட்சி அளிக்கிறாள். அம்பாளின் வலது கை அபய முத்திரை காட்ட, இடக்கையில் ருத்திராட்சமாலை உள்ளது. மற்றொரு வலது கரத்தில் தாமரை மலரை ஏந்தி, இடக்கரத்தை தனது தொடையில் ஊன்றியபடி தரிசனம் தருகிறாள். மூலவர் நாற்கோண வடிவத்தில் உள்ள ஆவுடையாரில் எழுந்தருளி இருக்கிறார். பழைமையான திருமேனி.

அம்பாளுக்கு ஆடி வெள்ளிக்கிழமைகளில் மிகவும்

விசேஷமாக அபிஷேக ஆராதனைகள் நடைபெறுகின்றன. கார்த்திகைச் சோமவாரங்கள் சுவாமிக்கு விசேஷம். இங்குள்ள கருணா தீர்த்தத்தில் மூழ்கி அம்பிகையை வழிபட்டால் கண்நோய் நீங்கும் என்றொரு செய்தி சாசனத்தின் மூலம் தெரிய வருகிறது. திருப்பயற்றூரில் வாழ்ந்த பஞ்சநதவாணன் என்னும் வணிகன் ஒரு முறை கண்நோயால் வருந்தினான். அவனுக்கு கண் நோய் குணமாக வேண்டும் என அவனுடைய சாதியைச் சேர்ந்தவர்கள் இத்தலத்து இறைவன் மற்றும் அம்பாளிடம் வேண்டிக் கொண்டனர்.

அவனுக்கு கண் நோய் குணமாகிவிட்டது, ஆகவே அவர்கள் அறுநூறு காசுக்குத் திருச்சிற்றம்பலமுடையானுக்குச் சொந்தமாயுள்ள கிடங்கு நிலம் அரைமா வாங்கிச் சிவபெருமானுக்கு காணிக்கையாகக் கொடுத்துள்ளனர். ஆகவே இது கண்நோய்கள் தீர்க்கும் தலமாக விளங்குகிறது. இத்தலத்தின் சோமாஸ்கந்த மூர்த்தி மிகச் சிறப்பாக காணப்படுகிறார். இத்தலத்தில் பைரவ மகரிஷி வழிபாடு செய்து மேன்மைகள்அடைந்திருக்கிறார். இவர் இங்கே தனிச் சந்நிதியில் எழுந்தருளி அருள்பாலிக்கிறார்.

இந்த ஆலயத்தில் துர்கைக்குத் தனியாக சந்நிதி இல்லை. பதிலாக வீரமாகாளி எழுந்தருளி இருக்கிறாள். கண்திருஷ்டி, பில்லி, ஏவல், சூனியம் இவற்றினால் பாதிக்கப்பட்டவர்கள் இந்த வீரமாகாளியை வழிபட்டால் அந்த பாதிப்புக்கள் விலகும் என்பது பக்தர்களின் நம்பிக்கை

"தந்தையாய்த் தாயுமாகித் தரணியாய்த் தரணி யுள்ளார்க்கு
எந்தையும் என்ன நின்ற ஏழுலகு உடனுமாகி
எந்தை யெம்பிரானே என்றென்று உள்குவார் உள்ளத்தென்றும்
சிந்தையும் சிவமுமாவர் திருப்பயற் றூரனாரே."

என்பது அப்பர் தேவாரம்

196 திருசெங்காட்டங்குடி

மூலவர் – உத்தராபதீஸ்வரர், ஆத்திவனநாதர், மந்திரபுரீசுவரர், பிரமபுரீசுவரர், பாஸ்கரபுரீஸ்வரர்.

அம்பாள் – சூளிகாம்பாள் (குழலம்மை.)

தலமரம் – ஆத்தி.

தீர்த்தம் – தீர்த்தம் தீர்த்தக்குளம் கோயிலுக்கு எதிரில் உள்ளது.

பதிகங்கள் – சம்பந்தர்-2, அப்பர்-1.

திருவாரூர் மாவட்டத்திலுள்ள நன்னிலத்தில் இருந்து சுமார் 28 கி.மீ. தொலைவில் இத்தலம் இருக்கிறது. நாகூர் செல்லும் சாலை வழியில் திருப்புகலூர் அடைந்து, அங்கிருந்து தெற்கே திருக்கண்ணபுரம் செல்லும் சாலை வழியாகச் சென்று இத்தலத்தை அடையலாம்.

இத்தலத்தில் ஒன்பது தீர்த்தங்கள் உண்டென்று சொல்லப்படுகிறது. அவை சத்திய தீர்த்தம், சூரிய தீர்த்தம் அக்கினி தீர்த்தம், இந்திர தீர்த்தம், யம தீர்த்தம், வருண தீர்த்தம், வாயு தீர்த்தம், சீராள தீர்த்தம் என்பன.

தல வரலாறு:

ஒரு காலத்தில் கஜமுகன் என்னும் யானை முகம் கொண்ட அசுரன், தேவர்களையும், முனிவர்களையும் மிகவும் துன்புறுத்தி வந்தான். தேவர்கள் கூட்டமாக கைலாயத்தை அடைந்து ஈசனே எங்களை கஜமுகாசுரனிடமுருந்து காத்தருளும் என்று வேண்டினர். சிவபெருமான் கணபதியை அனுப்பி அசுரனை சம்ஹாரம் செய்தார். இதனால் கணபதிக்கு தோஷம் உண்டாயிற்று. அதைப் போக்குவதற்கு, பூலோகம் வந்து சிவலிங்கம் ஒன்றை பிரதிஷ்டை செய்து தவமிருந்தார்.

உரிய காலம் வந்தபோது சிவன் அவரது தோஷம் நீக்கியருளினார். அப்போது கணபதி, ஈசனே தாங்கள் இங்கேயே கோயில் கொண்டு எழுந்தருளி பக்தர்களுக்கு அருள் செய்ய வேண்டும் எனக் கேட்டுக் கொண்டார். அதற்கு ஒப்புக் கொண்டு சிவபெருமான் கணபதி தவமிருந்த

இடத்தில் லிங்கமாக எழுந்தருளி கணபதீஸ்வரர் என்று பெயர் பெற்றார். இத்தலமும் கணபதீச்சுரம் என்று பெயர் பெற்றது. விநாயகரால் சம்ஹாரம் செய்யப்பட்ட கஜமுகாசுரனின் செங்குருதி (ரத்தம்) இப்பகுதியில் காடாய்ப் பெருகி ஓடிய காரணத்தினால் இத்தலம் "திருச்செங்காட்டங்குடி" எனப் பெயர் பெற்றது.

தலச்சிறப்புக்கள்

63 நாயன்மார்களுள் ஒருவரான சிறுத்தொண்ட நாயனாரிடம் பிள்ளைக் கறி கேட்டு, அதை அவர் படைத்தபோது தன் சுயவடிவத்தைக் காட்டி அவர்களுக்கு அருள் செய்த தலம் இந்தச் செங்காட்டங்குடிதான். இந்த நிகழ்ச்சியை நினைவு கூறும் விதமாக ஒவ்வொரு ஆண்டும் சித்திரை மாதத்தில் பரணி நட்சத்திரம் அன்று தேங்காயை துருவி, அதனுடன் 63 வகையான மூலிகைகளையும் சேர்த்து சீராளக்கறி என்ற பெயரில் பிரசாதம் தயாரித்து பக்தர்களுக்கு அளிக்கிறார்கள். இதற்கு பிள்ளைக் கறியமுது படைத்த விழா என்று பெயர். திருமணம் ஆகியும் நீண்டகாலமாக குழந்தைப்பேறு வாய்க்காதவர்கள் இந்தப் பிரசாதத்தை உண்டால் குழந்தைப்பாக்கியம் வாய்க்கும் என்பது பக்தர்களின் நம்பிக்கை.

பல்லவ மன்னனின் தளபதியாகப் பதவி வகித்த பரஞ் சோதியார் சாளுக்கியரோடு போர் செய்து வெற்றி பெற்றார். வெற்றியின் அடையாளமாக வாதாபியில் இருந்து ஒரு பிள்ளையார் சிலையைக் கொண்டுவந்து தனது சொந்த ஊரான திருச்செங்காட்டங்குடியில் தான் முதன்முதலாகப் பிரதிஷ்டை செய்தார். பொதுவாக பானை வயிற்றோடு விளங்கும் விநாயகர் இந்த ஆலயத்தில் ஒட்டிய வயிறோடு வாதாபி விநாயகர் என்ற பெயரில் காட்சி தருவதை இன்றும் காணலாம்.

கிழக்கு நோக்கிய இராசகோபுரம் ஐந்து நிலைகளையுடையது. கோயில் வாயிலில் உள்ள திருக்குளம் சத்திய தீர்த்தமாகும். ராசகோபுரத்தின் உட்பக்கம் ஆத்தி மரம் உள்ளது. இறைவன் அமர்ந்திருக்க, சிறுத்தொண்டர் அவரை அமுது செய்ய அழைக்கும் சிற்பத்தை நாம் இங்கே காணலாம். முன்

மண்டபத்தில் வலதுபக்கத்தில் நின்ற திருக்கோலத்தில் அம்பாள் தனிச்சந்நிதியில் அருள்பாலிக்கிறாள். கவசமிட்ட கொடிமரத்தைக் கடந்து உள்ளே சென்றால் பிட்சாடனர், சந்தனநங்கை, சீராளதேவர், திருவெண்காட்டு நங்கை, சிறுத்தொண்டர் ஆகியோரது மூலத் திருமேனிகளையும், அறுபத்துமூவர் திருமேனிகளையும் தரிசிக்கலாம்.

வாதாபிகணபதி தனிக்கோயிலில் எழுந்தருளியுள்ளார். இக்கோயிலில் உள்ள அஷ்டமூர்த்தி மண்டபம் மிக அழகானது, அனைவரும் பக்தியோடு வணங்கத்தக்கது. துர்க்கை, வீரட்டலிங்கம், விஸ்வலிங்கம், புஜங்கலளிதர், கஜசம்ஹாரர், ஊர்த்துவதாண்டவர், காலசம்ஹாரர், கங்காளர், பிட்சாடனர், திரிபுராரி, பைரவர், விநாயகர் ஆகிய மூர்த்தங்களும் மிக அருமையான சிற்ப நுணுக்கங்களோடு காட்சி தருகின்றன.

திண்டி, முண்டி எனும் துவாரபாலகர்களைக் கடந்தால் மூலவரான கணபதீச்சரமுடையார் தரிசனம் தருகிறார். சுவாமி கருவறை அகழி அமைப்புடையது. மூலவர் கணபதீஸ்வரருக்கு வலதுபுறத்தில் தனிச்சன்னதியில் உத்தராபசுபதீஸ்வரர் நின்ற கோலத்தில் காட்சி தருகிறார். காவியுடை அணிந்து, கையில் திருவோடு, திரிசூலம், உடுக்கை வைத்திருக்கிறார். இவர் இங்கு வந்த கதை சுவையானது. அதையும் தெரிந்து கொள்வோம்.

உத்தராபசுபதீஸ்வரர்:

ஐயடிகள் காடவர்கோன் என்ற பல்லவ மன்னர் (63 நாயன்மார்களில் இவரும் ஒருவர்) சிறுத்தொண்டருக்கு இறைவன் காட்சி கொடுத்து அருளியதைக் கேள்விப்பட்டார். அந்தப் பாக்கியம் தனக்கும் கிடைக்க வேண்டும் என்று பேராவல் கொண்டார், திரும்பத் திரும்ப இறைவனிடம் தனக்குக் காட்சி கொடுக்குமாறு வேண்டினார்.

அவரது பக்திக்கு மகிழ்ந்த ஈசன், "சித்திரை திருவோணத்தில் உத்திராபதி உருவம் அமைத்து குடமுழுக்கு செய்தால் யாம் சண்பகப் பூ மணம் வீசக் காட்சி தருகிறோம்" என்று அசரீரியாகக் குரல் கொடுத்தார். மன்னர் அடைந்த மகிழ்ச்சிக்கு அளவேயில்லை. உடனே உத்தராபசுபதீஸ்வரருக்கு சிலை

வடிக்க கொல்லர்களுக்கு ஆணை பிறப்பித்தார். அவர்கள் எவ்வளவு முயன்றும் ஏனோ சிலை சரியாக அமையவில்லை. இந்த விஷயத்தை மன்னரிடம் எப்படிச் சொல்வது என்று அவர்கள் பயந்து கொண்டிருந்தனர். அப்போது சிவனடியார் ஒருவர் அங்குவந்து தாகமாக இருக்கிறது, குடிப்பதற்கு தண்ணீர் கிடைக்குமா? என்று கேட்டார்.

சிலை சரியாக வராத கோபத்திலும் ஆத்திரத்திலும் இருந்த சிற்பிகள், கொல்லன் உலைக்கூடத்தில் தண்ணீர் ஏதப்பா? அதோ உலைக்கலவை கொதிக்கிறது வேண்டுமானால் அதைக்குடி என்று எரிச்சலோடு கூறினர். சரி அப்படியே செய்கிறேன் என்ற சிவனடியார், ஒரு குவளை உலோகக்கலவையை எடுத்து அதை இளநீர் குடிப்பதைப் போல மடக்மடக் என்று குடித்துவிட்டார். அவர்கள் பயத்தோடு பார்த்து விழிபிதுங்க நின்ற நேரத்தில் அவர் அப்படியே உலோகச் சிலையாக மாறிவிட்டார்.

மன்னன் இந்த விஷயத்தை அறிந்து சிவனடியாராக வந்தது, சாட்சாத் சிவபெருமானே என்பதை உணர்ந்து, மிக்க மகிழ்ச்சி அடைந்தான். அந்தச் சிலையை வேதவிதிப்படி ஆலயம் அமைத்து பிரதிஷ்டை செய்தான். அப்போது சிவன், செண்பகப்பூ மணம் கமழ மன்னனுக்குக் காட்சி தந்தார். இந்த விழா சித்திரை மாத திருவோண நட்சத்திரத்தன்று நடக்கிறது. இதை, "செண்பகப்பூ விழா' என்று அழைக்கிறார்கள். இந்நாளில் சுவாமிக்கு பன்னீர் அபிஷேகமும், செண்பகப்பூ மாலையும் சாத்தி அலங்கரிக்கின்றனர்.

சிவனடியாராக வந்தவர் உலோகக் கலவையைக் குடித்து சிலையாக மாறினார் அல்லவா? அப்போது அவருடைய நெற்றியில் சிறிய புடைப்பு ஒன்று காணப்பட்டது. சிற்பிகள் அதைச் சரிசெய்ய அதன் மீது உளியை வைத்து லேசாகத் தட்டினர். உடனே குபுகுபுவென்று அந்த இடத்தில் இருந்து ரத்தம் கொப்பளித்தது. கதிகலங்கிய சிற்பிகள் ரத்தத்தை நிறுத்துவதற்கு பச்சைக்கற்பூரத்தையும், குங்குமப்பூவையும் அந்த இடத்தில் வைத்து அழுத்தினர். ரத்தம் வருவது நின்றுவிட்டது. தற்போதும் நெற்றியில் இந்தக் காயத்துடன் உத்திராபசுபதீஸ்வரர் காட்சி தருகிறார். சாயரட்சை

பூஜையின்போது மட்டும் காயத்தில் பச்சைக்கற்பூரம், குங்குமப்பூ வைக்கின்றனர். சிவபெருமான் ஆடிய நவதாண்டவங்களில் திருசெங்காட்டங்குடியில் ஆடியது உபயபாத நர்த்தனம் எனப்படுகிறது.

பைங்கோட்டு மலர்ப்புன்னைப் பறவைகாள் பயப்பூரச்
சங்காட்டந்த விர்த்தென்னைத் தவிரா நோய் தந்தானே
செங்காட்டங் குடிமேய சிறுத் தொண்டன் பணிசெய்ய
வெங்காட்டுள் அனலேந்தி விளையாடும் பெருமானே."

என்பது சம்பந்தர் தேவாரம்.

197 திருமருகல்

மூலவர் – *மாணிக்கவண்ணர், ரத்னகிரீஸ்வரர்.*
அம்பாள் – *வண்டுவார்குழலி, ஆமோதாளகநாயகி*
தலமரம் – *(மருகல் என்னும் ஒருவகை) வாழை.*
தீர்த்தம் – *இலக்குமி தீர்த்தம் (அ) மாணிக்க தீர்த்தம் (கோயிலுக்கு எதிரில் உள்ளது.)*
பதிகங்கள் – *சம்பந்தர்–2 அப்பர்–1.*

நன்னிலத்தில் இருந்து 12 கி.மீ. தொலைவில் நாகூர் செல்லும் சாலை வழியில் இத்தலம் உள்ளது. கும்பகோணத்தில் இருந்து நாகப்பட்டினம் செல்லும் சாலை வழியாகவும் திருமருகல் தலத்தை அடையலாம். 'மருகல்' என்பது ஒருவகை வாழை. இது 'கல்வாழை' என்றும் சொல்லப்படுகிறது. இதைத் தலமரமாகக் கொண்டதாதலின் இத்தலம் 'திருமருகல்' என்று பெயர் பெற்றது.

மாடக்கோயில் கோச்செங்கட் சோழன் கட்டிய மாடக்கோயில்களுள் (யானையேறாப் பெருங்கோயில்களுள்) இதுவும் ஒன்று. பாம்பு கடித்து இறந்த செட்டி மகனை, ஞானசம்பந்தர் 'சடையாய் எனுமால்' பதிகம் பாடி எழுப்பியருளிய தலம். பெரிய புராணத்தில் சேக்கிழார்

இந்த நிகழ்ச்சியை மெய்யுருக விவரித்துள்ளார். இவ்வரலாறு சுதைச் சிற்பமாக ஆலயத்தின் இராச கோபுரத்தில் இடம் பெற்றுள்ளது.

விஷம் நீக்கிய வரலாறு:

பாண்டியநாட்டு வணிகனாகிய தாமன் என்பவன் தன்னுடைய ஏழு பெண்களில் ஒருத்தியை தன் சகோதரி மகனுக்குக் கொடுப்பதாக வாக்களித்திருந்தான். ஆனால் அப்படிச் செய்யாமல் பெரும் பொருள் கொண்ட செல்வந்தனாகப் பார்த்து தனது பெண்களைத் திருமணம் செய்து வைத்தான்.

மாமாவுக்கு தனது தந்தை செய்யும் துரோகத்தை அறிந்த வணிகனின் ஏழாவது மகள் யாரும் அறியாமல் மாமனுடன் அவன் ஊருக்குச் சென்று திருமணம் செய்து கொண்டு வாழ முடிவு செய்தாள். இப்படிச் செய்வதன் மூலமாக தந்தை கொடுத்த வாக்கினைக் காப்பாற்ற அவள் தீர்மானித்தாள்.

பெற்றோரின் எதிர்ப்பை மீறி அவர்கள் ஊரைவிட்டு

வெளியேறி மதுரைக்குச் செல்லும் வழியில் திருமருகலை அடைந்தனர். இரவானதால் ஒரு இடத்தில் தங்கினர். அன்று இரவு விதி முடியவே செட்டிமகனை பாம்பு தீண்டியது. அவன் மரணம் அடைந்தான். திருமணம் ஆகாத காரணத்தினால் அவனுடைய உடலைத் தீண்டுவது கூட செய்யாமல் அருகில் அமர்ந்து ஒப்பாரி வைத்து உரத்த குரலில் அந்தப் பேதைப்பெண் கதறி அழுதாள். அவளது அழுகுரல் சுவாமியைத் தரிசிக்க அந்த இடத்திற்கு வந்த திருஞானசம்பந்தருடைய செவிகளில் விழுந்தது.

இளம் பெண்ணின் அழுகைக் குரலையும் அவளின் நிராதரவான நிலையையும் கண்டு இரக்கப்பட்ட திருஞானசம்பந்தர் இறைவன் மேல்

சடையாயெனுமால் சரண்நீ எனுமால்
விடையா யெனுமால்வெருவா விழுமால்
மடையார் குவளை மலரும் மருகல்
உடையாய் தகுமோ இவளுண் மெலிவே

என்று தொடங்கும் பதிகம் பாடினார். அடுத்த நொடியில் சுற்றிலும் உள்ளோர் அதிசயிக்கும்படி வணிகன் உயிர்பெற்று எழுந்தான். பிறகு அந்த பெண்ணிற்கும் வணிகனுக்கும் இறைவன் முன்னிலையில் சம்பந்தர் மணம் நடத்தி வாழ்த்தி அருளினார். அப்படிப்பட்ட பெருமை உடையது இந்தத் தலம்.

திருமணம் ஆகி ஏதேனும் காரணங்களால் பிரிந்து வாழும் தம்பதியினர் இத்தலத்து இறைவனிடம் வேண்டிக் கொண்டு வழிபட்டால் மனவேறுபாடுகள் மறைந்து, அன்பும் பாசமும் பெருகும். பிரிந்தவர் கூடி வாழ்வர் என்பது நிச்சயம். திருமாலை விட்டுப் பிரிந்த மஹாலக்ஷ்மியும் இத்தலத்திற்கு வந்து சிவனை வழிபாடு செய்து மீண்டும் திருமாலுடன் இணைந்து வாழ அருள் பெற்றாள் என்று தலபுராணம் கூறுகிறது.

தலச்சிறப்புக்கள்

இந்த தலத்திற்கு மற்றொரு சிறப்பும் உண்டு. தன் குழந்தை கால் நோவ நடக்கக்கூடாது என்பதற்காக சிவபெருமான் சம்பந்தருக்கு முத்துப்பந்தலும் பல்லக்கும் கொடுத்த

பாசமிகு தந்தை அல்லவா. அவன் இந்தத் திருமருகல் தலத்திலேயே வேறொரு தலத்தின் இறைவனைக் காட்டி அருள் செய்திருக்கிறான். பொன்னான பாதங்கள் நோவ என் பிரியமான குழந்தையே நீ அத்தனை தொலைவு நடந்து என்னிடம் வர வேண்டாம், நீ இருக்கும் இடத்திற்கு நானே வருகிறேன் என்ற அபரிமிதமான அன்பின் வெளிப்பாடு அல்லவா அது.

சம்பந்தப் பெருமான் திருமருகலில் வணிகன் விடம் தீர்த்து அத்தலத்தில் தங்கியிருந்ததை அறிந்த சிறுத்தொண்டர் உடனே வேகமாக அங்கு வந்தார். ஞானசம்பந்தரைப் பணிந்தார், ஆனந்தக் கண்ணீர் சிந்தினார். அவரை பலமுறை தொழுதார். பிறகு ஐயனே தாங்கள் எனது ஊரான திருசெங்காட்டங்குடிக்கும் எழுந்தருள வேண்டும். தங்கள் திருப்பாதங்கள் எங்கள் மண்ணில் படவேண்டும் என்று வேண்டினார்.

ஆஹா அதற்கென்ன வருகிறேன் என்று சொன்ன சம்பந்தர், திருமருகல் ஆலயம் சென்று இறைவனை வணங்கி, அனுமதி கேட்டார். அப்போது தான் அந்த அதிசயம் நடந்தது. திருமருகல் இறைவன் ஆளுடைய பிள்ளையாருக்கு திருமருகல் கோவிலிலேயே திருசெங்காட்டங்குடி கணபதீச்சரத்து இறைவனைக் காட்டி அருள் புரிந்தார். சம்பந்தரும் அங்கமும் வேதமும் ஓதும் நாவர் என்று தொடங்கும் (திருமருகல், திருசெங்கட்டாங்குடி இரண்டு சிவஸ்தலத்திற்கும் பொதுவான) பதிகம் பாடினார்.

நாம் இப்போது அத்தகைய பெருமை பெற்ற கோயிலின் படிகளில் ஏறுவோம். படிகளேறி முன் மண்டபத்தையடைந்தால் வலதுபுறத்தில் அம்பாள் சந்நிதி உள்ளது. அம்பாள் சந்நிதியில் குசகேது மன்னன் வரலாறும், ஞானசம்பந்தர் விடந்தீர்த்த வரலாறும் வண்ணத்தில் எழுதப்பட்டுள்ளன. சனி பகவானுக்கும் இத்தலத்தில் சந்நிதி உள்ளது. மேலேறிச் சென்றால் நேரே சோமாஸ் கந்தர் சந்நிதி. பக்கத்தில் மாணிக்கவண்ணர் சந்நிதி உள்ளது. இருபுறமும் விநாயகரும், செட்டிப்பிள்ளையும், பெண்ணும் உள்ளனர்.

மூலவர் சதுர ஆவுடையார் மீது எடுப்பான

தோற்றத்துடன். சுயம்பு திருமேனிகொண்டு சிவலிங்கத் திருமேனியோடு காட்சி தருகிறார். 'மடையார் குவளை மலரும் மருகல் உடைய' பெருமானை மனமாரத் தொழுது பாடி வணங்கினால் சகலவிதமான தோஷங்களும் விலகும், சகலவிதமான மங்கலங்களும் உண்டாகும். உள்பிராகாரத்தில் அறுபத்துமூவர் மூலத்திருமேனிகள், பராசரலிங்கம், விநாயகர், சுப்பிரமணியர் முதலிய சந்நிதிகள் உள்ளன. நடராச சபையின் வாயிலில் பதஞ்சலி, வியாக்ரபாதர் உருவங்கள் வண்ணத்தில் எழுதப்பட்டுள்ளன. நவக்கிரக சந்நிதியும், பைரவர், சூரியன் திருவுருவங்களும் காணப்படுகின்றன.

ஒரே பீடத்தில் அமைந்துள்ள செட்டி மகன், செட்டிப்பெண் மூலத் திருவுருவங்களும், பக்கத்தில் ஞானசம்பந்தர் மூலமேனியும் காணப்படுகின்றன. வெளிச்சுற்றில் சப்தமாதாக்கள், விநாயகர், சௌந்தரநாயகி, மருகலுடையார் சந்நிதிகள் உள்ளன. கோஷ்டத்தில் கணபதியும், தட்சிணாமூர்த்தியும், லிங்கோற்பவரும், பிரம்மாவும், துர்க்கையும் தரிசனம் தருகின்றனர்.

"பெருகலாந்தவம் பேதமை தீரலாம்
திருகலாகிய சிந்தை திருத்தலாம்
பருகலாம் பரமாயதோர் ஆனந்தம்
மருகலானடி வாழ்த்தி வணங்கவே

என்பது அப்பர் தேவாரம்.

198 திருச்சாத்தமங்கை

(தற்போது சீயாத்தமங்கை என்று வழங்கப்படுகிறது)

மூலவர் – அயவந்தீஸ்வரர், பிரமபுரீஸ்வர்.
அம்பாள் – உபய புஷ்ப விலோசனி, இருமலர்க்கண்ணம்மை.
தலமரம் – கொன்றை
தீர்த்தம் – தீர்த்தம் கோயிலின் முன் உள்ள தீர்த்தக்குளம். தீர்த்தக்குளத்தில் மேற்பாதி சந்திர தீர்த்தம் என்றும் கீழ்ப்பாதி சூரிய தீர்த்தம் என்றும் சொல்லப்படுகிறது.
பதிகங்கள் – சம்பந்தர்–1.

நாம் மேலே தரிசனம் செய்த திருமருகல் தலத்தைத் தாண்டியவுடன் நாகூர் செல்லும் சாலையில் ஒரு கி.மீ. சென்றவுடன் "கோயில் சீயாத்தமங்கை" என்ற வழிகாட்டி கல் உள்ளது. அவ்விடத்திலிருந்து ஒரு கி.மீ. தொலைவில் இத்தலம் உள்ளது. திருப்புகலூரில் இருந்து சுமார் 8 கி.மீ. தொலைவில் உள்ளது.

தலச்சிறப்புக்கள்

ஊர்க்குச் 'சாத்தமங்கை' என்றும், கோயிலுக்கு 'அபயவந்தீசம்' என்றும் பெயர். இது பிரமன் பூசித்த தலம். அறுபத்து மூவரில் ஒருவரான திருநீலநக்க நாயனாரின் அவதாரப்பதி உயர்ந்த சுற்றுமதிலையுடைய பெரிய இந்த ஆலயத்தில் பெருமான் மற்றும் அம்பாள் சந்நிதிகள் ஆகிய இரண்டுமே தனித்தனி வாயில்கள் கொண்டு மேற்கு நோக்கி கோபுரங்களுடன் அமைந்திருப்பது சிறப்பு.

வெளிச்சுற்றில் வலம் வரும்போது சந்திரன், காகத்தின் மீது ஒரு காலூன்றிய அமைப்பில் உள்ள சனிபகவான், சப்தமாதர்கள், பைரவர், நவக்கிரகங்கள், மகாலிங்கம், விசுவநாதர், விசாலாட்சி, விநாயகர் ஆகியோரைத் தரிசனம் செய்யலாம். பிராகாரத்திலுள்ள தலவிருட்சம் கொன்றை மரத்தின் அடியே விநாயகர், லிங்கத் திருமேனிகள் உள்ளன.

லிங்கத்தின் மீது கொப்புளங்கள்:

63 நாயன்மார்களில் ஒருவரான திருநீலநக்க நாயனாரின் அவதாரத் தலம் திருசாத்தமங்கை. சிவத்தொண்டாற்றிய திருநீலநக்க நாயனார், அவரது மனைவியின் உருவச்சிலைகள் மகா மண்டபத்தில் உள்ளன. திருநீலநக்கர் தன் மனைவி மங்கையர்க்கரசியுடன் ஆலயம் வந்து பக்திப் பெருக்கோடு அனுதினமும் அயவந்தீஸ்வரரை கொன்றை மலர்களால் வழிபடுவது வழக்கம். திருநீலநக்கர் ஒருமுறை மனைவியோடு திருக்கோயிலுக்குச் சென்றிருந்தார். பூசை வேலையில் நக்கனார் ஈடுபட்டிருக்க அவரது மனைவி, அருகே அமர்ந்து லிங்கத்தையும் ஆவுடையாரையும் சுத்தம் செய்யும் வேலையில் இருந்தார். அப்போது கருவறையில் உள்ள லிங்கத் திருமேனி மீது ஒரு சிலந்திப் பூச்சியைக் கண்டார். ஐயோ இறைவன் மீது இந்த பூச்சி ஏறுகிறதே என்று பதறினார், உடனே தாமதம் செய்யாமல் வாயினால் ஊதி அந்தச் சிலந்தியை லிங்கத் திருமேனியில் இருந்து அகற்றினார்.

இதைக் கண்ட நக்கனார் கோபம் கொண்டார். அடியே என்ன காரியம் செய்தாய், வேதங்களினாலும் தொடமுடியாத புனிதமான எம் இறைவனை உன் வாய் எச்சில் கொண்டு களங்கப்படுத்தி விட்டாயே என்று கத்தினார். அவரால் இந்த அவச் செயலைத் தாங்கிக் கொள்ளவே முடியவில்லை. அந்த நிமிடம் முதல் தன் மனைவியை விலக்கி வைத்தார். பேசுவதைத் தவிர்த்தார். லிங்கத்தைக் களங்கப்படுத்தியதற்கு இதுவே தக்க தண்டனை என்று அவர் மனம் சொல்லியது. அவரது மனைவி கோயிலிலேயே தங்கிக் கொண்டார்.

அவர்கள் இருவரும் பிரிந்து வாழ்ந்தனர். ஒரு நாள் வீட்டில் உறங்கிக் கொண்டிருந்த அவரது கனவில் இறைவன் தோன்றினான், நக்கனே என்ன காரியம் செய்தாய்? இதோ பார் உன் மனைவி வாயால் ஊதியபோது வெளிப்பட்ட எச்சிலும் காற்றும் பட்ட இடத்தை தவிர மற்ற இடங்களில் என் மேனி முழுவதும் கொப்புளங்கள் வந்திருக்கின்றன என்று சொல்லி தனது திருமேனியில் கொப்புளங்களைச் சுட்டிக்காட்டி, அம்மங்கையின் பெருமையை உலகுக்கு வெளிப்படுத்தினார்.

விடிந்தும் ஆலயத்துக்கு ஓடிவந்த நீலநக்கர் இறைவனுக்கு

நேர்ந்ததை எண்ணிக் கலங்கினார். அதேநேரத்தில் தன் மனைவியின் நிர்மலமான பக்தியின் பெருமையை நாம் உணரத்தவறி விட்டோமே என்று வெட்கம் கொண்டார். தன் மனைவிக்காக அந்த இறைவனே பரிந்துரைத்ததை எண்ணி உள்ளம் பூரித்தார். மங்கையர்க்கரசியாரைத் தன்னுடன் உள்ளன்போடும், மகிழ்ச்சியோடும் அழைத்துக்கொண்டார்.

இந்த நிகழ்ச்சியின் அடையாளமாக சுயம்பு மூர்த்தியான இந்த அயவந்தீசுவரர் பாணம் முழுவதும் கொப்புளம் போலக் காட்சி தருகிறது. மூலவர் மேற்கு நோக்கி தரிசனம் தருகிறார். அம்பாள் சந்நிதி பக்கத்தில் தனிக்கோயிலாகவுள்ளது. சூரியன் விநாயகர், சுப்பிரமணியர் சந்நிதிகள் உள்ளன. நந்தி சற்று உயரத்தில் உள்ளது. படிகளேறிச் சென்றால் கருவறை முன் மூஞ்சூறு வாகனத்தின் மீது அமர்ந்துள்ள விநாயகரையும், தண்டபாணியையும் துவாரமூர்த்திகளாகத் தரிசிக்கலாம்.

நேரே அம்பாள் நின்ற திருக்கோலத்தில் நான்கு திருக்கரங்களுடன் தரிசனம் தருகிறாள். கோஷ்ட மூர்த்தங்களில் தட்சிணாமூர்த்தியின் திருவுருவம் சிற்பக் கலைத்திறனுடன் அமைந்துள்ளது. வெளி மண்டபத் தூண் ஒன்றிலுள்ள ஆஞ் சனேயர் வாலில் மணியுடன் காணப்படுகிறார். அருகிலுள்ள மற்றொரு தூண் அருகே உள்ள தவழும் கிருஷ்ணனின் திருமேனியும் காணத்தக்கது.

திருநள்ளாறு தலத்தில் இறைவனை வணங்கிய திருஞான சம்பந்தர் திருசாத்தமங்கைக்கு வந்தபோது. திருநீலநக்க நாயனார் நகரை அலங்கரித்து சம்பந்தரை எதிர்கொண்டு அழைத்து வணங்கினார். இருவரும் ஆலயம் சென்று இறைவனைத் தொழுதபிறகு நக்கரது இல்லம் சென்றனர். சம்பந்தர் தாம் பாடிய தேவாரத்தில் திருநீலநக்கரைச் சிறப்பித்து பாடி இருக்கிறார்.

பொடிதனைப் பூசுமார்பிற் புரிநூலொரு பாற்பொருந்தக்
கொடியன சாயலாளோ டுடனாவதுங் கூடுவதே
கடிமணம் மல்கிநாளுங் கமழும்பொழிற் சாத்தமங்கை
அடிகள் நக்கன் பரவ அயவந்திய மர்ந்தவனே.

என்பது சம்பந்தர் தேவாரம்.

199 திருநாகைக் காரோணம் (நாகப்பட்டினம்)

மூலவர் – காயாரோகணேஸ்வரர், ஆதிபுராணர்
அம்பாள் – அம்பாள் நீலாயதாக்ஷி
தலமரம் – மாமரம்.
தீர்த்தம் – தீர்த்தம் 1) புண்டரீக தீர்த்தம் (கோயிலின் மேற்கில் உள்ளது.) 2) தேவ தீர்த்தம் (முத்தி மண்டபம் அருகில் உள்ளது.)
பதிகங்கள் – சம்பந்தர்–2, அப்பர்–4, சுந்தரர்–1

நாகப்பட்டினம் நகரில் இத்தலம் அமைந்துள்ளது சப்தவிடங்கத் தலங்களுள் ஒன்று. அகத்தியருக்குத் திருமணக் காட்சியருளியதும், அதிபத்தநாயனார் அவதரித்ததுமாகிய சிறப்பு கொண்ட தலம். நாகப்பட்டினம் என்பது மருவி 'நாகை' என்று வழங்கலாயிற்று.

தலவரலாறு

ஒரு காலத்தில் புண்டரீக முனிவர் தமது பூத உடலோடு சொர்க்கம் செல்ல ஆசை கொண்டு தவம் செய்தார். அவரது தவத்திற்கு மெச்சிய இறைவன் முனிவரை இறைவன் தன் மேனியில் ஆரோகணம் செய்து முக்தி கொடுத்தான் அதனால் இறைவனுக்கு காய ஆரோகணேஸ்வரர் என்ற பெயர் ஏற்பட்டது. இங்குள்ள மூலவர் சிலையை அந்த முனிவரே உண்டாக்கினார். இதை உறுதிப்படுத்தும் விதமாக புண்டரீக முனிவரின் உருவத்தை உட்பிரகார கிழக்குப்பகுதி தூணில் செதுக்கி வைத்திருக்கின்றனர்.

பிரகாரத்தில் அதிபத்த நாயனார், வல்லபகணபதி, அகோர வீரபத்திரர், ஆத்மலிங்கம், பிள்ளையார், பழனியாண்டவர் இடும்பன் சந்நிதிகள் உள்ளன. காசிவிசுவநாதர், பைரவர் சந்நிதிகளும் உண்டு. அம்பாள் நீலாயதாட்சி இங்கு கருந்தடங்கண்ணி என்ற பெயரில் கன்னிப் பெண்ணாகக் காட்சி அளிக்கிறாள். ஆகையால் சுவாமிக்குப் பக்கத்தில்

இல்லாமல் இம்மண்டபத்தின் வலதுபக்கத்தில் தனியாகக் கோவில் கொண்டு நின்ற திருக்கோலத்தில் அருள்பாலிக்கிறாள். நவக்கிரகங்களுள் சனீஸ்வரர் தனியே உள்ளார்.

இத்தலத்திலுள்ள சனி பகவான் தசரத சக்கரவர்த்தியால் பிரதிஷ்டை செய்யப்பட்டது. தான் இந்த தலத்தில் உகந்து எழுந்தருளி இருப்பதாக சனிபகவான் கூறியிருக்கிறார். அனைத்து கிரகங்களும் சனி பகவானை மேற்குப் பார்த்தபடி இருப்பதும், சனி பகவான் தெற்குப் பார்த்தவாறு இருப்பதும் இத்தலத்தின் சிறப்பம்சமாகும். நடராச சபையைத் தொழுது படிகளேறிச் சென்றால் மண்டபத்தில் வலப்பால் உற்சவ மூர்த்தங்கள் 1) பிட்சாடனர் 2) நடராசர் 3) சிவகாமி 4) காட்சிநாயகர் ஆகியவை வரிசையாக உள்ளன.

மூலவர் பெரிய பாணத்தோடு நெற்றிப்பட்டம் அணிந்து கனகம்பீரமாகக் காட்சி தருகிறார். பின்னால் தனிமாடத்தில் சுவாமி, அம்பாள் திருக்கோலமுள்ளது. மூலவருக்குப் பக்கத்தில் தியாகராஜா சந்நிதி. சுந்தரவிடங்கர் பாராவாரதரங்க நடனம். கோஷ்டத்தில் தட்சிணாமூர்த்தி, லிங்கோற்பவர், பிரமன், துர்க்கை, அர்த்தநாரீஸ்வரர், பிட்சாடனர் மூர்த்தங்கள் உள்ளன.

ஒரே கல்லினால் ஆன ஆறுமுகப் பெருமான் 12 கரங்களுடன் மயில் மீது அமர்ந்த திருக்கோலத்தில் கிழக்கு நோக்கி தனிச் சந்நிதியில் அருள்பாலிக்கிறார். அவருக்கு அருகில் தேவியர் இருவரும் புன்னகையோடு காட்சி தருகின்றனர். தேவார மூவர் என்று போற்றப்படும் சம்பந்தர், திருநாவுக்கரசர் மற்றும் சுந்தரர் ஆகிய மூவராலும் பாடப் பெற்ற சிவஸ்தலங்கள் 44ல் நாகைக் காரோணம் என்ற இத்தலமும் ஒன்றாகும். 64 சக்தி பீடங்களில் ஒன்று.

"ஆணும் பெண்ணுமாய் அடியார்க்கு அருள்நல்கிச்
சேணின்றவர்க் கின்னஞ் சிந்தை செய வல்லான்
பேணி வழிபாடு பிரியா தெழுந் தொண்டர்
காணுங்கடல் நாகைக் காரோணத்தானே."

என்பது சம்பந்தர் தேவாரம்.

200. திருசிக்கல்

மூலவர் – நவநீதேஸ்வரர், வெண்ணெய்நாதர், வெண்ணெய்ப்பிரான்.

அம்பாள் – சத்தியதாட்சி, வேல் நெடுங்கண்ணி.

தலமரம் – குடமல்லிகை

தீர்த்தம் – க்ஷீரபுஷ்கரணி, கயாதீர்த்தம், லட்சுமி தீர்த்தம்.

பதிகங்கள் – சம்பந்த–1.

திருவாரூர் நாகப்பட்டினம் பேருந்துச்சாலையில் உள்ள தலம். சிக்கல் ஊரையடைந்து வலப்புறமாகத் திரும்பினால் கோயிலையடையலாம். கோயில்வரை வாகனங்கள் செல்லும்.

தல வரலாறு:

புராணகாலத்தில் மல்லிகைவனம் என்று பெயர் கொண்ட இத்தலத்தில் தங்கி ஈசனை வசிஷ்ட முனிவர் தவம் செய்து வந்தார். அப்போது தான் செய்த ஒரு தவறினால் தேவலோகத்து பசுவான காமதேனு சாபம் பெற்று பூமிக்கு வந்து இத்தலத்தை அடைந்தது.

கோயிலின் மேற்கில் உள்ள க்ஷீரபுஷ்கரணி என்று சொல்லப்படும் தீர்த்தத்தில் தன் பாவம் தீருவதற்கு அது நீராடியது. அப்போது அந்தத் தெய்வப்பசுவின் பால் பெருகியதால் குளம் முழுவதும் பாலாகிவிட்டது. அங்கு வந்த வசிஷ்ட முனிவர் பால் குளத்தைப் பார்த்து அதில் இருந்து வெண்ணையை எடுத்து சிவலிங்கமாக்கி அதற்கு பூஜை செய்தார். பூஜையை முடித்தபின் அந்த சிவலிங்கத்தை வேறு இடத்தில் வைக்க எண்ணி அதை எடுக்க முயன்றார். அது முடியாமல் அந்த வெண்ணை லிங்கம் அவர் கையிலேயே சிக்கிக் கொண்டது. அதனாலேயே இத்தலம் சிக்கல் என்ற பெயருடன் விளங்குகிறது. வெண்ணெய் லிங்கத் திருமேனி கொண்டதால் ஈசன் வெண்ணைப் பிரான் என்றும், நவநீத நாதர் என்றும் பெயர் பெற்றுவிட்டார்.

தலச்சிறப்புக்கள்

கோச்செங்கட்சோழன் கட்டிய மாடக்கோயில் வகையைச் சார்ந்தது. சுவாமி சந்நிதி கட்டுமலைமேல் உள்ளது. மிகப் பெரியகோயில். இங்குள்ள சிங்காரவேலர் சந்நிதி மிகவும் புகழ் பெற்றது. கோபுர வாயில் வழியாக உள்ளே நுழைந்தால் கார்த்திகை மண்டபம், அடுத்த வாயிலில் விநாயகரும், தண்டபாணியும் தரிசனம் தருகிறார்கள். இரண்டவது சுற்றில் சனீஸ்வரர், தட்சிணாமூர்த்தி, திருமகள், துர்க்கை, சண்டீசர் மற்றும் நவக்கிரகக் சந்நிதிகள் உள்ளன.

வலதுபக்கமாக தனிச்சந்நிதியில் அம்பாள் நின்ற திருக்கோலத்தில் தரிசனம் தருகிறாள். சுந்தரகணபதியைத் தொழுது படிகளேறிக் கட்டுமலைமீது சென்றால் நேரே தியாகராஜ சந்நிதி உள்ளது. இது சப்தவிடங்கத்தலங்களுள் அடங்காது. இங்கு மரகதலிங்கம் உள்ளது.

மூலவர் சதுரவடிவமான பீடத்தில் குழைவான குட்டை யான பாணத்தோடு லிங்கவடிவத்தில் கருவறையில் தரிசனம் தருகிறார். சோமாஸ்கந்தர் திருமேனி அழகானது, அருகே நடராசசபை உள்ளது. சிக்கல் சிங்காரவேலர் வள்ளி, தெய்வானையுடன் நின்ற திருக்கோலத்தில் காட்சி தருகிறார். இத்தலம் இப்பெருமான் பெயராலேயே (சிக்கல் சிங்காரவேலர்) புகழ்பெற்று விளங்குகிறது. இம்முருகப்பெருமானுக்கு எல்லாவிதமான ஆபரணங்களும் தங்கத்தால் செய்யப்பட்டுள்ளன.

வியர்வை சிந்தும் வேலவன் சூரபத்மனை அழிப்பதற்காக தன் தாயிடம் ஒவ்வொரு வருடமும் ஐப்பசி மாதம் வேல் வாங்கும் விழாவில் முருகப்பெருமான் வேலினை வாங்கிக் கொண்டு இந்தக் கோவிலில் வந்து அமர்வதாக ஐதீகம். அப்போது, அந்த சக்தி வேலின் வீரியம் தாங்காமல் சிக்கல் சிங்காரவேலருக்கு வியர்க்கும். பட்டுத்துணியால் துடைக்கத் துடைக்க கற்சிலையில் முத்து முத்தாக வியர்வை துளிர்த்துக் கொண்டே இருக்கும் அற்புதத்தை பக்தர்கள் இன்றளவும் கண்டு மெய்சிலிர்க்கின்றனர். கட்டுமலையின் கீழ்பக்கம் அம்பாள் வேல் நெடுங்கண்ணியின் சந்நிதி அமைந்துள்ளது. அம்பாள் முருகனுக்கு வேல் தருவது போன்ற சிற்பம் சந்நிதியின் மேல்பாகத்தில் இருக்கிறது. இத்தலத்தில் உள்ள

முருகப் பெருமாள் போலவே எண்கண், எட்டுக்குடி ஆகிய தலங்களிலும் அருள் புரிகிறார். மூன்று மூர்த்தங்களும் ஒரே சிற்பியால் செய்யப்பட்டவை.

கோலவாமனப் பெருமாள் ஸ்ரீதேவி, பூமாதேவி சகிதம் நின்ற திருக்கோலத்தில் தனிச்சந்நிதியில் காட்சி தருகிறார். அவர் நீராடி இறைவனை வழிபட்ட தீர்த்தம் கயாதீர்த்தம் மேற்கே உள்ளது. இப்பெருமாளுக்கு "கயாமாதவன்" என்றும் பெயர். இலக்குமி தீர்த்தம் கிழக்கில் உள்ளது. வடமேற்கு மூலையில் ஆஞ்சனேயர் சந்நிதி அமைந்திருக்கிறது.

காம மோகத்தினால் தவத்தை விட்டு, தேவமாது திலோத்தமையுடன் சுகித்த காரணத்தினால் விசுவாமித்திர முனிவர் தனது மொத்தத் தவவலிமையையும் பறிகொடுத்தார். இத்தலத்து இறைவனை வழிபட்டு அவர் தாம் இழந்த தவப்பலனைத் திரும்பவும் அடைந்தார். முசுகுந்தச் சக்கரவர்த்திக்கு ஒரு அந்தணனைக் கொன்றதால் ஏற்பட்ட பிரம்மஹத்தி தோஷமும் சாபமும் நீங்கிய தலம் சிக்கல்.

வான் உலாவும் மதி வந்து உலவும் மதில் மாளிகை
தேன் உலாவும் மலர்ச்சோலை மல்கும் திகழ் சிக்கலுள்
வேனல் வேளை விழித்திட்ட வெண்ணெய்ப்பெருன் அடி
ஞானம் ஆக நினைவார் வினை ஆயின நையுமே.

என்பது சம்பந்தர் தேவாரம்.

201 கீழ்வேளூர்

(தற்போது கீவளூர் என்று வழங்கப்படுகிறது)

மூலவர் – கேடிலியப்பர், அக்ஷயலிங்கேஸ்வரர்
அம்பாள் – சுந்தரகுஜாம்பாள், வனமுலைநாயகி
தலமரம் – இலந்தை,
தீர்த்தம் – சரவணதீர்த்தம்
தலவிநாயகர் – பத்ரிவிநாயகர்
பதிகங்கள் – சம்பந்தர்–1, அப்பர்–2.

நாகப்பட்டினத்தில் இருந்து சுமார் 12 கி.மீ. தொலைவில்

உள்ள நாம் மேலே தரிசனம் செய்த சிக்கல் தலத்தை அடுத்து இத்தலம் உள்ளது.

தலவரலாறு:

முன்னொரு காலத்தில் அமுதம் எடுக்க பாற்கடலை தேவர்களும் அசுரர்களும் கடைந்தபோது சிதறிய அமுதத்துளியானது இரண்டாகச் சிதறியது. ஒரு துளி அமுதம் வடஇந்தியாவில் விழுந்தது. அந்த இடத்தில் இலந்தை மரங்கள் காடுபோல முளைத்தன. எனவே அந்த இடம் வட பத்ரிகாரண்யம் எனப்பட்டது. பத்ரி என்றால் இலந்தை என்பது பொருள். இரண்டாவது துளி தென்நாட்டில் தமிழகத்தில் இந்த இடத்தில் விழுந்தது. இங்கும் இலந்தை மரக்காடு தோன்றியதால் இது தென்பத்ரிகாரண்யம் என்று பேர் பெற்றது. ஆரண்யம் என்றால் காடு என்று பொருள். அதனால் தான் இந்த தலத்தின் தலவிருட்சம் இலந்தை மரமாக இருக்கின்றது.

தேவர்களைக் காப்பதற்காக முருகப்பெருமான் சூரபத்மனையும் அவனைச் சேர்ந்த ஆயிரக்கணக்கான அசுரர்களையும் அழித்தார் அல்லவா? அதனால் அவருக்கு வீரஹத்தி தோஷம் ஏற்பட்டது. இதை எப்படி நிவர்த்தி செய்து கொள்வது என சிவனிடம் கேட்டபோது அவர், "தட்சிண பத்ரி ஆரண்யமான இந்தக் கீழ்வேளூர் தலத்தில் யாம் சுயம்பு லிங்கமாக அருள்பாலிக்கிறோம். நீ அங்கு சென்று நவலிங்க பூஜை செய்து, வழிபட்டு, தவமியற்றி வந்தால் இந்தத் தோஷம் நீங்கும்" என்று கூறி அருளினார்.

உடனே குமரக்கடவுள் இத்தலத்திற்கு வந்தார், அபிஷேகத்திற்காக தன் வேலினால் பூமியைப் பிளந்து தீர்த்தம் ஏற்படுத்தினார். அது தான் சரவணப்பொய்கை தீர்த்தம். பின்னர் இந்தக் கீழ்வேளூரின் எட்டுத் திசைகளிலும் உள்ள கோவில் கடம்பனூர், ஆழியூர், இளங்கடம்பனூர், பெருங்கடம்பனூர், கடம்பர வாழ்க்கை, வல்ல மங்கலம், பட்டமங்கலம், சொட்டால்வண்ணம், ஒதியத்தூர் ஆகிய ஒன்பது ஊர்களில் நவலிங்கங்களைப் பிரதிஷ்டை செய்து வழிபட்டார்.

பிறகு இத்தலத்து சுயம்பு மூர்த்தியை சரவணப்பொய்கையில் நீராடி பக்தியோடு வழிபட்டார். அப்போது வீரஹத்திகளான மாயைகள் முருகப் பெருமானின் தவத்திற்கு பங்கம் விளைவிக்கும் வகையில் பலவகையான தடைகளை ஏற்படுத்தினர். தன் பிள்ளையின் நலத்தைக் கெடுக்கும் மாயைகளைக் கண்டு உள்ளம் கொதித்தாள் பராசக்தி அவைகளைத் தடுத்து முருகனின் தோஷத்தைப் போக்க உறுதுணையாக இருக்க உறுதி கொண்டாள்.

இந்த தலத்தில் எழுந்தருளியிருக்கும் சாந்த ஸ்வரூபியான ஸ்ரீ சுந்தரகுஜாம்பிகை, பத்ரகாளியாகத் திருவுருவங் கொண்டாள் வடதிசை நோக்கி பத்து திருக்கரங்களுடன் நான்கு திசைகள் மற்றும் ஐந்து புறங்களிலிருந்தும் குமரனுக்கு இடையூறு வராமல் காத்து நின்றாள். எனவே ஸ்ரீ அஞ்சு வட்டத்தம்மன் என்ற திருநாமமும் இந்த அம்பிகைக்கு உண்டு. அம்மையின் சந்நிதி முதல் பிராகாரத்தில் முருகன் சந்நிதிக்கு முன்னால் தனியே வட பக்கத்தில் இருக்கின்றது. குமரனும் தவக்கோலத்திலேயே இத்தலத்தில் காட்சி தருகிறார்.

தலச்சிறப்பு

செங்கட்சோழன் கட்டிய யானை ஏற முடியாத மாடக்கோயிலைச் சார்ந்தது. ராஜகோபுரம் ஏழு நிலைகளைக் கொண்டு கம்பீரமாக நிற்கிறது. விமானத்தில் தென்புறம் இருப்பது சோமாஸ்கந்த விமானம், வடபுறமிருப்பது கேடிலியப்பர் விமானம். தலவிநாயகர் பதரிவிநாயகருடன் சுந்தர விநாயகரும் எழுந்தருளி இருக்கிறார். இத்தல முக்குறுணி விநாயகப் பெருமான் (ஸ்ரீ சுந்தர விநாயகர்) மிகவும் சக்தி வாய்ந்தவர்.

தட்சிணாமூர்த்தி சிலை மிகவும் பழமையானது. மேலும் இங்குள்ள ஏகபாதமூர்த்தி தனிச் சிறப்புடையது. மூலவர் சுயம்புத் திருமேனி கொண்டு பெரிய ஆவுடையார் மீது மெல்லிய பாணத்தோடு எழுந்தருளி அருள்பாலிக்கிறார். தெற்கு நோக்கிய சந்நிதியில் அம்பாள் சுந்தரகுஜாம்பிகை தரிசனம் தருகிறாள். குபேரனுக்கும் இத்தலத்தில் தனிச் சந்நிதி உண்டு. காளி உருவம் சுதையாலானது. ஆகவே இத்திருமேனிக்கு அபிஷேகம் செய்யப்படுவதில்லை, புனுகுசட்டம், சாம்பிராணித்

தைலம் சார்த்தப்படுகிறது. எதிரில் பலிபீடமுள்ளது.

"ஆளான அடியவர்கட்கு அன்பன் தன்னை
ஆன் அஞ்சும்ஆடியை நானபயம் புக்க
தாளானைத் தன்ஒப்பார் இல்லாதானைச்
சந்தனமும் குங்குமமும் சாந்துந் தோய்ந்த
தோளானைத் தோளாத முத்துஒப்பானைத்
தூவெளுத்த கோவணத்தை அரையிலார்த்த
கீளானைக் கீழ்வேளூர் ஆளுங்கோவைக்
கேடிலியை நாடும் அவர்கேடு இலாரே."

என்பது அப்பர் தேவாரம்.

202 திருத்தேவூர்

மூலவர் – தேவபுரீஸ்வரார்,
கதலிவனேஸ்வரர், தேவகுருநாதர்.

அம்பாள் – மதுரபாஷிணி, தேன்மொழியம்மை.

தலமரம் – வெள்வாழை (வாழையில் ஒரு வகை)

தீர்த்தம் – தேவதீர்த்தம்.

பதிகங்கள் – சம்பந்தர்–2.

திருவாரூர் நாகப்பட்டினம் சாலையில் கீவளூர் வந்து அங்கிருந்து திருத்துறைப்பூண்டி செல்லும் சாலையில் சென்றால் தேவூரையடையலாம்.

தேவர்கள் வழிபட்டதால் தேவூர் என்று பெயர் பெற்றதுசெங்கட்சோழன் கட்டிய மாடக்கோயில்களுள் இதுவும் ஒன்று. கௌதமர், வியாழ பகவான், இந்திரன், குபேரன், சூரியன் ஆகியோர் இத்தல இறைவனை வழிபட்டு பலன் அடைந்தனர். கதலிவனம், விராடபுரம், அரசங்காடு, தேவனூர் என்பன தலத்தின் வேறு பெயர்கள்

கோயில் ஊர் நடுவே உள்ளது. ராஜகோபுரம் மூன்று நிலைகளைக் கொண்டு கிழக்கு நோக்கியுள்ளது. ஆலயத்தில் அகல்யை வழிபட்ட லிங்கம், மகாலட்சுமி, வலம்புரி விநாயகர் ஆகியோரும் கட்டுமலை மேல் கௌதம முனிவர் வழிபட்ட

லிங்கம், நவக்கிரகம் தரிசனம் பெறலாம். கட்டுமலை மீது சோமாஸ்கந்தர் தரிசனம் தருகிறார். வலது பக்க வாயிலைக் கடந்தால், மூலவர் தேவபுரீஸ்வரர், சதுரவடிவ பீடத்தின் மீது, பெரிய ஆவுடையாரில் சிறிய வடிவத்தோடு காட்சி தருகிறார்.

அருகில் தனிச்சந்நிதியில் அம்பாள் நின்ற திருக்கோலத்தில் அருள்காட்சி தருகிறாள். மூலவர் தேவபுரீசுவரர், இறைவி மதுரபாஷினி ஆகிய இருவரும் கிழக்கு நோக்கி அருள் பாலிக்கின்றனர். கருவறையின் பின்புறச் சுவற்றில் மற்ற ஆலயங்களில் பொதுவாகக் காணப்படும் லிங்கோத்பவருக்குப் பதிலாக இத்தலத்தில் மகாவிஷ்ணு காட்சி கொடுப்பது விசேஷம். இது போலவே இங்குள்ள தட்சிணாமூர்த்தியின் காலடியில் முயலகன் காணப்படாதது மற்றொரு விசேஷம்.

தலவிருட்சம்:

இத்தலத்து தலவிருட்சம் கல்லிலேயே வளரும் அதிசய வாழைமரம் ஆகும். அதனால் இது கல்வாழை என அழைக்கப்படுகிறது. இது வெள்வாழை என்ற வகையைச் சார்ந்தது. முன்னொரு காலத்தில் தேவர்கள் இத்தலத்து இறைவனை வழிபட்டபோது தேவலோகத்தில் உள்ள வெள்வாழையும் இறைவனை வேண்டி இத்தலம் வந்து வழிபட்டு தலவிருட்சமாகியது. அதனால் மூலவர் அருகிலேயே இருக்கும் பேறு பெற்றது. யாரும் தண்ணீர் ஊற்றாமல், கருங்கல்லினால் ஆன கட்டுமலையில் வளர்வதே இந்தத் தெய்வீக வாழைமரத்தின் சிறப்பம்சம்.

தலத்தின் சிறப்பு:

ராவணன் தன் சகோதரனாகிய குபேரனை வஞ் சித்து சங்கநிதி, பதுமநிதி என்ற அமிர்தக் கலசங்களை கவர்ந்து கொண்டான். செல்வத்தையும், குபேரன் என்ற அந்தஸ்தையும் இழந்த அவன் இத்தலத்திற்கு வந்தான். இங்குள்ள தேவதீர்த்தத்தில் நீராடி, செந்தாமரை மலர்கொண்டு பக்தியோடு இறைவனை வழிபட்டான். அவனது பக்திக்கு மெச்சிய இறைவன் இழந்த செல்வங்களை அவனுக்கு

அளித்தார். குபேரக் கலசங்களைத் திரும்பப் பெற்று மீண்டும் குபேர பட்டத்தையும் பெற்று மகிழ்ந்தான் அவன். எனவே இத்தலத்து இறைவனை வழிபடுவோர்க்கு உயர்ந்த பதவிகளும், குபேர சம்பத்தும் கிடைப்பது உறுதி.

இந்திரன் விருத்தாசுரனைக் கொன்றதால் தோஷம் ஏற்பட்டதோடு இந்திர பட்டத்தையும் இழந்து வருந்தினான். பிரகஸ்பதியின் ஆலோசனையின்பேரில், இத்தலத்து இறைவனை வணங்கி சாபம் நீங்கப் பெற்று மீண்டும் இந்திர பதவியை அடைந்தான். ஆகையால் இத்தலத்து இறைவனை பக்தியோடு வழிபட்டால் இழந்த பதவி கிடைக்கும், அந்தஸ்து உயரும். நல்ல வேலை வாய்ப்பு தேடிவரும். மேலும் சோமவார விரதம் இருந்து இத்தலத்து இறைவனை வழிபட்டால் புத்திர பாக்கியம் கிடைக்கும் என்பது பக்தர்களின் நம்பிக்கை..

இத்தலத்து இறைவனை சூரியன் வழிபட்டு மேன்மை பெற்றான். இதை உறுதிப்படுத்துவது போல ஒவ்வொரு ஆண்டும் கார்த்திகை மாதம் குறிப்பிட்ட ஞாயிற்றுக்கிழமை சூரிய ஒளி இறைவன் மேல் படுகிறது. அப்போது சூரியன் இத்தலத்து தேவபுரீஸ்வரரை வழிபடுகிறான் என்பது ஐதீகம். சூரிய தோஷம் உள்ளவர்கள் இத்தலத்து இறைவனை வழிபட்டு பரிகாரம் செய்து கொண்டு நன்மைகள் பெறலாம்.

> பண்ணிலாவிய மொழி உமைபங்கன் எம்பெருமான்
> விண்ணில் வானவர்கோன் விமலன் விடையூர்தி
> தெண்ணிலா மதிதவழ் மாளிகைத் தேவூர்
> அண்ணல் சேவடி அடைந்தனம் அல்லம் ஒன்று இலமே.

என்பது சம்பந்தர் தேவாரம்.

203 திருப்பள்ளியின் முக்கூடல்

மூலவர் – முக்கோணநாதர், திரிநேத்ர சுவாமி, முக்கூடல்நாதர்.

அம்பாள் – அஞ்சனாட்சி, மைம்மேவு கண்ணி.

தலமரம் – வில்வம்

தீர்த்தம் – முக்கூடல் தீர்த்தம், கோயில் எதிரில் உள்ளது. (இத்தீர்த்தம் திரிவேணி சங்கமத்திற்கு ஒப்பாகச் சொல்லப் படுகிறது.)

பதிகங்கள் – அப்பர்–1.

இது தற்போது திருப்பள்ளி முக்கூடல் என்ற பெயரில் வழங்குகிறது.

(வடமொழியில் திரிநேத்ரம் என்றால் மூன்று கண்களை உடையவன் என்று பொருள். அதனால் தமிழில் முக்கண்நாதர் என்றிருக்க வேண்டும். ஆனால் பேச்சு வழக்கில் சிதைவுற்று தொடர்பே இல்லாமல் 'முக்கோணநாதர்' என்று வழங்குகிறது.)

திருவாரூரிலிருந்து கடைத் தெரு வழியாகக் கேக்கரை செல்லும் சாலையில் வந்து, ரயில்வே லெவல்கிராசிங்கைத் தாண்டி கேக்கரையை அடைந்து, அங்கிருந்து அதே சாலையில் மேலும் 1 கி.மீ. சென்று சிறிய பாலத்தைத் தாண்டி சிறிது தூரம் சென்று, அங்கு இரண்டாகப் பிரியும் பாதையில் இடப்பக்கமாகச் செல்லும் பாதையில் 1 கி.மீ. சென்றால் ஊரையடையலாம். பேருந்து ஊர் வரை செல்லும். திருவிற்குடி என்கிற சிவஸ்தலம் இங்கிருந்து 3 கி.மீ. தொலைவில் இருக்கிறது.

தலவரலாறு

இந்தத் தலத்திற்கு குருவி ராமேஸ்வரம் என்ற பெயர் உண்டு. அப்பெயர் வந்ததற்கான காரணம் இது தான். ஜடாயு சிவபெருமானை நோக்கி தவம் செய்து ஐயனே எனது ஆயுட்காலம் எப்போது முடியும்? என்று கேட்டார். அதற்கு ஈசன் "இராவணன் சீதையை எடுத்து வரும் நேரத்தில் நீ

தடுப்பாய். அப்போது அவன் உன் சிறகுகளை வெட்ட நீ வீழ்ந்து இறப்பாய்" என்றாராம். அது கேட்ட ஜடாயு "பெருமானே! அப்படியானால் நான் காசி, கங்கை, இராமேஸ்வரம், சேது முதலிய தீர்த்தங்களில் மூழ்கித் தீர்த்தப் பலனை அடைய முடியாமற் போகுமே என்ன செய்வது? தாங்கள் தான் அருள் செய்ய வேண்டும் என்று வேண்டினார். அவரது வேண்டுகோளை ஏற்று, இறைவன் மூக்கூடல் தீர்த்தத்தை உண்டாக்கி அதில் மூழ்குமாறு சொல்ல, அவரும் அவ்வாறே மூழ்கிப் பலனைப் பெற்றார். இதனால் இத்தீர்த்தமும் திரிவேணி சங்கமத்திற்கு நிகராகவும், இதில் மூழ்குவோர்க்குப் பதினாறு மடங்கு (கங்கை, சேது) தீர்த்த விசேஷப் பலனைத் தருவதால் இத்தீர்த்தம் "ஷோடசசேது" என்றும் சொல்லப்படுகிறது. ஜடாயு நிகழ்ச்சியை உறுதிப்படுத்தும் விதமாக கோயிலின் முகப்பில் மேற்புறத்தில் இறைவன், இராமர், ஜடாயு, விநாயகர், சுப்பிரமணியர் சுதை உருவங்கள் காணப்படுகின்றன.

தலச் சிறப்பு:

தபோவதனி என்னும் அரசி பல வருடங்களாகக் குழந்தைப்பேறு இல்லாமல் வருந்தினாள். பிறகு இத்தலத்து அஞ்சனாட்சி அம்மனை பக்தியோடு தினமும் வழிபாடு செய்து குழந்தை வரம் வேண்டினாள். இவளது வேண்டுதலை ஏற்ற அம்மன் தானே ஒரு பெண் குழந்தையாக தாமரை மலரில் தோன்றினாள். அரசி அடைந்த மகிழ்ச்சிக்கு அளவேயில்லை, பலகாலம் வறுமையில் வாடிய ஏழை, பெரும் புதையலைப் பெற்றது போல ஆனந்தம் அடைந்தாள். குழந்தையை கண்ணுக்கு கண்ணாக பாசம் காட்டி வளர்த்தாள். அவளுக்கு மணப்பருவம் வந்தபோது இத்தலத்து ஈசனே வேதியராக வந்து அவளை மணம் புரிந்தார். அத்தகைய சிறப்புடையது இத்தலம்.

இத்தலத்திற்கு இராஜகோபுரமில்லை. கிழக்கு நோக்கிய முகப்பு வாயில் மட்டுமே உள்ளது. உள் மண்டபத்தில் வலது பக்கமாக தனிச்சந்நிதியில் அம்பாள் நின்ற திருக்கோலம் காட்டி தரிசனம் தருகிறாள். உள் மண்டபத்தில் நுழைந்து சென்றால் நேரே மூலவர் அழகாக சுயம்பு லிங்க வடிவத்தில் அருள்பாலிக்கிறார். மாசி மாதத்தில் சிவராத்திரி நாளில்

சூரியக்கதிர்கள் மூலவர் திருமேனியில் விழுவது இத்தலத்தின் சிறப்பம்சம். அப்போது சூரியன் இத்தலத்து மூர்த்தியை தனது கிரணங்களினால் வழிபாடு செய்வதாக ஐதீகம்.

சுற்றுப் பிரகாரத்தில் நாகர், பைரவர், சனீஸ்வரர் வள்ளி, சூரியன், சந்திரன் ஆகியோர் இருக்கின்றனர். வள்ளி தெய்வானை சமேத ஆறுமுகர் சந்நிதியும், கஜலட்சுமி சந்நிதியும் சுற்றுப் பிரகாரத்தில் உள்ளன. இத்தலத்திற்கு கேக்கரை என்ற பெயரும் உண்டு. அதற்கு என்ன காரணம்? ராமர் தசரத சக்கரவர்த்திக்கு தர்ப்பணம் செய்த தலங்களில் இதுவும் ஒன்று. முன்னோர்களுக்கு இங்கே தர்ப்பணம் செய்து வழிபட்டால் கயாவில் சிரார்த்தம் செய்த பலன் கிடைக்கும் என்பது தான்.

இத்தலத்திலுள்ள முக்கூடல் தீர்த்தக் குளத்தின் உள்ளே 1(கிணறுகள் உள்ளன. இதில் நீராடினால் மகாமகத் தீர்த்தத்தில் நீராடிய பலன் கிடைக்கும். 12 அமாவாசை இக்குளத்தில் குளித்து இறைவனைப் பக்தியோடு வழிபட்டால் நீண்ட காலமாக குழந்தைப்பேறு இல்லாதவர்க்கு அந்தப் பாக்கியம் வாய்க்கும். ஏதோவொரு காரணத்தினால் திருமணம் நடக்காமல் தடைப்படுவோருக்கு விரைவில் திருமாங்கல்யப் பேறு வாய்த்து நல்ல வாழ்க்கைத்துணை கிடைக்கும்.

"ஆராத இன்னமுதை அம்மான் தன்னை
அயனொடும் மால் அறியாத ஆதியானை
தாராரும் மலர்க் கொன்றைச் சடையான் தன்னைச்
சங்கரனைத் தன்னொப்பார் இல்லான் தன்னை
நீரானை காற்றானை தீயானானை
நீள் விசும்பாய் ஆழ்கடல்கள் ஏழும் சூழ்ந்த
பாரானை பள்ளியின் முக்கூடலானைப்
பயிலாதே பாழே நான் உழன்றவாறே."

என்பது அப்பர் தேவாரம்.

204 திருவாரூர்

(திருமூலட்டானம் என்றும் திருவாரூர் பூங்கோயில் என்றும் அழைக்கப்படுகிறது)

மூலவர்	–	வன்மீகநாதர், புற்றிடங்கொண்டார்.
அம்பாள்	–	கமலாம்பிகை, அல்லியங் கோதை, நீலோத் பலாம்பாள்.
தலமரம்	–	செம்பாதிரி
தீர்த்தம்	–	கமலாலயம்
பதிகங்கள்	–	சம்பந்தர்–5, அப்பர்–21, சுந்தரர்–8.

கமலாலயம் 5 வேலிப் பரப்புடையது, தேவ தீர்த்தம் எனப்படுகிறது. (கோயில் ஐந்துவேலி, குளம் ஐந்துவேலி, ஓடை ஐந்துவேலி என்பது இங்கு வழங்கும் பழமொழி) கமலாலயம் 64 கட்டங்களையுடையது.

மாற்றுரைத்த விநாயகர் சந்நிதி மேலைக்கோபுரத்தின் எதிரில் குளக்கரையில் உள்ளது.

2) சங்கு தீர்த்தம் ஆயிரக்கால் மண்டபத்தின் அருகிலுள்ளது. அமுததீர்த்தம் என்றும் பெயர்.

3) கயாதீர்த்தம் ஊருக்கு அப்பால் கேக்கரை என்று வழங்கும் இடத்தில் உள்ளது.

4) வாணிதீர்த்தம் (சரஸ்வதி தீர்த்தம்) மேற்குப் பெரிய பிரகாரத்தில் சித்திரசபை மண்டபத்திற்கு எதிரில் உள்ளது.

இது தவிர 'செங்கழுநீர் ஓடை' எனப்படும் ஓரோடை கோயிலுக்கு அப்பால் 1 கி.மீ. தொலைவில் உள்ளது.

இத்தலம் திருவாரூர் நகரில் அமைந்துள்ளது. மயிலாடுதுறை, கும்பகோணம், தஞ்சாவூர் ஆகிய இடங்களில் இருந்து பேருந்து வசதிகள் இருக்கின்றன. திருவாரூர் அரநெறி என்று அழைக்கப்படும் மற்றொரு பாடல் பெற்ற சிவஸ்தலமும் உள்ளது. திருவாரூர் நகரின் கிழக்கு ரத வீதியில் அரூர் பறவையுண் மண்டளி என்று அழைக்கப்படும் மற்றொரு சிவஸ்தலமும் உள்ளது.

தல வரலாறு

ஒருமுறை தேவர்களுக்கும் அசுரர்களுக்கும் போர் ஏற்பட்டது. அந்தப் போரில் இந்திரன் தோல்வி அடையும் நிலையில் இருந்தான். அப்போது முசுகுந்த சக்கரவர்த்தி உதவி செய்தார், தேவர்கள் வெற்றி பெற்றனர். இதற்குக் கைம்மாறாக நீங்கள் எதைக் கேட்டாலும் தருகிறேன் என்றான் இந்திரன். உடனே முசுகுந்தர் எனக்கு திருமால் தன் நெஞ்சில் வைத்து பூஜித்த விடங்க லிங்கம் வேண்டும் தரமுடியுமா? என்றார். அப்படி அந்த லிங்கத்தில் என்ன விசேஷம்?

திருப்பாற்கடலில் திருமால் இத்தல இறைவனை சிவலிங்க வடிவத்தில் தமது மார்பில் வைத்துப் பூசித்தார். திருமாலின் மூச்சினால் அவரது மார்பின் ஏற்ற, இறக்கங்களில் இறைவன் நடமாடினார். பின் இம்மூர்த்தத்தை இந்திரன் வரமாகப் பெற்று பூசித்து வந்தான். இப்போது முசுகுந்தன் அந்த லிங்கத்தைதான் கேட்கிறார்.

இந்திரனுக்கு முகமே மாறிவிட்டது, இதென்னடா வாக்கு கொடுத்து மாட்டிக் கொண்டோமே என்று கவலைப்பட்டான். தேவர்கள் மட்டுமே பூஜிக்கத்தக்க அந்த லிங்கத்தை ஒரு மானிடனுக்குத் தர இந்திரனுக்கு மனம் வரவில்லை. எனவே ஒரு தந்திரம் செய்தான். தேவசிற்பியான மயனை வரவழைத்து, தான் வைத்திருப்பதைப்போலவே 6 லிங்கங்களைச் செய்து ஒவ்வொன்றாக அவற்றைக் கொடுத்தான். ஆனால் முசுகுந்தன் அவை போலியானவை என்பதைக் கண்டு பிடித்து விட்டார். வேறு வழியின்றி, இந்திரன் நிஜ லிங்கத்துடன், மயன் செய்த லிங்கங்களையும் முசுகுந்தனிடம் கொடுத்து விட்டான். அவற்றில், நிஜ லிங்கமே திருவாரூரில் உள்ளது. மற்ற லிங்கங்கள் சுற்றியுள்ள கோயில்களில் உள்ளன.

இவை சப்தவிடங்கத் தலங்கள் எனப்படுகின்றன. “சப்தம்” என்றால் ஏழு தலங்களில் உள்ளார் என்பது பொருள். அந்தத் தெய்வாசம்சம் பொருந்திய லிங்கங்கள் விடங்க லிங்கங்கள் என்று அழைக்கப்படுகின்றன. இந்த லிங்கங்கள் கையடக்க அளவே இருக்கும். சப்தவிடங்கத் தலங்களில் பிரதிஷ்டை செய்யப்பட்ட சுவாமிக்கு தியாகராஜர்' என்பது பொதுப்பெயராக உள்ளது.

திருவாரூரில்	– "வீதி விடங்கர்"
திருநள்ளாறில்	– "நகர விடங்கர்"
நாகப்பட்டினத்தில்	– "சுந்தர விடங்கர்"
திருக்குவளையில்	– "அவனி விடங்கர்"
திருவாய்மூரில்	– "நீலவிடங்கர்"
வேதாரண்யத்தில்	– "புவனி விடங்கர்"
திருக்காரவாசலில்	– "ஆதி விடங்கர்"

திருத்தலச் சிறப்புக்கள்:

திருவாரூரில் பிறந்தாலே முக்தி என்ற பெருமைக்கு உரியது. இது பஞ்சபூதத்தலங்களுள் பூமியைக் குறிக்கிறது. யோக சக்கர தலங்களுள் இது மூலாதாரமாகும். சுந்தரர் திருத்தொண்டத்தொகையைப் பாடுவதற்கு, அடிப்படையான அடியார்களின் பெருமைகளை விளக்குவதற்கு மூலாதாரமான தலமாக விளங்குவது. சுந்தரமூர்த்தி நாயனாரின் மனைவி பரவைநாச்சியார் பிறந்த ஊர் இதுவாகும். முசுகுந்த சோழன் ஆட்சி செய்து இந்திரனுக்கே உதவிய பெருமை உடையது.

செல்வத்தியாகேசர் மனுநீதிச் சோழனுக்கு அருள்பாலித்த திருத்தலம் இது தான். சோமாசிமாற நாயனார் செய்த வேள்வியில் அவிர்ப்பாகத்தை இத்தலத்தில் எழுந்தருளி இருக்கும் தியாகேசப் பெருமானே நேரில் வந்து ஏற்றார் என்பதைப் பெரியபுராணம் தெரிவிக்கிறது.

சுந்தர மூர்த்தி சுவாமிகள் திருமுதுகுன்றம் தலத்தில் மணிமுத்தா நதியில் தான் இட்ட பொன்னை இந்த ஊர் கமலாலயம் திருக்குளத்தில் எடுத்துக் கொண்டார்..

சுந்தரர் மீது இறைவன் கொண்டிருந்த அன்பை வெளிப் படுத்திய ஊர் இது. எப்படி என்றால் சுந்தரருக்காக பரவை நாச்சியார் வீட்டிற்கு நள்ளிரவில் தூது செல்வதற்காக இந்த ஊரின் பல தெருக்களில் அவரது பாதங்கள் நடந்தன.

சங்கிலி நாச்சியாரைப் பிரிய மாட்டேன் என்று செய்து கொடுத்த சத்தியத்தை மீறி, திருவொற்றியூரில் இருந்து புறப்பட்டதால் தன் இரண்டு கண்களின் பார்வையும் இழந்தார் சுந்தரர். பிறகு அவர் தட்டுத்தடுமாறி தனது அடியவர்களோடு

காஞ்சிபுரத்திற்கு வந்தபோது இடக்கண் பார்வை பெற்றார், அங்கிருந்து புறப்பட்டு திருவாரூர் வந்து தியாகேசரைப் பாடியதால் வலது கண் பார்வையும் திரும்பப் பெற்றார்.

இத்திருத்தலத்தில் நமி நந்தியடிகள் லட்ச தீபத்தைத் திருக்கோயில் குளத்து நீரால் எரியச் செய்தார். விறன்மிண்ட நாயனார், நமி நந்தி அடிகள் நாயனார், செருத்துணை நாயனார், தண்டியடிகள் நாயனார், சுழற்சிங்க நாயனார் முதலிய சிவனடியார்கள் வழிபட்டு முக்தியடைந்த திருத்தலம் இது தான். திருவாரூர்க் கோயிலுக்குள் சென்று விட்டால், குவித்த கரங்களை விரிப்பதற்கு வழியேயில்லை என்ற அளவிற்கு ஏராளமான சந்நிதிகள் இருக்கும் சிறப்பை உடைய தலம்.

எந்த ஒரு சிவஸ்தலத்திற்கும் இல்லாத தனிச்சிறப்பு திருவாரூர் தலத்திற்கு உள்ளது. கோவில், குளம், வீதி, தேர்த்திருவிழா ஆகியவற்றைப் பற்றி தேவாரப் பாடல்கள் கொண்ட சிறப்பைப் பெற்றுள்ள தலம் இதுவே. திருவாரூரில் தியாகராஜரின் முக தரிசனம் காண்பவர்கள், 3 கி.மீ. தொலைவிலுள்ள விளமல் சிவாலயத்தில் பாத தரிசனம் காண்பது சிறப்பு ஆகும்.

தஞ்சை சரபோஜி மன்னன் கும்பாபிஷேகம் நடத்திய பெருமை இன்றும் பேசப்படுகிறது. திருவாரூர் சித்தர்களின் கோட்டம். திருவாரூரில் வாழ்ந்த சித்தர் பலருள் ஸ்ரீகுருதக்ஷிணாமூர்த்தி சித்தரும் ஒருவர்.

தியாகராஜர் கோயில் சிறப்பு

திருவாரூர் தியாகராஜர் கோயில் இந்தியாவிலுள்ள மிகப்பெரிய கோயில்களுள் ஒன்று ஆகும். இங்கு சிவன் சுயம்பு மூர்த்தியாக அருள்பாலிக்கிறார். தியாகராஜர் என்றால் கடவுள்களுக்கெல்லாம் ராஜா என்று பொருள் ஆகும். இவர் இங்கே அஜபா நடன மூர்த்தியாக விளங்குகிறார்.

திருக்கோயில் சிறப்பம்சங்கள்

9 ராஜ கோபுரங்கள், 80 விமானங்கள், 12 பெரிய மதில்கள், 13 மிகப் பெரிய மண்டபங்கள், 15 தீர்த்தக் கிணறுகள், 3 நந்தவனங்கள், 3 பெரிய பிரகாரங்கள், 365 லிங்கங்கள் (இவை வருடத்தின் மொத்த நாட்களைக் குறிப்பதாகச்

சொல்கிறார்கள்) ஆகும். 100க்கும் மேற்பட்ட சன்னதிகள், 86 விநாயகர் சிலைகள், 24க்கும் மேற்பட்ட உள் கோயில்கள் எனப் பிரமாண்டமாக விளங்குகிறது. இதனாலே இதை பெரிய கோயில் என்று சொல்வதும் உண்டு. கிழக்குக் கோபுரத்தின் உள்புறம் உள்ள 1000 கல்தூண்கள், முன்காலத்தில், திருவிழாக் காலங்களில் பந்தல் போடுவதற்காக அமைக்கப்பட்டுள்ளது ஆகும்.

திருவாரூர் கோவிலுக்கு அழகு தருவது சுமார் 120 அடி உயரமுள்ள அதன் ராஜகோபுரமாகும் (தூலலிங்கம் என்று சொல்லப்படும்) தெற்கு வடக்காக 656 அடி அகலமும், கிழக்கு மேற்காக 846 அடி நீளமும், சுமார் 30 அடி உயரமுள்ள மதிற்சுவரை நான்கு புறமும் கொண்டுள்ள நிலப்பரப்பில் ஆலயம் அமைந்துள்ளது.

நான்கு புறமும் கோபுரங்களையும், தேர் ஓடும் வீதியையும் சேர்த்து ஐந்து பிரகாரங்களுடனும் இவ்வாலயம் மிகவும் சிறப்பாக அமைந்துள்ளது திருவாரூர் கோவில், அதன் முன்புறமுள்ள கமலாலயம் குளம், கோவிலைச் சார்ந்த தோட்டம் ஆகியவை ஒவ்வொன்றும் 5 வேலி நிலப்பரப்பில் அமைந்துள்ளதான சிறப்பு இத்தலத்திற்கு உண்டு.

கோயில் ஐந்து வேலி, குளம் ஐந்து வேலி, செங்கழுநீர் ஓடை ஐந்து வேலி என்ற பழமொழி மூலம் இதன் சிறப்பை உணரலாம். (ஐந்து வேலி என்பது 1000 அடி நீளம் 700 அடி அகலம்). அடேங்கப்பா இத்தனை பிரமாண்டமான ஆலயத்தை நாம் ஆற அமர பூரணமாகத் தரிசனம் செய்து மனத்தில் இருத்திக் கொண்டு ஆனந்தபட வேண்டும் என்றால் இரண்டு அல்லது மூன்று நாட்கள் தேவை.

சிறப்பு வாய்ந்த சந்நிதிகள்:

வன்மீகநாதர் மற்றும் தியாகராஜர் சந்நிதிகள்:

வன்மீகநாதர் கிழக்கு நோக்கி காட்சி அளிக்கிறார். இவர் சந்நிதிக்குச் செல்லும் வழியில் உள்ள கோபுரம் அழகியான் கோபுரம் எனப்படும். பிரதோஷ நாயகர், சந்திரசேகரர், சோழமன்னன், மாணிக்கவாசகர், திரிபுரசம்ஹாரர்,

ஐங்கலக்காசு விநாயகர் முதலியோருக்கு சந்நிதிகள் உள்ளன இந்த சந்நிதிக்கு வலதுபுறம் இத்தலத்தின் பிரதான மூர்த்தியான தியாகராஜர் சந்நிதி உள்ளது.

தியாகராஜ சுவாமிக்குத் தினமும் அபிஷேகம் கிடையாது.

இந்திரன் பூஜித்த, சிறிய மரகதலிங்கத்திற்கு (வீதி விடங்க லிங்கம்) தான் காலை 8.30, 11 மணி, இரவு 7 மணிக்கு அபிஷேகம் நடக்கும் அபிஷேகத்திற்கு பின் சிறிய வெள்ளிப்பெட்டியில் மலர்களுக்கு நடுவே இந்த லிங்கம் வைக்கப்படும். அதன் மேல் வெள்ளிக்குவளை சாற்றி, அதிகாரிகள் முன்னிலையில் பெட்டி பூட்டப்படும். மற்ற நேரங்களில், பூட்டிய இந்த பெட்டி தியாகராஜரின் வலதுபுறத்தில் இருக்கும். தியாகராசாவின் முகம் மட்டுமே தெரியும். மார்கழி ஆதிரையில் தியாகராஜரின் இடப்பாதத்தையும், பங்குனி உத்திரத்தில் வலப்பாதத்தையும் கண்டு தரிசிக்க வேண்டும். மற்றைய அங்கங்கள் மூடி வைக்கப் பட்டிருக்கும். அவை மிகவும் ரகசியமானவையாகக் கருதப்படுகிறது. தியாகராசாவின் பக்கத்திலுள்ள அம்மைக்கு "கொண்டி" என்பது பெயர்.

தேவியர் இருவர்:

இக்கோவிலின் இரண்டு தேவியாரும் பூவைப் பெயராகக் கொண்டிருக்கிறார்கள்.

ஒருத்தி கமலத்தை கொண்டு கமலாம்பிகை எனப்படுகிறாள் மற்றவள் நீலோத்பல மலரைக் கொண்டு நீலோத்பலாம்பிகை என்று அழைக்கப்படுகிறாள். மகாமண்டபம் தாண்டி உட் சென்றால் கமலாம்பிகை தரிசனம் பெறலாம். இவள் நான்கு கரங்களுடன் தாமரை, பாசம், அக்கமாலை, ஆகியவற்றை ஏந்தி யோகாசனத்தில் அமர்ந்த நிலையில் காட்சி தருகிறாள் தலையில் சிவபெருமானைப் போல கங்கையும், பிறையும் அணிந்திருப்பது சிறப்பு. பராசக்தி பீடங்களுள் இதுவும் ஒன்று.

அம்பாள் கோயிலின் மேற்கு மூலையில் அக்ஷர பீடமுள்ளது இதில் பீடமும் ஐம்பத்தோரு எழுத்துக்கள் எழுதப்பெற்ற திருவாசியுமே உள்ளன.

நின்று தியானித்துச் செல்ல வேண்டும். ஆடிப்பூரம், ஆடி வெள்ளிக்கிழமை, தை வெள்ளி ஆகிய தினங்கள் அம்பாளை வழிபடுவதற்கு விசேஷமானவை. அடுத்தாற்போல் சண்முகர், பாலசுப்பிரமணியர், கலைமகள், மகரிஷிகள் வழிபட்ட லிங்கங்கள் சந்நிதிகள் உள்ளன.

அட்சர பீடம்

நிலோத்பலாம்பாள் சந்நிதி: அல்லியங்கோதை என்ற தமிழ்ப்பெயரோடு அம்பிகை இரண்டு கரங்கள் இங்கே எழுந்தருளி இருக்கிறாள். அம்பாளுக்கு இடது புறமாக ஒரு பெண் நின்ற நிலையில் ஒரு சிறுவனை அதாவது முருகப்பெருமானைத் தன் இடுப்பில் உட்கார வைத்துக்கொண்டு காட்சி அளிக்கிறாள். அந்தக் குழந்தையின் மீது அம்பாள் பாசத்தோடு தன் இடது கையைப் படிமானமாக வைத்துக் கொண்டிருக்கிறாள். இதைப் போன்ற சிற்பம்

வேறெங்கும் காண்பது அரிது. அம்பாள் தனது வலது கையில் ஒரு குவளை மலரை வைத்துக் கொண்டிருக்கிறாள்.

இத்தலத்தில் எட்டு துர்க்கை பிரதிஷ்டை செய்யப் பட்டுள்ளன. முதல் பிரகாரத்திலுள்ள மகிஷாசுரமர்த்தினி பிரதான துர்க்கையாகும். மேலும் 2 துர்க்கை சந்நிதி முதல் பிரகாரத்தில் உள்ளன. இரண்டாம் பிரகாரத்தில் நான்கும், கமலாம்பாள் சந்நிதியில் ஒன்றும் ஆக மொத்தம் எட்டு துர்க்கை சந்நதிகள் இவ்வாலயத்தில் இருப்பது இதன் சிறப்பம்சம். ரௌத்திர துர்கை சன்னதியில் ராகு காலத்தில் அர்ச்சனை செய்பவர்களுக்கு நினைத்த காரியங்கள் முடித்து அம்பிகை அருள்பாலிக்கின்றாள். வெள்ளி, ஞாயிறுக்கிழமைகளில் ராகுகால நேரத்தில் அர்ச்சனை செய்து விஷேச பலனை அடையலாம். நவக்கிரகங்கள் ஒரே வரிசையில் நிற்கும் கோலத்தில் காணப்படுவதும் இக்கோவிலில் காணப்படும் ஒரு சிறப்பம்சம்.

இத்தலத்தில் எழுந்தருளி இருக்கும் ரண விமோசனர் பக்தர்களின் நெடுநாள் தீராத நோய்களையும், நீண்டகாலமாக வராத கடனையும், தீர்த்து வைக்கிறார்; இவரை அமாவாசை தினத்தன்று அபிஷேகம் செய்தும், உப்பு மிளகு ஆகியவற்றை காணிக்கை செலுத்தியும் வழிபடுதல் மிகவும் பலனைக் கொடுக்கும். சாயரட்சை பூஜையின் போது தேவர்கள் அனைவரும் இறைவனைத் தரிசிப்பதாக ஐதீகம். அதனால் அர்ச்சகர் நீண்ட அங்கியும் தலைப்பாகையும் அணிந்தப்படி பூஜை செய்கிறார்.

இக்கோயிலில் இரண்டு சண்டேசுவரர் சந்நிதிகள் உள்ளன.

(1) எமசண்டர்: எமனே சண்டேசராக அமர்ந்திருக்கிறான்.

(2) ஆதிசண்டர்: *(சண்டேஸ்வரர்)*

திருவாரூர் தேர் உலக பிரசித்தம். திருவாரூர் 'தேர் அழகு' என்ற சிறப்பு பெற்றது. இதற்கு 'ஆழித்தேர்' என்று பெயர். ஆழித் தேர் நான்கு நிலைகளையும், பூதப்பார், சிறுஉறுதலம், பெரியஉறுதலம், நடகாசனம், விமாசனம், தேவாசனம்,

சிம்மாசனம் பீடம் என 7 அடுக்குகளைக் கொண்டதாகவும் உள்ளது. இந்தத் தேரின் நான்காவது நிலையில் தியாகராஜ சுவாமி வீற்றிருப்பார்.

வடிவம்:

பீடம் மட்டும் 31 அடி உயரமும், 31 அடி அகலமும் கொண்டது. மூங்கில்களை கொண்டு முழுமையாக அலங்கரிக்கப்படும்போது, தேரின் உயரம் 96 அடியாக இருக்கும். ஆழித்தேரின் எடை 300 டன்.

"பாடிளம் பூதத்தினானும் பவளச் செவ்வாய் வண்ணத்தானும்
கூடிளமென் முலையாளைக் கூடிய கோலத்தினானும்
ஓடிளவெண்பிறையானும் ஒளிதிகழ் சூலத்தினானும்
ஆடிளம்பாம் பசைத்தானும் ஆரூரர் அமர்ந்த அம்மானே."

என்பது அப்பர் தேவாரம்.

205 திருவாரூர் அரநெறி

மூலவர் – அகிலேஸ்வரர்.
அம்பாள் – வண்டார் குழலி, புவனேஸ்வரி.
தலமரம் – செம்பாதிரி மரம்
தீர்த்தம் – கமலாயம்
பதிகங்கள் – அப்பர்–2

இந்தக் கோயில் திருவாரூர்க் கோயிலுக்குள்ளேயே இரண்டாம் பிராகாரத்தில் தென் கிழக்குத் திசையில் மேற்கு நோக்கி அமைந்துள்ளது. இக்கோயில் அசலேச்சரம் என்று வழங்கப்படுகிறது. இச்சந்நிதியில் சிவராத்திரி வழிபாடு விசேஷமானது.

இப்பெருமானின் அசலேசுவரரின் நிழல் கிழக்குத் திசையைத் தவிர்த்து மற்றத் திசையில் விழுவதில்லை என்ற உண்மை ஆச்சரியமானது.

ஒரு மன்னருடைய வேண்டுகோளின்படி இறைவன் சலியாது எழுந்தருளி இருப்பதால் அசலேசர் எனப் பெயர்

பெற்றார். அசலேஸ்வரர் கருவறை, அர்த்த மண்டபம், வெளியிலுள்ள கொடிமரம், பலிபீடம், நந்தி மண்டபம் ஆகிய பகுதிகளே திருவாரூர் அரநெறி என்ற தேவாரத் தலமாகக் கருதப்படுகிறது. இது ஒரு தனிக்கோயில்.

நமிநந்தியடிகள் வழிபட்ட தலம் இது. 63 நாயன்மார்களில் ஒருவரான நமிநந்தி அடிகள் இக்கோவிலில் சிவலிங்க வழிபாடு செய்து வந்தார். ஒரு நாள் அவர் வழிபாடு செய்ய மாலையில் வந்தபோது ஆலயத்தில் உள்ள விளக்குகளில் எண்ணெய் இல்லை. ஒளி மங்க ஆரம்பித்ததைக் கண்ட நாயனார், தன்னிடம் எண்ணெய் வாங்குவதற்குப் பொருள் இல்லாத நிலையில் கோயிலைச் சுற்றி வசிப்பவர்கள் இல்லத்திற்குச் சென்று எண்ணெய் வாங்கிவர எண்ணி ஒரு வீட்டை அடைந்தார். கோயில் விளக்கெரிக்க சிறிது எண்ணெய் கொடுங்கள் என்று கேட்டார்.

அந்தக் காலத்தில் திருவாரூரில் அதிக எண்ணிக்கையில் சமணர்கள் வாழ்ந்திருந்தனர். அவர் எண்ணெய் கேட்ட வீட்டில் வசித்தவரும் ஒரு சமணரே. எனவே சற்று கிண்டலாக உங்கள் சிவபெருமான் அக்கினியைக் கையில் ஏந்தி நடனம் ஆடுகிறவன்தானே? அவன் கோயிலுக்கு அந்த வெளிச்சம் போதாதா? அப்படியும் விளக்கு எரிக்க வேண்டும் என்றால் எதிரே உள்ள குளத்து நீரை எடுத்து அகலில் ஊற்றி எரியுங்கள். அது உங்கள் பெருமான் அருளால் எரிகிறதா பார்க்கலாம் என்று கேலியாகச் சொன்னார். இதனால் வருத்தமடைந்த அடிகள் கோயிலுக்கு வந்து இறைவனிடம் ஐயனே இந்த அவமானம் எனக்கல்ல உனக்கு! அவர்கள் வெட்கித் தலைகுனியுமாறு செய்தருள வேண்டும் என மனமுருகி கண்ணீர் விட்டு பிரார்த்தனை செய்தார்.

அப்போது இறைவன் அசரீரியாக "அவர்கள் கூறியபடி இங்குள்ள குளத்து நீரை எடுத்து எனது சன்னதியில் விளக்கேற்று"' என்று கூறினார். இதைக்கேட்ட நமிநந்தி அடிகள் மிகுந்த சந்தோஷத்துடன் சங்கு தீர்த்தம் எனப்படும் குளத்திலிருந்த நீரை எடுத்து வந்து அனைத்து விளக்குகளிலும் ஊற்றி தீபத்தைத் தூண்டிவிட்டார். அவரே ஆச்சரியப்படும் விதமாக எல்லாத் தீபங்களும் முன்பை விட பலமடங்கு

பிரகாசமாக எரிந்தன.

ஆலயம் இருட்டில் மூழ்காமல் ஜெகசோதியாக விளங்குவதை அனைவரும் கண்டனர். இவ்வாறு இறைவனின் பெருமையை உலகறியச் செய்தார் அடிகள். அத்தகைய சிறப்பு பெற்ற திருத்தலம் இது.

விழித்தனர் காமனை வீழ்தர விண்ணின் (று)
இழித்தனர் கங்கையை ஏத்தினர் பாவம் அழித்தனர் ஆரூர் அரநெறியாரே."

என்பது அப்பர் தேவாரம்.

206. ஆரூர் பறவயுண்மண்டளி

மூலவர் – தூவாய்நாதர்
அம்பாள் – பஞ்சின்மெல்லடியம்மை.
தலமரம் – வில்வம்
தீர்த்தம் – அக்னி தீர்த்தம்
பதிகங்கள் – சுந்தர்–1

திருவாரூரில் கிழக்கு ரத வீதியில் தேர் நிலைக்கு அருகில் இக்கோவில் அமைந்துள்ளது.

தல வரலாறு:

வருணன் அனுப்பிய கடலை சுவறச் செய்த இறைவன் எழுந்தருளியுள்ள தலம். இது பற்றித் தெரிந்து கொள்வோம். இத்தலத்து லிங்கம் துர்வாச முனிவர் பூசித்தது. பிரளய காலத்தில் கடல் பொங்கி எழுந்த போது, உலகைக் காப்பாற்ற தேவர்களும், முனிவர்களும் சிவனிடம் முறையிட்டனர். சிவபெருமான் துர்வாச முனிவரை அழைத்து திருவாரூர் தலத்தின் அக்னி மூலையில் குளம் அமைத்து எம்மை வழிபட்டால் கடல் அமைதியடையும். உயிர்கள் நன்மை அடையும்,' என்றார்.

அதன்படி துர்வாசர் தலைமையில் கடல்நீரை வற்றச் செய்யவும், உயிர்களைக் காக்கவும், முனிவர்கள் இங்கு ஒன்று கூடி குளம் வெட்டி, இறைவனைப் பூஜை செய்தனர்.

முனிவர்களின் பூஜையை ஏற்ற சிவபெருமான் அருளால் பொங்கிவந்த கடல் தண்ணீரை அக்னி மூலையில் அமைந்திருந்த குளமே ஈர்த்துக் கொண்டது. தற்போதும் கோயிலின் அக்னி மூலையில் அமைந்துள்ள இக்குளம் தனிச் சிறப்புடையது.

துர்வாச முனிவர் பூஜித்த காரணத்தினால் இத்தல இறைவனுக்கு துர்வாச நாயனார் என்ற பெயர் ஏற்பட்டது. மக்கள் பேச்சுவழக்கில் துர்வாசர் கோவில் என்றே சொல்கிறார்கள். இத்தலத்திலுள்ள விநாயகர் சந்நிதியில் துர்வாசருக்கும் ஒரு உருவச்சிலை உள்ளது. ஒரு காலத்தில் இவர் மிகவும் உக்கிரகமாக இருந்ததால் ஆலயத்திற்கு வருபவர்கள் துர்வாசர் உருவச்சிலை இருக்கும் விநாயகர் சந்நிதியைத் தவிர்த்து கோவிலை வலம் வந்தனர். இந்த உக்கிரகத்தைக் குறைக்க துர்வாசர் சிலையிலுள்ள வலது கை கட்டைவிரலைப் பின்னப்படுத்தியதாகவும், அதன்பின் மக்கள் பயமின்றி ஆலயத்தை வலம் வருவதாகவும் இவ்வாலயத்தின் குருக்கள் தெரிவிக்கிறார்.

கிழக்குப் பார்த்த சந்நிதியில் ஈசன் சுயம்பு லிங்கமாக அருள்பாலிக்கிறார். இறைவன் கண்ணாடி போல் பளபளப்பாகக் காட்சி தருகிறார். இதன் பின்புறம் திருநீலகண்ட நாயனார் கோயிலும், தெற்குச் சந்நிதியில் பரவை நாச்சியார் கோயிலும் உள்ளன. சுந்தரர் பாடல் பெற்றது.

தலப்பெருமை உன்னை விட்டு எப்போதும் பிரிந்து செல்லமாட்டேன், திருவாரூரை விட்டு வெளியே செல்லமாட்டேன் என்று சத்தியம் செய்து சங்கிலியை மணந்து கொண்டார் சுந்தரர். ஆனால் சில நாட்களில் அவருக்கு முதல் மனைவியாகிய பரவைநாச்சியாரைச் சந்திக்க ஆவல் அடித்துக் கொள்கிறது. சத்தியத்தை மீறி திருவாரூர் செல்லும் வழியில் பார்வை பறிபோய்விடுகிறது. இதனால் மனம் வருந்திய சுந்தரர், சிவத்தலங்கள் பலவற்றுக்கும் சென்று பார்வை தருமாறு வேண்டுகிறார்.

காஞ்சிபுரத்தில் காஞ்சி காமாட்சியின் பேரருளின் காரணமாக அவருக்கு இடது கண்பார்வை கிடைக்கிறது. மீண்டும் அவர் பல தலங்களுக்குச் சென்று இறைவனை

வேண்டித் துதிக்கிறார். அவரது வேண்டுதலை ஏற்ற ஈசன், சுந்தரா, திருவாரூர் அக்னி மூலையில் உள்ள குளத்தில் நீராடி எம்மைத் தொழுதால் இழந்த வலது கண்பார்வை திரும்பவும் கிடைக்கும் என அருளிச் செய்தார்.

சுந்தரரும் அதன்படி செய்து வலது கண் பார்வை பெற்றார். சுந்தரருக்கு இங்கு கண் கிடைத்ததன் அடையாளமாக, இத்தலத்து இறைவனுக்கு அபிஷேகம் செய்யும்போது அவரது திருமேனியில் கண் தடம் தெரிவதைக் காணலாம். கண்பார்வை குறைபாடு உள்ளவர்கள் ஞாயிற்றுக்கிழமைகளில் இக்குளத்தில் நீராடி இங்குள்ள இறைவனுக்கு செவ்வரளி மாலை சாற்றி, அர்ச்சனை செய்து வழிபட்டால் பார்வை குறைபாடு சரியாகும் என்பது நம்பிக்கை.

துர்வாசர் உருவச்சிலை, பின்னப்படுத்தப்பட்ட வலது கை கட்டைவிரல்

"அம்மானே ஆகமசீலர்க்கு அருள் நல்கும்
பெம்மானே பேரருளாளன்பிட வூரன்
தம்மானே தண்டமிழ் நூற்புல வாணர்க்கோர்
அம்மானே பரவையுண் மண்டளி யம்மானே.

என்பது சுந்தரர் தேவாரம்.

207 திருவிளமர்

மூலவர் – பதஞ்சலி மனோகரர்.
அம்பாள் – மதுரபாஷிணி.
தலமரம் – வில்வம்
தீர்த்தம் – அக்கினி தீர்த்தம்.
பதிகங்கள் – சம்பந்தர்–1.

மக்கள் 'விளமல்' என்றழைக்கின்றனர். திருவாரூர்க் கோயிலோடு இணைந்த கோயில். பதஞ்சலி முனிவர் வழிபட்டது. திருவாரூர் தஞ்சாவூர் சாலையில் திருவாரூரில் இருந்து 3 கி.மீ. தொலைவில் இத்தலம் இருக்கிறது. ஓடம் போக்கியாற்றின் கரையில் உள்ளது. விளமல் பேருந்து நிறுத்தத்திற்கு அருகிலேயே கோவில் உள்ளது.

தலப்பெருமை

பதஞ்சலி முனிவர் சிவபெருமானின் திருவடிகளின் கீழேயே இருந்து எப்போதும் அவரது நடனத்தைக் கண்டு ரசிக்கும் பேறு பெற்றவர். தினமும் அவர் இறைவனின் திருநடனத்தைக் காணாமல் உணவு உண்ண மாட்டார். இவரும் வியாக்கிரபாதரும் இறைவனின் அஜபா நடனத்தையும், ருத்திர தாண்டவத்தையும் ஐயனே நாங்கள் எப்போதும் கண்டு மகிழ வேண்டும் என்று தங்கள் ஆசையை வெளியிட்டனர்.

மேலும் திருவடி தரிசனத்தைக் காண்பித்து அருள வேண்டும் என்றும் கோரிக்கை வைத்தனர். அவர்களது கோரிக்கையை ஏற்ற கண்ணுதல் பெருங்கடவுள் இவர்கள் இருவருக்கும் இத்தலத்தில் தனது திருப்பாதம் காட்டி நடனம் ஆடியருளினார். இந்தத் தரிசனத்தை அந்த மகாமுனிவர்களுடன் விஷ்ணு, பிரம்மா, முசுகுந்த சக்கரவர்த்தி மற்றும் தேவாதி தேவர்களும் கண்டு உள்ளம் பூரித்தனர். சிவபெருமான் காட்டிய ருத்ரபாதத்திற்கு இன்றளவும் தினமும் பூஜைகள் சிறப்பாக நடைபெற்று வருகிறது. எனவே இத்தலம் திருவடி க்ஷேத்திரம் என்றும், சிவபாத ஸ்தலம் என்றும் போற்றப்படுகிறது.

இவ்வாலயம் ஒரு சிறிய கோபுரத்தோடு அமைந்துள்ளது.

கோயில் எதிரில் உள்ள தீர்த்தம் அக்னி தீர்த்தம் என்று அழைக்கப்படுகிறது. கோபுர வாயிலின் இருபுறமும் விநாயகரும் முருகனும் பக்தர்களை வரவேற்று அருள்பாலிக்கின்றனர். உள்ளே சென்றால் நந்தி, பலிபீடம் ஆகியவற்றைக் காணலாம். கோவில் முன் மண்டபத்தில் பதஞ்சலி முனிவரின் திரு உருவச்சிலை தரிசனம் தருகிறது. வியாக்ரபாத முனிவர், சூரியன் ஆகியோர் இத்தலத்தில் இறைவனை வழிபட்டுள்ளதால். அவர்களின் சந்நிதிகளும் இக்கோவிலில் உள்ளது.

மூலவர் மண்ணால் ஆன சுயம்பு மூர்த்தி, கிழக்கு நோக்கி அருள்பாலிக்கிறார். மூலவருக்கு தீப வழிபாடு நடக்கும் போது, அந்த ஒளி லிங்கத்தின் மீது பட்டு பிரதிபலிக்கும் நேரத்தில், லிங்கமானது தீபஜோதியாகத் தெரிவதைக் கண்டு நாம் மெய்சிலிர்க்கலாம். கோஷ்டங்களில் தட்சிணாமூர்த்தி, மஹாவிஷ்ணு, துர்க்கை ஆகியோருக்கு சந்நிதிகள் உள்ளன.

இந்த ஆலயத்தில் பைரவர் தனிச்சந்நிதியில் தரிசனம் தருவது சிறப்பம்சமாகும். பைரவரை தேய்பிறை, அஷ்டமி நாட்களில் வழிபடுவது மிகவும் விசேஷமானதாகும். பைரவர் இத்தலத்தில் நவகோள்களின் அதிபதியாக க்ஷேத்ரபாலகராக இருப்பதால் இங்கு நவகிரகங்களுக்குத் தனியாக சன்னதி கிடையாது.

விநாயகர் தன் கையில் மத்தக மணி ஏந்தி இருப்பதும், விஷ்ணுவின் தலையில் சிவனின் திருவடி இருப்பதும், எம சண்டிகேஸ்வரர் வித்தியாசமாக அமர்ந்திருப்பதும் இத்தலத்தின் கூடுதல் சிறப்பம்சமாகும். புத்திர பாக்கியம் வேண்டுபவர்கள், திருமணத் தடை உள்ளவர்கள், கல்வியில் மேன்மையடைய விரும்புபவர்கள், தீராத நோயால் பாதிக்கப்பட்டவர்கள் இங்குள்ள அக்னி தீர்த்தத்தில் நீராடி, சிவனுக்கு அன்னம் சாத்தி வழிபட்டால் சிறந்த பலன் கிடைக்கும் என்பது நம்பிக்கை.

இத்தலம் சக்தி பீடங்களுள் வித்யாபீடமாக அமைந்திருப்ப தால் குழந்தைகளைப் பள்ளிகளில் சேர்ப்பதற்கு முன்னால் அம்பாளை முறைப்படி வழிபட்டு பிறகு சேர்ப்பது வழக்கமாக இருக்கிறது. மேலும் சரியாகப் பேசாத குழந்தைகளைப்

பேச வைப்பதற்கும், திக்கு வாய் உள்ளவர்களின் திணறல் போவதற்கும் அம்பாள் மதுரபாஷினியை வழிபாடு செய்வது நல்லது. மேலும் புரட்டாசியில் வரும் மகாளய அமாவாசை நாளில் முன்னோர்க்கு தர்ப்பணம் செய்து, விளம்பல் பதஞ்சலி, மனோகரரை வழிபட்டால் முன்னோர் சாபம் விலகும், குடும்பத்தில் ஒற்றுமை ஏற்படும்.

மத்தக மணிபெற மலர்வதோர் மதிபுரை நுதல்கரம்
ஒத்தக நகமணி மிளிர்வதோர் அரவினர் ஒளிகிளர்
அத்தக வடிதொழ அருள்பெறு கண்ணொடும் உமையவள்
வித்தகர் உறைவது விரிபொழில் வளநகர் விளமரே.

என்பது சம்பந்தர் தேவாரம்.

208. திருக்கரவீரம்

மூலவர்	–	கரவீரேஸ்வரர்
அம்பாள்	–	பிரத்யக்ஷமின்னம்மை
தலமரம்	–	அலரி
தீர்த்தம்	–	அனவரத தீர்த்தம்
பதிகங்கள்	–	சம்பந்தர்–1.

இந்தத் தலத்தை தற்போது மக்கள் கரையபுரம் என்று வழங்குகின்றனர். கரவீரம் என்பதற்குப் பொன்அலரி என்று பொருள். அலரியைத் தலமரமாகக் கொண்டதால் இத்தலம் கரவீரம் என்று பெயர் பெற்றது.

திருவாரூரில் இருந்து மேற்கே 10 கி.மீ. தொலைவில் இத்தலம் இருக்கிறது. திருவாரூர் கும்பகோணம் சாலையில் 'வடகண்டம்' என்னும் ஊரையடுத்து 'கரையபுரம்' என்று கேட்டுச் செல்ல வேண்டும். கோயில் வரை வாகனங்கள் செல்கின்றன, இது வெட்டாற்றின் கரையிலுள்ளது.

தலச்சிறப்புக்கள்

கௌதமர் பூசித்த இத்தலம் திருக்கண்ணமங்கை பெருமாள் கோயிலோடு இணைந்த கோயிலாகும். நான்கு புறமும்

மதிற்சுவரைக் கொண்டு ஒரு முகப்பு வாயிலோடு அமைந்த கோயில். கோவிலுக்கு வெளியில் இத்தல தீர்த்தம் அனவரத தீர்த்தம் இருக்கிறது. முகப்பு வாயில் கடந்தால் நேரே பலிபீடம், அடுத்து நந்தி மண்டபம் ஆகியவை உள்ளன.

நந்தி மண்டபத்தைக் கடந்து உள்ளே சென்றால் கருவறையில் மூலவர் சுயம்பு லிங்கமாக கிழக்கு நோக்கி அருள்பாலிக்கிறார். மூலவர் கருவறை கோஷ்டத்தில் தட்சிணாமூர்த்தி, மகாவிஷ்ணு, பிரம்மா, துர்க்கை ஆகியோர் உள்ளனர். கௌதம முனிவரும் தனிச் சந்நிதியில் எழுந்தருளி அருள்பாலிக்கிறார். மூலவருக்கு வலது பக்கமாக அம்பாள் தனிச் சந்நிதியில் எழுந்தருளி இருக்கிறாள். இவ்வாறு அமைந்த கோவில்கள் திருமணக் கோலம் கொண்ட கோயில்கள் எனப்படும். அம்பாள் சந்நிதிக்கு எதிரில் சூரிய பகவானின் சந்நிதியும் உள்ளது. சுவாமி, அம்பாள் கோயில்களைச் சேர்ந்த பெரிய வெளிப் பிரகாரத்தில் விநாயகர், முருகன், சூரியன், சந்திரன், சனீஸ்வரன், பைரவர் ஆகியோரின் சந்நிதிகள் உள்ளன.

திருமணம் தடைப்படும் பெண்கள் கௌதம முனிவரது ஜீவசமாதியில் உள்ள தலவிருட்சத்திற்கு தண்ணீர் ஊற்றி வழிபட்டு பிறகு, கரவீஸ்வரரை வழிபாடு செய்வதால் விரைவில் திருமணம் நடக்கிறது.

ஆலயத்தில் உள்ள தலமரமான செவ்வரளி மரத்திற்கு 3 குடம் தண்ணீர் ஊற்றி, அம்பாளின் திருப்பாதத்தில் 3 மஞ்சள் கிழங்கு வைத்து வழிபட வேண்டும். பிறகு இந்த மஞ்சளைத் தண்ணீரில் கரைத்து அந்த நீரில் நோய்வாய்ப்பட்ட குழந்தைகளைக் குளிப்பாட்டினால் நீண்ட நாட்களாக தொல்லை கொடுத்துவந்த நோய் குணமாகும். சரும நோய்கள் நீங்கும், மெலிந்த உடல் புஷ்டியாகும் என்பது பக்தர்களின் நம்பிக்கை.

"தங்குமோ வினை தாழ்சடை மேலவன்
திங்களோடுடன் சூடிய
கங்கையான் திகழுங் கரவீரத்தெம்
சங்கரன் கழல் சாரவே."

என்பது சம்பந்தர் தேவாரம்.

209. திருப்பெருவேளூர்

மூலவர் – அபிமுக்தீஸ்வரர், பிரியாஈஸ்வரர்.
அம்பாள் – அபின்னாம்பிகை, ஏலவார்குழலி.
தலமரம் – வன்னி
தீர்த்தம் – சரவணப் பொய்கை. கோயிலின் பின்புறமுள்ளது.
பதிகங்கள் – சம்பந்தர்–1 அப்பர்–1.

(தற்போது மணக்கால் ஐயம்பேட்டை என்று வழங்கப் படுகிறது)

கும்பகோணம் குடவாசல், திருவாரூர்ப் பேருந்துச் சாலையில், மணக்கால் என்ற இடத்தில் இறங்கி, இடப்புறமாக ½ கி.மீ. சாலையில் சென்றால் கோயிலை அடையலாம். பழைய நூல்களில் இத்தலம் 'காட்டூர் ஐயம்பேட்டை' என்று குறிக்கப்பட்டுள்ளது.

தலவரலாறு

தேவர்களும் அசுரர்களும் மந்தார மலையை நட்டு வாசுகிப்பாம்பை கயிறாக்கி பாற்கடலை ஆளுக்கு ஒரு புறமாக நின்று இழுத்து வாங்கி கடைந்தனர். அமுதம் கிடைத்தது. ஆனால் அதை அசுரர்களுக்குக் கொடுக்க தேவர்கள் விரும்பவில்லை. ஆகவே ஒரு தந்திரம் செய்தனர். மகாவிஷ்ணு மோகினி அவதாரம் எடுத்தார். அசுரர்களை ஏமாற்றி அமுதக்குடத்தைக் கொண்டு போனார். அவதார நோக்கம் நிறைவேறியதும் அவர் மோகினி அவதாரத்தை விட்டு, மீண்டும் தனது ஆண் உருவத்தை அடைய விரும்பி இத்தலத்திற்கு வந்து, இறைவனை வழிபட்டார் என்பது தலபுராணம் சொல்லும் செய்தி.

இதற்கு ஏற்றவாறு மகாவிஷ்ணு வைகுந்த நாராயணப் பெருமாள் என்ற பெயரில் இத்தலத்தில் தரிசனம் தருகிறார்.

இங்கு எழுந்தருளி இருக்கும் அபிமுக்தீஸ்வரரை வழிபடவேண்டி, முருகன் இத்தலத்திற்கு வந்து தங்கினார்.

தன் பெயரால் ஒரு குளம் ஏற்படுத்தி அதில் நீராடினார். நாள்தோறும், சிவனை வழிபட்டு வேலாயுதமும், அருளாற்றலும் பெற்றார். வேள் எனப்படும் முருகன் பூஜை செய்த தலமாதலால் இத்தலம் பெருவேளூர் எனப்பட்டது. இவரைத் தவிர கங்கை, பிருங்கி முனிவர், கவுதம முனிவர் ஆகியோர் இத்தல இறைவனை வழிபட்டுள்ளனர்.

தலச்சிறப்புக்கள்

கோச்செங்கட் சோழன் கட்டிய யானை ஏறாத மாடக்கோவில்களில் பெருவேளூர் அபிமுக்தீஸ்வரர் ஆலயமும் ஒன்றாகும். 3 நிலை இராஜகோபுரத்துடன் இவ்வாலயம் கிழக்கு நோக்கி அமைந்துள்ளது. வாயுவுக்கும் ஆதிசேஷனுக்கும் இடையே நடைபெற்ற போட்டியில் விழுந்த கயிலாய மலைச் சிகரங்களுள் ஒன்று.

இக்கோயிலில் ஈசன், அம்பாள் சந்நிதிகளுக்கு நடுவே முருகன் சந்நிதி காணப்படுவதால் இது சோமாஸ்கந்த அமைப்பைக் கொண்டுள்ளது.

கருவறையில் ஈசன் சுயம்பு லிங்கமாக அருள்பாலிக்கிறார். மூலவருக்கு நேர் எதிரில் சாளரம் வைக்கப்பட்டுள்ளது. கோஷ்டத்தில் தட்சிணாமூர்த்தி, லிங்கோத்பவர், மிருகண்டு மகரிஷி, துர்க்கை ஆகியோரை நாம் தரிசனம் செய்யலாம். துர்க்கை தனிச் சந்நிதியில் எழுந்தருளி இருக்கிறாள். சண்டேசுவரர் உருவம் கல்லில் வடிக்கப்பட்டுள்ளது. அம்பாள் தனி சந்நிதியில் வீராசனத்தில் அமர்ந்த கோலத்தில் அபயவரதத்துடன் கூடிய நான்கு திருக்கரங்களுடன் அழகொழுகக் காட்சி தருகிறாள்.

மேலும் இந்த வெளிப் பிரகாரத்தில் ஆறு சிவலிங்கங்கள் பிரதிஷ்டை செய்யப்பட்டுள்ளன. இவற்றில் ஒரு லிங்கத்தின் பெயர் சரஸ்வதீஸ்வரர் ஆகும். இந்த லிங்கத்தை முறைப்படி வழிபட்டால் பிள்ளைகளின் கல்வி சிறக்கும். ஊமைக்குழந்தைகள் பேசும் என்கிறார்கள். முன்னொரு காலத்தில் ஊமைச்சிறுவனுக்கு இந்த சரஸ்வதீஸ்வரர் பேசும் சக்தியைக் கொடுத்தார் என்பதைக் கோயில் வரலாறு தெரிவிக்கிறது. கால பைரவர், ஸ்ரீ பைரவர், வடுக பைரவர்

என மூன்று பைரவர்கள் இக்கோவிலில் காட்சி தருவது ஆலயத்தின் சிறப்பம்சங்களுள் ஒன்று.

"விரிவிலா அறிவினார்கள் வேறோரு சமயஞ்செய்து
எரிவினாற் சொன்னாரேனும் எம்பிராற்கு ஏற்றதாகும்
பரிவினாற் பேரியோர் ஏத்தும் பெருவேளூர் பற்றினானை
மருவிநான் வாழ்த்தி உய்யும் வகையது நினைக்கின்றேனே."

என்பது அப்பர் தேவாரம்.

210. திருதலையாலங்காடு

மூலவர் – நடனேஸ்வரர், ஸ்ரீ ஆடவல்லநாதர்
அம்பாள் – உமாதேவி.
தலமரம் – ஆலமரம்
தீர்த்தம் – சங்கு தீர்த்தம்
பதிகங்கள் – அப்பர்–1.

கும்பகோணம் திருவாரூர் சாலை வழியில் உள்ள குடவாசல் என்ற ஊரில் இருந்து கிழக்கே 8.கி.மீ. தொலைவில் உள்ளது. நாம் இதற்கு முன்னால் தரிசனம் செய்த திருப்பெருவேளூர் என்ற தலத்தில் இருந்து 6 கி.மீ. சென்றால் இத்தலத்தை அடையலாம்.

தலவரலாறு

வேதவிதிப்படி தாங்கள் செய்யும் ஹோமங்களும், யாகங்களும் விரும்பியவற்றைக் கொடுத்துவிடும். இதற்கு ஈசன் தேவையில்லை என்ற ஆணவத்தில் செருக்குற்றுத் திரிந்தனர் தாருகாவன முனிவர்கள். அவர்களுக்கு உண்மையை உணர்த்த வந்த சிவபெருமானைக் கண்ணுதல் கடவுள் என்று அறியாமல் அவரைக் கொல்வதற்கு ஆபிசார வேள்வி நடத்தினர்.

அவற்றில் இருந்து வெளிப்பட்ட புலியைக் கிழித்து, அதன் தோலைப் போர்த்து வீர நடனம் புரிந்தார். நாகங்களை ஆபரணமாகச் சூடினார். மானை ஏந்தினார். மழுவைத் தாங்கினார். தாருகாவன முனிவர்களின் ஆணவத்தை

ஒடுக்கி, நல்லறிவு புகட்டினார். ஈசனால் மட்டுமே சகல புவனங்களும் செயல்படுகின்றன, அனைத்து ஜீவராசிகளும் பிறக்கின்றன, இருக்கின்றன என்பதையும் உணர்த்தி அருள் புரிந்தார். தாருகாவனத்து முனிவர்கள் ஏவிய முயலகனை அடக்கி அவன் முதுகின் மீது இறைவன் நடனம் புரிந்த தலம் இதுவே.

தலச்சிறப்புக்கள்

ஆலயம் கிழக்குப் பார்த்தது, ராஜகோபுரம் இல்லை. கோயிலின் முன்னால் சங்கு தீர்த்தம் உள்ளது. குளக்கரையின் மேல் நுழைவு வாயில் வழியாகச் சென்றால் நாம் முதலில் தரிசிப்பது இத்தலத்து நாயகி உமாதேவியைத்தான்.

தெற்கு நோக்கிய தனிச்சந்நிதியில் ஸ்ரீபாலாம்பிகை அழகொழுக காட்சி தருகிறாள். அழகுக்கு ஒருவரும் ஒவ்வாத வல்லி என்று அபிராமிபட்டர் பாடியது எத்தனை உண்மை என்பதை அறிந்து உள்ளம் மகிழ்ச்சி கொள்கிறது. இவளுக்கு திருமடந்தை என்ற பெயரும் உண்டு. சண்டேஸ்வரியும், சனீஸ்வரரும் தனிச் சந்நிதியில் எழுந்தருளி இருப்பது இத்தலத்தின் சிறப்பு.

கருவறையில் சதுரவடிவத்தில் அமைந்த ஆவுடையார் மீது நீண்ட பாணம் கொண்டு மூலவர் ஆடவல்லநாதர் அற்புதமாய்த் தரிசனம் தருகிறார். பங்குனி 30, 31 மற்றும் சித்திரை மாதம் 1, 2, 3 ஆகிய தேதிகளில் சூரியக் கதிர்கள் மூலவர் மீது விழுகின்றன. அப்போது சூரியன் அவரைப் பூசிப்பதாக ஐதீகம். இக்கோயிலில் தனியே ஒரு லிங்கமும், அம்பாள் சந்நிதியும் இருக்கிறது. மேலும் விநாயகரும் முருகனும் தனித்தனி சந்நிதி கொண்டு எழுந்தருளி இருக்கிறார்கள்.

மூலவருக்கு முன்னால் ஓலைச்சுவடி ஏந்திய சரஸ்வதியின் சிலை உள்ளது. ஆனால் அவள் கையில் வீணையில்லை. வீணையில்லா சரஸ்வதியை இங்கே மட்டுமே காணலாம். சரஸ்வதி தேவி இத்தலத்தில் சிவபெருமானை வழிபாடு செய்த போது அவளது பக்திக்கு மெச்சிய ஈசன் ஜோதிர்லிங்க தரிசனத்தைக் காண்பித்து அருள் புரிந்துள்ளார்.

ஏற்றம் தரும் தலம். இத்தல தீர்த்தக் குளமான சங்கு

தீர்த்தம் மிகச் சிறப்புடையது. இத்தீர்த்தத்தில் தொடர்ந்து 45 நாட்கள் நீராடி, ஈசனையும், அம்பாளையும் மனமுருகி வழிபட்டு, நெய் தீபமேற்றி வழிபட, சகல வியாதிகளும் தீருகிறது. வெண்குஷ்டம் போன்ற தோல் நோய்களும் மறைவது கண்கூடு. முன்னோர்களது சாபங்கள் அகலும். தொழிலில் எதிரிகளினால் நஷ்டம் ஏற்பட்டவர்கள், அச்சம் கொண்டு வாழ்பவர்கள் ஆகியோருக்கு இத்தலத்தில் எழுந்தருளி இருக்கும் பைரவர் பாதுகாப்புக் கவசமாக இருக்கிறார். அவருக்கு வடைமாலை சாற்றி வழிபட எதிரிகள் நாசமடைவர்.

இத்தலத்து ஈசனுக்கும் அம்பிகைக்கும் தொடர்ந்து ஒன்பது வாரங்கள் வில்வ அர்ச்சனை செய்து வழிபட்டால் தடைப்பட்ட காரியங்கள் விரைவில் நடைபெறும். பல ஆண்டுகளாக இழுபறியில் இருந்த நீதிமன்ற வழக்குகள் சாதகமாகும். திருமணமாகியும் நீண்ட காலமாக குழந்தைப் பேறு இல்லாதவர்களுக்கு அந்தப் பாக்கியம் வாய்க்கும். இறைவன் முயலகன் மீது நடனமாடியே அவனை அழித்தார். அவர் நடனமாடிய அரிய தலங்களுள் இதுவும் ஒன்று. ஆகவே, நடனம் கற்கும் ஆண்களும், பெண்களும் இத்தலத்து இறைவனை வழிபாடு செய்தால் கலையில் தேர்ச்சி பெற்று பேரும் புகழும் பெறுவது உறுதி. சங்க காலத்தில் இவ்வூர் தலையாலங்கானம் என்னும் பெயரில் இருந்தது. தலையாலங்கானத்துச் செருவென்ற பாண்டியன் நெடுஞ் செழியன் என்று இலக்கியங்களில் இந்த ஊரின் பெயரும் அரசன் பெயரும் குறிக்கப்பட்டுள்ளது.

திருநாவுக்கரசர் இத்திருத்தலத்தினை கால்களால் மிதிப் பதைப் பாவமாகக் கருதி, கரங்களால் ஊன்றி வந்து வழிபட்டு பதிகம் பாடித் துதித்துள்ளார். இறைவன் அவருக்கு தை அமாவாசை தினத்தில், ஆலயத்தின் வடபிரகாரத்தில் உள்ள பலா மரத்தடியில் காட்சி கொடுத்திருக்கிறார்.

தொண்டர்க்குத் தூநெறியாய் நின்றான் றன்னைச்
சூழ்நரகில் வீழாமே காப்பான் றன்னை
அண்டத்துக் கப்பாலைக் கப்பா லானை
ஆதிரைநா ளாதரித்த அம்மான் றன்னை
முண்டத்தின் முளைத்தெழுந்த தீயா னானை
மூவுருவத் தோருருவாய் முதலாய் நின்ற

தண்டத்திற் றலையாலங் காடன் றன்னைச்
சாராதே சாலநாள் போக்கினேனே.

என்பது அப்பர் தேவாரம்.

211. திருக்குடவாயில்

மூலவர்	–	கோணேசுவரர்
அம்பாள்	–	பெரியநாயகி
தலமரம்	–	வாழை.
தீர்த்தம்	–	அமிர்த தீர்த்தம். கோயிலுக்கு எதிரில் உள்ளது.
பதிகங்கள்	–	சம்பந்தர்–2.

(தற்போது குடவாசல் என்று வழங்குகிறது).

கும்பகோணம் திருவாரூர் சாலை வழியில் உள்ள குடவாசல் என்ற ஊரில் இத்தலம் இருக்கிறது. திருவாரூரிலிருந்து 16 கி.மீ. தொலைவிலும், கும்பகோணத்திலிருந்து 15 கி.மீ. தொலைவிலும் இத்தலம் உள்ளது.

தலவரலாறு

பிரளய காலத்தில் உயிர்கள் அனைத்தையும் ஓர் அமுதக் குடத்தில் இட்டு, அதன் வாய்ப்பகுதியில் சிவலிங்கமாக இருந்து சிவபெருமான் பாதுகாத்தார். குடத்திலிட்டுக் காத்த உயிர்களை, மீண்டும் படைப்புக் காலத்தில் வேடன் வடிவெடுத்து வந்த சிவபிரான் வில்லால் அடித்து அக்குடத்தை உடைத்தார். குடம் மூன்றாக உடைந்து, முதற்பாகமாகிய அடிப்பாகம் விழுந்த இடத்தில் தானே எழுந்தருளினார். அதுவே குடமூக்கு எனப்படும் கும்பகோணம் (ஆதிகும்பேசம்) ஆகும். அடுத்து நடுப்பாகம் விழுந்த இடமே கலைய நல்லூராகும். குடத்தின் முகப்பு பாகம் விழுந்த இடமே குடவாயில் என்னும் குடவாசல். இது இத்தலத்திற்குப் பெயர் வந்த காரணம். இத்தலத்து இறைவனாகிய கோணேஸ்வரர் அமுதலிங்கமானார். அது எப்படி? அந்த வரலாற்றையும் தெரிந்து கொள்வோம்.

காச்யப முனிவருக்கு இரண்டு மனைவிகள். இளைய மனைவி விநதையின் மகன்தான் கருடன். அன்னையின் அடிமைத்தளையைப் போக்க, பெரியன்னையின் ஆசையை நிறைவேற்றி வைக்க கருடன், தேவலோகத்தில் இருந்து அமுதக் கலசத்தைக் கவர்ந்து வந்தான். விடுவார்களா தேவர்கள். போருக்கு வந்தார்கள். அவர்களைச் சமாளித்து பறந்த போது பூலோகத்தில் குடவாசலுக்கு எதிரில் ஆகாயத்தில் ஒரு அசுரன் வேகமாக வந்து கருடனிடம் இருந்து அமுதகலசத்தைப் பறிக்க முயன்றான்.

வாயில் குடத்தைக் கவ்வியபடியே போர் செய்வது கஷ்டமாக இருக்கவே கருடன் அருகிலிருந்த ஒரு பெரிய புற்றின் மீது தர்ப்பைகளைப் பரப்பி, அதன் மீது குடத்தை வைத்துவிட்டு, அசுரனுடன் போர் செய்து அவனை வெற்றி கொண்டான். இது தான் சமயம் என்று அந்த புற்றுக்குள்ளே இருந்த இறைவன் கோணேசப் பெருமான் அந்த அமிர்தக் குடத்தை மெள்ளத் தம்மிடம் இழுத்துக் கொண்டார். அசுரனை வீழ்த்திவிட்டு வந்த கருடன் அமிர்த குடத்தைக் காணாமல் பதறினான்.

இங்கே தானே வைத்தேன். எங்கே போனது? யார் எடுத்திருப்பார்கள் என்று கலங்கினான். பரபரப்போடு அந்தப் புற்றைத் தன் மூக்கால் கிளறியபோது ஈசன் அந்தப் புற்றிலிருந்து வெளிவந்து கருடனுக்குத் தரிசனம் தந்தார் கருடா! நீ எமக்கு இத்தலத்தில் ஆலயம் ஒன்றை எழுப்பி வழிபாடு செய் எனக் கட்டளையிட்டார். அதன்படியே கருடன் இத்தலத்தில் இறைவனுக்கு ஆலயம் ஒன்றை எழுப்பினான். தான் கொண்டு வந்த அமுதத்தினால் ஈசனை அபிஷேகம் செய்து களிப்படைந்தான். அதனால் தான் கோணேஸ்வரர் அமுதலிங்கமாக மாறினார். அமிர்த துளிகள் சிந்தியதால் ஆலயத்திற்கு எதிரிலுள்ள தீர்த்தம் அமிர்த தீர்த்தம் ஆயிற்று.

தலச்சிறப்புக்கள்

இது கோச்செங்கட்சோழன் கட்டிய மாடக் கோயில்களுள் ஒன்று. ராஜகோபுரம் இல்லை, உள்கோபுரம் மூன்று நிலைகளையுடையது. பிரகாரத்தில் இடும்பன், தண்டபாணி

கலைமகள் சந்நிதிகள் உள்ளன. நவக்கிரகங்கள், பைரவர், சனீஸ்வரர் ஆகியோரையும் அங்கே தரிசனம் செய்யலாம். சப்தமாதாக்கள் சந்நிதியும் உள்ளது. சண்டேசுவரர் சந்நிதி தனிக்கோயிலாகவுள்ளது. நடராசசபை அழகானது. வெளியில் பக்கவாட்டிலுள்ள காசிவிசுவநாதர் சந்நிதியில் சிவலிங்கத் திருமேனி செம்மண் நிறத்தில் காணப்படுகிறது.

இருபத்து நான்கு படிகளைக் கடந்து மேலே சென்றால் மூலவர் கோணேசுவரர் மேற்கு நோக்கிய சந்நிதியில் பெரிய சிவலிங்கத் திருமேனி உருவில் எழுந்தருளியுள்ளார். இறைவன் திருமேனியில் கருடன் தீண்டி வழிபட்ட சுவடுகள் உள்ளன. இடது பக்கத்தில் அம்பாள் பெரிய நாயகி தெற்கு நோக்கி நின்ற திருக்கோலத்தில் அபயவரத முத்திரை தாங்கி அருள் பாலிக்கிறாள்.

சூரியன் வழிபட்ட காரணத்தினால் 'சூரியேசுவரர்' என்றும், இத்தலத்தின் மந்தார மரத்தின் நிழலில் இருந்து தாலப்பிய முனிவர் வழிபட்டதால் 'தாலப்பியேசுவரர்' என்றும், பிருகுமுனிவர் வழிபட்டதால் 'பிருகநாதர்' என்றும் இத்தலத்து ஈசனுக்குப் பல பெயர்களுண்டு.

திகழுந் திருமா லொடுநான் முகனும்
புகழும் பெருமான் அடியார் புகல
மகிழும் பெருமான் குடவாயில் மன்னி
நிகழும் பெருங்கோயில் நிலாயவனே.

என்பது சம்பந்தர் தேவாரம்.

212. திருச்சேறை

மூலவர் – செந்நெறியப்பர், சாரபரமேஸ்வரர்.
அம்பாள் – ஞானவல்லி.
தலமரம் – மாவிலங்கை.
தீர்த்தம் – மார்க்கண்டேய தீர்த்தம்.
பதிகங்கள் – சம்பந்தர்–1, அப்பர்–2.

கும்பகோணத்திலிருந்து தென்கிழக்கே நாச்சியார்கோவில் வழியாக குடவாசல் செல்லும் சாலையில் 10 கி.மீ. தொலைவில் திருச்சேறை தலம் இருக்கிறது. நாம் மேலே தரிசனம் செய்த குடவாசலில் இருந்து சுமார் 4 கி.மீ. தொலைவு சென்றால் இத்தலத்தை அடையலாம். கும்பகோணத்திலிருந்து வலங்கைமான் வழியாகவும் திருச்சேறை தலத்தை அடையலாம். திருச்சேறையில் 108 வைணவ திவ்யதேசங்களில் ஒன்றான சாரநாதப் பெருமாள் ஆலயமும் உள்ளது. செந்நெறியப்பர் கோயிலை மக்கள் "உடையார் கோயில்" என்று அழைக்கின்றனர்.

தலச்சிறப்புக்கள்

இவ்வாலயம் கிழக்கு நோக்கியது. சிறிய ராஜகோபுரம் வழியாக உள்ளே நுழைந்தால் வரும் வெளிப் பிரகாரத்தில் மூலவர் செந்நெறியப்பர் எனும் சாரபரமேஸ்வரர் சந்நிதி கிழக்கு நோக்கியபடி இருக்கிறது. மூலவர் சுயம்பு மூர்த்தியாக பெரிய பாணத்தோடு சிவலிங்க வடிவத்தில் அருள்பாலிக்கிறார். மூலவர் சந்நிதிக்கு இடது பக்கமாக அம்பாள் ஞானாம்பிகை கிழக்கு நோக்கி தரிசனம் தருகிறாள்.

இத்தலத்தில் ஸ்ரீ ருணவிமோசன லிங்கம் விசேஷம். இதனை மார்க்கண்டேய மகரிஷி பிரதிஷ்டை செய்தார். அவருக்குப் பிறகு தௌமிய முனிவர் இதனை வழிபாடு செய்தார். இத்தலத்தின் மற்றொரு விசேஷம் ஒரே கோயிலில் மூன்று துர்க்கைகள் அருள்பாலிப்பதாகும். இங்கே சிவ, விஷ்ணு, வைஷ்ணவி என மூன்று பெயர்களில் துர்க்கை தரிசனம் தருகிறாள். வெள்ளிக்கிழமை ராகுகால பூசையை பெண்கள் இந்த துர்க்கை சந்நிதியில் மிகவும் சிறப்பாக

நடத்தி பலன் பெற்று வருகின்றனர்.

மூன்றாவதாக மற்றொரு விசேஷமும் இத்தலத்திற்கு உண்டு. அது பைரவ மூர்த்தி. எந்த ஒரு சிவாலயத்திலும் இல்லாத தனிச்சிறப்பு இங்குள்ள பைரவருக்கு உண்டு. திருநாவுக்கரசரால் தனி தேவாரப் பாடல் பெற்றவர் இவர். ஸ்ரீ பைரவருக்கு அஷ்டமியன்று அபிஷேக ஆராதனை செய்தும், சகஸ்ரநாம அர்ச்சனை செய்தும் வழிபட்டால் காரியானுகூலம், வழக்கு விவகாரங்களில் வெற்றி, நவக்கிரக தோஷங்கள் நீங்குதல் ஆகிய பலன்களைப் பெறலாம்.

சூரியன் வழிபடும் தலம்:

சூரியன் இறைவனை பூஜை செய்யும் தலங்களில் திருச்சேறை தலமும் ஒன்றாகும். ஆண்டுதோறும் மாசி மாதத்தில் 13, 14, 15 தேதிகளில் காலையில் சூரியனது ஒளி இத்தலத்து மூலவர் மீதும், அம்பிகை பாதங்களிலும் நேரடியாகப் படுகின்றன. அச்சமயங்களில் இவ்வாலயத்தில் சூரியபூஜை மிகச்சிறப்பாக நடைபெறுகிறது. சூரியனே வழிபாடு செய்யும் தலமாக இது விளங்குவதால் சூரிய தோஷத்தினால் பாதிக்கப்பட்டவர்கள் இங்கு வந்து இறைவனைத் தொழுதால் நிவாரணம் பெறலாம்.

மார்க்கண்டேயர் வழிபட்டு தனது பிறவிக் கடனை அடைத்துக் கொண்டு பிறவா வரம் பெற்றது போல நாமும் இங்குள்ள ரிண விமோசன லிங்கேஸ்வரரை 11 திங்கட்கிழமை வழிபட்டு அபிஷேக ஆராதனை செய்தால் பிறவிக்கடன் அடையும். அனைத்து கஷ்டங்களும் நீங்கும். முன்னோர்களால் ஏற்பட்ட சாபம் விலகும். அவர்கள் செய்யாமல் விட்ட நிவர்த்திக் கடன்களில் இருந்தும் விடுதலை பெறலாம். சிவபெருமானே பைரவர் கோலத்தில் காட்சியளிப்பதாய் கூறுகின்ற அப்பர் தேவாரம் இது.

விரித்தபல் கதிர்கொள்சூலம் வெடிபடு தமருங்கை
தரித்ததோர் கோலே கால பயிரவனாகி வேழம்
உரித்துமை யஞ்சக்கண்டு வொண்டிரு மணிவாய் விள்ளச்
சிரித்தருள் செய்தார் சேறைச் செந்நெறிச் செல்வனாரே.

213 திருநாலூர் மயானம்

மூலவர்	–	ஞானபரமேஸ்வரர்
அம்பாள்	–	ஞானாம்பிகை
தலமரம்	–	பலாசு.
தீர்த்தம்	–	ஞானதீர்த்தம்
பதிகங்கள்	–	சம்பந்தர்–1.

இத்தலத்து பெருமானை ஆபஸ்தம்பரிஷி வழிபட்டு பெருமை அடைந்தார்.

கும்பகோணம் குடவாசல் சாலை வழியில் திருச்சேறை என்ற பாடல் பெற்ற தலத்தை அடுத்து வருவது நாலூர் என்ற ஊர். இவ்வூர் ஒரு தேவார வைப்புத் தலம். நாலூர் தாண்டி குடவாசல் செல்லும் வழியில் உள்ள அத்திக்கடை பாலத்திற்கு முன்னால் இடதுபுறம் பிரியும் சாலையில் சிறிது தூரம் சென்றால் நாலூர் மயானம் என்ற இத்தலம் இருக்கிறது. இக்காலத்தில் இவ்விடம் திருமெய்ஞானம் என்று அழைக்கப்படுகிறது. நான்கு மயானங்களுள் இது ஒன்று. மற்ற மூன்றும் (1) கச்சிமயானம் (2) கடவூர்மயானம் (3) காழிமயானம் என்பவை.

தலச்சிறப்புக்கள்

சோழர் பாணியில் கிழக்கு நோக்கி அமைந்த கோயிலின் எதிரில் ஞானதீர்த்தம் உள்ளது. முகப்பு வாயிலுக்கு வெளியே நந்தி மண்டபமும், பலிபீடமும் உள்ளன. வெளிப் பிரகாரம் சுற்றி வரும்போது மேற்குச் சுற்றில் அமிர்தகடேஸ்வரர், சட்டநாதர், ஏகாம்பரேஸ்வரர், ஸ்ரீவீழிஅழகர் ஆகிய சிவலிங்கத் திருமேனிகளை நாம் தரிசிக்கலாம்.

நாகராஜா, சண்டிகேஸ்வரி, புதிய தட்சிணாமூர்த்தி, ஆத்மலிங்கம் ஆகியோரையும் காணலாம். வள்ளி தெய்வானை சமேத முருகப் பெருமான், விஷ்ணு துர்க்கை ஆகியவர்களுடன் நவக்கிரகச் சந்நிதியும் வெளிப் பிரகாரத்தில் உள்ளது.

சதுரவடிவத்தில் அமைந்திருக்கும் கருவறையில் கிழக்கு நோக்கி மூலவர் சுயம்பு மூர்த்தியாக எழுந்தருளியுள்ளார்.

அவரது மேனியில் ரேகைகள் காணப்படுகின்றன. மூலவரது கருவறை விமானம் கஜபிருஷ்ட அமைப்பில் உருண்டை வடிவத்திலுள்ளது. அம்பாள் தனிச் சந்நிதியில் தெற்கு நோக்கி தரிசனம் தருகிறாள்.

"கோலத்தார் கொன்றையான் கொல்புலித்தோலாடையான்
நீலத்தார் கண்டத்தான் நெற்றியோர் கண்ணான்
ஞாலத்தார் சென்றேத்து நாலூர் மயானத்தில்
சூலத்தான் என்பார்பால் சூழாவாம் தொல்வினையே."

என்பது சம்பந்தர் தேவாரம்.

214 திருக்கடுவாய்க்கரைப்புத்தூர்

மூலவர் – *சொர்ணபுரீஸ்வரர்*
அம்பாள் – *சொர்ணாம்பிகை, சிவாம்பிகை*
தலமரம் – *வன்னி*
தீர்த்தம் – *திரிசூல கங்கை (கோயிலின் வலப்புறம் உள்ளது.)*
பதிகங்கள் – *அப்பர்–1.*

தற்போது இத்தலம் ஆண்டான்கோவில் என்று வழங்கப்படுகிறது.

இந்தத் தலம் வலங்கைமானில் இருந்து கிழக்கே சுமார் 3 கி.மீ. தொலைவில் இருக்கிறது. கும்பகோணத்தில் இருந்து சுமார் 12 கி.மீ. தொலைவு. கும்பகோணத்தில் இருந்து நரசிங்கமங்கலம் செல்லும் நகரப் பேருந்து எண் A20 கோவில் வழியாகச் செல்கிறது. 'குடமுருட்டி' ஆற்றின் பழைய பெயர் கடுவாய்'. ஊரின் பெயர் புத்தூர் என்பது. இந்தப் பெயரில் பல ஊர்களிருக்கவே, வேறுபாடு தெரிவதற்காக இத்தலத்தை கடுவாய்க்கரைப்புத்தூர்' என்று அழைக்கிறார்கள்.

தலச்சிறப்புக்கள்

கோயில் ஊரின் மத்தியில் கிழக்கு நோக்கியுள்ளது. ஐந்து நிலைகளுடன் கூடிய ராஜகோபுரம் உண்டு. வாயிலில் சித்தி

விநாயகர் உள்ளார். ஆலயத்தின் உள்ளே கொடிமரம், நந்தி பலிபீடம் ஆகியவை அமைந்துள்ளன. கருவறை உயரமான இடத்தில் அமைந்திருக்கிறது. மூலவர் சுயம்பு லிங்கமாக கிழக்கே பார்த்து அருள்பாலிக்கிறார். ஆண்டு தோறும் சூரிய பகவான் தனது கிரணங்களை சித்திரை மாதத்தில் 11, 12 13 ஆகிய தேதிகளில் மூலவரின் மீது விழுமாறு செய்து வழிபாடு செய்கிறான்.

கோஷ்டத்தில் உள்ள தட்சிணாமூர்த்தி முயலகனை காலின் கீழே மிதித்த நிலையில் காணப்பட அவரைச் சுற்றி சனகாதி முனிவர்கள் உள்ளனர். பைரவர், சூரியன், நவகிரகங்களுக்குத் தனிச் சந்நிதிகள் உள்ளன.

அம்பாள் சொர்ணாம்பிகை தெற்கு நோக்கி தரிசனம் தருகிறாள். முன்மண்டபத்தின் மேல் விதானத்தில் பன்னிரண்டு ராசிகளும் சித்திரமாகத் தீட்டப்பட்டுள்ளதைக் காணலாம்.

குழந்தைப் பேறு இல்லாதவர்கள் இத்தலத்திற்கு வந்து வழிபட்டால் விரைவில் குழந்தைப் பாக்கியம் வாய்க்கும். வயதாகியும் பருவம் அடையாத பெண்களை திங்கட் கிழமைகளில் இக்கோயிலுக்கு அழைத்து வந்து, தீர்த்தக்குளத்தில் நீராட்டி, மூலவர், அம்பாள் சந்நிதிகளில் நெய்விளக்கேற்றி வழிபட்டால் ருதுவடைவர் என்பது மக்களின் நம்பிக்கையாக இருக்கிறது.

ஒருத்த னைமூ வுலகொடு தேவர்க்கும்
அருத்த னையடி யேன்மனத் துள்ளமர்
கருத்த னைக்கடு வாய்ப்புன லாடிய
திருத்த னைப்புத்தூர் சென்று கண்டுய்ந்தேனே.

என்பது அப்பர் தேவாரம்.

215. திருஇரும்பூளை (ஆலங்குடி)

மூலவர்	–	காசிஆரண்யேஸ்வரர், ஆபத்சகாயேஸ்வரர்.
அம்பாள்	–	ஏலவார்குழலி.
தலமரம்	–	பூளை
தீர்த்தம்	–	அமிர்த புஷ்கரணி மற்றும் உள்ள தீர்த்தங்கள்.
பதிகங்கள்	–	சம்பந்தர்

கும்பகோணம் நீடாமங்கலம் சாலையில் உள்ள ஊர். பேருந்து வசதி உள்ளது. பூளை என்னும் செடியைத் தலவிருட்சமாக உடையதாதலின் இரும்பூளை எனப்பெயர் பெற்றது.

இது மிகச் சிறந்த குருஸ்தலம். குருவே தட்சிணாமூர்த்தி யாகவும், தட்சிணாமூர்த்தியே குருவாகவும் எழுந்தருளி அருள்பாலிக்கும் குருபீடமாகும்.

தலவரலாறு

முன்னொரு காலத்தில் முசுகுந்த சக்கரவர்த்தியின் நல்லமைச்சராக இருந்த அமுதோகர் என்பவர் சிறந்த சிவபக்தர். அவர் தான் இந்தக் கோயிலைக் கட்டினார். அதனால் அவருக்கு எக்கச்சக்கமான புண்ணியம் கிடைத்தது. இதனால் பொறாமை கொண்ட மன்னன் முசுகுந்தன், தனது அமைச்சரிடம் அவர் இதுவரையில் செய்த புண்ணியத்தில் சரிபாதியைத் தனக்கு தத்தம் செய்து தரவேண்டும் என்று வற்புறுத்தினான். அமைச்சர் மறுத்தார், ஆத்திரம் அடைந்த மன்னன் அவரது தலையை வெட்டி விட உத்தரவிட்டான். கொலையாளி அவரது தலையை வெட்டும் போது அமுதோகர் என்ற பேரொலி ஊர் முழுவதும் கேட்டு பலமுறை எதிரொலி கிளப்பியது.

ஆத்திரத்தினால் அறிவிழந்து, அமைச்சரின் தலையை வாங்கியது தவறு என்பதை அறிந்த அரசன் வருந்தினான். செய்த பாவம் தீருவதற்கு இத்தலத்தில் எழுந்தருளி இருக்கும் ஆபத்சகாயேஸ்வரரை வழிபட்டு பாவம் நீங்கப் பெற்றான்.

பஞ்ச ஆரண்யத் தலங்களில் ஒன்றான இதற்கு மற்றொரு வரலாறும் உண்டு. பாற்கடலைக் கடைந்த போது ஆலகால விஷம் வெளிப்பட்டது அல்லவா? அதை சிவபெருமான் உண்ட தலம் இது. ஆலகாலமாகிய விஷத்தை உண்ட தலம் ஆலங்குடி என்ற பெயரைப் பெற்றது. இத்தலத்தில் பாம்பு தீண்டி யாரும் இறப்பதில்லை என்று இப்பகுதி மக்கள் கூறுகிறார்கள்.

திருவிடைமருதூர் ஸ்ரீ மகாலிங்கப் பெருமானுக்கு 9 பரிவாரத் தலங்கள் உள்ளன. அவற்றில் ஒன்று ஆலங்குடி தட்சிணாமூர்த்தி தலமாக விளங்குகிறது. மற்ற பரிவாரத் தலங்கள் முறையே 1) திருவலஞ்சுழி (விநாயகர்), 2) சுவாமிமலை (முருகன்), 3) திருவாவடுதுறை (நந்திகேஸ்வரர்), 4) சூரியனார்கோவில் (நவக்கிரகம்), 5) திருவாப்பாடி (சண்டிகேஸ்வரர்), 6) சிதம்பரம் (நடராஜர்), 7) சீர்காழி (பைரவர்) மற்றும் 8) திருவாரூர் (சோமஸ்கந்தர்). பஞ்ச ஆரண்யத் தலங்களில் ஒன்று.

தலச்சிறப்புக்கள்

இக்கோயில் ஐந்து நிலைகளைக் கொண்ட ராஜகோபுரத்துடன் விளங்குகிறது. ஆலகால விஷத்தை யாருக்குத் தருவது என்று கலங்கிய தேவர்களைக் காத்த விநாயகர், கலங்காமல் காத்த விநாயகர் என்ற பெயரில் கோபுர வாசலில் எழுந்தருளி இருக்கிறார். உள்ளே முதல் பிரகாரத்தில் தெற்கு நோக்கிய சந்நிதியில் அம்பாள் ஏலவார் குழலியம்மை தரிசனம் தருகிறாள். உள்ளே சென்றால் சூரிய பகவானின் சந்நிதி உள்ளது. சூரிய பகவானின் சந்நிதிக்கு தென்புறத்தில் சுந்தரர் சந்நிதி இருக்கிறது.

அடுத்து வரும் உள் பிரகாரத்தில் காசி விஸ்வநாதர், விசாலாட்சி, சப்தலிங்கங்கள், நால்வர் சந்நிதி ஆகியோரைத் தரிசிக்கலாம். இத்தலத்தில் அமைந்துள்ள மூன்றரை அடி உயரமுள்ள சுந்தரமூர்த்தி சுவாமிகளின் திருமேனி மிக அற்புதமாக, காண்பவரை மெய்மறக்க வைக்கும் அழகோடு அமைந்துள்ளது ஒரு சிறப்பாகும்.

கருவறையில் மூலவர் ஆபத்சகாயேஸ்வரர் கிழக்கு நோக்கி

காட்சி தருகிறார். விசுவாமித்திரர் இவரை வழிபட்டுள்ளார். இத்தலத்தில் எழுந்தருளி இருக்கும் சித்தர்களுள் தலையான அகத்தியரை வழிபட்ட பிறகே இங்குள்ள முருகப்பெருமானை வழிபட வேண்டும் என்பது மரபு. இப்படிச் செய்தால் பேய், பிசாசு ஆகியவற்றின் அச்சம் நீங்கும். தோஷங்கள் விலகும், கெட்ட கனவுகள் நிற்கும். இங்குள்ள நாகர் சந்நிதியில் தோஷ நிவர்த்திப் பரிகாரம் செய்து கொண்டால் நாகதோஷம் விலகி நன்மைகள் உண்டாகும்.

தட்சிணாமூர்த்திக்குத் தேர்விழா நடைபெறும் பெருமை பெற்ற தலம் இது. சுந்தரமூர்த்தி சுவாமிகள் இத்தலத்து தட்சிணாமூர்த்தியை வழிபட்டு, பஞ்சாட்சர உபதேசம் பெற்று ஞானமுக்தி அடைந்தார். வியாழக்கிழமைகளில் குருவுக்கு விசேஷ பூசைகள் நடக்கின்றன. குருப் பெயர்ச்சி நாளில் ஆயிரக்கணக்கான பக்தர்கள் இங்கு வந்து இவரை வணங்கி நற்பலன்களைப் பெறுகிறார்கள்.

ஸ்ரீமகாலட்சுமிக்கு சந்தான பாக்கியம் அருளிய காரணத்தினால் அவரது புகழை மகாவிஷ்ணு பெரிதும் பாடினார். இதை உறுதிப்படுத்தும் விதமாக அவர் ஸ்ரீதேவி சமேதராய் வரதராஜப் பெருமாளாக இங்கு எழுந்தருளி இருக்கிறார். குருப்பெயர்ச்சி ஆராதனை, சித்திரைப் பௌர்ணமி விழா, தைப்பூசம், பங்குனி உத்திரம் முதலிய திருவிழாக்கள் சிறப்பாக நடைபெறுகின்றன.

நச்சித் தொழுவீர்காள் நமக்கிது சொல்லீர்
கச்சிப் பொலி காமக்கொடியுடன் கூடி
இச்சித்து இரும்பூளை இடங்கொண்ட ஈசன்
உச்சித்தலையில் பலி கொண்டுழல் ஊணே."

என்பது சம்பந்தர் தேவாரம்.

216. திருஅரதைப் பெரும்பாழி

(தற்போது அரித்துவார மங்கலம் என்று அழைக்கப்படுகிறது)

மூலவர் – பாதாளேஸ்வரர், பாதாள வரதர்.
அம்பாள் – அலங்காரவல்லி.
தலமரம் – வன்னி
தீர்த்தம் – பிரம தீர்த்தம்.
பதிகங்கள் – சம்பந்தர்–1.

கும்பகோணம் நீடாமங்கலம் சாலை வழியில் வெட்டாறு பாலம் தாண்டியவுடன் வலதுபுறம் திரும்பிச் செல்லும் பாதையில் சென்று அரித்துவார மங்கலத்தை அடையலாம். தஞ்சாவூரிலிருந்தும் கும்பகோணத்திலிருந்தும் நகரப் பேருந்துகள் செல்கின்றன

திருமால் பன்றி வடிவங்கொண்டு இத்தலத்து ஈசன் முன்னால் பள்ளம் (துவாரம்) பறித்தமையால் அரிதுவார மங்கலம் என்று பெயர் பெற்றது என்பர். அதனை உறுதிப்படுத்துவதைப் போல மூலவருக்கு அருகே பள்ளம் ஒன்று மூடி வைக்கப்பட்டுள்ளது.

தல வரலாறு:

சிவபெருமானின் அடியையும் முடியையும் யார் முதலில் சென்று தரிசித்து வருவது என்ற போட்டி திருமாலுக்கும், நான்முகனுக்கும் ஏற்பட்டது. பிரம்மா அன்னவாகனத்தில் ஏறி ஈசனின் சிரசைக் காணும் முயற்சியில் பறந்தார். இறைவனின் பாதங்களைப் பார்க்க திருமால் பன்றியாக அவதாரம் கொண்டு பூமியைத் தோண்ட ஆரம்பித்தார்.

வானத்தில் அண்ட சராசரங்களைக் கடந்து சென்ற போதும் பிரம்மனால் ஈசனின் திருமுடியைக் காண முடியவில்லை. அப்போது சிவபெருமானின் தலையில் இருந்த ஒரு தாழம்பூ பூமியை நோக்கி வந்தது. தாழம்பூவைப் பார்த்த பிரம்மன், தானே முதலில் ஈசனின் திருமுடியைப் பார்த்ததாகச் சாட்சி சொல்ல தாழம்பூவிடம் வேண்டினார். தாழம்பூவும் ஒப்புக்

கொண்டது. உண்மையை அறிந்த ஈசன் அன்று முதல் தாழம்பூவை விலக்கி வைத்தார். பூலோகத்தில் உனக்கு கோயில் இல்லாமல் போகட்டும் என பிரம்மனுக்கு சாபம் கொடுத்தார்.

தன்னால் ஈசனின் திருவடிகளைக் காண இயலவில்லை என்று சொல்லி தோல்வியை ஒப்புக் கொண்டார் திருமால். அவர் பூமியைத் தனது கொம்பினால் தோண்டி துவாரம் செய்த தலம் இது தான். அரி துவாரம் இட்ட தலம் ஆதலால் அரித்துவார மங்கலம் என்று பெயர் வந்தது. சிவனின் திருவடி தரிசனம் காண விஷ்ணு பூமியைத் தோண்டிய பள்ளம் இன்றும் மூலஸ்தானத்தில் உள்ளது. இதை கல் வைத்து மூடியுள்ளார்கள். கோவில் சிவாச்சாரியாரிடம் கேட்டால் அவர் காண்பிப்பார்.

தேவாரப் பாடல் பெற்ற தலங்களில் பஞ்ச ஆரண்ய தலங்கள் ஐந்துமே காவிரியின் கிழக்குக் கரையிலே அமைந்து இருப்பதுடன் ஒரே நாளில் விடியற்காலையில் புறப்பட்டு ஐந்தாவது கோயிலை அர்த்த ஜாம பூஜையின் போது வந்து வணங்கி முடித்துக் கொள்ளும் படியாக அருகருகே உள்ளது. இந்த ஐந்து தலங்களின் வரிசைமுறை

1. திருக்கருகாவூர் (முல்லைவனம்) விடியற்கால வழிபாட்டிற்குரியது.
2. அவளிவநல்லூர் (பாதிரிவனம்)காலை வழிபாட்டிற் குரியது.
3. அரதைப் பெரும்பாழி (ஹரித்துவாரமங்கலம்) வன்னிவனம் உச்சிக்கால வழிபாட்டிற்கு உகந்தது.
4. ஆலங்குடி (திரு இரும்பூளை) பூளை வனம் மாலை நேரத்து வழிபாட்டிற்கு உகந்தது.
5. திருக்கொள்ளம்புதூர் (வில்வவனம்) அர்த்த ஜாம பூஜை வழிபாட்டிற்குரியது.

திருஞான சம்பந்தர் தம் தல யாத்திரையின் போது இதே வரிசையில் ஐந்து கோயில்களையும் ஒரே நாளில் வழிபட்டதாகக் கூறப்படுகிறது.

தலச்சிறப்புக்கள்

கிழக்கு நோக்கிய 3 நிலை ராஜகோபுரத்துடன் ஆலயம் விளங்குகிறது. வெளிப் பிரகாரத்தில் விநாயகர், பதஞ்சலி வியாக்ரபாதருடன் நடராஜர், காசி விஸ்வநாதர், சனிபகவான் சூரியன், சந்திரன், பைரவர், சம்பந்தர், சுந்தரர், லிங்கோத்பவர் சப்தமாதர்கள் உள்ளனர். மூலவர் பாதாளேஸ்வரர் சுயம்பு லிங்க வடிவில் கிழக்கு நோக்கித் தரிசனம் தருகிறார் இத்தல இறைவன் பன்றியின் (வராகத்தின்) கொம்புகளுள் ஒன்றை முறித்து தன் மார்பில் அணிந்து கொண்டதாக வரலாறு கூறுகிறது.

சிவனுக்கு வலது பக்கம் அம்பாள் சந்நிதி கிழக்கு நோக்கி அமைந்துள்ளது. இவ்வாறு இருக்கும் அமைப்பை கல்யாணக் கோலம் என்பார்கள். அம்மன் துர்க்கை அம்சமாக இருப்பதால் துர்க்கைக்கு இத்தலத்தில் தனி சன்னதி கிடையாது. அம்பாள் தனிச் சந்நிதியில் நின்ற திருக்கோலத்தில் காட்சி தருகிறாள்.

இங்கு சிவனே அனைத்துக் கிரகங்களுக்கும் தலைவராக எழுந்து அருள்பாலிப்பதால் அவரை வணங்கினாலே நவகிரகங்களை வணங்கிய பலனைப் பெறலாம் என்பதால் நவக்கிரகங்களுக்குத் தனிச் சன்னதி கிடையாது. அரித்துவாரமங்கலத்தில் உள்ள இறைவனைத் தரிசித்தால் "ஹரித்துவார்" சென்று தரிசனம் செய்த பலன் கிடைக்கும் என்பதும், பாதாள ஈஸ்வரரைத் தரிசித்தால் கடன் தொல்லை நீங்கும் என்பதும் பக்தர்களின் நம்பிக்கை.

மண்ணர் நீரார் அழலார் மலிகாலினார்
விண்ணர் வேதம் விரித் தோதுவார் மெய்ப் பொருள்
பண்ணர் பாடல் உடையார் ஒரு பாகமும்
பெண்ணர் கோயில் அரதைப்பெரும் பாழியே."

என்பது சம்பந்தர் தேவாரம்.

217 திருஅவளிவநல்லூர்

மூலவர் – சாட்சிநாதர்
அம்பாள் – செளந்தரநாயகி, செளந்தரவல்லி
தலமரம் – பாதிரி.
மதிலுக்குப் பக்கத்தில் உள்ளது.
தீர்த்தம் – சந்திர தீர்த்தம்.
பதிகங்கள் – சம்பந்தர்–1, அப்பர்–1.

இத்தலம் நாம் மேலே தரிசனம் செய்த அரித்துவார மங்கலத்திலிருந்து 3 கி.மீ. தொலைவில் மன்னார்குடி சாலையில் உள்ளது.

அவள் இவள் நல்லூர் என்பது ஊர்ப் பெயர். இப்பெயர் பற்றிய தலவரலாறு காணலாம்.

தலவரலாறு

முன்னொரு காலத்தில் இத்தலத்து கோயிலில் வழிபாடு செய்து வந்த ஆதிசைவ அந்தணருக்கு அழகான இரண்டு பெண்கள் இருந்தனர். பருவம் வந்ததும் மூத்தவளை ஒரு நல்ல ஆண்மகனுக்கு மணம் செய்து கொடுத்தார். மாப்பிள்ளை சிறிது காலம் அவளுடன் குடும்பம் நடத்திய பிறகு, வேறு சிலருடன் காசியாத்திரைக்குப் புறப்பட்டுச் சென்றார்.

அவர் சென்ற சில நாட்களில் மூத்த பெண்ணுக்கு அம்மை நோய் வந்தது அதன் காரணமாக அவள் அழகிழந்தாள், உருவம் மாறியது, கண்பார்வையையும் இழந்து விட்டாள். மேலும் சில காலத்தில் இரண்டாவது பெண்ணுக்கும் திருமணம் நடந்தேறியது. சில ஆண்டுகள் கழித்து, காசியாத்திரை சென்றிருந்த மூத்த மருமகன் வீடு திரும்பினார். தன் மனைவியைக் கண்டு அதிர்ச்சி அடைந்தார். அழகும் இளமையும் கொண்ட உருவம் மாறிய இவள் என் மனைவி அல்ல, இளையவளே என் மனைவி என்று வாதிட்டார்.

மனங்கலங்கிய ஆதிசைவர் இத்தலத்து ஈசனை மனமுருக வேண்டி மாப்பிள்ளைக்கு உண்மையை உணர்த்த வேண்டும் என கண்ணீர் விட்டு இறைஞ்சினார். அவரது வேண்டுகோளை

ஏற்று இறைவன், காட்சி தந்து மனந்தடுமாறிய மருமகனைப் பார்த்து, மூத்தவளே அவர் மனைவி என்னும் பொருளில் "அவள் இவள்" என்று சுட்டிக் காட்டி மறைந்தார்.

மனக்கலக்கம் தீர்ந்தது, மருமகன் தன் மனைவியை ஏற்றுக் கொண்டான். அவர்களது பக்தியை மெச்சிய இறைவன், இத்தலத்து தீர்த்தத்தில் மூழ்கி பழைய உடலும் கண்பார்வையும் பெறுக என்று அசரீரியாக அருளினான். அந்தப் பெண்ணும் அவ்வாறே செய்து இளமையும், அழகும், பார்வையும் பெற்று தன் கணவனுடன் இனிய இல்லறம் நடத்தினாள். அதனால் இத்தலத்தின் நாயகர் சாட்சிநாதர் என்றும், தலத்திற்கு சாட்சிநாதபுரம் என்றும் பெயர் வந்தது. திருமால், காசிபமுனிவர், முருகன், சூரியன், அகத்தியர், கண்வ மகரிஷி ஆகியோர் வழிபட்ட தலம் இது. பஞ்சாரண்ய க்ஷேத்திரங்களுள் இதுவும் ஒன்று.

தலச்சிறப்புக்கள்

ஆலயம் கோபுரம் இல்லாமல் காட்சி அளிக்கிறது. உள்ளே நுழைந்தவுடன் அம்பாள் தனிச்சந்நிதியில் தெற்கு நோக்கி நின்ற நிலையில் தரிசனம் தருகிறாள். கருவறையில் மூலவர் சுயம்பு வடிவத்தில் சிவலிங்கமாகக் கிழக்கு நோக்கி அருள்பாலிக்கிறார். அவருக்குப் பின்னால் தலவரலாற்றின் படி சாட்சி சொல்வது போல சிவனும் பார்வதியும் காட்சி தருகின்றனர்.

உள்சுற்றில் விநாயகர், நால்வர் சந்நிதிகள், கண்வ முனிவர், வீரபத்திரர், சப்தகன்னியர், அறுபத்துமூவர் மூலத்திருமேனிகள் ஆகிய சந்நிதிகள் உள்ளன. நடராசர் சந்நிதிக்குப் பக்கத்தில் குமாரலிங்கம், காசிவிசுவநாதர், விசாலாட்சி, தபஸ் அம்பாள் திருமேனிகள் உள்ளன. எதிரில் நவக்கிரகச் சந்நிதிகள் உள்ளது. கோஷ்டத்தில் அகத்தியர், தட்சிணாமூர்த்தி, லிங்கோத்பவர், பிரமன், துர்க்கை ஆகியோரைத் தரிசனம் செய்யலாம். சண்டேஸ்வரர் சந்நிதியும் உள்ளது. தை அமாவாசையன்று பிரம்மோற்சவம் ஏகதின (ஒருநாள்) உற்சவமாக நடத்தப்படுகின்றது. கல்வெட்டில் இறைவனின் பெயர் 'தம்பரிசுடையார்' என்று குறிக்கப்பட்டுள்ளது.

"துஞ்சல்இலராய் அமரர் நின்று தொழுதுஏத்த அருள்செய்த
நஞ்சுமிடறுண்டு கரிதாய வெளிதாகியொரு நம்பன்
மஞ்சுற நிமிர்ந்துமை நடுங்க அகலத்தொடு அளாவி
அஞ்ச மதவேழ உரியான் உறைவது அவளிவள் நல்லூரே"

என்பது சம்பந்தர் தேவாரம்

218. திருப்பரிதிநியமம்

மூலவர் – பாஸ்கரேஸ்வரர், பரிதியப்பர்.
அம்பாள் – மங்களாம்பிகை, மங்களநாயகி.
தலமரம் – அரசமரம் (இத்தலத்திற்கு அரசவனம் என்றும்பெயர்)
தீர்த்தம் – சூரிய தீர்த்தம், சந்திர தீர்த்தம். சூரிய தீர்த்தம் கோயிலின் முன்புறத்திலும் சந்திரதீர்த்தம்)
பதிகங்கள் – சம்பந்தர்–1

தற்போது பரிதியப்பர் கோவில் என்று வழங்கப் படுகிறது.

தஞ்சாவூரில் இருந்து ஒரத்தநாடு செல்லும் வழியில் 15 கி.மீ. தொலைவில் உள்ள மேல உளூர் சென்று அங்கிருந்து சுமார் 2 கி.மீ. சென்றால் இத்தலத்தை அடையலாம்.

தல வரலாறு:

சிவபெருமானுக்கு அழைப்பு அனுப்பாமல், அவருக்கு அவிர்ப்பாகமும் தராமல், அவமானப்படுத்தியதோடு, சிவ நிந்தனை செய்து தட்சன் நடத்திய யாகத்தில் சூரியன் கலந்து கொண்டான். அதனால் வீரபத்திரரால் தண்டிக்கப்பட்டான். அவனுக்குப் பல் போயிற்று. சிவனை நிந்தனை செய்ததால் அவனுக்குத் தோஷம் ஏற்பட்டது. தனது தோஷத்தைப் போக்கிக் கொள்ள சூரியன் 16 இடங்களில் சிவலிங்கம் ஸ்தாபித்து வழிபட்டான். அவனைப் பீடித்திருந்த தோஷம் இத்தலத்தில் தான் விலகியது. சூரியனுக்கு பரிதி என்ற

பெயரும் உண்டு. பரிதி வழிபட்டதால் இத்தல இறைவன் பரிதியப்பர் என்று அழைக்கப்படுகிறார்.

பரிதி சூரியன். நியமம் கோயில். ஒருகாலத்தில் சூரியன் கோயிலாக இருந்து பின்பு சிவாலயமாக மாறியிருக்கலாம் என்போரும் உண்டு. சூரியன் வழிபடும் உருவம் கோயிலில் உள்ளது. பரிதிவனம், பரிதிகேசுவரம் என்பன இத்தலத்தின் வேறு பெயர்கள். பங்குனி மாதம் 17, 18, 19, 20 ஆகிய தேதிகளில் சூரியனின் கதிர்கள் சிவலிங்கத் திருமேனியில் படுகின்றன. இந்த வழியில் இன்றும் கூட அவன் இத்தலத்து இறைவனை வழிபடுகிறான் என்பது ஐதீகம்.

தலச்சிறப்புக்கள்

கோயில் கிழக்கு நோக்கி இரண்டு கோபுரங்களோடு காட்சி அளிக்கிறது. முதல் கோபுரம் வழியே உள்ளே நுழைந்ததும் நேரே கொடிமரம், விநாயகர், நந்தி, பலிபீடம் ஆகியவற்றைத் தரிசித்துக்கொண்டு, வந்தால் வெளிப் பிரகாரத்தில் வசந்த மண்டபத்திற்குப் பக்கத்தில் தெற்கு பார்த்த சந்நிதியில் அம்பாள் தரிசனம் பெறலாம். நடராச சபை உள்ளது. அருகில் பைரவர், சூரியன், சந்திரன், நவக்கிரகங்கள் உள்ளன. இங்குள்ள முருகப் பெருமான் கேட்டவர்க்கு கேட்டவரம் அருளும் குணமுடையவர்.

கருவறையில் மூலவர் சுயம்பு லிங்கமாக அருள்பாலிக்கிறார். தலவரலாற்றின் படி இங்கே மூலவரை நோக்கியபடி சூரியன் வழிபடுவதைக் காணலாம். ஆலயத்திற்கு மூன்று தீர்த்தங்கள் உள்ளன. சூரிய தீர்த்தம் கோயிலின் முன்பும் சந்திர தீர்த்தம், வேத தீர்த்தம் கோவிலின் பின்புறமும் உள்ளன. அது போலவே இந்த ஆலயத்தில் ஒரே சந்நிதியில் மூன்று சண்டேசுவரர்களை நாம் தரிசனம் செய்யலாம்.

மார்கண்டேயர் அருவ வடிவில் இத்தலத்திற்கு வந்து தினமும் சிவபூஜை செய்வதாக ஐதீகம். அம்பாளை வணங்கினால் சகலவித சம்பத்துக்களையும் பெறலாம். பிதுர் தோஷத்தினால் பாதிக்கப்பட்டவர்கள் இங்கு வந்து பரிகாரம் செய்து நிவர்த்தி அடையலாம். இது பஞ்சபாஸ்கரத் தலங்களுள் ஒன்றாகும். சூரியன் வழிபட்ட 7 தலங்களுள் இதுவும் ஒன்று. ஏனையவை

1. திருக்கண்டியூர் 2. வேதிகுடி 3. குடந்தைக் கீழ்க்கோட்டம் 4. தெளிச்சேரி 5. புறவார் பனங்காட்டூர் 6. நெல்லிக்கா.

விண்கொண்ட தூமதி சூடிநீடு விரிபுன் சடைதாழப்
பெண்கொண்ட மார்பில்வெண் ணீறுபூசிப் பேணார் பலிதேர்ந்து
கண்கொண்ட சாயலோ டேர்கவர்ந்த கள்வர்க் கிடம்போலும்
பண்கொண்ட வண்டினம் பாடியாடும் பருதிந் நியமமே.

என்பது சம்பந்தர் தேவாரம்.

219 திருவெண்ணியூர்

மூலவர்	–	வெண்ணிக்கரும்பர், வெண்ணி நாதர், கரும்பேஸ்வரர்.
அம்பாள்	–	சௌந்தர நாயகி.
தலமரம்	–	நந்தியாவட்டை
தீர்த்தம்	–	சூரிய, சந்திர தீர்த்தங்கள்.
பதிகங்கள்	-	சம்பந்தர்–1, அப்பர்–2.

(தற்போது கோயில் வெண்ணி என்று அழைக்கப் படுகிறது)

தஞ்சாவூரில் இருந்து சாலியமங்கலம், அம்மாபேட்டை வழியாக நீடாமங்கலம் செல்லும் சாலையில் சாலியமங்கலத்தை அடுத்து வரும் கோயில் வெண்ணி நிறுத்தத்தில் இறங்கி பிரதான சாலையில் இருந்து பிரியும் ஓர் கிளைச் சாலையில் சுமார் 1 கி.மீ. சென்று இத்தலத்தை அடையலாம். தஞ்சாவூரில் இருந்து சுமார் 26 கி.மீ. தொலைவிலும், நீடாமங்கலத்தில் இருந்து சுமார் 8 கி.மீ. தொலைவிலும் உள்ளது. ஆலயத்தின் அருகில் கடைகள் இல்லை, பூசைக்குத் தேவையானவற்றை அருகிலுள்ள பெரிய ஊரில் வாங்கிக் கொண்டு செல்வது நல்லது.

தலச்சிறப்புக்கள்

3 நிலைகளைக் கொண்ட கோபுரத்துடன் , ஒரு பிரகாரம் கொண்டது இக்கோயில். கோபுர வாயில் வழியாக உள்ளே

நுழைந்தவுடன் கிழக்குப் பிரகாரத்தில் நந்தி மற்றும் பலிபீடம் ஆகியவை உள்ளன. வெளிப் பிரகாரத்தில் விநாயகர், முருகன் கஜலட்சுமி மற்றும் நவக்கிரகச் சந்நிதிகள் அமைந்துள்ளன.

சுவாமியையும் அம்பாளையும் ஓரிடத்திலிருந்து ஒருசேரத் தரிசிக்கும் அமைப்பு உள்ளது. சதுர வடிவத்தில் அமைந்த ஆவுடையாரில் மூலவர் கரும்பேஸ்வரர் சுயம்பு லிங்கமாகக் கிழக்கு நோக்கியும், அம்பாள் தெற்கு நோக்கியும் தரிசனம் தருகின்றனர். கருவறை அகழி அமைப்பைக் கொண்டதாகக் காணப்படுகிறது. கரும்பேஸ்வரர் என்ற பெயருக்கு ஏற்றவாறு சிவலிங்கத் திருமேனியின் பாணப் பகுதி கரும்புக்கழிகளை ஒன்றுசேர்த்து கட்டியது போல் காணப்படுகிறது. கோஷ்ட தெய்வங்களாக நடன விநாயகர், தட்சிணாமூர்த்தி அண்ணாமலையார், துர்க்கை ஆகியோர் உள்ளனர்.

அம்பாள் சந்நிதிக்குப் பக்கத்தில் நடராசசபை உள்ளது அம்பாள் நின்ற திருக்கோலத்தில் நான்கு கரங்கள் கொண்டு அபய வரத முத்திரைகளைத் தாங்கி அருட்காட்சி தருகிறாள். கருவறையின் வாயிலின் இருபுறமும் துவாரபாலகியர் உருவங்கள் சுதையில் உள்ளன. அம்பாளுக்குப் பிரார்த்தனையாக வளையல்களைக் கோர்க்கும் பழக்கம் இங்குள்ளது. இவ்வாறு வளையல்களைக் கோர்த்துள்ள ஒருகழி சந்நிதிக்கு எதிர்த் தூணில் கட்டப்பட்டுள்ளதைக் காணலாம். இந்த ஆலயத்தில் நவராத்திரி, சஷ்டி, பங்குனி உத்திரம் முதலிய விழாக்கள் சிறப்பாக நடைபெறுகின்றன.

சர்க்கரை நோய்க்கு மருந்து:

கரும்பாக இனிக்கும் இத்தலத்து இறைவன் கரும்பேஸ்வரர் சர்க்கரை நோய்க்கு மருந்தாக இருப்பது கலிகால அற்புதம். சுயம்புவாகத் தோன்றிய இத்தலத்து இறைவனையும், அம்பாள் சௌந்தர நாயகியையும் தொடர்ந்து வழிபட்டு வந்தால் விரைவில் சர்க்கரை நோய் கட்டுக்குள் வரும் என்பது பக்தர்களின் நம்பிக்கை.

முத்தினை பவளத்தை முளைத்த எம்
தொத்தினைச் சுடரை சுடர் போல் ஒளிப்

பித்தனைக் கொலு நஞ்சினை வானவர்
நித்தனை நெருநற் கண்ட வெண்ணியே."

என்பது அப்பர் தேவாரம்.

220. திருப்பூவனூர்

மூலவர் – புஷ்பவன நாதர், சதுரங்க வல்லபநாதர்.

அம்பாள் – கற்பகவல்லி, ராஜராஜேஸ்வரி.

தலமரம் – பலா.

தீர்த்தம் – க்ஷீரபுஷ்கரணி, கிருஷ்ண குஷ்டஹர தீர்த்தம். இவற்றுள் 'கிருஷ்ண குஷ்டஹரம்' (கருங்குஷ்டம் போக்கும் குளம்) கோயிலின் பின்னால் உள்ளது. இவை யிரண்டுமே நோய்களைத் தீர்க்கும் சிறப்புடையன.

பதிகங்கள் – அப்பர்–1.

சுகப்பிரம்மரிஷி இத்தலத்தில் நந்தவனம் அமைத்து இறைவனை வழிபட்டார்.

மன்னார்குடி நீடாமங்கலம் சாலையில் மன்னார்குடியில் இருந்து வடக்கே சுமார் 12 கி.மீ. தொலைவிலும், நீடா மங்கலத்தில் இருந்து தெற்கே சுமார் 4.5 கி.மீ. தொலைவிலும் இத்தலம் இருக்கிறது. திருவாரூர் நீடாமங்கலம் மன்னார்குடி செல்லும் பேருந்தில் ஏறிப் பூவனூர் நிறுத்தத்தில் இறங்கி, பாமணி ஆற்றைக் கடந்து சிறிது தூரம் சென்றால் கோயிலை அடையலாம்.

தலவரலாறு

முன்னொரு காலத்தில் சிவபக்தியில் சிறந்து விளங்கிய மன்னன் வசுசேனன் என்பவனுக்கு நீண்ட காலமாக பிள்ளைப்பேறு வாய்க்கவில்லை. அவனது மன வருத்தம்

போக்க அன்னை பராசக்தியே மகளாக அவதரிக்க எண்ணம் கொண்டாள்.

ஒரு நாள் ஆச்சரியப்படும் நிகழ்ச்சி அரங்கேறியது. மன்னன் தான் நீராடிய குளத்தில் ஒரு தாமரை மலரில் ஒரு வெண்சங்கைக் கண்டான். அவன் அச்சங்கை கையில் எடுத்தவுடன் அது ஒரு அழகிய பெண் குழந்தையாக உருவெடுத்தது. ஆனந்தக் கடலில் திக்கு முக்காடிய மன்னன் அந்தக் குழந்தைக்கு ராஜராஜேஸ்வரி என்று பெயரிட்டு அருமை பெருமையுடன் வளர்த்து வந்தான். சப்த மாதர்களில் ஒருத்தியான சாமுண்டிதேவி வளர்ப்புத் தாயாக வந்தாள். உமாதேவி சகல கலைகளிலும் தேர்ச்சி பெற்று வளர்ந்தாள். குறிப்பாக சதுரங்க விளையாட்டில் மிகவும் புகழ் பெற்று எல்லோரையும் வென்று விளங்கினாள்.

சதுரங்க ஆட்டத்தில் அவளை வெற்றி பெறும் ஆண்மகனுக்கே அவள் மாலையிடுவாள் என மன்னன் பறையறிவித்தான். பலர் வந்தனர். ஆனால் ஆட்டத்தில் தோற்றனர். அவளுக்கு வயதாகிக் கொண்டே போவதைக் கண்டு மன்னன் வருந்தி அவளையும் அழைத்துக் கொண்டு தலயாத்திரை செய்தான். ஒரு முறை இத்தலத்திற்கு வந்தபோது, ஒரு கிழவர் வந்து பெண்ணே நீ என்னுடன் சதுரங்கம் ஆடி வெல்ல முடியுமா? என சவால் விட்டார்.

இளவரசியும் ஒப்புக் கொள்ள இருவரும் சதுரங்கம் ஆடியதில் கிழவர் வெற்றி பெற்றார். மன்னன் திடுக்கிட்டான். தனது வாக்குப்படி இந்தக் கிழவருக்கு அல்லவா தனது இளமை பொருந்திய கட்டழகுக் கன்னியை மணம் செய்து கொடுக்க வேண்டும் என நினைத்து வருந்தினான். பூவனூரில் எழுந்தருளி இருக்கும் புஷ்பவனநாதரிடம் தன் சங்கடத்தைத் தீர்க்குமாறு மனங்கனிந்து முறையிட்டான். அடுத்த நொடியில் கிழவுருவம் மறைந்து ஈசன் காட்சி அளித்தார். அம்பாளை மணந்து கொண்டார். அதனால் இறைவனுக்கு சதுரங்கவல்லப நாதர் என்ற பெயர் ஏற்பட்டது.

தலச்சிறப்புக்கள்

துவார பாலகரைக் கடந்து சென்றால் மூலவர் தரிசனம்.

மூலவருக்கு முன்னால் பித்தளையாலான கோபுர அமைப்பு செய்து வைக்கப்பட்டுள்ளது. கருவறை கோஷ்டங்களில் தட்சிணாமூர்த்தி, துர்க்கை, முருகன், விநாயகர், சண்டிகேஸ்வரர் ஆகியோரின் சந்நிதிகள் அமையப் பெற்றுள்ளன. நவக்கிரக சந்நிதியும் உள்ளது.

இத்தலத்தில் உள்ள சாமுண்டீஸ்வரி மிகவும் சக்தி வாய்ந்தவள். விஷக்கடிக்கும், எலிக்கடிக்கும் இங்கே வேர் தருகிறார்கள். அதைக் கட்டிக்கொண்டு இந்த அம்பாளை வழிபட்டால் விஷக்கடிகளால் பாதிப்பு ஏற்படுவதில்லை என்பதை நாம் இன்றும் பார்க்கலாம்.

வெளிப் பிரகாரத்தின் மத்தியில் உள்ள மண்டபத்தில் தெற்கு நோக்கிய சந்நிதிகளில் இத்தலத்தின் இரண்டு தேவியர் கற்பகவல்லியும் ராஜராஜேஸ்வரியும் எழுந்தருளி அருள்பாலிக்கின்றனர். தர்மவர்மன் என்னும் அரசன் இக்கோவிலின் தீர்த்தத்தில் நீராடி தனது கரும்குஷ்டநோய் நீங்கப் பெற்றான். நந்திதேவர் மற்றும் சித்தர்கள் பலர் இத்தலத்து இறைவனை வழிபட்டுள்ளனர்.

"பூவனூர்ப் புனிதன் திருநாமந்தான்
நாவினூறு நூறாயிர நண்ணினார்
பாவமாயின பாறிப் பறையவே
தேவர் கோவினுஞ் செல்வர்களாவரே.

என்பது அப்பர் தேவாரம்.

221. திருப்பாதாளீச்சரம்

மூலவர் – சர்ப்பபுரீஸ்வரர், நாகநாதர்.
அம்பாள் – அமிர்தநாயகி
தலமரம் – மா
தீர்த்தம் – நாக தீர்த்தம் (கோயிலுக்கு எதிரில் உள்ளது)
பதிகங்கள் – சம்பந்தர் பாடல் பெற்றது.

இத்தலம் மக்கள் வழக்கில் 'பாமணி' என்று வழங்குகிறது. மன்னார்குடிக்குப் பக்கத்தில் 2 கி.மீ.ல் உள்ள ஊர். டவுன் பஸ் உண்டு. மன்னார்குடியிலிருந்து பாமணிக்குச் செல்லும் சாலையில் சென்று, பாமணியை அடைந்து, அங்குள்ள உரத் தொழிற்சாலையை ஒட்டிய சாலையில் சென்றால் கோயிலையடையலாம்.

தலவரலாறு

சுகல முனிவர் என்பவர் காமதேனுப் பசுவை வளர்த்து வந்தார். அது தினமும் காலையில் காட்டுக்குப் புல்மேயச் சென்று திரும்பி வரும் போது பால் குறைவாகக் கறக்கும். இதன் காரணத்தை அறிய முனிவர் ஒருநாள் பசுவின் பின்னால் சென்று பார்த்தார். காமதேனு சிவலிங்கத்திற்கு தனது பாலைச் சொறிந்து வழிபடுவதைக் கண்டார். இதனால் தான் தனக்குப் பால் குறைகிறது என்று ஆத்திரம் கொண்டு காமதேனுவை அடித்தார்.

முனிவரின் கோபத்திற்கு ஆளாகிய பசு, பயந்து போய் அங்கும் இங்கும் ஓடியது. அப்போது ஈசனே உன்னை வழிபட்டேனே அதற்காகவா இந்த அடியும் வேதனையும் என்று மனதிற்குள் எண்ணியடியே சிவலிங்கத்தின் மீது முட்டி மோதி வடக்கு திருவீதியில் உள்ள பசுபதி தீர்த்தத்தில் பாய்ந்து இறந்து விட்டது. அந்த நேரத்தில் சிவபெருமான் காளைவாகனத்தின் மீது எழுந்தருளி அந்தப் பசுவை உயிர்ப்பித்தார். இதனை உறுதிப்படுத்தும் விதமாக காமதேனு முட்டியதால் மூலவரின் சுயம்புத் திருமேனி மூன்றாக பிளவுபட்டிருக்கிறது. சுயம்புவான திருமேனி ஆதலால் மேற்புறம் சொரசொரப்பாக

இருக்கிறது.

மேலும் இத்தலத்திற்கு பாம்பணி என்ற பெயர் உண்டு. ஆதிசேஷன் பாதாளத்தில் இருந்து இங்கு தனஞ்செய முனிவர் வடிவத்தில் வந்து புற்று மண்ணால் லிங்கப்பிரதிஷ்டை செய்து வழிபட்டது. ஆகவே பாதாளீச்சுரம் என்று பெயர் பெற்றது. அதனால் பாம்பணி என்ற பெயர் பாமணி என்று ஆயிற்று. லிங்கத்திருமேனியில் பாம்பு வழிபட்ட காரணத்தினால் பாம்பு போன்ற வடுவும் காணப்படுகிறது. கருவறையில் மூலவருக்கு இடப்பக்கமாக தனஞ்சய முனிவரின் சிலை இருக்கிறது. நாகலிங்கப் பிரதிஷ்டையும் காணப்படுகிறது.

தலச்சிறப்புக்கள்

முகப்பு வாயிலைக் கடந்து உள்ளே சென்றால் வலது பக்கத்தில் அம்பாள் அமிர்தநாயகியைத் தரிசிக்கலாம். உட்புறம் சென்றால் கருவறையில் மூலவர் தரிசனம் தருகிறார். அவர் சுயம்பு மூர்த்தியாக முப்பிரிவாக அமைத்து செப்புத் தகட்டால் ஒன்றாகப் பொருத்தப்பட்டு விளங்குகிறார். காமதேனு முட்டியதால் பிளவு பட்ட திருமேனி அது. பொதுவாக சுயம்புவாக மண்ணால் ஆன லிங்கத் திருமேனிக்கு அபிஷேகம் செய்வதில்லை. ஆனால் ஆதிசேஷன் புற்று மண்ணால் அமைத்து வழிபட்ட இத்தல சுயம்பு மூர்த்திக்கு அபிஷேகம் உண்டு என்பது சற்று ஆச்சரியமான தகவல்.

ஆதிசேஷன் ஐப்பசி மாத முதல்நாளான அன்று இத்தலத்து இறைவனைப் பிரதிஷ்டை செய்து வழிபட்டதாக ஐதீகம். அன்றைய தினம் மனிதர்கள் உண்ணும் உணவுபோல சாதம், குழம்பு, வடை, பாயசம் ஆகியவற்றை நைவேத்தியம் செய்தால், நாகதோஷம் நிவர்த்தியாகிறது. இந்த வகையில் இது ஒரு சர்ப்பதோஷ நிவாரணத் தலமாக விளங்குகிறது. மனித முகம், பாம்பு உடலுடன் ஆதிசேஷன் இந்த ஆலயத்தில் தனிச்சந்நிதியில் எழுந்தருளி உள்ளார்.

இங்கு எழுந்தருளி இருக்கும் ஆதிசேஷனை நெய்த்தீபம் ஏற்றி வழிபட்டால், ஜாதக ரீதியாக இருக்கும் நாகதோஷம், ராகுகேது தோஷம், காலசர்ப்ப தோஷம் ஆகியவற்றால் பாதிப்படைந்தவர்களுக்கு நிவாரணம் கிடைக்கும். மேலும்

இங்கு பைரவரும், சனிபகவானும் ஒன்றாக எழுந்தருளி அருள்பாலிப்பதால் இத்தலம் சனிதோஷ நிவர்த்தி தலமாகவும் கருதப்படுகிறது.

மேலும் இத்தலத்தில் தட்சிணாமூர்த்தி நான்கு சிங்கங்களின் மீது அமர்ந்து அருள்பாலிப்பது சிறப்பம்சமாகும். இவரை வழிபட்டால் சிம்மகுருவின் பரிபூரண அருளுக்கு நாம் பாத்திரமாகலாம். சிம்மம், கடகம், கும்பம், தனுசு, மேஷம் மற்றும் விருச்சிக ராசியில் பிறந்தவர்கள் சிம்ம தட்சிணாமூர்த்தியை வியாழக்கிழமைகளில் வழிபட்டால் எதிர்காலம் ஒளிமயமாகும்.

மின்னியல் செஞ்சடைமேல் விளங்கும்மதி மத்தமொடு நல்ல
பொன்னியல் கொன்றையினான் புனல்சூடிப் பொறப்பமரும்
அன்னம் அனநடையாள் ஒருபாகத் தமர்ந்தருளி நாளும்
பன்னிய பாடலினான் உறைகோயில் பாதாளே.

என்பது சம்பந்தர் தேவாரம்.

222 திருக்களர்

மூலவர் – பாரிஜாதவனேஸ்வரர், களர்முளைநாதர்.

அம்பாள் – அமுதவல்லி, இளங்கொம்பன்னாள், அழகேஸ்வரி.

தலமரம் – பாரிஜாதம் (பவழமல்லி).

தீர்த்தம் – துர்வாச தீர்த்தம், ஞான தீர்த்தம், பிரம்ம தீர்த்தம், ருத்ர தீர்த்தம் ஆகியவை.

பதிகங்கள் – சம்பந்தர்–1.

மன்னார்குடி திருத்துறைப்பூண்டி சாலை வழியில் மன்னார்குடியில் இருந்து தெற்கே 21 கி.மீ. தொலைவிலும், திருத்துறைப்பூண்டியில் இருந்து வடமேற்கே 10 கி.மீ. தொலைவிலும் இத்தலம் இருக்கிறது.

தல வரலாறு:

பதஞ்சலி முனிவருக்கும், வியாக்ரபாதருக்கும் சிவபெருமான் தில்லையில் தனது ஆனந்தத் தாண்டவத்தைத் தரிசனம் செய்யும் ஒப்பற்ற பேற்றைத் தந்தருளியதை அறிந்த துர்வாச முனிவர் தானும் அந்தப் பாக்கியம் பெற ஆவல் கொண்டார். இத்தலத்தின் மகிமையை உணர்ந்து தேவலோகத்தின் சிறந்த மலரான பாரிஜாதத்தை இங்கு கொண்டு வந்து வைத்து வளர்த்தார். அது சில ஆண்டுகளில் பாரிஜாத வனமாகவே மாறிவிட்டது. பிறகு துர்வாச முனிவர் ஒரு சிவலிங்கம் அமைத்து பாரிஜாத மரத்தடியில் பிரதிஷ்டை செய்து பக்கத்தில் அம்பாளையும் ஸ்தாபித்து தேவதச்சன் மூலமாக இக்கோவிலை எடுப்பித்தார்.

இத்தலத்தில் துர்வாச முனிவருக்கு இறைவன் நடராஜர் பிரமதாண்டவ தரிசனம் கொடுத்தருளினார். அதை மெய்ப்பிக்கும் விதமாக துர்வாசருக்கு நடராஜர் நடனக் காட்சி தந்த வடிவமும் அதன் எதிரில் துர்வாசரின் வடிவமும் இந்த ஆலயத்தில் இன்றும் உள்ளது. களரி என்பதற்குக் கூட்டம், சபை, அரங்கம் எனப் பல பொருள்கள் இருக்கிறது. துர்வாசருக்குச் சிவபெருமான் பிரமதாண்டவ தரிசனம் தந்தருளியமையால் 'களரி' என்று இத்தலம் பெயர் பெற்றது. பிறகு 'களர்' என்றாயிற்று. நடராஜ பெருமானின் 8 தாண்டவத் தலங்களுள் இரண்டாவது தலமாக திருக்களர் தலம் அமைந்திருக்கிறது.

தலச்சிறப்புக்கள்

கோயில் ஊரின் நடுவே கிழக்கு நோக்கி அமைந்துள்ளது. ஆலயத்தின் எதிரே நான்கு பக்கங்களிலும் நான்கு படித்துறைகளைக் கொண்ட பெரிய திருக்குளம் உள்ளது. ராஜகோபுரம் 80 அடி உயரமும், ஐந்து நிலைகளையும் கொண்டதாக இருக்கிறது. கோபுரத்தில் அழகிய சுதைச் சிற்பங்கள் உள்ளன.

மூன்று பிரகாரங்களைக் கொண்டுள்ள இந்தக் கோயிலில் மூலவர் மற்றும் அம்பாள் இருவருமே தனிச் சந்நிதிகளில் கிழக்கு நோக்கி அருள்பாலிக்கின்றனர். நடுவில் தலவிருட்சமாகிய

பாரிஜாதம் உள்ளது. அம்மன் சந்நிதி கருவறைச் சுற்றில் சிம்ம வாகனத்தில் அமர்ந்து அஷ்டபுஜ துர்க்கை அருள் செய்கிறாள். மேலும் வலம்புரி விநாயகர் துர்வாசர், விஸ்வநாதர், கஜலட்சுமி, 63 நாயன்மார்கள் சந்நிதிகளும் இவ்வாலயத்தில் உள்ளன.

முருகப்பெருமான் மற்ற ஆலயங்களில் இல்லாத விதமாக வள்ளி தெய்வானை உடன் இல்லாமல் தனியாக ஆறுமுகம் கொண்டு அருள்பாலிக்கிறார். அவர் அறுபதினாயிரம் முனிவர்களுக்கும், துர்வாசருக்கும் பஞ்சாட்சர மந்திரத்தை உபதேசம் செய்த குருவாக இத்தலத்தில் தரிசனம் தருகிறார். கல்வியில் மேம்பட இப்பெருமானை வழிபடுகிறார்கள்.

இத்தலத்தில் வழிபாடு செய்தால் குடும்பத்தில் உள்ள அனைவருக்கும் மோட்சம் கிடைக்க வேண்டும் என்று ஆசைப்பட்டால் இத்தலத்தில் வந்து வழிபாடு செய்தால் அந்த எண்ணம் நிறைவேறும். கேது தோஷத்தினால் பாதிக்கப்பட்டவர்கள் இங்கு வழிபட்டால் தோஷம் நிவர்த்தியாகும் என்பதும் ஐதீகம்.

நீருளார் கயல் வாவி சூழ்பொழில் நீண்ட மாவய லீண்டு மாமதில்
தேரினார் மறுகில் விழாமல்கு திருக்களருள்
ஊரு ளாரிடு பிச்சை பேணும் ஒருவனே யொளிர் செஞ்ச டைம்மதி
ஆரநின் றவனே அடைந்தார்க் கருளாயே.

என்பது சம்பந்தர் தேவாரம்.

223 திருச்சிற்றேமம்

மூலவர் – சுவர்ண ஸ்தாபனேஸ்வரர்,
பொன் வைத்தநாதர்.
அம்பாள் – அகிலாண்டேஸ்வரி
தலமரம் – ஆத்தி
தீர்த்தம் – சுவர்ண புஷ்கரணி.
தலவிநாயகர் – ஆத்திமர விநாயகர்
பதிகங்கள் – சம்பந்தர்–1.

(தற்போது இவ்வூர் சித்தாய்மூர், சிற்றாய்மூர் என்று

வழங்கப்படுகிறது)

திருவாரூர் திருத்துறைப்பூண்டி சாலை வழியில் ஆலத்தம்பாடி வந்து அங்கிருந்து சித்தாய்மூர் என்ற கைகாட்டி உள்ள இடத்தில் கிழக்கே பிரிந்து செல்லும் சாலையில் 3 கி.மீ. சென்றால் இத்தலம் அடையலாம். போக்குவரத்து வசதிகள் குறைவானதால் தனி வாகனத்தில் செல்வது நல்லது.

தலவரலாறு:

இவ்வூரில் சங்கரன் செட்டியார் தனது மனைவியோடு வாழ்ந்து வந்தார். பொருளீட்டுவதற்காக அவர் வெளியூர் சென்ற நேரத்தில் மனைவி கருவுற்று இருந்தாள். அதை அவர் அறியமாட்டார். சிவத்தொண்டு செய்து பக்தியோடு வாழ்ந்த அப்பெண்ணின் மீது கருணை கொண்டு இறைவன் தினமும் ஒரு பொற்காசு தந்து உதவினான்.

அவள் அதை விற்று வாழ்க்கை நடத்தினாள். மகப்பேறு காலம் நெருங்கியது. இறைவனை நோக்கி அழுது வேண்ட, அகிலாண்டேஸ்வரியே தாயாக வந்து உதவினாள். குழந்தை பிறந்தது. ஆனால் அந்தப் பெண்ணின் மீது ஊர் மக்கள் ஒழுக்கமில்லாதவள், கணவன் இல்லாத போது பிள்ளை பெற்றுக் கொண்டாள் எனக் குற்றம் சுமத்தினர். தன்கற்புக்கு ஏற்பட்ட சோதனையைக் கண்டு அவள் பதறினாள். வெளியூர் சென்ற செட்டியார் ஊர் திரும்பினார். செட்டியாரிடம் ஊர்மக்கள் சிலர் உன் மனைவி ஒழுக்கமில்லாதவள் என வதந்தி பரப்பினர்.

உடனே அந்தப் பெண் இறைவனிடம் சென்று பல்லோர் முன்னிலையிலும் வேண்டி, தன் கற்பை வெளிப்படுத்துமாறு கலங்கி கண்ணீர் விட்டு நின்றாள். அப்போது அனைவரும் காணும் விதமாக அந்த ஆலயத்தின் ஈசன் கோயில் கதவுகளை திறக்கச் செய்தான், பின்னால் இருந்த ஆத்திமரத்தை இடம் பெயர்ந்து முன்புறமாக வரச்செய்தான். அது மட்டும் அல்ல நந்தி தேவரை பலிபீடத்தின் பின்னால் போகச் செய்தான்.

இப்படிப் பல அற்புதங்களை நிகழ்த்தி அப்பெண்ணின் கற்புத்திறத்தை ஊரறியச் செய்தார் என்பர். அந்தப் பெண்ணுக்கு பொன்காசு கொடுத்த இடம் தற்போது ஊரின்

மேற்கே ஆறு கிமீ தொலைவில் பொன்னிறை என்ற பெயரில் இருக்கிறது. தலவரலாற்றுடன் தொடர்புடைய வணிகர், அவர் மனைவி ஆகியோர் சிலைகள் ஆலயத்தில் இருக்கின்றன.

மற்றொரு தலவரலாறு

திருச்சிற்றேமத்திற்கு வடக்கிலுள்ள முத்தரசபுரத்தை ஒரு மன்னன் ஆண்டு வந்தான். அவனுக்குத் தினந்தோறும் இந்த ஊரின் வழியாக பாற்குடங்கள் கொண்டு போவது வழக்கம். சில நாள்களில் அப்பாற்குடம் ஒரு குறிப்பிட்ட இடத்தில் விழுந்து உடைய ஆரம்பித்தது. அவர்கள் எத்தனை ஜாக்கிரதையாகக் கொண்டு சென்ற போதிலும் ஒரு குறிப்பிட்ட இடத்தில் குடம் உடைவதும், பால் கொட்டுவதும் தவிர்க்க முடியவில்லை. ஊழியர்கள் இந்த விஷயத்தை அரசனிடம் தெரிவித்தனர்.

அரசன் காரணத்தை அறிய அவ்விடத்தைத் தோண்டிப் பார்க்க, ஆணையிட்டான். அவ்வாறு செய்த போது சிவலிங்கத் திருமேனி இருப்பதை அனைவரும் கண்டு மெய்சிலிர்த்தனர். இறைவனை வணங்கிய மன்னன் அவ்விடத்தில் பெருமானுக்கு கோயில் எழுப்பினான் என்பது வரலாறு. இதற்கு அடையாளமாக சிவலிங்கத்தின்மீது வெட்டுக்காயம் இருப்பதை இன்றும் காணலாம்.

தலச்சிறப்புக்கள்

கிழக்கு நோக்கிய அழகான ராஜகோபுரத்துடன் ஆலயம் உள்ளது. ஆலயத்திற்கு வெளியே தலவிருட்சம் ஆத்தி மரம், நந்தி, பலிபீடம் உள்ளன. தல வரலாற்றின் படி நந்தி பலிபீடத்திற்குப் பின்புறம் உள்ளது. மூலவர் கிழக்கு நோக்கு அருள்பாலிக்க, அம்பாள் அகிலாண்டேஸ்வரி தெற்கு நோக்கிய சந்நிதியில் தரிசனம் தருகிறாள்.

பிரகாரத்தில் கன்னி விநாயகர், முருகன், மகாலட்சுமி சந்நிதிகள் உள்ளன. பிரமரிஷி, ஐயனார், பைரவர், சனி பகவான், சூரியன், விசுவநாதர் சந்நிதிகள் உள்ளன. வேலவர், சோமாஸ்கந்தர், ஆடிப்பூர அம்மன், பிரதோஷநாயகர், சந்திரசேகரர் மற்றும் சம்பந்தர் முதலியோரின் உற்சவத்

திருமேனிகளும் உள்ளன.

தேன்கூடு தினமும் அர்த்த ஜாமத்தில் பிரம்மரிஷி ஒருவர் இத்தலத்து இறைவனை வழிபாடு செய்து வந்தார். ஒரு நாள் அவர் வருவதற்குள் கோயில் நடைக்கதவுகள் சாத்தப்பட்டு விட்டன. வழிபாடு செய்ய விரும்பிய அவர் தன்னை தேனீயாக மாற்றிக் கொண்டு கர்ப்பக் கிரகத்திற்குள் நுழைந்து இறைவனை வழிபட்டு அங்கேயே தங்கிவிட்டார்.

சித்தர்களும் இத்தலத்தில் தேனீ உருவில் இறைவனை வழிபடுவதாக ஐதீகம். சுவாமி சந்நிதியின் தென்பக்கத்தில் ஒரு தேன்கூடு இருக்கிறது. சித்தர்கள் தேனீக்களாக உருமாறி இறைவனைப் பூஜித்து தேன்கூட்டைக் கட்டினர் என்பது ஐதீகம். இத்தேன் கூட்டிற்குத் தினமும் பூஜை நடைபெறுகிறது. கர்ப்பிணி பெண்ணிற்குப் பிரசவம் பார்பதற்காக அம்பிகையே வந்த தலம்.

இத்திருக்கோயிலின் பக்கத்தில் திருமால் கோயில் இருக்கிறது. இவ்வூர்க்குக் கிழக்கில் திருவாய்மூரும், மேற்கில் கைச்சினமும், வடக்கில் வலிவலமும் திருக்குவளையும் குண்டையூரும், வடகிழக்கில் எட்டுக்குடியும் உள்ளன.

நிறைவெண் திங்கள் வாண் முக மாதர் பாட நீள்சடைக்
குறைவெண் திங்கள் சூடியோர் ஆடல் மேய கொள்கையான்
சிறைவண்டி யாழ் செய் பைம் பொழிற் பழனஞ் சூழ் சிற்றேமத்தான்
இறைவன் என்றே உலகெலாம் ஏத்த நின்ற பெருமானே.

என்பது சம்பந்தர் தேவாரம்.

224 திருவுசத்தானம்

மூலவர் – மந்திரபுரீஸ்வரர்
அம்பாள் – பிருகந்நாயகி, பெரியநாயகி
தலமரம் – மா
தீர்த்தம் – நுமன் தீர்த்தம், மார்க்கண்டேய தீர்த்தம், கௌதம தீர்த்தம்.
பதிகங்கள் – சம்பந்தர்–1.

(கோயிலூர் என்றும் இத்தலம் அழைக்கப்படுகிறது)

திருவாரூர் மாவட்டத்திலுள்ள முத்துபேட்டையிலிருந்து மன்னார்குடி செல்லும் சாலை வழியில் 1 கி.மீ. தொலைவில் சாலையிலேயே கோயிலின் வளைவு ஸ்ரீ மந்திரபுரீஸ்வரர் தேவஸ்தானம் என்று உள்ளது. அதனுள் நுழைந்து சென்றால் கோயிலை அடையலாம். முத்துபேட்டையிலிருந்து சுமார் 3 கி.மீ. தொலைவு.

தலவரலாறு

இராம பிரான் இலங்கைக்கு சேது அணை கட்டுவதற்கு முன்னால் இத்தலத்து இறைவனிடம் மந்திர உபதேசம் பெற்றதாக வரலாறு. அதனால் தான் இறைவனுக்கு மந்திரபுரீஸ்வரர் என்ற பெயர் ஏற்பட்டது. அதுமட்டும் அல்லாமல் இராமபிரான் கடலில் அணை கட்டுவதற்குரிய வழிமுறைகளை இத்தலத்து இறைவனிடம் உசாவிய (கேட்டறிந்த) காரணத்தால் இத்தலம் ‘உசாத்தானம்’ என்று பெயர் பெற்றது. இதற்கு அடையாளமாக இந்த ஊருக்கு அருகில் இராமன் கோயில், சாம்பவான் ஓடை, அநுமான் காடு, சுக்ரீவன்பேட்டை, தம்பிக்கு நல்லான் பட்டினம் என்ற பெயர்களில் ஊர்கள் இருக்கின்றன. சூதவனம் என்றால் மாமரங்கள் அடர்ந்த வனப்பகுதி எனப்படும். இத்தலத்து இறைவன் மாமரத்தினடியில் இருப்பதால் இத்தலம் சூதவனம் என்றும் சொல்லப்படுகிறது. இதனை உறுதிப்படுத்தும் விதமாக தலவிநாயகர் மாவிலையைக் கரத்தில் ஏந்தியுள்ளதைப் பார்க்கலாம்..

இந்திரன், விசுவாமித்திரர், இராமர், இலக்குவன், ஜாம்பவான், சுக்ரீவன், அநுமன் ஆகியோர் வழிபட்ட பெருமை உடையது. விசுவாமித்திரருக்கு இறைவன் நடனக் காட்சி காட்டியருளிய தலம்.

தலச்சிறப்புக்கள்

கிழக்கு நோக்கிய அழகான கோயில் எதிரில் திருக்குளம். குளக்கரையில் விநாயகர் சந்நிதி. ராஜகோபுரம் ஐந்து நிலைகளுடையது. உட்புறத்தில் இடப்பால் சிறிய தீர்த்தம், வலது பக்கத்தில் தனிக் கோயிலில் அம்பாள் தரிசனம் தருகிறாள். இரண்டாவது கோபுரம் மூன்று நிலைகளையுடையது. துவார கணபதி, சுப்பிரமணியரைத் தொழுது, உள்புகும்போது வாயிலில் இடதுபக்கத்தில் அதிகார நந்தியைத் தரிசிக்கலாம்.

இக்கோயிலின் தலவரலாறு வண்ண ஓவியமாக உட்பிரகாரத்தை அடுத்துள்ள முன்மண்டபத்தில் வரையப்பட்டுள்ளது. கருவறை வாயிலின் இருபுறங்களிலும் சங்கநிதி, பதுமநிதி மூர்த்தங்கள் உள்ளன. சதுரபீடத்தில் சுயம்பு லிங்க வடிவில் இடதுபுறம் சற்றே சாய்ந்த நிலையில் குனிந்து ஸ்ரீமந்திரபுரீஸ்வரர் காட்சி தருகிறார். இவர் வெண்மையான நிறத்தில் இருக்கிறார். இதற்கு என்ன காரணம்? கருட பகவான் வானவெளியில் அமுத கலசத்தை ஏந்திச் செல்லும் போது ஒரு துளி அமுதம் இவர் மீது சிந்திவிட்டது. அதனால் இறைவன் வெண்மை நிறமாகக் காட்சி அளிக்கிறார்.

உள் பிரகாரத்தில் சூரியன், தலப்பதிகக் கல்வெட்டுக்கள், அறுபத்து மூவர், நேர் எதிரில் கருவறைச் சுவரில் ஜ்வரஹரேஸ்வரர் மூன்று முகங்களுடனும் மூன்று திருவடிகளுடன் காட்சி தருகிறார் காட்சி கொடுத்த நாயகர் அம்பாளுடன், சப்த மாதர்கள், வீரபத்திரர், காளி, காசி விசுவநாதர், சூதவன விநாயகர், சோமாஸ்கந்தர், வருணன் அவர் வழிபட்ட லிங்கம், இராமர் அவர் வழிபட்ட லிங்கம், மார்க்கண்டேயர் அவர் வழிபட்ட லிங்கம், அன்னபூரணி, சுப்பிரமணியர், வள்ளி தெய்வயானையுடன் காட்சி தரும் சுப்பிரமணியர், கஜலட்சுமி, சரஸ்வதி, நவகன்னியர், சனிபகவான், நடராச சபை, பைரவர், சந்திரன் முதலிய சந்நிதிகள் உள்ளன.

எமன் தன்மீது பாசக்கயிற்றை வீசியதனால் ஏற்பட்ட வடுக்கள் நீங்க மார்க்கண்டேய மகரிஷி, தன் பெயரால் தீர்த்தம் உண்டாக்கி அதில் குளித்து முழுகி இறைவனை வழிபட்டு வடுக்கள் நீங்கினார். உடற்குறையும், சரும நோய்களும் உள்ளவர்கள் இங்குள்ள தீர்த்தத்தில் நீராடி இறைவனை வணங்கினால் நலம் பெறுவர்.

நீரிடைத் துயின்றவன் தம்பிநீள் சாம்புவான்
பேருடைச் சுக்கிரீ வன்னநு மன்றொழக்
காருடை நஞ்சுண்டு காத்தருள் செய்தஎம்
சீருடைச் சேடர்வாழ் திருவுசாத் தானமே.

என்பது சம்பந்தர் தேவாரம்.

225. திருஇடும்பாவனம்

மூலவர்	–	சற்குணேஸ்வரர், சற்குணநாதர், மணக்கோல நாதர், கல்யாணேஸ்வரர், இடும்பாவனேஸ்வரர்.
அம்பாள்	–	மங்களவல்லி, மங்களநாயகி, கல்யாணேஸ்வரி.
தலமரம்	–	வில்வம்
தீர்த்தம்	–	பிரமதீர்த்தம், அகத்திய தீர்த்தம், எமதீர்த்தம்.
தலவிநாயகர்	–	வெள்ளை விநாயகர்
பதிகங்கள்	–	சம்பந்தர்–1.

திருத்துறைப்பூண்டியில் இருந்து தென்மேற்கே 16 கி.மீ. தொலைவில் இத்தலம் உள்ளது. திருத்துறைப்பூண்டி, பட்டுக்கோட்டை மற்றும் முத்துப்பேட்டை போன்ற இடங்களில் இருந்து இங்கு வர நேரடிப் பேருந்துகள் உள்ளன.

தலவரலாறு

பஞ்ச பாண்டவர்களுள் ஒருவனாகிய பீமன் இடும்பனின் சகோதரியை மணந்து இல்லறம் நடத்தினான். அவளுக்கு

இத்தலத்திற்குப் பக்கத்தில் உள்ள குன்றளூர் என்பது பிறந்த ஊராகும். வியாச முனிவர் பாண்டவனைப் பார்த்து இடும்பைக்கு அருள் புரிந்த இப்பதி இன்று முதல் இடும்பாவனம் என வழங்கட்டும் என்றதால் இந்தத் தலத்திற்கு இப்பெயர் வந்தது.

ஈசன் திருமணநாளில் அவரது அருளாணைப்படி வடக்கில் இருந்து தென்புலம் வந்தார் அகத்தியர். அவருக்கு சிவபெருமான் தனது திருமணக் கோலம் காட்டியருளிய தலங்களுள் இடும்பாவனமும் ஒன்று. இதனை உறுதிப்படுத்தும் விதமாக கருவறையில் மூலவருக்குப் பின்னால் மணவாளக்கோலம் காணப்படுகிறது. இத்தலத்து இறைவனை பிரம்மன், எமன், இராமபிரான், அகத்தியர் ஆகியோர் வழிபட்டுள்ளனர்.

தலச்சிறப்புக்கள்:

இந்த ஆலயம் 3 நிலை ராஜகோபுரத்தைக் கொண்டது. வாயிலில் கணபதியும், முருகனும் காட்சி தருகின்றனர். எதிரே குளம், கொடிமரம், நந்தி, பலிபீடம் ஆகியவை உள்ளன. பிரகாரத்தில் சூரியன், அகத்தியர்,சனீஸ்வரர், கஜலட்சுமி, இடும்பி, பைரவருக்குத் தனிச்சந்நிதிகள் உள்ளன. அம்பாள் தெற்கு நோக்கிய சந்நிதியில் நின்ற திருக்கோலத்தில் அருள்பாலிக்கிறாள். சுயம்பு லிங்கமான மூலவரின் கருவறை உயர்ந்த அடித்தளத்தின் மீது அமைக்கப்பட்டுள்ளது. சத்வ குணங்கள் மேலோங்கவும், மன அமைதி பெறவும் இவரை வழிபடுவது நல்லது. வாழ்வில் ஏற்படக் கூடிய இடர்களை நீக்க வல்லவர் இந்த இடும்பாவனேஸ்வரர் என்னும் சற்குணேஸ்வரர். இத்தலம் பிதிர்முத்தித் தலங்களுள் ஒன்றாகும். ஆகவே இறந்து போன முன்னோர் வழிபாடுகளைச் செய்வதற்கு இத்தலம் மிகவும் விசேஷமானது.

சம்பந்தர் இங்கு எழுந்தருளியபோது இவ்வூரின் மண லெல்லாம் அவருடைய பார்வைக்கு லிங்கமாகத் தென்பட, கால்களால் மிதிக்க அஞ்சி, கரங்களால் ஊன்றி தவழ்ந்தவாறே ஆலயத்தை அடைந்து இறைவனைத் தரிசனம் செய்தார். மெய்புளகம் அரும்ப திருப்பதிகம் பாடினார். அப்படிப் பாடிய தேவாரப்பாடல் இது.

மனமார்தரு மடவாரொடு மகிழ்மைந்தர்கள் மலர்தூய்த்
தனமார்தரு சங்கக்கடல் வங்கத்திர ளுந்திச்
சினமார்தரு திறல்வாளெயிற் றரக்கன்மிகு குன்றில்
இனமாதவர் இறைவர்க்கிடம் இடும்பாவனம் இதுவே.

226 திருக்கடிக்குளம்

மூலவர் – கற்பகநாதர், கற்பகேஸ்வரர்.
அம்பாள் – சௌந்தரநாயகி, பாலசௌந்தரி.
தலமரம் – பலா
தீர்த்தம் – விநாயக தீர்த்தம்
பதிகங்கள் – சம்பந்தர்–1.
தலவிநாயகர் – கற்பகவிநாயகர்,
மாங்கனிப் பிள்ளையார்,

(தற்போது கற்பகநாதர் குளம் என்றும் கற்பகனார் கோவில் என்றும் வழங்கப்படுகிறது)

விநாயக தீர்த்தம் இதுவே கடிக்குளம் எனப்படுவது. (கடி மணம். மணம் மிக்க குளம்) கடிக்குளம் கோயிலில் உள்ள தீர்த்தத்தின் பெயர். இதுவே ஊருக்கும் பெயராகிவிட்டது.

நாம் இதற்கு முன்னால் தரிசனம் செய்த இடும்பாவன தலத்திலிருந்து 1 கி.மீ. தொலைவில் உள்ளது.

தலவரலாறு

ராமர் சேது சமுத்திரத்தில் பாலம் கட்டும் முன்பாக திருவுசத்தானத் தலத்தில் உள்ள ஈசனிடம் மந்திர உபதேசம் பெற்றார் என்று பார்த்தோம் அல்லவா? அவரே இத்தலம் வந்து கற்பக விநாயகரையும், கற்பகநாதரையும் வழிபாடு செய்ததாகத் தலபுராணம் கூறுகிறது. இதனை உறுதிப்படுத்துவது போல கோதண்டராமர் கோயில் இத்தலத்தின் அருகில் இருக்கிறது. இத்தலத்தின் கற்பக விநாயகர் கற்பகநாதரை வழிபட்டு மாங்கனி பெற்றுள்ளார். அவருக்கு மாங்கனி விநாயகர் என்ற பெயரும் உண்டு.

கார்த்திகாச்சுரன் என்ற அசுரன் இத்தல இறைவனை வழிபாடு செய்து வரங்கள் பல பெற்றான். தனது மனம் கோணாமல் காலம் தாழ்த்தாமல் கற்பக விருட்சம் போல வேண்டும் வரங்களை அள்ளித் தந்த இறைவனுக்கு கோயில் கட்டி வழிபாடு செய்தான். இதனால் இத்தல இறைவனுக்கு கற்பகநாதர் என்ற பெயர் வழங்குகிறது.

திருஇடும்பாவனம் தலத்தைப் போன்றே பித்ருக்களுக்கு பரிகாரம் செய்ய திருக்கடிக்குளமும் ஏற்ற தலம். ஒரு அந்தணர் தன் தந்தைக்கு பிதுர்கடன் செய்வதற்காகக் கொண்டு வந்த அஸ்தி இத்தலத்திற்கு வந்தவுடன் கொன்றை மலராக மாறியது என்று தலபுராணம் கூறுவதன் மூலம் இத்தலத்தின் பெருமையை நாம் அறிந்து கொள்ளலாம்.

தலச்சிறப்புக்கள்

கோயில் மூன்று நிலை ராஜகோபுரத்துடன் கிழக்கு நோக்கி அமைந்திருக்கிறது. வடது பக்கத்தில் தீர்த்தம் உள்ளது. கோபுர வாயிலில் விநாயகர், சுப்பிரமணியர் காட்சி தருகின்றனர். பிரகாரத்தில் நால்வர், தலவிநாயகர், முருகப்பெருமான், கஜலட்சுமி, சனீஸ்வரன், பைரவர், சூரியன், சந்திரன் ஆகியோருக்கு சந்நிதிகள் உள்ளன.

மூலவர் சிறிய வடிவத்தில், எட்டுப் பட்டைகளுடன் அருள் பொங்க தரிசனம் அளிக்கிறார். அம்பாள் சந்நிதி தெற்கு நோக்கியது. நாடொறும் நான்கு கால வழிபாடுகள். ஆனித்திரு மஞ்சனம், நவராத்திரி, கார்த்திகை தீபம், திருவாதிரை, தைப்பூசம், அன்னாபிஷேகம், மகாசிவராத்திரி முதலிய சிறப்பு வழிபாடுகள் நடைபெறுகின்றன.

> பொடிகொள் மேனிவெண்ணூலினர் தோலினர் புலியுரி யதளாடை
> கொடிகொள் ஏற்றினர் மணிகிணின் எனவரு குரைகழல்
> சிலம்பார்க்கக்
> கடிகொள் பூம்பொழில் சூழ்தரு கடிக்குளத் துறையுங்கற் பகத்தைத்தம்
> முடிகள் சாய்த்தடி வீழ்தரும் அடியரை முன்வினை மூடாவே.

என்பது சம்பந்தர் தேவாரம்.

227. திருத்தண்டலைநீள்நெறி

மூலவர் – ஸ்திரபுத்தீஸ்வரர், நீள்நெறி நாதர்.

அம்பாள் – அம்பாள் ஞானாம்பிகை

தலமரம் – குருந்தை

தீர்த்தம் – ஓமக தீர்த்தம்,
கோயிலின் பக்கத்தில் சாலையின்
கீழ்ப்பால் உள்ளது.

பதிகங்கள் – சம்பந்தர்–1.

(தற்போது தண்டலச்சேரி என்று வழங்குகிறது)

திருத்துறைப்பூண்டியில் இருந்து திருவாரூர் செல்லும் சாலையில் சுமார் 4.5 கி.மீ. தொலைவில் தண்டலச்சேரி கிராமம் இருக்கிறது. பிரதான சாலை ஓரத்திலேயே கோவில் உள்ளது.

ஞானசித்தி விநாயகர் கோயிலின் எதிரில் நீராடல் சிறப்புடையது.

அரிவாட்டாய நாயனார் முக்தி பெற்ற தலம். இந்நாயனார் பிறந்த ஊராகிய 'கணமங்கலம்' பக்கத்தில் உள்ளது. மக்கள் அதை 'கணமங்கலத் திடல்' என்றும், 'கண்ணந்தங்குடி' என்றும் வழங்குகின்றனர். இங்குள்ள பழைமையான சிவன் கோயில் அழிந்துவிட்டது. இதுவே கோச்செங்கட் சோழன் கட்டிய மாடக்கோயில். இக்கோயில் அழிந்து விடவே, பிற்காலத்தில் தேவகோட்டை ராம.அருஅரு. இராமநாதன் செட்டியார் அவர்கள் இப்போதுள்ள கற்கோயிலைக் கட்டித் தந்துள்ளார்கள். தண்டலை என்பது ஊரின் பெயர். இங்குள்ள ஆலயத்தின் பெயர் நீள்நெறி என்பது. அதனால் இது தண்டலை நீள்நெறி என அழைக்கப்படுகிறது.

தலச்சிறப்புக்கள்

இது கோச்செங்கட்சோழன் கட்டிய மாடக் கோயில் வகையைச் சார்ந்தது. முகப்பு வாயில் வழியாக உள்ளே நுழைந்தால் அதிகார நந்தி சந்நிதி உள்ளது. கொடி மரமுமில்லை. பலிபீடம், நந்தி உள்ளன. கொடி மரத்து

விநாயகர் உள்ளார். பிரகாரத்தில் விநாயகர் சந்நிதியும், கருவறையின் பின்புறத்திற்கு நேர் எதிரில் சிவலிங்க சந்நிதியும், தொடர்ந்து சுப்பிரமணியர், நவக்கிரகங்கள், வியாக்ரபாதர், பதஞ்சலி ஆகியோர் பூசித்த சிவலிங்கங்கள், சூரியன், சந்திரன் முதலிய சந்நிதிகளும் உள்ளன.

கருவறையின் முன்மண்டபத்தில் கோச்செங்கட்சோழன், அரிவாட்டாய நாயனார் ஆகியோரைக் காணலாம். கோயிலின் உள்ளே அரிவாட்டநாயனாரும் அவர் மனைவியும் அரிசி மாவடு ஆகியவற்றைக் கொட்டுவது, இறைவனின் திருக்கரம் வெளிப்பட்டு தடுப்பது, பிறகு அவர்களுக்கு ரிஷப வாகனராகத் தரிசனம் கொடுப்பது ஆகியவை சிற்பங்களாக வடிக்கப்பட்டுள்ளன.

மூலவர் சிறிய லிங்கத் திருமேனி கொண்டு அற்புத தரிசனம் அளிக்கிறார். அம்பாள் சந்நிதி அழகாகவுள்ளது. கோஷ்ட மூர்த்தங்களாகத் தட்சிணாமூர்த்தி, துர்க்கைச் சந்நிதிகள் உள்ளன. துர்க்கை சந்நிதி தனி விமானத்துடன் உள்ளது.

குஷ்ட நோய் தீர்க்கும் தலம்:

எழுபது மாடக் கோயில்களைக் கட்டிய இவனுக்கு கர்ம வினையினால் குஷ்ட நோய் ஏற்பட்டது. நோய் தீருவதற்கு பலவகையான வைத்தியங்கள் செய்து பார்த்தான், பலன் இல்லை. பல திருத்தலங்களுக்குச் சென்றும் பயனில்லை. இதனால் மனம் வருந்திய மன்னனுக்கு ஆறுதல் அளிக்க, சிவன் அசரீரியாக தோன்றி, "கல்மாடு புல் திங்கும் தலத்திற்குச் சென்று வணங்கினால் உன் நோய் தீரும்" என்றார்.

அப்படியொரு தலம் இருப்பதை அறியாத மன்னன் அந்த அற்புதத் தலத்தைத் தேடித் திரிந்தான். இறுதியில் இத்தலத்தில் வழிபாடு செய்ய வந்தபோது, சிவனுக்கு அணிவிக்க அருகம்புல்லால் ஆன மாலையைக் கையில் எடுத்து வந்தான். அப்போது சிவனுக்கு எதிரில் இருந்த நந்தி அந்த அருகம்புல் மாலையை இழுத்துத் தின்றது. இதைக்கண்ட மன்னனுக்கு, ஈசன் சொன்னது நினைவுக்கு வந்தது.

ஆச்சரியப்படும் விதமாக அவனது குஷ்ட நோயும் நீங்கியது. மனம் மகிழ்ந்த மன்னன் இந்தக் கோயிலுக்கு

திருப்பணிகள் செய்து இறைவனை வழிபட்டான். இத்தலத்தில் நந்தி புல்லைத் தின்பதற்காக கழுத்தை திருப்பிய நிலையில் இருப்பதை இன்றும் பார்க்கலாம். இங்குள்ள குளத்தில் நீராடி, இறைவனைத் தொழுதால் நாட்பட்ட வியாதிகள் நீங்கும், சரும வியாதிகள் மறையும்.

விரும்புந் திங்களுங் கங்கையும் விம்மவே
சுரும்புந் தும்பியுஞ் சூழ்சடை யார்க்கிடங்
கரும்புஞ் செந்நெலுங் காய்கமு கின்வளம்
நெருங்குந் தண்டலை நீணெறி காண்மினே.

என்பது சம்பந்தர் தேவாரம்.

228. திருக்கோட்டூர்

மூலவர் – கொழுந்தீஸ்வரர், சமீவனேஸ்வரர்.
அம்பாள் – மதுரபாஷிணி, தேனார்மொழியாள், தேனாம்பாள்.
தலமரம் – வன்னி
தீர்த்தம் – அமுதகூபம் முதலாக ஒன்பது தீர்த்தங்கள்.
பதிகங்கள் – சம்பந்தர்–1.

மன்னார்குடியில் இருந்து தென்கிழக்கே திருத்துறைப்பூண்டி செல்லும் சாலையில் 16 கி.மீ. தொலைவில் இத்தலம் இருக்கிறது. மன்னார்குடி, திருத்துறைப்பூண்டி ஆகிய இடங்களில் இருந்து பேருந்து வசதி உள்ளது.

தல வரலாறு:

விருத்திராசுரனைக் கொல்வதற்காக உலகத்தில் இல்லாத உலோகத்தினால் செய்த ஆயுதம் தேவைப்பட்டது. அது மனிதனுடைய முதுகெலும்பாகும். ததீசி முனிவர் தனது உயிரைத் தியாகம் செய்து தனது முதுகெலும்பை இந்திரனுக்குக் கொடுத்தார். அதைக் கொண்டு வச்சிராயுதம் செய்து விருத்திராசுரனைக் கொன்றான் இந்திரன் என்ற அரக்கன்.

தேவர்களை மிகவும் துன்புறுத்தி வந்தான் இந்திரன்.

வெற்றி பெற்றதை அனுபவிக்க முடியாமல் முனிவரைக் கொன்ற பாவம் பிரம்மஹத்தி தோஷமாக அவனைப் பிடித்து வாட்டியது. பூலோகத்தில் வன்னி மரத்தின் அடியில் உள்ள சிவலிங்கத்தை ஒரு தீர்த்தம் உண்டாக்கி வழிபட்டால் தோஷம் விலகும் என தேவகுரு பிரகஸ்பதி தெரிவித்தார். அவரது ஆலோசனையின் படி இந்திரன் இத்தலம் வந்து ஒரு தீர்த்தம் உண்டாக்கி வழிபட்டு தோஷம் நீங்கப் பெற்றான். இந்திரன் வழிபாடு செய்த இத்தலத்திற்கு இந்திரபுரம் என்ற பெயர் ஏற்பட்டது. இந்திரனின் வாகனமான ஐராவதம் என்ற யானையும் இத்தல இறைவனை வழிபட்டது. தனது தந்தத்தால் பூமியில் கோடு கிழித்ததால் இத்தலம் கோட்டூர் எனப் பெயர் பெற்றது.

தலச்சிறப்புக்கள்

மேற்கு நோக்கிய கோயில், கவசமிட்ட கொடிமரம், பலிபீடம் நந்தி ஆகியவை உள்ளன. பிரகாரத்தில் சந்திரன், ஸ்ரீதேவி பூதேவியுடன் மகாவிஷ்ணு, அகோரவீரபத்திரர் ஆகியோருக்கு சந்நிதிகள் உள்ளன. இங்கே உள்ள தேவசபையின் நடனமங்கை அரம்பையின் சிற்பம் அழகு மிகுந்தது. ஒரு காலை மடித்து மேற்புறமாகத் தூக்கியும், ஒரு கையைத் தலைமீது படியவைத்தும் தவக்கோலத்தில் அவள் காட்சி அளிக்கிறாள். பிரதோஷ மூர்த்தி தல மூர்த்தியாக இருப்பது இத்தலத்தின் விசேஷம்.

கருவறையில் மூலவர் நாகாபரணம் அணிந்து அழகாகக் காட்சி தருகிறார். இந்தத் தலத்தின் அம்பாள் தேனாம்பாள் நின்ற திருக்கோலத்தில் கிழக்கு நோக்கி தரிசனம் தருகிறாள். இங்குள்ள ரதி தேவியின் தவக்கோலம் பார்த்து ரசிக்கத் தக்கது. இத்தலத்திற்குப் பக்கத்தில் திருக்களர், திருவெண்டுறை முதலிய திருமுறைத் தலங்கள் உள்ளன.

"நீலமார் தரு கண்டனே நெற்றியோர் கண்ணனே
ஒற்றை விடைச்

சூலமார் தரு கையனே துன்றுபைம் பொழில்கள்
சூழ்ந்தழகாய
கோலமா மலர் மணங்கமழ் கோட்டூர் நற்கொழுந்தே
என்றெழுவார்கள்
சாலநீடல மதனிடைப் புகழ் மிகத் தாங்குவர்
பாங்காலே."

என்பது சம்பந்தர் தேவாரம்.

229. திருவெண்டுறை

மூலவர்	–	மதுவனேஸ்வரர், பிரமரேஸ்வரர், பிரமபுரீசர், வெண்டுறைநாதர்.
அம்பாள்	–	சத்யதாயதாக்ஷி, பிரஹதாம்பாள், வேல்நெடுங்கண்ணி
தலமரம்	–	வில்வம்
தீர்த்தம்	–	பிரம தீர்த்தம்.
பதிகங்கள்	–	சம்பந்தர்–1.

(தற்போது திருவண்டுதுறை என்று வழங்கப்படுகிறது)

மன்னார்குடியில் இருந்து 10 கி.மீ. தொலைவில் இத்தலம் இருக்கிறது. மன்னார்குடியிலிருந்து திருத்துறைப்பூண்டி செல்லும் சாலையில் வீராக்கி என்ற இடத்தில் இறங்கி இத்தலத்தை அடையலாம். மன்னார்குடி வீராக்கி செல்லும் நகரப் பேருந்துகள், மன்னார்குடி சேந்தங்குடி செல்லும் நகரப் பேருந்துகள் வண்டுதுறை வழியாகச் செல்கின்றன.

தல வரலாறு:

பிருங்கி முனிவர் மிகுந்த சிவபக்தர், சிவப்பிரியராக இருந்த இவர் நாளடைவில் சிவவெறியராகவே மாறி சிவபெருமானைத் தவிர வேறு தெய்வத்தை வணங்காமல் தீவிரமான வைராக்கியத்துடன் இருந்தார். அதையறிந்த தேவி பராசக்தி அம்முனிவரைத் திருத்துவதற்காக அவரது உடலில் தனது கூறாக அதாவது சக்தியாக உள்ள உதிரம், சதை ஆகியவற்றை அகற்றினாள். கால் தள்ளாடியதால் நிற்க

முடியாத அந்நிலையிலும் பிருங்கி முனிவர் சிவனை மட்டும் வழிபட்டார்.

இரக்கம் கொண்ட சிவபெருமான் முனிவருக்கு இன்னொரு காலைத் தந்து உதவினார். சக்தியும் சிவனை வேண்டி அவரது திருமேனியில் இடது பாகத்தைப் பெற்றாள். அர்த்தநாரீஸ்வரர் ஆன சிவனும் சக்தியும் ஒன்றே என்பதைத் தவவலிமையால் கூட அறியாத முனிவர் அப்பொழுதும் தனது பிடிவாதத்தை விடாமல் வண்டு உருவம் எடுத்து அர்த்தநாரீஸ்வரர் திருமேனியில் ஒரு பாதியைத் துளைத்துக் கொண்டு சிவபெருமானை மட்டுமே வணங்கினார்.

உமையம்மை கோபம் கொண்டு சாபம் கொடுத்து விட்டாள். முனிவர் தனது தவற்றை உணர்ந்து பாவ விமோசனம் கேட்டார். வண்டு உருவில் ஒரு சதுர்யுகம் எங்களை இணைத்து வழிபட்டுப் பாவம் நீங்குக என்றாள் அன்னை பராசக்தி. முனிவரும் உண்மை உணர்ந்து அவ்வாறே இருவரையும் இவ்வாலயத்தில் வழிபட்டுப் பாவம் நீங்கப் பெற்றார் என்பது தலவரலாறு.

கருவறையில் வண்டின் ரீங்கார ஒலி கேட்பதாகப் பழங்கால நூல்களில் சொல்லப்பட்டுள்ளது. ஆனால் தற்போது கேட்கவில்லை. வித்யாதரர், பிரமன், துருவன், திருமால் ஆகியோர் வழிபட்ட தலம் இது. மகாவிஷ்ணு வழிபட்டுப் பெற்ற சாபத்தையும் வரத்தையும் இப்போது தெரிந்து கொள்வோம்.

மகாவிஷ்ணு சிவபெருமானை மட்டுமே வேண்டி மன்மதனை மகனாகப் பெற்றார். தன்னை அவமதித்ததாக நினைத்து கோபம் கொண்ட பராசக்தி, சிவபெருமானின் நெற்றிக்கண் நெருப்பினால் அவன் சாம்பலாகிப் போவான் என சாபம் கொடுத்தாள்.

இதனை அறிந்து மனவேதனை அடைந்த மகாவிஷ்ணு இந்த ஆலயத்தில் எழுந்தருளி இருக்கும் விநாயகர், சோமாஸ்கந்தர் ஆகியோரை வழிபட்டார். இதனால் சினம் தணிந்த பார்வதி, உன் மகன் எரிந்து போனாலும் மீண்டும் பிழைத்தெழுவான் என்று வரம் அளித்தாள். சிருஷ்டித் தொழிலில் தடங்கல்

ஏற்பட்ட போது பிரம்மதேவன் இத்தலத்து ஈசனை வழிபட்டு ஆண் பெண் ஆகிய இருபாலரையும் படைக்கும் ஆற்றல் பெற்றான்.

தலச்சிறப்புக்கள்

ஆலயத்தின் உள்ளே பிராகாரத்தில் 'மதாபோத கணபதி சந்நிதியும், சுப்பிரமணியர் சந்நிதியும் உள்ளன. பிரகாரத்தில் உள்ள பிட்சாடனமூர்த்தி சிலை மிக அழகானது. கருவறை முன் மண்டபத்தில் வலது பக்கத்தில் தனிச் சந்நிதியில் அம்பாள் நின்ற திருக்கோலம் காட்டுகிறாள். எதிரே மூலவர் அழகிய சிவலிங்கத் திருமேனியில் தரிசனம் தருகிறார்.

கோஷ்டத்தில் விநாயகர், தட்சிணாமூர்த்தி, அர்த்த நாரீஸ்வரர் (ரிஷபத்தின் மீது கை ஊன்றிய நிலையில்), பிரம்மா துர்க்கை ஆகியோரைத் தரிசிக்கலாம். சண்டேஸ்வரர் சந்நிதி உள்ளது. அர்த்தநாரீஸ்வரர் திருமேனி மிகவும் சிறப்புடையது. எப்படி என்றால் மாதொருபாகனின் வாகனத்தை உற்று நோக்கினால் ஈசன் உருவம் உள்ள பகுதியில் ரிஷப வாகனமாகவும், அம்பாள் உள்ள பகுதியில் சிம்ம வாகனமாகவும் இருப்பதைப் பார்க்கலாம். இப்படியொரு அற்புதத்தை வேறு கோயில்களில் நாம் பார்க்கவே முடியாது.

"ஆதியன் ஆதிரையன் அனலாடிய ஆரழகன்
பாதியொர் மாதினொடும் பயிலும் பரமா பரமன்
போதியலும் முடிமேற் புனலோடரவம் புனைந்த
வேதியன் மாதிமையால் விரும்புமிடம் வெண்டுறையே."

என்பது சம்பந்தர் தேவாரம்.

230 திருக்கொள்ளம்புதூர்

மூலவர் – வில்வவனேஸ்வரர்
அம்பாள் – சௌந்தராம்பிகை
தலமரம் – வில்வம்
தீர்த்தம் – பிரம்ம தீர்த்தம், காண்டீப தீர்த்தம், அகத்திய தீர்த்தம்.
பதிகங்கள் – சம்பந்தர்–1.

இது தற்போது திருக்களம்புதுர் என்றும், திருக்களம்பூர் என்றும் மக்களால் வழங்கப்படுகிறது.

கும்பகோணத்தில் இருந்து தெற்கே 20 கி.மீ. தூரத்தில் இருக்கிறது. கும்பகோணத்திலிருந்து கொரடாச்சேரி செல்லும் வழியில் செல்லூரில் இறங்கி சுமார் ஒரு கி.மீ. சென்று இத்தலத்தை அடையலாம்.

தலவரலாறு

பாவங்கள் போக்கும் பஞ்சாரண்ய திருத்தலங்களுள் ஒன்று திருக்கொள்ளம்புதூர் எனப்படும் வில்வவனம். மற்றவை திருக்கருகாவூர் எனப்படும் பாதிரிவனம்; அவனியநல்லூர் என்ற முல்லைவனம்; அரித்துவாரமங்கலம் என்னும் வன்னிவனம்; திருஇரும்பூளை என்னும் ஆலங்குடி.

இங்கு அர்த்தஜாம வழிபாடு மிகவும் புகழ்பெற்றது. இத்தலத்தின் மேற்கில் அகத்திய காவேரி என்கிற வெட்டாறு ஓடுகிறது. இதற்கு முள்ளியாறு என்ற பெயரும் உண்டு. ஓடம்போக்கி ஆறு என்று உள்ளூர் மக்கள் அழைப்பர். இத்தலத்தில்தான் இறைவன் அர்ஜுனனுக்கு பாசுபதாஸ்திரம் வழங்கி அருள்புரிந்தார் என்று புராணம் கூறுகிறது.

கொள்ளாம்புதூர் ஆலயத்தில், தீபாவளித் திருநாளன்று நள்ளிரவில் நடைபெறவேண்டிய அர்த்தஜாம பூஜை அதற்கு அடுத்த நாள் காலையில் நடைபெறுகிறது. இதற்குக் காரணமானவர் திருஞானசம்பந்தர்.

உஷத்காலத்தில் அர்த்தஜாம பூசை திருக்கருகாவூரில் உஷத்காலபூஜை, அவனியநல்லூரில் காலசந்தி, அரித்துவார

மங்கலத்தில் உச்சிக்காலபூஜை, ஆலங்குடியில் சாயரட்ச பூஜை என்று கலந்துகொண்ட அவர், திருக்கொள்ளம்புதூரின் அர்த்தஜாம பூஜையில் கலந்துகொள்ள விரும்பினார். பூஜை நேரம் நெருங்கிக் கொண்டிருந்தது. ஆற்றங்கரையில் படகுகள் இருந்தாலும் துடுப்புகள் இல்லை.

ஞானசம்பந்தர் துணிச்சலுடன் படகை அவிழ்த்து ஏறியமர்ந்து, சீடர்களையும் அழைத்தார். ஆற்றில் நொப்பும் நுரையுமாக பாயும் வெள்ளத்தையும் திக்கு திசை அறியமுடியாத அமாவாசை இருளையும் கண்டு சீடர்கள் தயங்கினர். உடனே சம்பந்தர் திருப்பதிகம் பாட, அவர்கள் தைரியம் பெற்று ஓடத்தில் வந்து உட்கார்ந்தனர்.

ஓடம் நீரில் இப்படியும் அப்படியும் அசைந்து கொண்டிருந்தது. துடுப்பில்லாமல் எப்படி ஓடத்தைச் சரியாக செலுத்தமுடியும் என்று சீடர்கள் யோசித்தனர். அப்போது சம்பந்தர், “கொட்டமே கமழும்’ என்ற பதிகத்தைப் பாடினார். இறையருளால் ஓடம் அமைதியாக நகர்ந்தது. அவர்கள் கோயிலை அடையும் போது இரவு ஓடி விடிகின்ற நேரம் வந்து விட்டது.

அடியார்களுடன் சம்பந்தர் கோயிலுக்குள் நுழைந்தார், அர்த்த ஜாமத்தில் நடைபெற வேண்டிய பூசை அவருக்காக அதிகாலையில் நடைபெற்றது. இது இன்று வரையில் தொடர்கிறது. இதன் காரணமாக ஐப்பசி அமாவாசையன்று துவங்கும் தீபாவளித் திருவிழா மறுநாளும் நீடிக்கப் படுவது இத்தலத்தின் தனிச்சிறப்பாகும். திருஞானசம்பந்தர் இக்கோவிலுக்கு வருகைதந்த சம்பவத்தை நினைவுகூரும் விதமாக ஐப்பசி அமாவாசைக்கு மறுநாள் இங்கே ஓடத்திருநாள் கொண்டாடுகின்றனர்.

தலச்சிறப்புக்கள்

ஆலயத்திற்குள் நுழைந்ததும் உள்ள மண்டபத்தின் வலது பக்கத் தூண் ஒன்றில் சம்பந்தர் ஓடம் ஏறிச் செலுத்தும் சிற்பம் உள்ளதைக் கண்டு மகிழலாம். உள் பிராகாரத்தில் வலம் வரும் போது நால்வர், வலம்புரி விநாயகர், சோமாஸ்கந்தர், கஜமுத்தீசர், முல்லைவனநாதர், சாட்சிநாதர், பாதாளவரதர்,

மகாலிங்கர், விநாயகர், கங்கையம்மன், தட்சிணாமூர்த்தி, சரஸ்வதி, விசாலாட்சி, சோழமன்னன், அவன் மனைவி ஆகியோருக்கு சந்நிதிகள் உள்ளன. அடுத்தாற் போல ஆறுமுக சுவாமி, மகாலட்சுமி, பைரவர், பள்ளியறை, நவக்கிரகங்கள், சனிபகவான், சூரியன் சந்நிதிகள் உள்ளன.

அம்பாள் தெற்கு நோக்கிய சந்நிதியில் நின்ற திருக்கோலத்தில் தரிசனம் தருகிறாள். சந்நிதிக்கு முன்னால் வெளியில் மண்டபத்தின் மேற்புறத்தில் பன்னிரண்டு ராசிகளின் உருவங்கள் உரிய கட்டமைப்பில் வடிக்கப்பட்டுள்ளன. இத்தல இறைவன் வில்வவனேஸ்வரர் சுயம்பு லிங்கமாக அருள்பாலிக்கிறார். கோஷ்டத்தில் நர்த்தன விநாயகர், தட்சிணாமூர்த்தி, இலிங்கோத்பவர், பிரம்மா, துர்க்கை ஆகியோர் உள்ளனர். இந்த ஊரில் இறப்பவர்களுக்கு சிவபெருமான் பஞ்சாட்சார மந்திரத்தை வலது செவியில் தாமே ஓதி அவர்களுக்கு முக்தியளிப்பதாக ஐதீகம்.

கொட்ட மேகமழுங் கொள்ளம் பூதூர்
நட்டம் ஆடிய நம்பனை யுள்கச்
செல்ல வுந்துக சிந்தை யார்தொழ
நல்கு மாறருள் நம்பனே.

என்பது சம்பந்தர் தேவாரம்.

231 திருப்பேரெயில்

மூலவர் – ஜகதீஸ்வரர்
அம்பாள் – பெண்ணமிர்த நாயகி
தலமரம் – நாரத்தை
தீர்த்தம் – அக்கினி தீர்த்தம்
பதிகங்கள் – அப்பர்–1.

(தற்போது ஓகைப்பேரையூர் என்றும் வங்காரப் பேரையூர் என்றும் வழங்கப்படுகிறது)

தீர்த்தக்குளம்:

அக்கினி தீர்த்தம். திருநாவுக்கரசர் பாடல் பெற்றது.

திருவாரூரில் இருந்து மன்னார்குடி செல்லும் சாலையில் கமலாபுரத்திற்கு அடுத்துள்ள மூலங்குடி சென்று இத்தலத்தை அடையலாம். திருவாரூரில் இருந்து மாவூர் கூட்டுரோடு வடபாதி மங்கலம் சாலை வழியாகவும் இத்தலத்திற்கு வரலாம்.

தலச்சிறப்புக்கள்

இக்கோவிலின் ராஜகோபுரம் கிழக்கு பார்த்தவாறு மூன்று நிலைகளோடு உள்ளது. ஆலயத்தில் ஒரு பிரகாரம் உண்டு. மூலவர் ஜகதீஸ்வரர் சுயம்பு லிங்கமாக அருள்பாலிக்கிறார். அம்பாள் சந்நிதி தெற்கு நோக்கியுள்ளது.

மூலவர் கருவறை கோஷ்டத்தில் தட்சிணாமூர்த்தி, லிங்கோத்பவர், பிரம்மா, துர்க்கை ஆகியோர் உள்ளனர். உள்பிரகாரத்தில் கற்பக விநாயகர், முருகன், மகாலட்சுமி, பைரவர், அய்யனார், சூரியன், சந்திரன் ஆகியோரின் சந்நிதிகளும் உள்ளன. இங்குள்ள நடராஜர் சிலை மிக அற்புதமாக வடிவமைக்கப்பட்டு பக்தர்களை கவருகிறது.

சரும நோய்கள் மற்றும். வெண்குஷ்ட நோயால் பாதிக்கப்பட்டவர்கள் இங்குள்ள அக்னி தீர்த்தத்தில் நீராடி இறைவனை மனமுருகி வழிபட்டால் விரைவில் குணமாகும்

மறையு மோதுவர் மான்மறிக் கையினர்
கறைகொள் கண்ட முடைய கபாலியார்
துறையும் போகுவர் தூயவெண் ணீற்றினர்
பிறையுஞ் சூடுவர் பேரெயி லாளரே.

என்பது அப்பர் தேவாரம்.

232 திருகொள்ளிக்காடு

மூலவர் – அக்கினீஸ்வரர்
அம்பாள் – பஞ்சின் மெல்லடியாள்
தலமரம் – வில்வம்
தீர்த்தம் – காவிரி, அக்கினி தீர்த்தம்.
பதிகங்கள் – சம்பந்தர்–1

அக்கினி வழிபட்ட தலம் ஆதலால் கொள்ளிக்காடு என்ற பெயரைப் பெற்றுள்ளது. இது திருவாரூர்க்குத் தெற்கில் உள்ள திருநெல்லிக்காடு என்ற தலத்திற்கு தென்மேற்கில் 3 கிமீ தொலைவில் உள்ளது.

இந்தத் தலம் திருவாரூர் மாவட்டத்தில் திருநெல்லிக்காவல், திருத்தங்கூர், கோட்டூர், திருவண்டுதுறை ஆகிய தலங்களின் நடுவே அமைந்துள்ளது. மூர்த்தி, தலம், தீர்த்தம் என்ற மூன்று சிறப்பம்சங்களையும் கொண்டது. இத்தலத்தின் இறைவன் அக்னீஸ்வரர். சனி தோஷம் போக்குவதில் திருநள்ளாறையும் விட இத்தலம் முதன்மையாகக் கருதப்படுகிறது. சனி பகவானால் உண்டாகும் ஏழரைச்சனி, அஷ்டமத்துச்சனி, அர்த்தாஷ்டமச்சனி என்று அனைத்து தோஷங்களும் இத்தலத்திற்குச் சென்று வந்தால் உடனடியாக நிவர்த்தியாகும் என்பது பக்தர்களின் அசையாத நம்பிக்கை.

தலச்சிறப்புக்கள்

இக்கோவிலுக்கு இராஜகோபுரம் இல்லை. உள்ளே நுழைந்தவுடன் கொடிமரம், பலிபீடம் மற்றும் நந்தி ஆகியவை உள்ளன. உள்ளே சென்றால் இறைவன் சந்நிதி மேற்கு நோக்கி உள்ளது. அக்னி வழிபட்ட தலம். மூலவர் அக்னீஸ்வரர் தமிழில் தீவண்ணநாதர் எனப்படுகிறார். பெயருக்கு ஏற்றாற்போல் இவரது மேனி சற்று செவ்வொளி படர்ந்தே காணப்படுவது அச்சமும் ஆச்சரியமும் தருகிறது..

ஈசன் சந்நிதிக்கு முன்னால், இடது பக்கத்தில் இத்தலத்து அம்பாள் பஞ்சினும் மெல்லடியம்மை தரிசனம் தருகிறாள். மூலவர் கருவறையின் கோஷ்டங்களில் பிரம்மா, லிங்கோத்பவர், தட்சிணாமூர்த்தி, விநாயகர், துர்க்கை ஆகியோரைத்

தரிசிக்கலாம். லிங்கோத்பவருக்கு இருபுறமும் பிரம்மாவும் விஷ்ணுவும் நின்ற கோலத்தில் உள்ளனர். இங்குள்ள முருகன் தன் கையில் வேலுக்கு மாற்றாக வில்லேந்திய நிலையில் தனுசு சுப்பிரமணியராகத் தரிசனம் தருகிறார்.

இந்தக் கோயிலில் சனிபகவான் விமானத்துடன் கூடிய தனிக்கோயிலில் எழுந்தருளி இருப்பது விசேஷம். இவரது சந்நிதி மகாலட்சுமியின் சன்னதிக்குப் பக்கத்தில் அமைந்திருப்பது தலத்தின் மிகச்சிறந்த அம்சமாகும். இங்கே மூலவரை விட சனிபகவானுக்கே ஏற்றம் அதிகம். நளன் இத்தலத்து சனீஸ்வரனை வழிபட்டுள்ளான் என்பதும், புரூரவசு என்ற சக்கரவர்த்திக்கு ஏற்பட்ட சனிதோஷத்தை இங்குள்ள சனிபகவான் போக்கி அருள் செய்தார் என்பதும் இத்தலத்தின் சிறப்புக்கள்.

சனி பகவான் இத்தலத்தில் அனுக்கிரக மூர்த்தியாக இருக்கிறார். அவர் பொங்கு சனியாகக் காட்சி அளிப்பதால் அவர் அருள் வேண்டி பக்தர்கள் ஆயிரக்கணக்கில் தரிசனத்திற்கு வருகின்றனர். நவக்கிரகங்கள் பொதுவாக வக்கிரகதியில் ஒருவரை ஒருவர் பார்க்காமல் காட்சி தருவார்கள். ஆனால் "ப" வடிவில் ஒருவரையொருவர் நோக்கிய வண்ணம் காட்சி தருவது இத்தலத்தின் சிறப்பம்சம்.

நிணம்படு சுடலையின் நீறு பூசிநின்
றிணங்குவர் பேய்களோ டிடுவர் மாநடம்
உணங்கல்வெண் டலைதனில் உண்ப ராயினுங்
குணம்பெரி துடையர்நங் கொள்ளிக் காடரே.

என்பது சம்பந்தர் தேவாரம்.

233 திருதெங்கூர்

மூலவர்	–	ரஜதகீரிஸ்வரர், வெள்ளிமலைநாதர்.
அம்பாள்	–	பிருகந்நாயகி, பெரியநாயகி.
தலமரம்	–	தென்னை
தீர்த்தம்	–	சிவகங்கை.
பதிகங்கள்	–	சம்பந்தர்–1.

இலக்குமியும் நவக்கிரகங்களும் வழிபட்ட தலம்.

தலவரலாறு

யுகப்பிரளயம் ஏற்பட்டபோது, மண்ணுலகம் முழுவதும் கடலுக்குள் மூழ்கிக் கொண்டிருந்த வேளையில், ஐயனே எனக்கு விருப்பமானதும், அடியார்கள் நிரம்பி இருப்பதுமான இத்தலத்தை நீரில் முழுகாமல் காப்பாற்ற வேண்டும் என வேண்டினாள். சிவனும் அவள் விருப்பத்திற்கு இணங்கி இத்தலத்தைக் காப்பாற்றி அருளினார். உலகம் முழுக்க உப்புக்கடல் நீரால் விழுங்கப்பட்ட நிலையிலும் தெளிந்த தண்ணீர் தேங்கி நின்ற இத்தலம் திருத்தேங்கூர் என்ற பெயரைப் பெற்று விளங்குகிறது. அது நாளடைவில் திருத்தெங்கூர் என்று மாறிவிட்டது.

பிரளயத்தில் கூட மூழ்காமல் இருந்த இத்தலத்தின் பெருமையைக் கேள்விப்பட்டு மகாலட்சுமி சிவபூசை செய்து இங்கேயே தங்கிவிட்டாள். திருவாகிய திருமகள் தங்கிய ஊர் என்றதால் திருத்தங்கு ஊர் என ஆயிற்று என்பாரும் உண்டு. தென்னை மரங்கள் செழித்தோங்கிய இடம் என்பதால் தெங்கூர் எனப் பெயர் வந்தது என்ற கருத்தும் நிலவுகிறது. அதற்கேற்ப இத்தலத்தின் தலவிருட்சம் தென்னையாக இருக்கிறது.

உமாதேவிக்கு விருப்பமான தலம், ஸ்ரீதேவி தங்கியிருந்த தலம் ஆகிய பெருமைகளைக் கொண்ட இங்கு வந்து நவக்கிரகங்கள் தங்கள் பெயரால் ஆளுக்கொரு சிவலிங்கம் நிறுவி வழிபட்டனர்.

சிவகங்கை தீர்த்தம்:

பக்தர்கள் அனைவரும் கங்கை நதியில் நீராடி தங்கள்

பாவங்களைப் போக்கிக் கொள்ள அந்தப் பாவத்தினால் வாடினாள் கங்காதேவி. அதைப் போக்கிக் கொள்ள பல தலங்களுக்கும் சென்று சிவதரிசனம் செய்தாள். ஆனால் பாவம் தீரவில்லை. இந்த நிலையில் இத்தலத்திற்கு வந்து ஒரு தீர்த்தம் ஏற்படுத்தி, 48 நாட்கள் செந்தாமரை மலர்கொண்டு ஈசனைப் பூசித்தாள். அவளது பக்தியை மெச்சிய இறைவன் காட்சி தந்து, அவளது பாவங்களை முழுவதுமாகப் போக்கி புனிதமாக்கினார். அதோடு அவள் ஏற்படுத்திய இத்தலத்து தீர்த்தம் அவள் பெயராலேயே சிவகங்கா தீர்த்தம் என்று வழங்கட்டும் என்று ஆசி கூறி மறைந்தார்.

தலச்சிறப்புக்கள்:

இத்தலத்திற்கு இராஜகோபுரமில்லை. ஒரு நுழைவு வாயில் மட்டும் உள்ளது. இரண்டு பிரகாரங்கள் உள்ளன. வெளிப் பிரகாரத்தில் சந்நிதிகள் ஏதுமில்லை. வலதுபுறத்தில் அம்பாள் பெரியநாயகி தனிக் கோயிலில் அருள்பாலிக்கிறாள்.

உள்வாயிலைத் தாண்டிச் சென்றால், மூலவர் கிழக்கு நோக்கி சற்று உயர்ந்த பாணமுடைய சிவலிங்கத் திருமேனி கொண்டு தரிசனம் தருகிறார். உட்பிரகாரத்தில் சோமாஸ்கந்தர், விநாயகர், சுப்பிரமணியர், மகாலட்சுமி, நவக்கிரகங்கள் வழிபட்ட லிங்கங்கள், நவக்கிரக சந்நிதி உள்ளது.

கருவறை சுற்றுப் பிரகாரத்தில் மகாலட்சுமி சிவபூசை செய்த சந்நிதி உள்ளது. அடுத்ததாக வடக்குப் பிரகாரத்தில் அமைந்துள்ள நவக்கிரகங்கள் பிரதிஷ்டை செய்த சிவலிங்கங்கள் உள்ளன. பலவித அளவுகளில் அந்தந்த நவக்கிரகங்களின் பெயர்களாலேயே வழங்கப்படும் ஒன்பது சிவலிங்கங்களையும் தரிசித்தால் நவக்கிரகத் தோஷங்கள் நீங்கும் என்பது ஐதீகம்.

ஆண்டு தோறும் மார்ச் மாதம் 18ம் தேதி முதல் 24ம் தேதி வரை உதயகாலத்தில் சூரியனின் கிரணங்கள் இத்தலத்து மூலவர் மீது படுகிறது. இந்த சூரிய பூஜையைச் சிறப்பாக இத்தலத்தில் கொண்டாடுகிறார்கள்.

புரைசெய் வல்வினை தீர்க்கும் புண்ணியர் விண்ணவர் போற்றக்
கரைசெய் மால்கடல் நஞ்சை உண்டவர் கருதலர் புரங்கள்

இரைசெய் தாரழ லூட்டி யுழல்பவர் இடுபலிக் கெழில்சேர்
விரைசெய் பூம்பொழிற் றெங்கூர் வெள்ளியங் குன்றமர்ந் தாரே.

என்பது திருஞானசம்பந்தர் தேவாரம்.

234 திருநெல்லிக்கா

மூலவர் – ஆம்லகவனேஸ்வரர், ஆம்லகேஸ்வரர், நெல்லி வனநாதர், நெல்லி நாதேஸ்வரர்.

அம்பாள் – ஆம்லகேஸ்வரி, மங்களநாயகி

தலமரம் – நெல்லிமரம்

தீர்த்தம் – தீர்த்தம் கோயில் எதிரில் உள்ளது பிரமதீர்த்தம். வடபால் உள்ளது. ரோகநிவாரண தீர்த்தம் (சூரிய தீர்த்தம்)

பதிகங்கள் – சம்பந்தர்–1.

பிரமதீர்த்தக் கரையில் படித்துறை விநாயகர் உள்ளார். திருவாரூரிலிருந்து 13 கிமீ தொலைவில் உள்ள இத்தலத்திற்கு நகரப் பேருந்து வசதியுள்ளது.

தலவரலாறு:

தேவ லோகத்தில் உள்ள கற்பகம், பாரிஜாதம், சந்தானம், அரிசந்தனம், மந்தாரம் ஆகிய ஐந்து மரங்களும் வேண்டியதைத் தரக்கூடிய ஆற்றல் பெற்றவை. கேட்பவர்க்கு கேட்டவற்றை தருகின்ற நம்போல இந்த உலகத்தில் எந்த மரமும் இல்லை என்ற கர்வம் அவைகளுக்கு அதிகமாகி வந்தது.

ஆணவம் தலைக்கேறிவிட்டால் அடுத்தவரை மதிக்காத இயல்பு வரும் அல்லவா? அதுபோல ஒருமுறை தேவலோகம் வந்த துர்வாசரை மதிக்காததால் அவர் கோபம் கொண்டு "நீங்கள் பூமியில் புளிக்கும் கனிகளைக் கொண்ட நெல்லி மரங்களாக மாறுங்கள்" என்று சாபமிட்டார்.

அவைகள் இத்தலத்திற்கு வந்து நெல்லிமரமாக நின்றன. அவை சாப விமோசனமடைந்து மீண்டும் தேவலோகம் செல்லவும், நெல்லி மரத்தின் அருமை பெருமைகளை மண்ணுலக வாசிகள் அறிந்து கொள்ளவும், ஈசன் அந்த நெல்லி மரத்தின் அடியிலேயே சுயம்புலிங்கமாகத் தோன்றினார். ஐந்து தேவ மரங்களும் இறைவனுக்குத் தொண்டு செய்த பின் தேவலோகத்திற்கு திரும்பிச் சென்றன. நெல்லி மரத்தின் அடியில் தோன்றியதால் இறைவன் நெல்லிவனநாதர் எனப்பட்டார். அவர் விரும்பித் தங்கிய இத்தலமும் திருநெல்லிக்கா என்ற பெயரைப் பெற்றது.

தலப் பெயர்கள்

'பஞ்சகூடபுரம்' என்று சொல்லப்படும் ஐந்து தலங்களுள் இத்தலமும் ஒன்று. மற்ற நான்கு *(1)* நாட்டியத்தான் குடி, *(2)* காறாயில் *(3)* திருத்தெங்கூர் *(4)* நமசிவாயபுரம் என்பன. துர்வாசர் என்றாலே துர்குணமான கோபத்தோடு வாசம் செய்பவர் என்பது பொருள். அப்படிப்பட்ட துர்வாசரின் கோபத்தைப் போக்கி அருள்செய்தவர் இத்தலத்து ஈசன்தான்.

சூரியன் வழிபட்டதால் அருணபுரம் என்றும்; பிரமன் தீர்த்தமுண்டாக்கி வழிபட்டதனால் பிரமதீர்த்தம் என்றும்; கந்தர்வன் ஒருவனின் குட்ட நோய் நீக்கிய தலம் என்பதால் குஷ்டரோகஹரம் என்றும் இத்தலத்திற்குப் பெயர்கள் உண்டு. பக்தர்கள் வழிபாடு செய்த உடனே பலன்களை எளிதாக வழங்க வல்லது இத்தலம், ஆகவே சர்வஉத்தமபுரம் என்றும், ஐந்தெழுத்தும் இறைவனை வழிபட்டதால் பட்சாட்சரபுரம் என்றும், ஐந்து தீர்த்தங்கள் இருப்பதால் பஞ்சதீர்த்தபுரம் என்றும், இறையருளால் அமுதம் கிடைக்கப் பெற்றதால் அமிர்த வித்யாபுரம் என்றும் இதற்குப் பல பெயர்கள் உண்டு.

தலச்சிறப்புக்கள்

மேற்கு நோக்கிய திருக்கோயில் ஐந்து நிலைகளையுடைய ராஜகோபுரத்துடன் கம்பீரமாகக் காட்சி அளிக்கிறது.

பிரகாரத்தில் நால்வர், கஜலட்சுமி, விநாயகர், வள்ளி தெய்வயானை சுப்பிரமணியர், சனிபகவான், தலமரம், நெல்லி, மரத்தினடியில் நெல்லிவன நாதர், பைரவர், நவக்கிரகங்கள் முதலிய சந்நிதிகள் உள்ளன.

பிரகார வலம் வந்து படிகளேறி முன் மண்டபத்தை அடைந்தால் இடதுபறம் சோமாஸ்கந்தர் தரிசனம் தருகிறார். நேரே நடராஜ சபை உள்ளது. மண்டபத்தில் மேற்புறத்தில் நவக்கிரகங்கள், பன்னிரு ராசிகள், தசாவதாரங்கள் முதலிய சித்திரங்கள் தீட்டப்பட்டுள்ளன. கருவறையில் மூலவர் சுயம்பு லிங்கமாக மேற்கு பார்த்தபடி அருள்பாலிக்கிறார். அம்பாள் தனிச் சந்நிதியில் தெற்கு நோக்கி நின்ற திருக்கோலத்தில் காட்சி தருகிறாள்.

இத்தலத்தில் ஆண்டு தோறும் ஐப்பசி கிருஷ்ணபட்ச சதுர்த்தசி முதல் ஏழுநாளும், மாசி மாதம் 18ம் தேதி முதல் ஒரு வார காலத்திற்கும் மாலை வேளையில் சூரிய ஒளிக் கதிர்கள் மூலவர் மீது படுகிறது. இந்த நாட்களில் சூரியன் இத்தலத்து இறைவனை வழிபடுவதாக ஐதீகம். கோஷ்ட மூர்த்தங்களாக விநாயகர், தட்சிணாமூர்த்தி, பிரம்மா, துர்க்கை சந்நிதிகளும் உள்ளன. சண்டேசுவரர் உள்ளார்.

அறத்தா லுயிர்கா வலமர்ந் தருளி
மறத்தால் மதில்மூன் றுடன்மாண் பழித்த
திறத்தால் தெரிவெய் தியதீ வெண்டிங்கள்
நிறத்தான் நெல்லிக்கா வுள்நிலா யவனே.

என்பது சம்பந்தர் தேவாரம்.

235 திருநாட்டியத்தான்குடி

மூலவர் – மாணிக்கவண்ணர், ரத்னபுரீசுவரர், கரிநாலேஸ்வரர், நாட்டியத்து நம்பி.

அம்பாள் – மங்களாம்பிகை

தலமரம் – மாவிலங்கை

தீர்த்தம் – சூரிய தீர்த்தம் கோயிலின் முன்புறத்தில் சூர்ய தீர்த்தமும், கரி தீர்த்தம் பின்புறத்திலும் உள்ளன.

பதிகங்கள் – சுந்தரர்–1.

திருவாரூரில் இருந்து தெற்கே 10 கி.மீ. தொலைவில் இத்தலம் இருக்கிறது. திருவாரூர் திருத்துறைப்பூண்டி சாலையில் மாவூர் கூட்டுரோடில் இறங்கி அங்கிருந்து வடபாதிமங்கலம் செல்லும் சாலையில் சென்று இத்தலத்தை அடையலாம்.

தலவரலாறு

முன்னொரு காலத்தில் ரத்தினேந்திர சோழன் என்பவனும், இவனது தம்பியும் அவர்களுடைய தந்தையார் தேடிவைத்த ரத்தினங்களைச் சரிபாதியாகப் பிரித்துக் கொள்ள ஒரு வியாபாரியைத் தேடி அழைத்தனர். அவர் வந்து ரத்தினங்களை மதிப்பீடு செய்து, இருவருக்கும் பிரித்துக் கொடுத்தார்.

ஆனால் இருவருக்கும் திருப்தி இல்லை, எனவே இறைவா நீயே இதற்கு ஒரு வழிகாட்ட வேண்டும் என்று அவர்கள் வேண்டினர்.

அவர்களது வேண்டுதலை ஏற்று, இத்தலத்து ஈசன் தானே ரத்தின வியாபாரியாக வந்து ரத்தினங்களை மதிப்பீடு செய்து அதை அவர்கள் இருவரும் ஏற்கும் விதத்தில் பிரித்துக் கொடுத்தான். இதன் காரணமாக இத்தலத்து ஈசனுக்கு ரத்தினபுரீஸ்வரர் என்ற பெயர் வந்தது.

யானை ஒன்று இறைவன் மீது பக்தி கொண்டு அவரை வழிபட்டு நற்கதி பெறுவதற்காக இத்தலத்தில் குளம் ஒன்றை உருவாகியது. அதில் தினமும் நீராடி ஈசனைத் தொழுது

முக்தி அடைந்தது. யானை உண்டாக்கிய தீர்த்தம் அதன் பெயராலேயே கரி தீர்த்தம் எனப்படுகிறது. கரி என்றால் யானை என்பது பொருள். இதுவே கோயிலின் பின்புறத்தில் உள்ளது. கரிக்கு அருள் செய்த காரணத்தினால் இத்தலத்து ஈசனுக்கு கரிநாதேஸ்வரர் என்பது பெயராயிற்று.

தலச்சிறப்புக்கள்

கிழக்கு நோக்கிய கோயில், கிழக்குக் கோபுர வாயிலின் முன் சுந்தரருக்குக் கைகாட்டிய விநாயகர் சன்னதி மேற்கு நோக்கியுள்ளது. ஐந்துநிலை ராஜகோபுரம். உட் பிரகாரத்தில் வழிகாட்டிய விநாயகர், முருகன், விசுவநாதர், கஜலட்சுமி, நவக்கிரக சன்னதிகள் உள்ளன. கோஷ்டத்தில் உள்ள மூர்த்தங்கள் தெட்சிணாமூர்த்தி, லிங்கோற்பவர், பிரம்மா ஆகியன. இத்தல இறைவன் சுயம்பு லிங்கமாக அருள்பாலிக்கிறார். மகாமண்டபத்தில் நடராச சபையும் உற்சவமூர்த்தங்களும் உள்ளன. கோட்புலி நாயனார் பிறந்த ஊர். அவருடைய பெண்மக்களாகிய சிங்கடி, வனப்பகை ஆகிய இருவரையும் சுந்தரர் தனது புதல்வியராக ஏற்று அருள் செய்த தலம் இது. ஆலயத்தில் கோட்புலி நாயனாரின் உருவச் சிலை உள்ளது. .

இந்த கோட்புலி நாயனார் இல்லத்தில் ஒரு முறை சுந்தர மூர்த்தி நாயனார் தங்கி இருந்தார். இறைவனைத் தொழ ஆலயம் சென்றபோது அங்கே ஈசனும் அம்மையும் இல்லை என்பதைக் கண்டு அதிர்ச்சி அடைந்தார். அவர்கள் எங்கே என்று விநாயகரைக் கேட்டபோது அவர் ஈசான்ய திசையில் கையை நீட்டிக் காட்டினார். அவர் காட்டிய வழியில் சென்ற சுந்தரர் ஒரு வயலில் உழவனும் உழத்தியுமாக பார்வதி பரமேஸ்வரன் ஆகிய இருவரும் நடவுத் தொழிலில் ஈடுபட்டு இருப்பதைக் கண்டார். உடனே

> "நட்ட நடாக்குறை நாளைநடலாம்
> நாளை நடாக்குறை சேறு தங்கிடவே
> நட்டதுபோதும் கரையேறி வாரும்
> நாட்டியத்தான்குடி நம்பி"

என்று பாடினார்.

அது கேட்டதும் சுவாமியும் அம்பிகையும் மறைந்து கோயிலுக்குச் சென்றனர். அவர்களைத் தரிசனம் செய்ய, சுந்தரர் பின் தொடர்ந்து கோயிலுக்குள் செல்லும்போது பாம்பு ஒன்று தோன்றி அவரை உள்ளே விடாமல் வாயிலில் தடுக்க அப்போது "பூணாணாவதோர்" என்று தொடங்கிப் பதிகம் பாடித் தரிசித்தார் என்பது தலவரலாறு. கிழக்குக் கோபுர வாயிலின் முன்னால் அன்று சுந்தரருக்கு கைகாட்டிய விநாயகர் எழுந்தருளி இருக்கிறார்.

குடும்பத்தில் தீராத பிரச்சனை, சகோதரர்களுக்குள் மன விரிசல், பிரிக்க முடியாத சொத்துபத்துக்கள் ஆகியவை இத்தலத்து ஈசனுக்கு வேண்டிக் கொண்டு சுவாமிக்கு அபிஷேகம் செய்து, புது வஸ்திரம் சாத்தி வழிபட நன்மையில் முடியும். இத்தலத்திலுள்ள தட்சணா மூர்த்தி கழுத்தில் ருத்ராட்சம், காலில் சலங்கை போன்ற ஆபரணம் அணிந்து காட்சி தருகிறார். இவரை நேரே நின்று பார்த்தால் சிரிப்பது போலவும், வலது புறம் நின்று பார்த்தால் கோபமாகவும், இடது புறம் நின்று பார்த்தால் நம்மைப் பார்ப்பது போலவும் காட்சி தருகிறார். இது போன்ற அமைப்பை வேறு எங்கும் காண முடியாது.

பூணாண் ஆவதோர் அரவங்கண் டஞ்சேன்
புறங்காட் டாடல்கண் டிகழேன்
பேணீ ராகிலும் பெருமையை உணர்வேன்
பிறவே னாகிலும் மறவேன்
காணீ ராகிலுங் காண்பனென் மனத்தாற்
கருதீ ராகிலுங் கருதி
நானே லும்மடி பாடுதல் ஒழியேன்
நாட்டியத் தான்குடி நம்பீ.

என்பது சுந்தரர் தேவாரம்.

236 திருக்காறாயில்

மூலவர் – கண்ணாயிரநாதர்,
கண்ணாயிரமுடையார்.

அம்பாள் – கைலாசநாயகி.

தலமரம் – பலா’
(‘அகில்’தான் இருக்க வேண்டும்)

தீர்த்தம் – பிரமதீர்த்தம் (கோயிலின் உள்ளே வலப்பக்கமாக உள்ளது) வடக்குப் பிராகாரத்தில் உள்ள ‘சேஷதீர்த்தமும்’ சிறப்புடையது. பௌர்ணமிதோறும் இக்கிணற்றுத் தீர்த்தத்தைத் தொடர்ந்து பருகிவரின் பிணிதீரும் என்பது நம்பிக்கை.

பதிகங்கள் – சம்பந்தர்–1

(தற்போது திருக்காரவாசல் என்று வழங்குகிறது)

திருவாரூர், திருத்துறைப்பூண்டி சாலை வழியில் திருவாரூரில் இருந்து தெற்கே சுமார் 13 கி.மீ. தொலைவில் இத்தலம் உள்ளது. பிரதான சாலை ஓரத்திலேயே கோவில் உள்ளது. இத்தலத்திற்கு அருகில் திருநெல்லிக்கா, திருகைச்சினம், திருக்கோளிலி ஆகிய பாடல் பெற்ற சிவஸ்தலங்களும் உள்ளன.

தலவரலாறு

கார் அகில் மரங்கள் நிறைந்த வனப்பகுதி ஆகையினால் காறாயில் என்ற பெயர் பெற்றுள்ளது. படைக்கும் கடவுளான பிரம்மாவுக்கு ஒரு கணநேரம் மும்மூர்த்திகளில் தானே பெரியவன் என்ற வித்யா கர்வம் ஏற்பட்டது. அதனால் ஈசனை அலட்சியம் செய்தார். அவருக்கு நல்வழி புகட்ட திருவுளம் கொண்ட ஈசன், அவரது படைக்கும் தொழிலைப் பிடுங்கிவிட்டார். பதவி பறிபோனதும் பிரம்மாவுக்கு புத்தி வந்தது. கர்வம் அடங்கியது, அவர் விஷ்ணுவின் ஆலோசனைப்படி மண்ணுலகில் காரகில் மரங்கள் நிறைந்த திருக்காரவாசல் தலம் வந்தார். சிவபெருமானை நினைத்து

ஆயிரம் வருடங்கள் தவம் செய்தார். ஈசன் அவரது தவத்திற்கு மகிழ்ந்து, ஆயிரம் கண்களுடன் காட்சி கொடுத்தார். பதவியைத் திரும்ப அளித்தார். அதனால் அவருக்கு கண்ணாயிரநாதர் என்ற பெயர் வழங்குகிறது.

தலச்சிறப்புக்கள்

திருக்காறாயில் மூர்த்தி, தீர்த்தம், தலம் ஆகிய மூன்றாலும் சிறப்பு பெற்றது. கிழக்கு நோக்கிய இக்கோவிலுக்கு ராஜகோபுரமில்லை இரண்டாவது கோபுர வாயிலைத் தாண்டி உட்சென்று வலமாக வரும்போது, சுந்தரர், (உற்சவர்) சந்நிதி, தியாகராஜ சபை, விநாயகர், பல சிவலிங்கத் திருமேனிகள், மகாவிஷ்ணு, ஆறுமுகசுவாமி, சரஸ்வதி, கஜலட்சுமி, பைரவர் ஆகியோரைத் தரிசனம் செய்யலாம்.

கருவறையில் கண்ணாயிரநாதர் சுயம்பு லிங்க உருவில் கிழக்கு நோக்கிய தரிசனம். அவருக்குப் பக்கத்திலேயே ஆதிவிடங்க தியாகராஜரின் சன்னதி உள்ளது. சந்நிதி முன்னுள்ள நந்தி நான்கு கால்களுடன் நின்று கொண்டிருக்கும் அற்புதம் அனைவரும் காணவேண்டிய காட்சியாகும்.

தனிச் சந்நிதியில், நின்ற திருக்கோலத்தில் ஒரு கையில் அக்கமாலையுடனும், மற்றதில் தாமரையும் ஏந்தி அம்பாள் கைலாசநாயகி தெற்கு நோக்கி தரிசனம் தருகிறாள். நாம் ஓரிடத்தில் நின்று நேரே சிவபெருமானையும் வலதுபுறம் அம்பாளையும் தரிசித்து மகிழும் விதத்தில் இந்தச் சந்நிதிகள் அமைந்திருக்கின்றன.

மூன்று பைரவர்கள்:

மூலவருக்கு முன்னால் பக்கத்தில் நடராஜசபை உள்ளது. தாசி ஒருத்திக்கு இறைவன் இத்தலத்தில் காட்சி தந்தார். ஆதலின் இவருக்கு 'காட்சி தந்த நாயனார்' என்று பெயர் ஏற்பட்டது. உற்சவத் திருமேனிகளுள் காட்சி தந்த நாயனார் திருமேனி தரிசிக்க வேண்டிய ஒன்றாகும். இத்தலத்தின் மற்றொரு சிறப்பு இங்குள்ள மூன்று பைரவர்கள் சந்நிதியாகும். இவர்கள் முறையே காலை பைரவர், உச்சிகால பைரவர் மற்றும் சொர்ணாகர்ஷண பைரவர் என்று அழைக்கப்படுகின்றனர்.

இத்தலத்தில் அருள்பாலிக்கும் சொர்ணாகர்ஷண கால பைரவரை வழிபாடு செய்தால் இழந்த பொருள்களை மீண்டும் பெறலாம் என்பது ஐதீகம்.

சப்த விடங்கத் தலம்:

இது சப்த விடங்கத் தலங்களுள் ஒன்று. முசுகுந்த சக்கரவர்த்தி தேவேந்திரனிடம் இருந்து பெற்றுக் கொண்டு வந்த தியாகேசர் திருமேனிகள் ஏழில் ஒன்றை இத்தலத்தில் பிரதிஷ்டை செய்தார். இத்தலத்து தியாகராஜருக்கு ஆதிவிடங்கர் என்பது பெயர். இந்தத் திருக்காரவாசலில் தியாகராஜர் வீர சிங்காதனத்தில் குக்குட நடனக் காட்சி தருகிறார். திருவாரூரில் வீதிவிடங்க தியாகேசரின் அஜபா நடனத்தைக் கண்டுகளித்த பதஞ்சலி முனிவர், ஐயனே தங்களது எல்லா வகை நடனங்களையும் எனக்குக் காண்பித்து எனது பிறவியை மேன்மை பெறச் செய்ய வேண்டும் என்று வேண்டினார். அதற்கு நீ திருக்காராயில் வந்தால் காணலாம் என்று தியாகராஜர் கூறி, இங்கு 7 வகை தாண்டவங்களை ஆடிக் காட்டினார். தியாகேசருக்கு நேர் எதிரில் சுந்தரர் சந்நிதி அமைந்துள்ளது

கடுக்காய் பிள்ளையார்:

புரட்டாசி மாதம் பௌர்ணமி நாளில் இந்திரன் சேஷ தீர்த்தத்தில் நீராடி இத்தலத்து விநாயகர் கடுக்காய் பிள்ளையாரைப் பூஜிப்பதாக ஐதீகம். இது குறித்து சொல்லப்படும் கர்ணபரம்பரைக் கதை ஒன்று உண்டு.

பிரமதீர்த்தக் கரையில் உள்ள விநாயகருக்குக் 'கடுக்காய் விநாயகர்' என்று பெயர். அவருக்கு ஏன் அந்தப் பெயர் வந்தது? அதற்கான செவிவழிச் செய்தி இது. முன்னொரு காலத்தில் வணிகன் ஒருவன் சாதிக்காய் மூட்டைகளை ஏற்றிக் கொண்டு பயணம் வந்தபோது தன் களைப்பை போக்கிக் கொள்ள இந்தத் தீர்த்தக்கரையில் உட்கார்ந்தான்.

அப்போது அங்கே ஒரு சிறுவனின் வடிவத்தில் விநாயகர் வந்தார். அந்த வணிகரைப் பார்த்து இந்த மூட்டையில் என்ன இருக்கிறது? என்று கேட்டார். அவன் உண்மையை மறைத்து, கடுக்காய் மூட்டைகள்' என்று சொல்ல, சிறுவனும்

மறைந்தான். களைப்பு தீர்ந்து வணிகன் சந்தைக்குச் சென்று விற்பதற்காகத் திறந்து பார்த்தால் மூட்டைகள் அத்தனையும் கடுக்காய் மூட்டைகளாக மாறியிருந்தது.

வணிகன் மனம் நொந்து, தன் பிழையைப் பொறுக்குமாறு உள்ளம் உருகி வேண்ட, விநாயகரும் அவனை மன்னித்து அம்மூட்டைகளைப் பழையபடி சாதிக்காய்களாக மாற்றித் தந்தாராம். இதனால் இக்குளக்கரை விநாயகருக்குக் 'கடுக்காய் விநாயகர்' என்ற பெயர் ஏற்பட்டது.

இத்தலத்து மூலவர் கண்ணாயிரநாதர் என்று அழைக்கப்படுவதன் காரணம் என்ன? அதையும் தெரிந்து கொள்வோம். இத்தலத்தில் கும்பாபிஷேகம் நடந்த சமயத்தில் பார்வையில்லாத பெண்ணும் நின்றிருந்தாள். அபிஷேகம் நடந்தபோது அனைவரும் அரகர வென்றும் ஓம் நமசிவாய என்றும் குரல் கொடுத்ததைக் கேட்டாள். அருகிலேயே இருந்தும் கூட அவர்களைப் போல என்னால் இந்த அபிஷேகத்தைப் பார்க்க முடியவில்லையே என்று உருக்கமுடன் இறைவனைப் பிரார்த்தனை செய்து அழுதாள். அவளுடைய பக்தியை மெச்சிய இறைவன் பார்வையைக் கொடுத்தார். அதுவும் ஒன்றுக்கு ஆயிரமாகப் பெருகுமாறு ஒளிதந்து அருள் செய்தார். அதனால் இத்தல இறைவனுக்கு கண்ணாயிரநாதர் என்ற பெயர் ஏற்பட்டது.

வெள்ளிப் பேழையில் மரகத லிங்கம் உள்ளது. காலை நேரத்தில் இந்த லிங்கத்திற்கு அபிஷேகம் நடைபெறுகிறது.

> "தாயானே தந்தையுமாகிய தன்மைகள்
> ஆயானே ஆய நல்லன்பர்க் கணியானே
> சேயானே சீர் திகழுந் திருக் காறாயில்
> மேயானே என்பவர்மேல் வினை மேவாவே."

என்பது சம்பந்தர் தேவாரம்.

237 திருக்கன்றாப்பூர்

மூலவர் – நடுதறியப்பர்
அம்பாள் – மாதுமையம்மை
தலமரம் – கல்பனை
(பனைமரத்தில் ஒருவகை)
தற்போதில்லை.
தீர்த்தம் – சிவகங்கை (எதிரில் உள்ளது.)
பதிகங்கள் – அப்பர்–1.

திருவாரூரில் இருந்து 18 கி.மீ. தொலைவில் இத்தலம் உள்ளது. திருவாரூர் திருத்துறைப்பூண்டி சாலையில் மாவூர் கூட்டுரோடு வந்து அங்கு பிரியும் சாலையில் மருதூர் வந்து, அதற்கு அடுத்துள்ள கோயில் கண்ணாப்பூர் கூட்டுரோடு என்று கேட்டு அவ்விடத்தையடைந்து அங்கு இடப்புறமாகப் பிரியும் உள்சாலையில் 1 கி.மீ. சென்றால் தலத்தையடையலாம். (கீழ கண்ணாப்பூர் என்ற ஊர் ஒன்றுள்ளது. பாடல் பெற்ற தலம் அதுவன்று. எனவே கோயில் கண்ணாப்பூர் என்று கேட்க வேண்டும்). திருவாரூரிலிருந்து எட்டுக்குடி செல்லும் வழியில் கோயில் கண்ணாப்பூர் நிறுத்தத்தில் இறங்கியும் கோவிலுக்குச் செல்லலாம்.

தலவரலாறு

ஒரு சைவப்பெண் ஒரு வைணவனுக்கு வாழ்க்கைப்பட்டாள். அவர் மாமன் மாமி முதலியோர் காணாதபடி ஒரு சிறிய சிவலிங்கத்தை வைத்து வழிபாடு செய்து வந்தாள். ஒருநாள் அதைக் கண்ட கணவன் கோபம் கொண்டு சிவலிங்கத்தைக் கிணற்றில் எறிந்து விட்டான். அதனால் மனம் வருந்திய அந்தப் பெண் கன்றுக்குட்டி கட்டியிருந்த ஆப்பையே சிவலிங்கமாகப் பாவித்து மலர் தூவி பக்தி சிரத்தையோடு வழிபட்டு வந்தாள். இது கணவனுக்குத் தெரியவரவே அவன் அத்தறியைக் கோடரியால் கொத்திப் பிளந்தான். அந்த ஆப்பிலிருந்து சிவபெருமான் வெளிப்பட்டு அவர்களுக்கு அருள் செய்தார். இருவரும் சிவனுடைய அன்புக்குப் பாத்திரமாகி சிவபதம் அடைந்தனர். இவ் வரலாறு மிக அழகான ஓவியமாக கோயில் சுவரில் தீட்டப்பட்டுள்ளது. கன்று ஆப்பு ஊர் கன்றாப்பூர்

என இத்தலம் பேர் பெற்றது. இத்தலத்து மூலவரின் மீது வெட்டிய தழும்பு உள்ளதைக் காணலாம். இடும்பன் வழிபட்ட தலம்.

தலச்சிறப்புக்கள்

இந்த லிங்கத் திருமேனி சுயம்பு மூர்த்தியாகத் தோன்றினாலும் தறியிலிருந்து தோன்றியதால் இறைவன் நடுத்தறிநாதர் எனப்பட்டார். அந்தக் கன்றுக்குட்டியின் நடுதறி இருந்த இடமே இன்று நடுத்தறிநாதர் கோயிலாக விளங்குகின்றது. மூல லிங்கத்தின் பாணப் பகுதியில் வெட்டுப்பட்ட தழும்பு உள்ளதைக் காணலாம்.

ஆலயம் கிழக்கு நோக்கி அமைந்திருக்கிறது. மூன்று நிலைகளையுடைய சிறிய இராஜகோபுரம் உண்டு. கொடிமரமில்லை. ஆனால் பலிபீடம், நந்தி உயரமான பீடத்தில் உள்ளன. உள் பிரகாரம் சுற்றி வரும்போது தீர்த்தக் கிணறு, விநாயகர், அடுத்துள்ள மண்டபத்தில் வரிசையாக சிவலிங்கம், விநாயக மூர்த்தங்கள் நான்கு, பிடாரியம்மன், சுப்பிரமணியர், சந்திரன், சூரியன், நவக்கிரகம், சனீஸ்வரன் சந்நிதிகள் உள்ளன. சனிபகவானை அடுத்து சம்பந்தர், அப்பர் இருவரையும் தரிசிக்கலாம்.

அடைந்தால் வலதுபுறம் அம்பாள் மாதுமையம்மை நின்ற திருக்கோலத்தில் தனிச் சந்நிதியில் தரிசனம் அளிக்கிறாள். நேரே மூலவர் நடுத்தறியப்பர் சதுரவடிவத்தில் அமைந்த ஆவுடையார் மீது சுயம்பு மூர்த்தியாகத் தரிசனம் தருகிறார்.

விடிவதுமே வெண்ணீற்றை மெய்யிற் பூசி
 வெளுத்தமைந்த கீளொடுகோ வணமுந் தற்றுச்
செடியுடைய வல்வினைநோய் தீர்ப்பா யென்றும்
 செல்கதிக்கு வழிகாட்டுஞ் சிவனே என்றும்
துடியனைய இடைமடவாள் பங்கா என்றும்
 கடலைதனில் நடமாடும் சோதீ யென்றும்
கடிமலர்தூய்த் தொழும் அடியார் நெஞ்சின் உள்ளே
 கன்றாப்பூர் நடுதறியைக் காணலாமே.

என்பது அப்பர் தேவாரம்.

238 திருவலிவலம்

மூலவர்	–	இருதய கமலநாதேஸ்வரர், மனத்துணைநாதர்.
அம்பாள்	–	வாளையங்கண்ணி, அங்கயற்கண்ணி.
தலமரம்	–	புன்னை
தீர்த்தம்	–	சங்கரதீர்த்தம் (இத்தல தீர்த்தம் காரண ரிஷியின் பேரால் காரண கங்கை என்றும் அழைக்கப்படுகிறது.
பதிகங்கள்	–	சம்பந்தர்–2, அப்பர்–1, சுந்தரர்–1.

திருவாரூருக்குத் தென்கிழக்கே 9 கி.மீ. தொலைவில் உள்ளது. திருவாரூர் மற்றும் நாகப்பட்டினத்தில் இருந்து கீவளூர் வழியாக திருத்துறைப்பூண்டி செல்லும் சாலையில் இத்தலம் உள்ளது. சாலையோரத்திலேயே கோயில் உள்ளது. திருவாரூர் திருத்துறைப்பூண்டி சாலையில் புலிவலம், மாவூர் வழியாகவும் இத்தலத்திற்கு வரலாம். இரண்டுமே நல்ல பாதைகள்.

கோச்செங்கணான் கட்டிய மாடக்கோயில் வகையைச் சார்ந்தது. மூலவர் செங்குன்றின்மீது (கட்டுமலை மேல்) காட்சி தருகிறார். வலியன் (கரிக்குருவி) வழிபட்டதால் இந்தத் தலத்திற்கு வலிவலம் என்ற பெயர் வந்தது. மேலும் இது காரணமாமுனிவர் வழிபட்ட பதி.

தலச்சிறப்புக்கள்

முன்மண்டபத்தில் கொடிமரம், பலிபீடம் உள்ளன. நந்தி மண்டபம் உண்டு. மூலவர் மனத்துணைநாதர் கட்டுமலை மீது வீற்றிருக்கிறார். படிகள் ஏறிச் சென்றால் வலது புறத்தில் அம்பாள் சந்நிதி இருக்கிறது. மூலவர் சுயம்பு மூர்த்தியாக கிழக்கு நோக்கி அருள்பாலிக்கிறார்.

பிரகாரத்தில் வலம்புரி விநாயகர், சுப்பிரமணியர், இலக்குமி, காசிவிசுவநாதர், நவக்கிரகங்கள் ஆகிய சந்நிதிகள் உள்ளன. இத்தலத்திற்கு ஏகசக்கரபுரம் என்றும் ஒரு பெயர் உண்டு. அதற்கேற்றவாறு இங்கே மகாவிஷ்ணு ஏகசக்கர நாராயணப்பெருமாள் என்ற பெயருடன் தரிசனம் தருவதைக்

காணலாம்.. சூரியனும், காரணரிஷியும் இத்தல இறைவனைப் பூசித்துப் பேறுபெற்றுள்ளனர். அண்மையில் உள்ள தலங்கள்: (1) கச்சனம் (2) கன்றாப்பூர் (3) சாட்டியக்குடி என்பன. தக்கனின் யாகத்தில் கலந்து கொண்ட சூரியன் ஒளி இழந்ததால் இத்தல இறைவனை வழிபட்டு ஒளியை மீண்டும் பெற்றதாகத் தல வரலாறு.

தேவாரப் பாடல்கள் ஓதத் தொடங்கும் போது பொதுவாக முதலிற் பாடத் தொடங்கும் 'பிடியதன் உருஉமை கொள' என்னும் சம்பந்தர் தேவாரப் பாடல் இத்தலத்திற்குரியது.

பிடியதனரு உமை கொள மிகுகரியது
வடிகொடு தனதடி வழிபடும் அவரிடர்
கடிகணபதிவர அருளினான் மிகுகொடை
வடிவினர் பயில் வலிவலம் உறை இறையே,

என்பது சம்பந்தர் தேவாரம்.

239 திருகைச்சினம்

மூலவர்	–	கைச்சினேஸ்வரர், கரச்சினேஸ்வரர்.
அம்பாள்	–	சுவேதவளை நாயகி, வெள்வளைநாயகி.
தலமரம்	–	கோங்கு இலவு
தீர்த்தம்	–	வச்சிர தீர்த்தம், இந்திர தீர்த்தம், அகத்திய தீர்த்தம்.
பதிகங்கள்	–	சம்பந்தர்–1.

(தற்போது கச்சனம் என்று வழங்கப்படுகிறது)

திருவாரூர் திருத்துறைப்பூண்டி சாலை வழியில் திருவாரூரில் இருந்து சுமார் 18 கி.மீ. தொலைவிலும், திருநெல்லிக்காவல் ரயில் நிலையத்தில் இருந்து 4 கி.மீ. தொலைவிலும் இத்தலம் உள்ளது. திருகோளிலி, திருநெல்லிக்கா, திருக்காறாயில் ஆகிய பாடல் பெற்ற சிவஸ்தலங்கள் இத்தலத்திற்கு அருகாமையில் அமைந்துள்ளன. திருணபிந்து முனிவர் வழிபட்ட தலம். இந்திரன், அகத்தியர் முதலியோரும் வழிபட்டுப் பேறு

பெற்றுள்ளனர்.

தலவரலாறு

இந்திரன் அகலியைக் கலந்ததால் கௌதம மகரிஷி அவன் உடல் எங்கும் பெண்குறிகளாகும் படி சாபம் கொடுத்தார். வெளியே தலைகாட்ட முடியாத அவமானம் அடைந்த தேவர்களின் தலைவன் இத்தலத்திற்கு வந்தான்.

மண்ணால் ஒரு சிவலிங்கம் பிரதிஷ்டை செய்து பக்தியோடு வழிபட்டு வந்தான். நீண்டகாலம் வழிபட்டும் தன் சாபம் நீங்காமல் இருக்கக் கண்ட இந்திரன் தான்பிடித்த சிவலிங்கத்தைக் கைகளால் கட்டிப் பிடித்துக் கொண்டு சிவனிடம் இறைவா என்னை மன்னித்து என்சாபத்தைப் போக்கி அருளவேண்டும் எனக் கண்ணீர் விட்டு பிரார்த்தனை செய்தான்.

இவ்வாறு இந்திரன் செய்துவர அவனுடைய கைச்சின்னம் சிவலிங்கத்தில் பதிந்து தழும்பாக மாறியது. ஈசன் அவன் தவற்றை மன்னித்து நீண்ட நாள் சாபத்தில் சிக்கி வருந்திய அவனுக்கு விமோசனம் கொடுத்தார். இதனாலேயே இந்திரன் பூஜை செய்த இந்த சிவலிங்கத்திற்கு கைச்சின்ன நாதேஸ்வரர் என்ற பெயர் ஏற்பட்டது. தலமும் கைச்சின்னம் என்று பெயர் பெற்றது. அது மக்கள் வழக்கில் மருவி கச்சனம் என்று வழங்குகிறது. இன்றைக்கும் சிவலிங்கத் திருமேனியில் கைவிரல் குறி இருப்பதை சிவாச்சாரியாரைக் காண்பிக்கச் சொல்லிப் பார்க்கலாம். தல மரமான கோங்கு இலவின் கீழ் இருக்கும் லிங்கம் கோங்கிலவு வன நாதேஸ்வரர்.

தலச்சிறப்புக்கள்

கோச்செங்கட் சோழன் கட்டிய மாடக்கோவில்களில் இத்தலத்து ஆலயமும் ஒன்றாகும். மதிற்சுவருடன் கூடிய கிழக்கு நோக்கிய ஒரு முகப்பு வாயிலுடன் இவ்வாலயம் அமைந்துள்ளது. முகப்பு வாயிலைக் கடந்து உள்ளே நுழைந்தால் நேரே கொடிமரம், பலிபீடம், நந்தி மண்டபம் ஆகியவை உள்ளன. உள்ளே நுழைந்தால் உள் பிரகாரத்தில் விநாயகர், நவக்கிரகம், சுப்ரமணியர், நடராஜர், விதூமலிங்கம், அர்த்தநாரீஸ்வரர் சந்நிதிகள் இருக்கின்றன.

அம்பாள் வெள்வளை நாயகி தனிச் சந்நிதியில் எழுந்தருளி இருக்கிறாள். அது தனிக்கோவிலாக ஒரு சுற்றுப் பிரகாரத்துடன் உள்ளது. சுற்றுப் பிரகார கோஷ்டங்களில் முறையே ஜேஷ்டாதேவி, துர்க்காதேவி, சரஸ்வதி ஆகியோரைத் தரிசனம் செய்யலாம். மகாலட்சுமியின் சகோதரியாகக் கருதப்படும் ஜேஷ்டாதேவிக்கு (மூதேவி) இக்கோவிலில் தனிச் சந்நிதி உள்ளது குறிப்பிடத்தக்கது.

இத்தலத்தின் அம்பாளுக்கு இந்திரன் தனது பட்டத்து யானையாகிய ஐராவதத்தின் தந்தத்தால் செய்த வெள்வளையை அணிவித்து வழிபட்டான். ஆகையால் அம்பிகை வெள்வளை நாயகி என்று பெயர் பெற்றாள்.

இத்தலத்தில் இறைவன் சுயம்பு லிங்கமாக அருள்பாலிக்கிறார் இந்திரன் சாபம் விலகியதும், தியாகராஜர் காட்சி தந்ததும் அகத்தியரின் பிரம்மஹத்தி தோஷம் விலகியதும் இத்தலத்தில் தான். இக்கோயிலில் உள்ள தட்சிணாமூர்த்தி ரிஷபாரூட தட்சிணா மூர்த்தியாகக் காட்சி தருவது சிறப்பாக உள்ளது (பின்புறத்தில் நந்தி உள்ளது தெரிகிறது) நடனச் சிற்பங்களும் அர்த்தநாரீஸ்வர வடிவமும் அழகாக உள்ளன

இவ்வாலயத்திற்குச் சொந்தமான நிலத்தைத் தோண்டும் போது சங்கு சக்கரபாணியாக விளங்கும் பெருமாள் சிலை ஒன்று கிடைத்தது. அவர் இந்த ஆலயத்தில் ஸ்ரீனிவாசப் பெருமாள் என்ற திருநாமத்தோடு காண்பதற்கு அழகிய உருவம் கொண்டு எழுந்தருளி இருக்கிறார்.

தையலோர் கூறுடையான் தண்மதிசேர் செஞ்சடையான்
மையுலா மணிமிடற்றன் மறைவிளங்கு பாடலான்
நெய்யுலா மூவிலைவே லேந்தி நிவந்தொளிசேர்
கையுடையான் மேவியுறை கோயில் கைச்சினமே.

என்பது சம்பந்தர் தேவாரம்.

240 திருக்கோளிலி

மூலவர் – பிரமபுரீசுவரர், கோளிலி நாதர், கோளிலி நாதேஸ்வரர்

அம்பாள் – வண்டமர் பூங்குழலி.

தலமரம் – 'தேற்றாமரம்'.

தீர்த்தம் – பிரமதீர்த்தம். கோயிலுக்கு எதிரில் உள்ளது.

பதிகங்கள் – சம்பந்தர்–1, அப்பர்–2, சுந்தரர்–1.

(திருக்கோளிலி தற்போது திருக்குவளை என்று வழங்கப்படுகிறது)

திருவாரூரில் பெருமான் புற்றிடங்கொண்டவராக விளங்குதல் போல இங்கு இறைவன் வெண்மணலால் ஆன சிவமூர்த்தமாகக் காட்சி தருகிறார். திருவாரூரில் இருந்து தென்கிழக்கே 20 கி.மீ. தொலைவில் எட்டுக்குடி செல்லும் சாலையில் இத்தலம் இருக்கிறது. நாம் மேலே தரிசனம் செய்த திருகைச்சினம், திருநெல்லிக்கா, திருக்காறாயில் ஆகிய பாடல் பெற்ற தலங்கள் இத்தலத்தின் அருகாமையில் அமைந்துள்ளன

தலப் பெருமைகள்

இது தியாகராஜப் பெருமானுக்குரிய சப்த விடங்கத் தலங்களுள் ஒன்று. திருவாரூருக்கு அடுத்தபடியாக சப்த விடங்கத் தலங்களுள் மிகவும் சிறப்புடைய தலம் இது. இத்தலத்தில் எழுந்தருளி இருக்கும் ஈசனை திருமால், அகத்தியர், பஞ்ச பாண்டவர்கள், நவக்கிரகங்கள் ஆகியோர் வழிபட்டு நன்மை அடைந்தனர். இங்கு எழுந்தருளி இருக்கும் விடங்கருக்கு அவனிவிடங்கர் என்பது பெயர். அவர் ஆடும் நடனம் பிருங்க நடனம் எனப்படும். கோள்களுக்கு உண்டான குற்றங்களை நீக்கி நவக்கிரகங்களுக்கும் அருள் புரிந்தார் ஈசன். ஆகவே இத்தலம் கோளிலி என்ற பெயரைப் பெற்றது. இதனை ஞானசம்பந்தர், கோளாய நீக்குமவன் கோளிலி எம்பெருமான் என்று பாடி இருக்கிறார். கோளிலி நாதரை வழிபட்டால் எப்பேற்பட்ட நவகிரக தோஷமும் நெருப்பில்

இட்ட வைக்கோலாய் சாம்பாலாகும்.

தலச்சிறப்புக்கள்

கோயில் கிழக்கு நோக்கியது. கொடிமரம் தாண்டி இரண்டாம் கோபுர வாயிலைக் கடந்து உள்ளே சென்றால் உள்பிராகாரத்திற்கு எதிரே மணலால் ஆன சுயம்புலிங்கமாகக் காட்சி தரும் மூலவரைத் தரிசனம் செய்யலாம். கோளிலிநாதர் வெண்மணலால் ஆன சிவலிங்கமாக இருப்பதால் குவளை சாற்றி பூசை செய்யப்படுகிறது. இதனால் தான் இத்தலத்திற்கு திருக்குவளை என்ற பெயர் ஏற்பட்டது. அமாவாசை தினத்தில் மட்டும் இந்த லிங்கத்திற்கு சாம்பிராணி தைலம் சாத்தப்படுவதைக் காணலாம்.

தென்புறம் தியாகேசர் சந்நிதி உள்ளது. எதிரே சுந்தரர் உற்சவமூர்த்தியாகப் பரவையாருடன் காட்சி தருகின்றார். பிராகாரத்தைச் சுற்றிவந்தால் தென் மேற்கில் தியாகவிநாயகரும், அடுத்து விசுவநாதர் இலிங்கமூர்த்தமும், வாகன மண்டபமும், விசாலாட்சி, இந்திரபுரீசர் ஆகியோரை நாம் தரிசனம் செய்யலாம். முருகப்பெருமானுக்கு அழகான சந்நிதி உள்ளது. அம்பாள் தனிச் சந்நிதியில் கிழக்கு நோக்கி அருள்பாலிக்கிறாள். இக்கோவிலில் உள்ள சண்டீசுவரருக்கு விசேஷமாக மூன்று உருவங்கள் உள்ளன. பஞ்ச பாண்டவர்களுள் ஒருவரான பீமன், பாசுரன் என்ற அசுரனைக் கொன்றான். அதனால் ஏற்பட்ட தோஷம் நீங்க, இத்தலத்திற்கு வந்து இறைவனை வழிபட்டு தோஷம் நீங்கினான். பீமனுக்குப் பதிலாக பகாசுரனது உருவம் முன் கோபுரத்தில் இடம் பெற்றுள்ளது வியப்பானது.

சுந்தர மூர்த்தி நாயனாருக்கு நெல் மூட்டைகள் அனுப்ப விரும்பினார் குண்டையூர்க் கிழார் என்பவர். அவருக்கு இறைவன் அருளால் மலையைப் போல நெல் மூட்டைகள் குவிந்தன. சுந்தரர் வந்தபோது ஐயனே இவற்றை ஏற்றுக் கொள்ள வேண்டும் என்றார் குண்டையூர்க் கிழார். அவைகளை அங்கிருந்து திருவாரூருக்குக் கொண்டு செல்ல வேண்டுமே என்று முதலில் தயங்கிய சுந்தரர், பிறகு இத்தலத்து ஈசனை வேண்டினார். நீள நினைந்தடியேன் என்ற பதிகம் பாடி இறைவனது உதவியால் அவைகளைத் திருவாரூருக்குக்

கொண்டு வந்தார்.

நீளநினைந்தடியேன் உமைநித்தலும் கைதொழுவேன்
வாளன கண்மடவாள் அவள் வாடிவருந்தாமே
கோளிலி எம்பெருமான் குண்டையூர்ச் சில நெல்லுப் பெற்றேன்
ஆளிலை எம்பெருமான் அவை அட்டித் தரப்பணியே."

என்பது சுந்தரர் தேவாரம்.

❀❀❀

241. திருவாய்மூர்

மூலவர்	–	வாய்மூர்நாதர்.
அம்பாள்	–	க்ஷீரோப வசனி, பாலின் நன்மொழியாள்
தலமரம்	–	பலா
தீர்த்தம்	–	சூரிய தீர்த்தம்
பதிகங்கள்	–	சம்பந்தர்–1, அப்பர்–2.

கோவிலுக்கு எதிரில் அமைந்துள்ள தீர்த்தம் சகல பாவத்தினையும் போக்க வல்லது. பிரம்மா முதலான தேவர்கள் தாரகாசுரனுக்குப் பயந்து ஒரு காலத்தில் பறவை உருவெடுத்து அங்கும் இங்குமாகப் பறந்து திரிந்து வாழ்ந்த போது இங்கு வந்து இத்தீர்த்தத்தில் நீராடி இறைவனை வழிபட்டு பாவம் நீங்கப் பெற்றனர் என்ற பெருமையுடையது.

சப்தவிடங்கத் தலங்களுள் ஒன்று. விடங்கர் நீலவிடங்கர். நடனம் கமலநடனம். இருக்கை இரத்தின சிம்மாசனம்.

தலச்சிறப்புக்கள்

ராஜகோபுரம் மூன்று நிலைகளைக் கொண்டு கிழக்கு நோக்கி காட்சி அளிக்கிறது. வெளிச்சுவற்றில் நால்வர், பைரவர் சந்நிதிகளும் உள்சுற்றில் விநாயகரும், வள்ளி தெய்வயானை சமேத சுப்பிரமணியரும், மகாலட்சுமியும் தரிசனம் தருகின்றனர். நடராசசபையில் எழுந்தருளி உள்ள நடராசர் மிக அழகானவர். இங்கே நவக்கிரகங்கள் ஒரே வரிசையில் இருப்பது விசேஷம். இத்தலத்து இறைவன்

வாய்மூர்நாதரை வணங்கி வழிபடுவோருக்கு நவக்கிரஹ தோஷங்கள் விலகும்.

கருவறையில் கிழக்கு நோக்கி எழுந்தருளி தரிசனம் தருகிறார் மூலவர் வாய்மூர்நாதர். இது சூரியன் பூசித்த தலம். ஊருக்கு மேற்கே சூரியன் அமைத்து தினமும் நீராடிய குளம் சூரிய தீர்த்தம் என்ற பெயரில் உள்ளது. தனது துன்பம் நீக்கிய இறைவனை அன்று முதல் இன்றுவரை சூரிய பகவான் நன்றியோடு வழிபட்டு வணங்கி வருகிறான். இதனை மெய்பிக்கும் விதமாக ஒவ்வொரு ஆண்டும் பங்குனி மாதத்தில் 12 மற்றும் 13 தேதிகளில் சூரியனுடைய கிரணங்கள் மூலஸ்தானத்தில் உள்ள லிங்க மூர்த்தி மீது விழுவதைக் காணலாம்.

முன்னொரு காலத்தில் இந்த ஆலயத்தில் 8 பைரவர் மூர்த்திகள் இருந்ததாகக் கூறுவர். ஆனால் இப்போது 4 தான் இருக்கின்றன. பைரவரின் அருளால் இந்திரனின் மகன் சாபம் நீங்கினான். தனது துன்பத்தைப் போக்கிய இத்தல இறைவனிடம் ஜயந்தன் பெருமானே! எனக்கு அருள் புரிந்ததைப் போலவே "யார் உன்னை சித்திரை மாத முதல் வெள்ளிக்கிழமையில் வழிபடுகிறார்களோ, அவர்களது வேண்டுதலை நிறைவேற்றி வைப்பதோடு, குழந்தைப்பேறு இல்லாதவர்க்கு, புத்திரப்பேறும் தந்தருள வேண்டும்" என்று வேண்டினான். ஈசனும் அவனது வேண்டுகோளை ஏற்றார். அதன்படி ஒவ்வொரு வருடமும் சித்திரை மாதம் முதல் வெள்ளிக்கிழமை பைரவருக்கு ஜயந்தன் பூஜை நடைபெற்று வருகிறது.

அப்பரே வாரும்:

அப்பரும், சம்பந்தரும் ஒன்றாக திருமறைக் காட்டில் மடத்தில் தங்கியிருந்தபோது, “வாய்மூரில் இருப்போம் தொடர்ந்து வா” என்று அப்பர் பெருமானை அந்தணர் உருவத்தில் வந்து இறைவன் அழைத்தார். அவரும் இரவு நேரம் என்று கூடப் பார்க்காமல் வழிகாட்டிய அந்தணரைப் பின்பற்றிச் சென்றார்.

அங்கே திருமறைக்காட்டில் அப்பரைக் காணாத சம்பந்தர்

அவரைத் தேடிக் கொண்டு திருவாய்மூர் வந்து சேர்ந்தார். இறைவன் தரிசனம் தரவில்லை. மனம் வருந்திய அப்பர் கவலையுடன், ஐயனே இது என்ன சோதனை? வாய்மூருக்கு வா என என்னை அழைத்துவந்து விட்டு தரிசனம் தராமல் காலம் தாழ்த்தலாமா? திருக்கதவு திறக்கப் 10 பாடல்கள் கொண்ட பதிகம் பாடிய எனக்குக் காட்சி தராவிட்டாலும் ஒரு பாட்டிலேயே கதவு அடைக்கச் செய்த சம்பந்தருக்காவது நீ உனது திருக்கோலத்தைக் காட்டியருள வேண்டாமோ என்று வருந்திக் கூறினார். உடனே இறைவனும் சம்பந்தருக்கு மட்டும் திருக்கோலம் காட்டி அருளினார். மனம் பதைத்து நின்றார் அப்பர் பெருமான். சம்பந்தர் கண்டு களித்த இறைவன் திருக்கோலத்தை அப்பருக்கும் காட்டினார் என்று பெரிய புராணம் கூறுகிறது. அப்பரும் இறைவனைக் கண்ட மகிழ்ச்சியில்

“பாட அடியார் பரவக் கண்டேன்
பத்தர்கணங்கண்டேன் மொய்த்தபூதம்
ஆடல்முழவம் அதிரக் கண்டேன்
அங்கை அனல்கண்டேன் கங்கையாளைக்
காடல் அரவார் சடையிற்கண்டேன்
கொக்கின் இதழ் கண்டேன் கொன்றைகண்டேன்
வாடற்றலையொன்று கையிற் கண்டேன்
வாய்மூர் அடிகளை நான் கண்டவறே.”

என்று பாடினார். அத்தகைய பெருமை பெற்ற தலம் இது.

242. திருமறைக்காடு

மூலவர்	–	மறைக்காட்டீசுவரர், வேதாரண்யேசுவரர், வேத வனேசர், வேதாரண்யநாதர்.
அம்பாள்	–	வீணாவாதவிதூஷணி, யாழைப்பழித்த மொழியம்மை.
தலமரம்	–	வன்னி (தல மரத்தடியில் விசுவாமித்திரர் தவஞ் செய்ததாக வரலாறு)
தீர்த்தம்	–	வேததீர்த்தம் (எதிரில் உள்ள கடல்)
பதிகங்கள்	–	சம்பந்தர்–4, அப்பர்–5, சுந்தரர்–1.

(தற்போது வேதாரண்யம் என்று வழங்கப்படுகிறது)

திருவாரூரில் இருந்து திருத்துறைப்பூண்டி வழியாக சுமார் 65 கி.மீ. தொலைவிலும், நாகப்பட்டினத்தில் இருந்து தெற்கே சுமார் 50 கி.மீ. தொலைவிலும் வேதாரண்யம் உள்ளது. திருவாரூர், தஞ்சாவூர், கும்பகோணம், மயிலாடுதுறை ஆகிய ஊர்களிலிருந்து பேருந்துகள் செல்கின்றன.

தலவரலாறு:

இந்து மதத்தின் ஒப்பற்ற ஞானப் பொக்கிஷங்களான நால்வேதங்களும் மனித உருவத்தில் மண்ணில் சதுர்வேதி மங்கலம் என்ற இடத்தில் இருந்து, இத்தலத்து ஈசனைப் பூசித்து வந்தன. கலியுகம் ஆரம்பிப்பதற்குச் சற்று முன்பு இனிமேல் தங்களுக்கு மண்ணில் மரியாதை இருக்காது என்று நினைத்து, இத்தலத்தின் கதவுகளைப் பூட்டிவிட்டுச் சென்றன.

அந்தக் கதவுகள் நிரந்தரமாகவே பூட்டியிருக்க மக்கள் பக்கவாட்டில் ஒரு சிறிய வழி ஏற்படுத்தி அதன் வழியாக கோயிலுக்குள் நுழைந்து இறைவனை வழிபட்டனர். இது இப்படியிருக்க அந்த ஊருக்கு சம்பந்தரும், அப்பரும் வந்தனர், ஆலயத்தின் முன்கதவுகள் பூட்டியிருப்பதைக் கண்டு அதிர்ச்சி அடைந்து, இதற்கு யாது காரணம் என்று கேட்டனர்.

ஊர்மக்களின் மூலமாக விவரம் அறிந்த பிறகு,

திருநாவுக்கரசர் பதிகம் பாட மூடிய கதவு திறந்தது. பிறகு சம்பந்தர் பாடியபோது திறந்த கதவுகள் மீண்டும் அடைத்தன. மூடிய கதவைத் திறக்கவும், திறந்த கதவை மூடவும் வல்லவை தமிழ் மறைகளான தேவாரம் என்பதை உலகுக்கு இந்த வகையில் அவர்கள் உணர்த்தினர். இந்த நிகழ்ச்சி இத்தலத்தில் பிரம்மோத்சவ விழாவாக மாசி மாதத்தில் கொண்டாடப்படுகிறது. இத்தலத்தில் தான் திருஞானசம்பந்தர் கோளறு திருப்பதிகம் பாடியருளினார்.

தலச்சிறப்புக்கள்

தேவாரத்தின் ஏழு திருமுறைகளிலும் பதிகம் பெற்ற சிறப்பான தலம் என்ற பெருமையை உடையது இந்த திருமறைக்காடு. இது சப்தவிடங்கத் தலங்களில் இரண்டாவது தலம். ஈசன் பெயர் தியாகராஜா, புவனி விடங்கர், மரகதத் திருமேனி, நடனம் ஹம்சபாத நடனம் பீடம் அமர்வது ரத்தின சிம்மாசனம். இங்குள்ள தியாகராஜர் மூர்த்தமும் மிகவும் விசேஷமானதாகும். மரகத விடங்கருக்குத் தினமும் திருமஞ்சணம் செய்யப்படுகிறது.

தலச்சிறப்புக்கள்

கோவிலின் ராஜ கோபுரம் 5 நிலைகளை உடையது.

மூலவரும் அம்பாளும் கிழக்கு நோக்கிய சந்நிதிகளில் தரிசனம் தருகின்றனர். மூலவர் மறைக்காடு நாதர் சுயம்பு மூர்த்தியாக லிங்க வடிவத்தில் அருள் பாலிக்கிறார். இத்தலத்தின் அம்பாளின் குரல் வீணையின் நாதம் போல இனிமையானது, மதுரமானது அதனால் அவளுக்கு யாழைப்பழித்த மொழியம்மை என்ற பெயர் ஏற்பட்டது.

அம்பாளின் குரலே வீணையின் நாதமாக ஒலிப்பதால் தானோ என்னவோ, மற்ற இடங்களில் கையில் வீணை ஏந்தி இருக்கின்ற கல்வித் தெய்வமான சரஸ்வதி தன் கைகளில் வீணை இல்லாமல் தவக்கோலத்தில் கையில் சுவடியுடன் காட்சி அளிக்கிறாள். அதிக சக்தி படைத்த கேட்ட வரம் தந்தருளும் தெய்வமான துர்க்கையும் தென்திசை நோக்கி திரிபங்கி வடிவில் நின்ற கோலத்தில் புன்முறுவலோடு

தரிசனம் தருகிறாள்.

அகத்தியான்பள்ளியில் அகத்தியருக்கு திருமணக் கோலம் காட்டியதைப் போலவே இறைவன் இந்தத் திருமறைக்காடு தலத்திலும் காட்டியருளி உள்ளார். அகத்தியான்பள்ளியைப் போன்றே திருமறைக்காட்டிலும் கருவறையில் சிவலிங்கத்தின் பின்புறம் சிவன் பார்வதி கல்யாண கோலம் அமைந்திருக்கிறது. இம்மணாளருக்கு ஆண்டுக்கொருமுறை தான் திருமஞ் சனம். திருமஞ்சனம் முடிந்ததும் சந்தனக்காப்பு சார்த்தப்படு கிறது. அது அடுத்த ஆண்டு திருமஞ்சனத்தின் போதுதான் களையப்படுகிறது. எனவே மணாளர், சந்தனக் காப்பு மணத்தில் ஆண்டுதோறும் காட்சியளிக்கிறார் என்பது இத்தலத்தின் மற்றொரு விசேஷம்.

வீரஹத்தி விநாயகர்:

இத்தலத்து விநாயகர் வீரஹத்தி விநாயகர் என்று அழைக்கப்படுகிறார். அவருக்கு அந்தப் பெயர் ஏன் வந்தது தெரியுமா? இராவணனைக் கொன்றதால் ராமபிரானுக்கு ஏற்பட்ட பிரம்மஹத்தி தோஷத்தைப் போக்க அவர் இத்தலம் வந்து சிவலிங்க பூசை செய்தார். அவரது தோஷத்தை இந்த விநாயகர் விரட்டி அடித்தார். அதனால் தான் அவருக்கு வீரஹத்தி விநாயகர் என்ற பெயர் ஏற்பட்டது. இராமர் பூஜித்த இராமநாதர் சந்நிதியும் இவ்வாலயத்திலுள்ளது. இக்கோவிலில் நவக்கிரகங்கள் ஒரே திசையை நோக்கி நேர்கோட்டில் காட்சி அளிக்கின்றன. முருகன், துர்க்கை ஆகியோரின் சந்நிதிகளும் கோவிலில் உள்ளன. இத்தலத்து இறைவனைப் பூசை செய்த பிரம்மா இழந்த தனது சிருஷ்டித் தொழிலைத் திரும்பவும் பெற்றார், அது போலவே பிரம்மரிஷி பட்டம் பெறவேண்டும் என்ற தனது கொள்கையை விசுவாமித்திரர் இத்தலத்து இறைவனை வழிபட்டதன் மூலம் அடைந்தார். இந்தக் கோயிலில் இரண்டு பிரகாரங்கள் இருப்பதைப் போலவே இரண்டு தலவிருட்சங்களும் உள்ளன.

முதல் பிரகாரத்தில் மணிகர்ணிகை தீர்த்தம், விசுவாமித்திர தீர்த்தம், விக்கினேசுவர தீர்த்தம், சுப்பிரமணிய தீர்த்தம் ஆகியவை உள்ளன. மேலும் திருக்கோடி தீர்த்தமும் உள்ளது. இந்த நீரைத்தான் தினமும் எடுத்து வந்து சிவனுக்கு அபிஷேகம் செய்கின்றனர்.

வேதாரண்யம் ஊரில் உள்ள எல்லா கிணற்று நீரும் உப்புக் கரிக்க ஆலயத்தின் உள்ளே இருக்கும் இந்தக் கிணற்று நீர் மட்டும் நல்ல சுவையுடன் இருப்பது ஆச்சரியமான உண்மை. கங்கை, யமுனை, நர்மதை, சிந்து, காவேரி போன்ற புண்ணிய நதிகள் மணிகர்ணிகை தீர்த்தத்தில் நீராடி தங்கள் பாவங்களைப் போக்கிக் கொள்வதாக ஐதீகம். கோவிலின் நேர் எதிரே கிழக்கே கடல் உள்ளது. இதை வேததீர்த்தம், சந்நிதி தீர்த்தம் என்று அழைக்கின்றனர். இதில் அதிகாலையில் நீராடி, பின் ஊருக்குத் தெற்கே உள்ள கோடியக் கரையில் உள்ள ஆதிசேது எனும் கடல் தீர்த்தத்தில் நீராடினால் 100 முறை சேதுவில் நீராடுவதால் உண்டாகும் பலனை அடையலாம் என்று சாஸ்திரங்கள் தெரிவிக்கின்றன.

ஆடி அமாவாசை, தை அமாவாசை, புரட்டாசி மாத மஹாளய அமாவாசை நாட்களில் ஆயிக்கணக்கான பக்தர்கள் கோடியக்கரை ஆதிசேது, வேதாரண்ய சன்னதி கடலில் நீராடி, பின் மணிகர்ணிகையில் நீராடி முன்னோர் வழிபாடு செய்கின்றனர். கடல் நீராட்டம் செய்த பிறகு நன்னீரில் நீராடி இறைவனைத் தரிசனம் செய்ய வேண்டும் என்பது சாஸ்திர விதியாகும். பிறகு அவர்கள் மணமக்களாக எழுந்தருளியுள்ள இத்தலத்து ஈசனையும், அம்பாளையும் வழிபடுகின்றனர். இவ்வாறு தீர்த்தத்தில் நீராடி தூய்மையான மனத்துடன் இறைவனை வழிபட்டால், முன்வினைப் பாவங்கள், செய்வினைகள் யாவும் அகன்று விடும் என்பது தொன்று தொட்டு இருந்து வரும் நம்பிக்கை. கருவறையின் விளக்கைத் தூண்டிய எலியை அடுத்த ஜென்மத்தில் மாவலிச் சக்கரவர்த்தியாகப் பிறக்க வைத்து அருளிய தலம். வேதாரண்யம் 'விளக்கு அழகு' என்ற மொழிக்கேற்ப இத்தல விளக்குகள் மிகவும் அழகாக உள்ளன.

குரவம் குருக்கத்திகள் புன்னைகண் ஞாழல்
மருவும் பொழில் சூழ்மறைக் காட்டுறை மைந்தா
சிரமமும் மலருந் திகழ் செஞ்சடை தன்மேல்
அரவம் மதியோடடை வித்தலழகே

என்பது சம்பந்தர் தேவாரம்.

243. அகத்தியான் பள்ளி

மூலவர்	–	அகத்தீஸ்வரர்
அம்பாள்	–	மங்கைநாயகி
தலமரம்	–	வன்னி
தீர்த்தம்	–	அகத்திய தீர்த்தம் (கோயிலின் மேற்பாலுள்ளது) அக்னி தீர்த்தம் (கடல்) அருகாமையில் உள்ளது.
பதிகங்கள்	–	சம்பந்தர்–1.

சம்பந்தர் பாடல் பெற்றது. வேதாரணியத்திற்குத் தெற்கே 2.கி.மீ.தூரத்தில் இருக்கின்றது. வேதாரணியத்திலிருந்து கோடியக்கரை செல்லும் பேருந்தில் சென்றால் இத்தலத்தை அடையலாம்.

தலவரலாறு

வடகைலாயத்தில் பார்வதி பரமேஸ்வரன் திருக்கல்யாணம் நடந்த போது, முப்பத்து முக்கோடி தேவர்களும் அங்கே திரண்டதால் வடபகுதி தாழ்ந்து தெற்கே உயர்ந்தது. உலகை சமநிலைப்படுத்த அகத்திய முனிவரை தெற்கே செல்க என்று இறைவன் பணித்தார். ஐயனே தங்கள் திருமணக்காட்சியைக் காணும் பாக்கியம் எனக்குக் கிடைக்காமல் போகிறதே என அகத்தியர் வருந்தினார்.

யாம் உமக்குத் திருமணக் கோலம் காட்டி அருளுவோம் என்று சிவபெருமான் வாக்களித்தார். அகத்தியரும் புறப்பட்டு தென்திசை வந்து அகத்தியான்பள்ளித் தலத்தில் ஒரு ஆசிரமம் அமைத்து சிவலிங்கம் ஒன்றை ஸ்தாபித்து

அதற்கு முறைப்படி பூஜைகள் செய்து வழிபட்டார். இறைவன் அகத்தியருக்குக் கொடுத்த வாக்கின் படி அகத்தியான்பள்ளியில் தனது திருமணக் கோலத்தைக் காட்டி அருளினார். அகத்தியருக்குக் காட்சி கொடுத்ததால் இத்தலத்து இறைவனுக்கு அகத்தீஸ்வரர் என்ற பெயர் ஏற்பட்டது.

தலச்சிறப்புக்கள்

ராஜகோபுரம் மூன்று நிலைகளையுடையது. சுவாமி கிழக்கு நோக்கியும், அம்பாள் மேற்கு நோக்கியும் காட்சி தருகின்றனர். அம்பாள் சிறிய உருவத்துடன் அருள்காட்சி தருகிறாள். அம்பாளின் சந்நிதிக்கு அருகே மூலவரைத் தரிசனம் செய்யும் நோக்கில் அகத்தியர் தரிசனம் தருகிறார். அகத்தியர் சிலை மிகவும் அற்பதமாக வடிவமைக்கப்பட்டுள்ளது. கோயிலில் நவக்கிரகங்கள் ஒரே திசையைப் பார்த்து உள்ளன. எமதர்மன் வழிபட்ட தலம்.

வாடிய வெண்டலை மாலைசூடி மயங்கிருள்
நீடுயர் கொள்ளி விளக்குமாக நிவந்தெரி
ஆடிய எம்பெருமான் அகத்தியான் பள்ளியை
பாடிய சிந்தையினார்கட்கு இல்லையாம் பாவமே."

என்பது சம்பந்தர் தேவாரம்.

244. திருக்கோடியக்கரை

மூலவர் – அமுதகடேஸ்வரர், குழகேஸ்வரர்.
அம்பாள் – அஞ்சனாக்ஷி, மைத்தடங்கண்ணி.
தலமரம் – குராமரம்
தீர்த்தம் – அக்னி தீர்த்தம் (கடல்). அமுதகிணறு (கோயிலுக்குள்ளே இருக்கிறது.)
பதிகங்கள் – சுந்தரர்–1.

வேதாரண்யத்திலிருந்து கோடிக்கரைக்குப் பேருந்து செல்கிறது. கோடிக்கரை காட்டுப் பகுதியில் உள்ளது. வேதாரண்யத்திலிருந்து பேருந்தில் வருவோர் குழகர் கோயில்

எனக் கேட்டுக் கோயிலருகில் இறங்கவேண்டும்.

தலவரலாறு

திருப்பாற்கடலைக் கடைந்தபோது தோன்றிய அமுதக் கலசத்தை வாயு பகவான், தேவருலகிற்கு எடுத்துச் சென்றபோது குடம் தவறிக் கீழே விழுந்தது. அதை முருகப்பெருமான் தன் கையில் ஏந்திக் கொண்டார். அமுத கலசத்தில் இருந்து ஒரு துளி அமிர்தம் பூமியில் சிந்திய இடம் கோடியக்கரை கீழே விழுந்த அமுதம் ஒரு லிங்கமாக மாறியது. அதனாலேயே இங்குள்ள மூலவருக்கு அமிர்தகடேசுவரர் என்று பெயர் குழகர் கோயில் உள்ள இடம் கோடியக்காடு, கடல் உள்ள இடம் கோடியக்கரை என்று சொல்லப்படுகிறது.

தலச்சிறப்புக்கள்

கோயில் கிழக்கு நோக்கிய 7 நிலை இராஜகோபுரத்துடன் அமைந்துள்ளது. உள்ளே பலிபீடமும், அதையடுத்து 16 கால் முன் மண்டபமும் உள்ளன. மண்டபத்தைக் கடந்து சென்றால் மூலவர் அமிர்தகடேசுவரர் கிழக்கு நோக்கு சுயம்பு லிங்க வடிவில் காட்சி அளிக்கிறார்.

அம்பாள் மையார் தடங்கண்ணி தெற்கு நோக்கிய சந்நிதியில் தரிசனம் தருகிறாள். கோடியக்காடு காட்டுப்பகுதி என்பதால், மக்களின் பாதுகாப்பிற்காக காடுகிழாள் என்ற அம்பிகையின் சந்நிதியும் முன் மண்டபத்திலுள்ளது. கருவறைச் சுற்றில் தட்சிணாமூர்த்தி, பிரம்மா, லிங்கோத்பவர், துர்க்கை ஆகியோர் உள்ளனர். பிரகாரத்தில் இருக்கும் கிணறு அமிர்த தீர்த்தம் என்று அழைக்கப்படுகிறது. வங்கக் கடலோரம் அமைந்துள்ள இத்தலம் ஒரு கோளிலித் தலமாகும். ஆகையால் இங்குள்ள நவக்கிரகங்கள் ஒரே வரிசையில் அமைந்திருக்கின்றன.

இவ்வாலயத்தில் மேற்கு வெளிப் பிராகாரத்தில் சுப்பிரமணியர் சந்நிதி உள்ளது. இங்குள்ள சுப்பிரமணியர் விக்கிரகம் மிகவும் அழகானது. சுப்பிரமணியர் ஒரு முகமும் ஆறு கைகளும் கொண்டு காட்சி தருகிறார். தலபுராணத் தகவலின்படியே தன் இடது கையில் அமுத கலசத்துடன் காட்சி தருகிறார். இத்தலத்து விநாயகரும் "அமிர்த விநாயகர்"

என்ற பெயரைப் பெற்று இருக்கிறார்.

ஆலய தீர்த்தம் ருத்ர தீர்த்தம் இங்குள்ள கடல் ஆகும். இக்கோடிக்கரைக் கடலில் ஒருமுறை நீராடினால் சேதுவில் நூறு முறை நீராடிய பலன் கிடைக்கும் என்பது ஐதீகம். ஆடி, தை மாத அமாவாசைகளில் கடலில் நீராட மக்கள் கூட்டம் அதிகமாக இருக்கும். இது பித்ருக்களின் பரிகாரத் தலமாகவும் விளங்குகிறது.

இராமபிரான் இத்தலத்து இறைவனை வழிபட்டார். இதனை உறுதிப்படுத்தும் விதமாக அகத்தியான்பள்ளியில் இருந்து இத்தலத்திற்கு வரும் வழியில் இராமர் பாதங்கள் பதிந்த இடம் உள்ளது. மேலும் அமிர்தகடேஸ்வரரை பிரம்மா, நாரதர், இந்திரன் ஆகியோர் வழிபட்டுள்ளனர். சேரமான் பெருமாள் நாயனாருடன் இத்தலத்திற்கு சுந்தர மூர்த்தி நாயனார் வந்தபோது கடலருகே கோவில் தனித்திருப்பதைப் பார்த்து, வீடுகள் இல்லாத இடத்தில் பெருமானே தனியாக இருக்கிறீரே என்று உள்ளம் வருந்தி பாடினார்.

கடிதாய்க் கடற்காற்று வந்தெற்றக் கரைமேற்
குடிதான் அயலேஇருந் தாற்குற்ற மாமோ
கொடியேன் கண்கள்கண் டனகோடிக் குழகீர்
அடிகேள் உமக்கார் துணையாக இருந்தீரே.

என்பது சுந்தரர் தேவாரம்.

இதுவரையில் காவிரியின் தென்கரைத் தலங்களை தரிசனம் செய்த நாம் இனிமேல் பாண்டிநாட்டில் உள்ள 14 பாடல் பெற்ற சிவத்தலங்களைத் தரிசித்து பேறு பெறுவோம். இந்த தலங்கள் அனைத்துமே தமிழ்நாட்டில் மதுரை, சிவகங்கை, புதுக்கோட்டை, ராமநாதபுரம், விருதுநகர், திருநெல்வேலி ஆகிய மாவட்டங்களில் உள்ளன.

●●●

பாண்டிநாட்டுத்
தலங்கள்

245. திருஆலவாய் (மதுரை)

மூலவர்	–	சோமசுந்தரக்கடவுள், சொக்கலிங்கநாதர், சொக்கேசர், ஆலவாய் அண்ணல், சொக்கநாதர்.
அம்பாள்	–	அம்பாள் மீனாட்சி, அங்கயற்கண்ணி.
தலமரம்	–	கடம்பு
தீர்த்தம்	–	பொற்றாமரைக்குளம். கோயிலுக்குள்ளே இருக்கிறது.
பதிகங்கள்	–	ஞானசம்பந்தர்–9, அப்பர்–2.

மதுரை தமிழ்நாட்டில் உள்ள ஒரு முக்கிய நகரம். கோவில் மதுரை ரயில் நிலையத்தில் இருந்து சுமார் 1 கிமீ தொலைவில் உள்ளது. தமிழ்நாட்டின் எல்லா முக்கிய நகரங்களில் இருந்தும் மதுரைக்கு ரயில் மற்றும் சாலைப் போக்குவரத்து வசதிகள் உண்டு. 3600 ஆண்டுகள் பழமையான தலம் இது. ஞானசம்பந்தர் காலத்தில் சுவாமி கோயில் மட்டுமே இருந்ததாகத் தெரிகின்றது.

ஊரின் பெயர் மதுரை. கோயிலின் பெயர் ஆலவாய். சிவராசதானி, பூலோக கயிலாயம், கடம்பவனம், கூடல், நான்மாடக் கூடல் என்று இதற்கு வேறு பெயர்களும் உண்டு. பகைவர் வேள்வியில் தோன்றிய நாகம் உமிழ்ந்த விஷத்தை சிவபெருமான் அமுதத்தால் மாற்றி மதுரமாக்கினான். அதனால் இத்தலம் மதுரை என்ற பெயரைப் பெற்றது.

தலச்சிறப்புக்கள்

ஞானசம்பந்தர், அப்பர் பாடல் பெற்ற இதன் சிறப்புக்கள் திருவாசகத்தில் போற்றப்பட்டுள்ளது. இத்தனை அருமையும் பெருமைகளும் கொண்ட தலத்தை சுந்தரமூர்த்தி சுவாமிகள் பாடாமல் விட்டது ஏன் என்று தெரியவில்லை. 64 சக்தி பீடங்களில் ஒன்றாக விளங்குவது மதுரை மீனாக்ஷி சுந்தரேஸ்வரர் கோவிலாகும். இத்தலத்தில் மீனாக்ஷி அம்மன் சந்நிதியே முதன்மை பெற்றது. புலவர்களுடன் இறைவனும் ஒருவராயிருந்து தமிழ்ச் சங்கத்தில் தமிழாராய்ந்த

தனிச்சிறப்புடைய தலம். இறைவன் அறுபத்துநான்கு திருவிளையாடல்களை, அற்புதச் செயல்களை நிகழ்த்திய அரிய தலம்.

யோக நிலையில் இத்தலம் 'துவாத சாந்தத் தலம்' எனப்படும். பஞ்ச சபைகளுள் இத்தலம் வெள்ளிச்சபை எனப் போற்றப்படுகிறது. வரகுண பாண்டியனுக்காக இறைவன் வலக்காலை தூக்கி நடனம் புரிந்து கால் மாறி ஆடிய அற்புதத்தை நிகழ்த்திக் காட்டியது இத்தலத்தில்தான். அன்னை பராசக்தியே தடாதகையாக அரசாண்ட தலம்.

திருக்கோயில் சிறப்புக்கள்

மிகப்பெரிய கோயில். எட்டு கோபுரங்களையும் இரண்டு விமானங்களையும் உடைய இத்திருக்கோவில் கிழக்கு மேற்காக 847 அடியும், தெற்கு வடக்காக 792 அடியும் கொண்டது. மீனாட்சி அம்மன் சந்நிதியின் முன்னால் அஷ்ட சக்தி மண்டபம் உள்ளது. வாயிலில் விநாயகர், முருகன் சிலைகளுக்கு நடுவே மீனாட்சி கல்யாணக் காட்சிகள் சுதை வடிவத்தில் காட்சி தருகின்றன.

கிளிக்கூண்டு மண்டபத்தில் பஞ்ச வர்ணக்கிளிகள் வைக்கப்பட்டிருந்தன. இங்குள்ள கருங்கல் தூண்களில் பஞ்ச பாண்டவர் உருவங்கள் செதுக்கப்பட்டுள்ளன. முக்குறுணி விநாயகர் மிகப்பெரிய உருவத்துடன் காட்சி அளிக்கிறார். பதினாறு கால் மண்டபத்தில் உள்ள வீரபத்திர மூர்த்தி, காளி, பத்திரகாளி சிலைகள் அழகானவை. மூலவரின் சந்நிதி வாசலில் காயத்திரி மற்றும் சாவித்திரி மந்திரச் சிலைகள் காணப்படுவது இத்தலத்தின் சிறப்பம்சம். காசி விஸ்வநாதர் சன்னிதியில் தட்சணாமூர்த்தி ஒரு கையில் கும்பமும் மற்றொரு கையில் சங்கும் ஏந்தியபடி காட்சி தருகிறார். எல்லாம் வல்ல சித்தரின் திருவுருவம் சிவபிரான் கோவிலின் வடமேற்குப் பகுதியில் இருக்கின்றது.

கருவறையில் மீனாட்சி அம்மை ஒரு கையில் கிளியை ஏந்தி மரகதச் சிலையாக காட்சி தருகிறாள். அம்மனுக்கு மரகதவல்லி என்ற பெயர் உண்டு. அட்சம் என்றால் கண், மீன் போன்ற கண்களைக் கொண்டவள் மீனாட்சி. மீன்

முட்டையிட்டு அவைகளை எப்படித் தன் பார்வையாலேயே அடைகாத்து குஞ்சு பொறிக்கிறதோ அது போல அவள் தனது பக்தர்களை கருணைக் கண் கொண்டு ரட்சிக்கிறாள். மூலவர் கடம்ப மரத்தின் அடியில் தோன்றிய சுயம்புலிங்கம். சிறிய மூர்த்தி மிக அழகான வடிவம் கொண்டு தரிசனம் தருகிறார்.

இந்த மூலவரைக் குறித்து ஒரு வரலாற்றுச் செய்தி உண்டு.

கி.பி.1330ல் முகமதிய படையெடுப்பு நடைபெற்றபோது மன்னனாக இருந்த பராக்கிம பாண்டியன் காளையார் கோயில் சென்றுவிட்டார். கோயிலில் எழுந்தருளியிருக்கும் பெருமானை எதிரிகள் கண்ணில் படாமல் காப்பாற்ற ஒரு தந்திரம் செய்த ஸ்தானிகர் சிவலிங்கத்தை மூடி, கிளிக்கூடு வைத்தார். மணலைப் பரப்பி, கருவறை வாயிலையும் கல்லினால் அடைத்துவிட்டார். அதோடு அவர்களை ஏமாற்ற, முன்புள்ள அர்த்தமண்டபத்தில் வேறொரு சிவலிங்கத்தை வைத்து விட்டனர்.

படையெடுத்து வந்த முகமதிய மன்னன் முன்னால் இருந்த சிவலிங்கத்தை கோயிலின் மூலவர் என நினைத்து அழித்து சிதைத்தான். படையெடுப்பு முடிந்து 48 ஆண்டுகள் கழித்து கம்பண்ணர் படையெடுத்து வந்து முகமதியரை வென்றார். ஆலயம் வந்து, ஸ்தானிகருடன் தோண்டிப் பார்த்தார். என்ன ஆச்சரியம் சுவாமி அன்று அவர் மேலே பூசிய சந்தனம் வாடாமல் மணம் வீசியபடி இருக்க அருட்காட்சி தந்தார். பார்த்தவர்களும், பக்தர்களும் மெய்சிலிர்த்தனர். அதோடு அவர் பக்கத்தில் அன்று ஏற்றி வைத்த சுடர் விளக்கு இரண்டும் இன்னும் எரிந்து கொண்டிருப்பதையும் அவர்கள் கண்டனர். ஆஹா இதுவல்லவா இறைவனின் பெருமை, என்று வியந்து போற்றி, 'தென்னாடுடைய சிவனே போற்றி எந்நாட்டவர்க்கும் இறைவா போற்றி' என்று கோஷம் எழுப்பினர். அன்று முதல் இன்றுவரையில் இந்த ஆலவாய் அண்ணலுக்கு பூசைகள் மிகச் சிறப்பான முறையில் நடந்து வருகின்றன.

மூலவர் எழுந்தருளி இருக்கின்ற கருவறையின் மேல்

உள்ள விமானம் இந்திர விமானம், விண்ணிழி விமானம் என்று அழைக்கப்படுகிறது. அஷ்டதிக்கு யானைகளும் முப்பத்திரண்டு சிங்கங்களும், அறுபத்துநான்கு பூதகணங்களும் இதைத் தாங்குவது போல வடிவமைக்கப்பட்டுள்ளது.

மதுரையின் மிகச் சிறப்பு வாய்ந்த தீர்த்தம் பொற்றாமரைக் குளம் கோயிலுக்கு உள்ளேயே இருக்கிறது. மிகப் பெரிய குளம் இந்திரன் தன் வழிபாட்டிற்காகப் பொன்மலர் பறித்த குளம் இது. திருக்குறள் நூலை இக்குளத்தில் சங்கப் பலகையில் வைத்துத்தான் சங்கப் புலவர் ஏற்றுக் கொண்டதாக ஒரு வரலாறு உண்டு. 'நெற்றிக் கண்ணை காட்டினும் குற்றம் குற்றமே' என்று வாதாடிய நக்கீரனை சுட்ட பிறகு சிவபெருமான், இந்தப் பொற்றாமரைக் குளத்தில் இருந்து தான் எழுந்து வரச் செய்தார். இறைவனே நேரில் தோன்றிய பெருமை கொண்டது இந்த அதிசயக் குளம்.

"நலந்திகழ் வாயின் நூலாற் சருகிலைப் பந்தர் செய்த
சிலந்தியை அரசதாள அருளினாய் என்று திண்ணம்
கலந்துடன் வந்து நின்தாள் கருதி நான் காண்பதாக
அலந்தனன் ஆலவாயில் அப்பனே அருள் செயாயே."

என்பது அப்பர் தேவாரம்.

246. திரு ஆப்பனூர்

மூலவர் – ஆப்புடையார், அன்னவிநோதர், விடபேஸ்வரர்,

அம்பாள் – குரவங்கமழ் குழலம்மை, சுகந்த குந்தளாம்பிகை,

தலமரம் – கொன்றை மரம்

தீர்த்தம் – இடபதீர்த்தம். வைகை நதி

பதிகங்கள் – திருஞானசம்பந்தர் பாடியது

மதுரை நகரின் ஒரு பகுதியான செல்லூர் என்ற இடத்தில் உள்ளது. மதுரை பெரியார் பேருந்து நிலையத்திலிருந்து தடம் எண் 17, 17A, 17C பேருந்துகளில் ஏறி திருவாப்புடையார்

கோவில் நிறுத்தம் என்று கேட்டு இறங்கினால் கோவில் மிக அருகில் உள்ளது. மதுரை நகரின் ஒரு பகுதியான சிம்மக்கல் என்ற இடத்தில் இருந்து வைகை ஆற்றைக் கடந்து சென்றும் இக்கோவிலை எளிதில் அடையலாம்.

தலவரலாறு

சோழாந்தகன் என்ற பாண்டிய மன்னன் தீவிரமான சிவபக்தன். எங்கே சென்றாலும், என்ன வேலையில் இருந்தாலும் தினமும் சிவபூஜை செய்த பிறகே அன்னம் அருந்துவது அவன் வழக்கம். ஒருமுறை காட்டிற்குச் சென்ற அரசன் வேட்டையாடிய களைப்பால் நடு காட்டில் விழுந்து விட்டான். பயந்து போன மந்திரிகள், மன்னா! களைப்பு தீர வேண்டுமானால் நீங்கள் நிச்சயம் சிறிது உணவு அருந்தித்தான் தீர வேண்டும் என்று சொல்லி வற்புறுத்தினர்.

ஆனால் சிவபூசை செய்யாமல் நான் சாப்பிடமாட்டேன் என மன்னன் மறுத்து விட்டான். இந்தக் காட்டில் சிவலிங்கத்திற்கு எங்கே போவது? யோசித்த புத்திசாலி அமைச்சர் ஒருத்தர், அந்த காட்டில் கிடைத்த மரத்துண்டு ஒன்றை எடுத்து தரையில் ஆப்பு அடித்தார். அதைக்காட்டி, "மன்னா, இங்கே ஒரு சுயம்பு லிங்கம் உள்ளது. நீங்கள் அதை பூஜை செய்த பின் உணவருந்தலாமே," என்று யோசனை கூறினார்.

பசியாலும் தாகத்தினாலும் களைத்திருந்த மன்னனும் அந்த ஆப்பை சுயம்புலிங்கம் என நினைத்து வணங்கினான், நித்யபடி பூசையைச் செய்து மனம் மகிழ்ந்தான். பிறகு, உணவருந்தி விட்டான். களைப்பு நீங்கிய பிறகு பார்த்தபோதுதான், தாம் வணங்கியது லிங்கம் அல்ல, அது ஓர் ஆப்பு என்பதை உணர்ந்து மிக வருந்தினான்.

ஐயனே தெரியாமல் செய்த தவறு இது. நான் இத்தனைக் காலம் மிகுந்த பக்தியோடு சிவபூசை செய்தது உண்மையென்றால் ஈசனே இந்த ஆப்பில் வந்து என்னை நீ அருள்செய்ய வேண்டும் என வேண்டினான்.

அப்படி இல்லாவிட்டால் உயிர் துறக்கவும் தயாரானான். மன்னனின் பக்திக்கு மகிழ்ந்த இறைவன் அந்த ஆப்பிலே

தோன்றி அருள் பாலித்தார். சிவன் ஆப்பு உடையார் ஆனார். அந்த ஊர் ஆப்பனூர் ஆனது. கோவிலும் ஆப்புடையார் கோவில் என்று சிறப்பு பெற்றது

இத்தலத்து ஈசனுக்கு அன்னவிநோதன் என்ற பெயரும் உண்டு. அது எப்படி ஏற்பட்டது? அதையும் தெரிந்து கொள்வோம். ஒரு முறை பாண்டிய நாட்டில் மழைபொய்த்து கடுமையான பஞ்சம் ஏற்பட்டது. நீர்நிலைகள் வறண்டன, மரங்கள் காய்ந்தன, பயிர்கள் வாடின. இந்த நிலையிலும் கூட ஆப்புடையார் கோயிலின் அர்ச்சகர் அங்கு எழுந்தருளி இருக்கும் இறைவனைப் பட்டினி போடக்கூடாது என்ற பக்தி உணர்வில் சிறிது பயிறு நிவேதனம் செய்து வந்தார்.

இதை சிலர் எதிர்த்தனர். மக்கள் பசியால் உணவின்றி வாடி பஞ்சத்தில் தவிக்கின்ற போது இறைவனுக்கு பயறு நிவேதனம் தேவையா? என்று. மனம் வருந்திய அர்ச்சகர் இறைவனிடம் முறையிட்டார்.

உடனே இறைவன் வருந்த வேண்டாம், நாளை முதல் வைகை ஆற்று மணலை உலையிலிட்டு சமைத்து வா, அது அன்னமாக மாறும் என்றார். அர்ச்சகரும் இந்த விஷயத்தை ஊர்மக்களிடம் தெரிவித்து விட்டு, வைகை மணலை எடுத்து தண்ணீரில் இட்டு கொதிக்க வைத்தார். அனைவரும் ஆச்சரியப்படும் விதமாக அது அன்னமாக மாறியது. அதைக் கொண்டு ஊர்மக்கள் பசி போக்கினார் அர்ச்சகர். இதனால் இத்தல ஈசனுக்கு அன்னவிநோதன் என்ற பெயரும் உண்டாயிற்று.

மதுரையிலுள்ள பஞ்ச பூதத் தலங்களில் இது அப்பு (நீர்ஜலம்) தத்துவம் கொண்ட சிவத் தலம் ஆகும். மிகப் பெரிய பிரளயத்திலும் அசையாமல் நின்ற திருவாப்புடையார் உள்ள பகுதியானது திருவாப்பனூர் என்று பெயர் பெற்றது என்பாரும் உண்டு.

குபேர செல்வம் அளித்தவர்

பிரம்ம தேவன் வழிமுறையில் வந்த புண்ணியசேனன் என்பவர் சிவபெருமானிடம் மிகுந்த பக்தி கொண்டவர். அகத்தியரின் ஆலோசனையின் பேரில் இத்தலம் வந்த புண்ணியசேனன் கடும் தவம் செய்தார். அவரது தவத்தை மெச்சிய அன்னை சுகந்த குந்தளாம்பிகை மகாலட்சுமியின் செல்வங்களான சங்கநிதி, பதுமநிதி ஆகியவற்றைக் கொடுத்தார்.

உலகச் செல்வங்கள் அத்தனைக்கும் அதிபதியாகிவிட்ட புண்ணியசேனன் மனம் மாற ஆரம்பித்தது. கர்வம் தலைக்கேறியது. தேவர்களையும், தெய்வங்களையும் மதிக்காமல் நடக்க ஆரம்பித்தார். அவருக்கு நல்வழிகாட்ட அவருடைய பார்வை பறிக்கப்பட்டது. உயிருக்கும் ஆபத்தான நிலை ஏற்பட்டது.

தவறை உணர்ந்த புண்ணிய சேனன் இத்தல இறைவனிடம் முறையிட்டார், தவறை மன்னித்து அருள்செய்யுமாறு பலமுறை பணிந்து வேண்டினார். இதனால் ஆப்புடையார் இவரை மன்னித்து இழந்த செல்வங்கள் அனைத்தையும் திரும்பக் கொடுத்து குபேரன் என்ற பெயரோடு இருக்கச் செய்தார். மீண்டும் நல் வாழ்வு பெற்ற குபேரன். அன்று முதல் சங்க நிதி பதும நிதி என்ற இரு செல்வங்களோடு வடக்கு திசையைக் காத்து வருகிறார் என்று ஸ்தல புராணம் கூறுகிறது.

தலச்சிறப்புக்கள்

இவ்வாலயத்திற்கு கோபுரமில்லை. ஒரு முகப்பு வாயில் மட்டுமே உள்ளது. முகப்பு வாயிலின் மேற்புறத்தில் ரிஷபாரூடராக சிவன், பார்வதி, முருகர் மற்றும் விநாயகர் ஆகியோர் சுதை வடிவத்தில் தரிசனம் தருகின்றனர். வாயில்

வழியே உள்ளே நுழைந்தால் கொடிமரம், நந்தி, பலிபீடம் ஆகியவை உள்ளன.

மூலவர் கிழக்கு நோக்கிய சந்நிதியில் சுயம்பு மூர்த்தியாக லிங்க உருவம் கொண்டு அருள்பாலிக்கிறார். இத்தலத்தில் கல் சிற்பமாக நடராஜர், சிவகாமி, அருகில் மத்தளம் வாசிக்கும் நிலையில் நந்திதேவர் ஆகியோர் தனிச் சந்நிதியில் காட்சி கொடுக்கின்றனர். இந்த சிற்பங்கள் மிகுந்த வேலைப்பாட்டுடன் காண்பதற்கு அழகாகக் காணப்படுகின்றன. மண்டபத்தில் உள்ள தூண்களில் அழகிய சிற்பங்கள் உள்ளன. நவக்கிரக சந்நிதியும் உண்டு.

அம்பாள் சந்நிதிக்கும், சுவாமி சந்நிதிக்கும் இடையில் சுப்பிரமணியருக்கு சந்நிதி உள்ளது. இத்தகைய அமைப்பை சோமஸ்கந்த அமைப்பு என்பர். பிரகாரம் சுற்றி வரும்போது தலவிருட்சமான வன்னி மரத்தடியில் விநாயகர் தரிசனம் தருகிறார். வள்ளி தெய்வானை அருகிலிருக்க முருகர் மயில் மீது அமர்ந்து காட்சி தருகிறார். இது ஒரு அழகான சிற்ப விசேஷம்.

இங்குள்ள ஈஸ்வரனை வணங்கி வழிபட்டவர்க்கு அசுவமேத யாகம் செய்த பலன் கிடைக்கும். திருமணம் ஆகாமல் தடைப்படுவோர், குழந்தைபேறு வாய்க்காதவர் ஆகியோர் இத்தலத்து குரவங் குழலம்மையை மனதார நினைத்து வணங்கி வந்தால், திருமண வாழ்வு மற்றும் குழந்தை பாக்கியம் கிடைக்கும்

முற்றுஞ் சடைமுடிமேன் முதிரா இளம்பிறையன்
ஒற்றைப் படவரவம் அதுகொண் டரைக்கணிந்தான்
செற்றமில் சீரானைத் திருஆப்ப னூரானைப்
பற்று மனமுடையார் வினைபற் றறுப்பாரே.

என்பது சம்பந்தர் தேவாரம்.

247. திருப்பரங்குன்றம்

மூலவர் – பரங்கிரிநாதர்
அம்பாள் – ஆவுடைநாயகி
தலமரம் – வில்வம்
தீர்த்தம் – சரவணப் பொய்கை, இலட்சுமி தீர்த்தம், பிரமகூபம்.
பதிகங்கள் – சம்பந்தர்–1, சுந்தரர்–1.

மதுரையில் இருந்து சுமார் 8 கி.மீ. தொலைவில் இருக்கிறது. மதுரையில் இருந்து நகரப் பேருந்து வசதிகள் இக்கோவிலுக்கு அடிக்கடி உள்ளன.

திரு + பரம் + குன்றம் எனப் பிரிக்கப்படுகிறது. பரம் என்றால் பரம் பொருளான சிவபெருமான். குன்றம் என்றால் குன்று (மலை). திரு என்பது அதன் சிறப்பை உணர்த்தும் அடைமொழியாகச் சேர்த்து திருப்பரங்குன்றம் என ஆயிற்று. பரம்பொருளான சிவ பெருமான் குன்றம் எனும் மலை வடிவாகக் காட்சியளிக்கும் இடம் திருப்பரங்குன்றம். நக்கீரர் வாழ்ந்த தலம். பராசரமுனிவரின் புதல்வர், நக்கீரர், சிபி மன்னன், பிரம்மா ஆகியோர் இறைவனை வழிபட்டுப் பேறுபெற்ற தலம் இதுவே. இக்குன்றமானது சிவலிங்க வடிவிலேயே காணப்படுகிறது.

தலச்சிறப்புக்கள்

சுமார் 1050 அடி உயரமுள்ள மலை அடிவாரத்தில் அமைக்கப்பட்ட இந்தச் சிவனுடைய கோயில் திருமுறைப் பாடல் பெற்ற தலமாக இருந்த போதிலும் முருகப்பெருமானின் அறுபடை வீடுகளுள் ஒன்றாகவே பிரபலம் அடைந்திருக்கிறது.

150 அடி உயரமுள்ள 7 நிலை இராஜகோபுரத்துடன் கோயில் நம்மை வரவேற்கிறது. கோபுர வாயில் கடந்தவுடன் உள்ள மண்டபத் தூண் ஒன்றில் தேவேந்திரன் தனது மகள் தெய்வயானையை முருகனுக்குக் கல்யாணம் செய்து கொடுப்பது போன்ற சிற்பம் நம் கருத்தைக் கவரும் வகையில் காட்சி அளிக்கிறது. இம்மண்டபத்திலுள்ள பெரிய நந்தி,யும்

அதன் வாகனமாக மூஞ்சுறு இருப்பதும் கருத்தினைக் கவர்கின்றன.

பல படிக்கட்டுகளை ஏறி கோவில் கருவறையை அடையலாம். கருவறை ஒரு குடவரைக் கோவிலாக உள்ளது இதில் இறைவன் பரங்குன்றநாதர் கிழக்கு நோக்கியும் கற்பக விநாயகர், துர்க்கை, முருகப்பெருமான் வடக்கு நோக்கியும், பவளக்கனிவாய் பெருமாள் மேற்கு நோக்கியும் எழுந்தருளியுள்ளனர்.

மூலத்திருமேனி சிவலிங்கமாக குடவரைக் கோயிலில் தரிசனம் தருகிறார், பின்னால் கல்யாண சுந்தரேஸ்வரர் புடைப்புச் சிற்பமாக உள்ளது. சூரபத்மனை அழித்து தேவர்களைக் காத்த முருகப்பெருமானுக்குத் தனது நன்றியை தெரிவிக்கும் விதமாக இந்திரன் தன் மகளாகிய தெய்வானையை இத்தலத்தில் முறைப்படி திருமணம் செய்து கொடுத்தான் இத்தலத்தில் முருகனுடைய ஞான வேலுக்குப் பாலாபிஷேகம் நடைபெறுவது சிறப்பானது.

> பொன்னியல் கொன்றை பொறிகிளர் நாகம் புரிசடைத்
> துன்னிய சோதியாகிய ஈசன் தொன்மறை
> பன்னிய பாடல் ஆடலன்மேய பரங்குன்றை
> உன்னிய சிந்தை உடையவர்க்கு இல்லை உறுநோயே".

என்பது சம்பந்தர் தேவாரம்.

248. திருஏடகம்

மூலவர்	–	ஏடகநாதேஸ்வரர்
அம்பாள்	–	ஏலவார்குழலி, சுகந்த குந்தளாம்பிகை.
தலமரம்	–	வில்வம்
தீர்த்தம்	–	பிரம தீர்த்தக்குளம்.
பதிகங்கள்	–	சம்பந்த–1.

மதுரையில் இருந்து சோழவந்தான் செல்லும் வழியில் திருவேடகம் அமைந்துள்ளது. நகரப் பேருந்து வசதிகள்

மதுரையில் இருந்து சோழவந்தானுக்கு உள்ளன. அருகிலுள்ள ரயில் நிலையம் சோழவந்தான் 5 கிமீ தொலைவில் உள்ளது.

பிரமன், திருமால், ஆதிசேஷன், கருடன், வியாசர், பராசரர் ஆகியோர் ,இத்தல இறைவனை வழிபட்டு பேறு பெற்றனர்.

தலவரலாறு

மதுரையில் சம்பந்தரை சமணர்கள் வாதுக்கு அழைத்தனர். அனல்வாதம், நடந்தபோது சமணர்கள் தங்கள் ஏட்டை தீயில் இட்ட போது அது எரிந்து சாம்பல் ஆயிற்று. ஆனால் சம்பந்தர் திருநள்ளாற்றுப் பதிகம் எழுதிய ஏட்டை தீயில் இட்ட போது அது எரிந்து சாம்பல் ஆகாமல் பச்சையாகவே இருந்தது. பின்பு புனல் வாதத்தின் போது சமணர்கள் எழுதிய ஏட்டை ஆற்றில் விட்ட போது அது ஆற்றுடன் சென்றது. ஆனால் சம்பந்தர் "வாழ்க அந்தணர்" என்று தொடங்கும் பதிகம் எழுதிய ஏட்டை வைகை ஆற்றில் விட்ட போது அது வைகை நதியின் நீரோட்டத்தை எதிர்த்துச் சென்றது.

அதைக்கண்டு மன்னனும் மக்களும் ஆச்சரியத்தில் மூழ்கினர். மந்திரி குலச்சிறையார் குதிரையின் மீதேறி வைகை நதியின் நீரோட்டத்தை எதிர்த்து செல்லும் ஏட்டைப் பின் தொடர்ந்து செல்ல, அது நிற்காமல் செல்வதைக் கண்டு சம்பந்தர் மீண்டும் “வன்னியும் மத்தமும்” என்னும் திருப்பதிகம் பாடியவுடன் அந்த ஏடு ஒதுங்கி நின்ற தலம். (ஏடு அகம்=ஏடகம்) அதுவே திருவேடகம் என்ற இந்த பாடல் பெற்ற ஸ்தலம்.

தலச்சிறப்புக்கள்

கிழக்கு நோக்கிய ஐந்து நிலைகள் கொண்ட கோபுரங்கள் உள்ளன. கொடிக்கம்பம், பலிபீடம், இவற்றைக் கடந்தால் இடது பக்கம் விநாயகரையும், சுப்பிரமணியரையும் தரிசனம் செய்யலாம்.

மூலவர் ஏடகநாதர் சிவலிங்கத் திருமேனி கொண்டு அற்புதத் தரிசனம் அளிக்கிறார். கருவறை மிகச் சிறப்பாக வடிவமைக்கப் பட்டுள்ளது. பிரகாரத்தில் அறுபத்து மூவர், பாலகணபதி,

தட்சிணாமூர்த்தி ஆகியோரைத் தரிசிக்கலாம்.

மேலும் இக்கோயிலில் லிங்கோத்பவர், பஞ்சலிங்கங்கள், இரட்டை விநாயகர், சப்த மாதாக்கள், சண்டேஸ்வரர் ஆகியோருக்கும் சந்நிதிகள் இருக்கின்றன. மேலும் நவக்கிரகங்கள், சாஸ்தா, கணபதி, கார்த்திகை ஆகியோரும் எழுந்தருளி உள்ளனர்.

அம்பாள் தனிக்கோயிலில் அருட்காட்சி தருகிறாள். வாசலில் உள்ள மணி மலேயாவில் இருந்து வரவழைக்கப்பட்டது. சண்டிகேஸ்வரி தரிசனமும் பெறலாம். பள்ளியறையில் கண்ணாடி வாசலில் அம்மையப்பரைக் கண்டு தொழுவது கண்பெற்ற பயனாகும். அம்பாள் சந்நிதித் தூண் ஒன்றில் சின்முத்திரை தாங்கி, தலைமாலை அணிந்து, கையில் தாளம் இல்லாத சம்பந்தர் சிற்பம் உள்ளது.

"ஏலமார் தருகுழல் ஏழையோ டெழில் பெறும்
கோலமார் தருவிடைக் குழகனார் உறைவிடம்
சாலமா தவிகளுஞ் சந்தனஞ் சண்பகம்
சீலமார் ஏடகஞ் சேர் தலாஞ் செல்வமே."

என்பது சம்பந்தர் தேவாரம்.

❀❀❀

249. திருகொடுங்குன்றம்

மூலவர்	–	உமாமகேஸ்வரன்
அம்பாள்	–	தேனாம்பிகை, தேனாம்பாள்.
தலமரம்	–	உறங்காப்புளி, பலா, தினை.
தீர்த்தம்	–	சுந்தர தீர்த்தம், தேனாடி தீர்த்தம், அம்பாள் தீர்த்தம், சுப்பிரமணிய தீர்த்தம், குரு தீர்த்தம், சித்த தீர்த்தம், சோம தீர்த்தம், தண்டத் தீர்த்தம், குஷ்ட நிவாரணத் தீர்த்தம் உட்பட மொத்தம் 108 தீர்த்தங்கள்.
பதிகங்கள்	–	சம்பந்தர்–1.

(தற்போது பிரான்மலை என்று வழங்கப்படுகிறது)

மதுரையில் உள்ள மாட்டுத் தாவணி பேருந்து நிலையத்திலிருந்து புறப்பட்டுப் பொன்னமராவதி செல்லும் பேருந்துகள் பிராமன்மலை வழியாகச் செல்கின்றன. மலையின் நடுப்பகுதி, மலை உச்சி ஆகிய மூன்று நிலைகளிலும் சந்நிதிகள் கொண்டு காணப்படும் ஒரே ஆலயம் பிரான்மலை கொடுங்குன்ற நாதர் ஆலயம் தான். மலை உச்சியில் வலம்புரி விநாயகரைத் தரிசனம் செய்து கொண்டு படிகள் ஏறினால் நடராச மண்டபம் வருகிறது.

அகத்தியருக்குத் திருமணக்கோலத்தைக் காட்டிய தலம் இது. எனவே இவர்கள் இருவரும் கலியாண கோலத்தில் இருப்பது ஆனந்தம் தருகிறது. விஸ்வநாதர், விசாலாட்சியைத் தரிசனம் செய்து கொண்டு மலைமீதிருந்து கீழே வருவோம்.

இந்தக் கோயிலில் நந்தி இல்லை. சிவன் அகத்தியருக்கு இந்தத் தலத்தில் காட்சி கொடுத்தார் அல்லவா? அப்போது நந்திதேவர் கைலாயத்தில் ஈசனுடைய திருமணத்தில் கலந்து கொண்டிருந்தார். அதனால் தான் இங்கே நந்தியைக் காணமுடியவில்லை. சிவலிங்க வடிவத்தில் இல்லாமல் மனித உருவத்தில் காணப்படுகின்ற சிவபெருமான் இத்தலத்து விசேஷம். அவருக்கு மங்கைபாகர் என்பது பெயர். இச்சிலை கல்லினால் செய்யப்பட்டதல்ல, நவ மூலிகைகளின் சாறு கொண்டு செய்யப்பட்டதாகும். எனவே, இவருக்கு அபிஷேகம் செய்வதில்லை. பௌர்ணமியன்று புனுகு, சாம்பிராணி தைலம் மட்டுமே சாத்துகின்றனர். உடையவர் லிங்கத்திற்கு அபிஷேகம் உண்டு.

மங்கைபாகர் இத்தலத்தில் போக நிலையில் காட்சி தருவதால் புதுவஸ்திரமே சாத்துகிறார்கள். இது ஒரே நாளில் பலதடவை கூட நடைபெறுவதுண்டு. இவருக்கு வேதசிவன் என்ற பெயரும் உண்டு, மாணவ மாணவிகள் கல்வியில் சிறக்க இவரை வணங்குவது நல்லது. முன்மண்டப மேற்சுவரில் கைலாயத்தில் சிவ, பார்வதி திருமணம் காணச் சென்ற தேவர்கள், அசுரர்களின் சிற்பங்கள் வடிக்கப்பட்டுள்ளது.

மலையின் நடுப்பகுயில் முக்கியமானது பைரவர் சந்நிதியாகும். எதிரில் காணப்படும் சிவலிங்கத்தை உடையவர் என அழைக்கிறார்கள். இரண்டு துவாரபாலர்களுக்கு நடுவே

வடுக பைரவர் தெற்கு நோக்கிய சந்நிதியில் காட்சி அளிக்கிறார் சூலம், உடுக்கை, கபாலம், நாகபாசம் ஆகியவற்றை ஏந்திய பைரவர் சற்று கோபப்பார்வையோடு நின்ற திருக்கோலத்தில் தரிசனம் தருகிறார்.

இவரை வழிபட்டால். ஏவல், பில்லி, சூனியம் போன்றவை செயல் இழக்கும். கருப்பு வஸ்திரம் சாத்தி, எலுமிச்சை மாலை அணிவித்து இவரிடம் வேண்டிக் கொண்டால் எடுத்த காரியம் வெற்றிபெறும், தீராத வழக்குகளில் சாதகமான பலன் கிடைக்கும் என்பது ஐதீகம். கீழே உள்ள மலையின் அடிவாரப் பகுதியில் கிழக்குப் பார்த்து கொடுங்குன்றநாதர் மிகச் சிறிய லிங்க வடிவில் எழுந்தருளியிருக்கின்றார்.

மூலவர் கொடுங்குன்றநாதர், கடோரகிரீஸ்வரர். அம்பாள் குயிலமுதநாயகி, அமிர்தேஸ்வரி. பாடல் பெற்ற சந்நிதி இதுவே. அறுபத்துமூவர் மூலமூர்த்தங்களும், விநாயகர், அம்மையப்பர் சந்நிதிகளும் உள்ளன. அம்பாள் தனிச்சந்நிதியில் நின்ற திருக்கோலம் காட்டுகிறாள். நவக்கிரக சந்நிதிகளில் அனைத்தும் அமர்ந்த நிலையில் உள்ளன. நாம் இப்போது பார்த்த இக்கோயிலில் மேற்புறம், நடுப்புறம், இடப்புறம் ஆகிய மூன்றும் சொர்க்கம், அந்தரம், பூமி ஆகியவற்றைக் குறிக்கின்றன.

சொர்க்கத்தில் தேனாம்பிகையுடன் மங்கைபாகரும், அந்தரத்தில் விசாலாட்சியுடன் விஸ்வநாதரும், பைரவரும், பூமியில் குயிலமுத நாயகியுடன் கொடுங்குன்ற நாதரும் எழுந்தருளியுள்ளனர். முறையாக பூஜைகள் நடைபெறுகின்றன. மேலே காரணாகம முறையிலும் கீழே காமிகாகம முறையிலும் பூஜைகள் நடைபெறுகின்றன. ஆலயத்தின் வடகிழக்குப் பிரகாரத்தின் கூரைப் பகுதியில் தொங்கும் கல்வளையங்கள் சிற்பக் கலைக்குச் சான்றாக விளங்குபவை.

இக்கோயிலில் தேனாழி தீர்த்தம் என்பது கோயிலுக்கு உள்ளேயே இருக்கிறது. தலமரமாக இரண்டு மரங்கள் சொல்லப்படுகின்றன. 1) உறங்காப்புளி. இது கோயிலுள் உள்ள தீர்த்தத்தின் கரையில் உள்ளது. பல நூற்றாண்டுகள் பழமையான இந்த மரம் பூக்கும், காய்க்கும் ஆனால் பழுக்காது, காய்த்த நிலையிலேயே காய் உதிர்ந்து விடும்.

இரவிலும் இதன் இலைகள் விரிந்திருக்கும். 2) பெயரில்லா மரம், இம்மரம் மலைமீது சுவாமி (மங்கைபாகர்) சந்நிதிக்குப் பக்கத்தில் மலைக்கற்களின் இடுக்கில் உள்ளது. இதற்குப் பெயர் தெரியவில்லை. இதன் பெயர் யாருக்கும் தெரியாத காரணத்தினால் 'பெயரில்லாமரம்' என்றே சொல்லப்படுகிறது. வேடர் பெண்ணான வள்ளியை மணந்ததால் திருத்தணி, வள்ளிமலை ஆகிய தலங்களில் தேனும் தினைமாவும் நைவேத்தியம் செய்வர். சிவன் கோயிலான இதுவும் மலையில் அமைந்துள்ளதால் இந்த நிலத்திற்குரிய இவ்வகை உணவே நைவேத்தியமாகப் படைக்கப்படுகிறது.

அசுரர்கள் சம்ஹாரம் செய்த தோஷம் நீங்க முருகப் பெருமான் இங்கு இரண்டு லிங்கங்களைப் பிரதிஷ்டை செய்து வழிபட்டார். இவை கொடுங்குன்ற நாதர் சன்னிதி பிரகாரத்தில் சொக்கலிங்கம், ராமலிங்கம் என்ற திருநாமத்துடன் உள்ளனர். இவ்விரு லிங்கங்களுக்கும் மத்தியில் முருகன் பால வடிவில் காட்சி தருகிறார். வள்ளியை ஆட்கொள்ள முதியவர் வேடத்தில் முருகன் வந்தார். அந்த முருகனை சிலை வடிவில் இங்கு காணலாம்.

ஏறுவதற்கு மிகவும் கடினமானது என்பதாலும், கொடிய பல வளைவுகளைக் கொண்டிருப்பதாலும் இது கொடுங்குன்றம் என்றழைக்கப்படுகின்றது. மலையுச்சியை அடைவதற்கு சுமார் ஐந்து கி.மீ. நடக்க வேண்டும். படிகள் ஏறுவதற்கு சற்றுக் கடினமாக செங்குத்தாக உள்ளன. சில இடங்களில் படிக்கட்டுகள் இல்லை. சித்தர்கள் பலர் இன்னமும் சூட்சும வடிவில் இந்த மலையில் வழிபாடு செய்வதாகவும், வசிப்பதாகவும் பக்தர்கள் நம்புகின்றனர்.

> வானிற்பொலி வெய்தும்மழை மேகங்கிழித் தோடிக்
> கூனற்பிறை சேருங்குளிர் சாரற்கொடுங் குன்றம்
> ஆனிற்பொலி வைந்தும்மமர்ந் தாடியுல கேத்தத்
> தேனிற்பொலி மொழியாளொடு மேயான்திரு நகரே.

என்பது சம்பந்தர் தேவாரம்.

250. திருப்புத்தூர்

மூலவர்	–	ஸ்ரீ தளீஸ்வரார், ஸ்ரீ தளிநாதர், திருத்தளிநாதர்.
அம்பாள்	–	சிவகாமி
தலமரம்	–	ஸ்ரீ தளி (திருத்தளி தீர்த்தம்), சிவகங்கை. (கோயிலுக்குப் பக்கத்தில் வெளியில் உள்ளது.) விசாலமான பரந்த குளம்.
தீர்த்தம்	–	சரக்கொன்றை.
பதிகங்கள்	–	சம்பந்தர்–1 அப்பர்–1.

கோயிலுக்கு (ஸ்ரீ தளி) திருத்தளி என்று பெயர். ஊர்ப்பெயர் திருப்புத்தூர்.

காரைக்குடியில் இருந்து கிழக்கே சுமார் 20 கி.மீ தொலைவிலும், சிவகங்கையில் இருந்து சுமார் 35 கி.மீ தொலைவிலும், மதுரையில் இருந்து சுமார் 65 கி.மீ தொலைவிலும் இத்தலம் அமைந்துள்ளது. மதுரை, காரைக்குடி, சிவகங்கை ஆகிய இடங்களில் இருந்து பேருந்து வசதிகள் திருப்புத்தூருக்கு உண்டு.

சிவபெருமான் முன்னொரு காலத்தில் ஆடிய பலநடனங்களுள் கௌரி தாண்டவம் என்பதும் ஒன்று. அந்தத் தாண்டவத்தைக் கண்டு இலக்குமி ஈசனை வேண்டி இத்தலத்தில் உள்ளவை தனது தொடர்பைப் பெற்றிருக்க வேண்டும் என்ற வரத்தைப் பெற்றாள். ஸ்ரீ என்றால் இலக்குமி. ஆகவே கோயில் ஸ்ரீ தளி, இறைவன் ஸ்ரீ தளீஸ்வரார், தீர்த்தம் ஸ்ரீ தளிதீர்த்தம் என வழங்கப்படுகின்றது. மேலும் வான்மீகி மகரிஷி இங்கு வந்து புற்று வடிவில் தவம் செய்து வழிபட்டதாகவும், அதனாலேயே இத்திருத்

தலத்திற்கு "திருப்புத்தூர்" என்று பெயர் வந்ததாகவும் கூறப்படுகின்றது.

தலச்சிறப்புக்கள்

இத்திருக்கோயில் நீண்ட மதிற்சுற்றை உடைய பெரிய கோயில். முகப்பு வாயில் கிழக்கு நோக்கியது. இராஜகோபுரமில்லை. விசேஷ பைரவர் மருது பாண்டியர்களினால் கட்டப்பட்ட அழகான விமானத்துடன் கூடிய தனிக் கோயிலில் இவர் எழுந்தருளி இருக்கிறார். முன் மண்டபத்தில் மருது பாண்டியரின் சிலைகள் உள்ளன.

இந்தப் பைரவர் யோகாசன நிலையில் அமர்ந்து யோகபைரவராகக் காட்சி அளிக்கிறார். இவரை இந்திரன் மகன் சயந்தன் வழிபட்டுப் பேறடைந்தான். அவன் உருவம் சந்நிதிக்கு வெளியே உள்ளது. பைரவருக்குத் தினமும் அர்த்தசாமத்தில் புனுகு சார்த்தப்பட்டு வடைமாலை, சம்பாசாதம் நைவேத்தியம் செய்யப்படுகிறது.

இவரது வழிபாட்டில் கலந்து கொண்டாலோ அல்லது இங்கு வந்து நியமத்தோடு வேண்டிக் கொண்டாலோ சத்ரு பயம், ஏவல், பில்லி, சூனியம் போன்ற தொல்லைகள், வியாபாரக் கஷ்ட நஷ்டங்கள், வேலை பற்றிய பிரச்சனைகள் நீங்குவதாக நம்பிக்கை.

“அர்த்தசாம வழிபாட்டிற்காகக் குருக்கள் மணியடித்து விட்டால் அதற்குப் பிறகு பக்தர்கள் யாருமே பைரவர் சந்நிதிக்குப் போவதில்லை. அங்கே இருப்பவர்கள் கூட சீக்கிரமாகப் புறப்பட்டு விடுவார்கள். அர்த்த ஜாம பூசையின் போது குருக்கள், பரிசாரகர், நைவேத்தியம் கொண்டு செல்வோர் ஆகிய மூவர் மட்டுமே இருப்பது வழக்கம். இது தொன்றுதொட்டு இருந்துவரும் ஐதீகமாகும்.

ஸ்ரீ யோக நாராயணப் பெருமாள்

யோக பைரவர் இருப்பது போலவே ஸ்ரீமன் நாராயணனே யோக நிலையில் வீற்றிருப்பது இத்திருத்தலத்தின் சிறப்பம்சமாகும். கோயிலுக்குள் உள்ள நடராஜரின் உருவமும் சிவகாமி அம்மையின் அழகும் காண்பவர் கண்களையும்

கருத்தையும் கொள்ளை கொள்கின்றன. இங்கே ஐந்து இசைத்தூண்கள் உள்ளன. துர்க்கையும், விநாயகரும் உள்ளனர்.

இங்கு யோக பைரவர், யோக நாராயணர் எழுந்தருளி இருப்பதால் யோகம், தவம் ஆகியவற்றில் மேன்மைபெற இது சிறந்த தலமாகக் கருதப்படுகிறது. இத்தலத்திலும் பிரான்மலையில் உள்ளது போலவே நவக்கிரகங்கள் அமர்ந்த நிலையில் இருப்பது சிறப்பு.

பாங்கு நல்ல வரி வண்டிசை பாடத்
தேங்கொள் கொன்றை திளைக்குந் திருப்புத்தூர்
ஓங்கு கோயில் உறைவார் அவர் போலும்
தாங்கு திங்கள் தவழ் புன் சடையாரே."

என்பது சம்பந்தர் தேவாரம்.

251. திருப்புனவாயில்

மூலவர் – விருத்தபுரீஸ்வரர், பழம்பதிநாதர், மகாலிங்கேஸ்வரர்.

அம்பாள் – பிருகந்நாயகி, பெரியநாயகி.

தலமரம் – (1) சதுரக்கள்ளி (2) குருந்து (3) மகிழம் (4) புன்னை.

தீர்த்தம் – இந்திர தீர்த்தம் முதலாகவுள்ள பத்து தீர்த்தங்கள்.

பதிகங்கள் – சம்பந்தர்–1 சுந்தரர்–1.

ஆவுடையார்கோவிலில் இருந்து தெற்கே 25 கி.மீ. தொலைவில் உள்ளது. திருவாடானைத் தலத்தில் இருந்தும் திருப்புனவாயில் செல்லலாம். இத்தலம் வங்கக் கடற்கரையோரம் அமைந்துள்ளது. திருச்சியிலிருந்து புதுக்கோட்டை, அறந்தாங்கி, ஆவுடையார் கோவில் வழியாகவும், மதுரையிலிருந்து சிவகங்கை, காளையார்கோவில், திருவாடானை வழியாகவும் இத்தலத்தை அடையலாம்.

தலச்சிறப்புக்கள்

கோயில் மிகப்பெரிய அளவில் ஐந்து நிலைகள் கொண்ட கோபுரத்தோடு அமைந்திருக்கிறது. அம்பாள் எதிரில் உள்ள மொட்டைக் கோபுரவாசலின் கதவு எப்போதுமே மூடப்பட்டுள்ளது. அங்குள்ள குடவறையில் ஒரு காளி இருக்கிறாள் அவள் இன்னும் உக்கிரம் தணியாமல் இருக்கிறாள் என்பதால் இந்த ஏற்பாடு. கோயிலுக்கு வெளியே நான்குபுறங்களிலும் படிகள் கொண்ட அழகான பிரம்ம தீர்த்தம் உள்ளது. கோபுர வாசலைக் கடந்து உள்ளே சென்றால் வலது பக்கம் சூரியன், பைரவர் சந்நிதிகளும், இடது பக்கத்தில் சந்திரனும் எழுந்தருளி இருக்கிறார்கள்.

மூலவர் திருமேனி தஞ்சை பிரகதீஸ்வரருக்கு அடுத்தபடியாக மிகப்பெரிய லிங்க உருவமாகும். மூலவருக்கு 3 முழமும், ஆவுடையாருக்கு 30 முழமும் துணி தேவைப்படும் என்பதால் மூன்று முழமும் ஒரு சுற்று முப்பது முழமும் ஒரு சுற்று என்ற பழமொழி ஏற்பட்டிருக்கிறது. இங்குள்ள நந்தியும் பெரிய உருவத்துடன் காணப்படுகிறது. நடராசரும், சோமாஸ்கந்தர், நால்வர், சேக்கிழார் ஆகியோர் இந்த ஆலயத்தில் தரிசனம் தருகின்றனர்.

மூலவரும், அம்பாளும் தனித்தனி கோயில்களில் எழுந்தருளி அருள்பாலிக்கிறார்கள். இந்த ஆலயத்தில் ஐந்து விநாயகர் மூர்த்தங்கள் உள்ளன. இந்திரன் வழிபட்ட விநாயகர் ஆகண்டல விநாயகர் தனியாக இருக்கிறார். கோஷ்டத்தில் கணபதியும், தட்சிணாமூர்த்தியும் தரிசனம் தருகிறார்கள். கோஷ்ட மூர்த்தமாகப் பொதுவாக சிவாலயங்களில் இடம் பெறும். இலிங்கோற்பவருக்குப் பதிலாக இங்கு திருமாலும் அநுமனும் உள்ளனர். இங்குள்ள காளி புகழ் மிக்கவள். சக்தி வாய்ந்தது. அதனால் சந்நிதிக் கதவுகள் மூடிய படியே உள்ளன. அருகில் உள்ள கண்ணாடி மூலமாகத்தான் தரிசிக்க முடியும்.

இத்தலத்தின் தீர்த்தமாக இலக்ஷ்மி தீர்த்தம், பிரம்ம தீர்த்தம், இந்திரதீர்த்தம், சக்கர தீர்த்தம், சூரிய தீர்த்தம், சந்திர தீர்த்தம், சிவகங்கைத் தீர்த்தம், கல்யாண தீர்த்தம், வருணதீர்த்தம் மற்றும் கோயிலுக்குத் தென்புறம் ஓடும் பாம்பாறு என 10

தீர்த்தங்கள் உள்ளன. இறைவன் வேண்டுதல் வேண்டாமை இல்லாதவன். இதை விளக்குவது போல இத்தலத்து இறைவன் மணம் வீசும் மகிழ மரத்தைத் தலமரமாக ஏற்றுக் கொண்டது போலவே எல்லோராலும் ஒதுக்கப்படும் கள்ளியையும் இங்கு தல விருட்சமாகக் கொண்டிருக்கிறார்.

இத்தலம் நான்கு யுகத்திலும் நான்கு பெயர்களுடன் விளங்கியது, எனவே, நான்கு தலவிருட்சங்கள் இருந்துள்ளன. கிருதயுகத்தில் வஜ்ரவனம், இந்திரபுரம் என்ற பெயருடன் சதுரக் கள்ளியையும், திரேதாயுகத்தில் பிரம்மபுரம் என்ற பெயருடன் குருந்தமரத்தையும், துவாபரயுகத்தில் விருத்தகாசி என்ற பெயருடன் மகிழ மரத்தையும், கலியுகத்தில் பழம்பதி என்ற பெயருடன் புன்னை மரத்தையும் தல விருட்சமாகத் திருப்புனவாயில் கொண்டுள்ளது.

சித்தம் நீநினை என்னொடு சூளறும் வைகலும்
மத்த யானையின் ஈருரி போர்த்த மணாளனூர்
பத்தர் தாம்பலர் பாடிநின் றாடும் பழம்பதி
பொத்தில் ஆந்தைகள் பாட்ட றாப்புன வாயிலே.

என்பது சுந்தரர் தேவாரம்.

252. இராமேஸ்வரம்

மூலவர் – இராமநாதசுவாமி, இராமலிங்கேஸ்வரர்

அம்பாள் – பர்வத வர்த்தினி, மலைவளர்காதலி.

தலமரம் – வில்வம்

தீர்த்தம் – தீர்த்தம் கோயிலுக்குள்ளே உள்ள 22 தீர்த்தங்களும் கோயிலுக்கு வெளியே 22 தீர்த்தங்களும் (வெளியிலுள்ள 22 தீர்த்தங்கள் தேவிபட்டினம், திருப்புல்லாணி, பாம்பன், தங்கச்சிமடம், மண்டபம் முதலிய இடங்களில்) உள்ளன.

பதிகங்கள் – சம்பந்தர்–2.

இந்த திருத்தலம் ராமேஸ்வரம் தீவில் உள்ளது. சென்னை, மதுரை, திருச்சி ஆகிய இடங்களில் இருந்து ரயில் வசதி உண்டு. மதுரை, திருச்சியில் இருந்து பேருந்து வசதியும் இருக்கிறது

தல வரலாறு:

இராவணனை வென்ற ராமன் சீதையை இலங்கையில் இருந்து சிறைமீட்டுக் கொண்டு திரும்பும் போது ராமேஸ்வரம் வந்தார். ராவணனைக் கொன்றதால் ஏற்பட்ட தோஷம் விலக, சிவபூசை செய்ய விரும்பினார். ஆகவே சிவலிங்கம் ஒன்றை எடுத்து வருவதற்கு அனுமனை காசிக்கு அனுப்பினார். ஆனால் குறித்த நேரத்திற்குள் பூசையை முடிக்க அனுமன் லிங்கத்தைக் கொண்டு வரவில்லை எனவே சீதை கடற்கரையில் உள்ள மணலால் ஒரு சிவலிங்கம் உருவாக்கித் தந்தாள். இராமபிரான் அந்த சிவலிங்கத்தைக் குறித்த நேரத்தில் பிரதிஷ்டை செய்து தனது பூஜையை முடித்தார்.

காலங்கடந்து லிங்கத்தைக் கொண்டு வந்தார் அனுமன். அதற்குள் ஒரு மணல் லிங்கம் பிரதிஷ்டை செய்யப்பட்டதை அறிந்து வருந்தி அந்த லிங்கத்தை தன் வாலினால் சுற்றி அப்புறப்படுத்த முயற்சி செய்தார். தோல்வியே கிடைத்தது. அவரைச் சமாதானப்படுத்திய ராமபிரான் அனுமன் கொண்டுவந்த லிங்கத்தைத் தான் ஏற்கெனவே பிரதிஷ்டை செய்த லிங்கத்திற்கு அருகில் வைத்தார். மேலும் அனுமன் கொண்டுவந்த லிங்கத்திற்கே முதற் பூஜை நடைபெற

வேண்டும் என்றும் கட்டளையிட்டார். அனுமன் கொண்டு வந்த அந்த காசி விசுவநாத லிங்கம் இராமலிங்கத்திற்கு வடபுறப் பிரதிஷ்டை செய்யப்பட்டுள்ளதை இன்றும் காணலாம். அவருக்கே முதல் பூசை நடக்கிறது அதற்குப் பிறகே சீதை பிடித்த ராமலிங்கத்திற்கு பூஜைகள் நடக்கின்றன.

தலச்சிறப்புக்கள்

மூலவர் சிவலிங்க மூர்த்தி. சிறிய திருமேனி. கங்கா ஜலம் மட்டுமே அபிஷேகம் செய்யப்படுகிறது. பாண்டாக்கள் பூஜைகளைச் செய்கின்றார்கள். அம்பாள் அழகு சுந்தரியாக தனிச்சந்நிதியில் நின்ற திருக்கோலம் காட்டுகிறாள். அம்பாள் சந்நிதியில் உள்ள ஸ்ரீ சக்கரம் மிகவும் சக்தி வாய்ந்தது, நினைத்த காரியத்தை நிறைவேற்ற வல்லது. இக்கோயிலில் உள்ள சேது மாதவர் சந்நிதி சிறப்பானது.

சுவாமி சந்நிதி முன் உள்ள சுதை வேலைப்பாட்டால் ஆன இந்த நந்தி 22 அடி நீளமும், 12 அடி அகலமும், 17 அடி உயரமும் உள்ளது.

உலகின் நீண்ட பிரகாரம்

இந்த ஆலயத்தின் மற்றொரு சிறப்பு 1212 தூண்களைக் கொண்ட இக்கோவிலின் மூன்றாம் பிரகாரம் ஆகும். உலகிலேயே மிக நீளமான பிரகாரம் என்ற பெருமையைப் பெற்றது இது. இந்தப் பிரகாரம் வெளிப்புறத்தில் கிழக்கு மேற்காக 690 அடியும், வடக்கு தெற்காக 435 அடி நீளமும் கொண்டது. உள்புறத்தில் கிழக்கு மேற்காக 649 அடியும், வடக்கு தெற்காக 395 அடி நீளமும் கொண்டது. அந்தக் காலத்தில் ராமபிரானுக்கு இலங்கைக்கு செல்ல பாலம் கட்டி உதவிய நளன், நீலன், கவன் ஆகிய மூன்று வானரர்களின் பெயரால் லிங்க சன்னதிகள் உள்ளன. மேலும் யோக சூத்திரம் அருளிய பதஞ்சலி முனிவர் ஐக்கியமான நடராஜர் சன்னதியும் உள்ளது. இங்குள்ள நடராஜர் ருத்திராட்ச மண்டபத்தில் பொலிவுடன் வீற்றிருப்பது சிறப்பம்சம்.

கோவில் தீர்த்தம்:

இராமேஸ்வரம் கோவிலில் சுவாமி தரிசனம் எத்தனை

முக்கியமோ அதைவிட அங்குள்ள தீர்த்தங்களில் முழுக்குப் போடுவது மிக முக்கியமானதாகக் கருதப்படுகிறது. ஆலயத்தின் உள்ளே 22 தீர்த்தங்களும் வெளியே 22 தீர்த்தங்களும் உள்ளன. ஆலயத்தின் உள்ளே உள்ள தீர்த்தங்கள் எல்லாம் கிணறுகளாகவே அமைந்துள்ளன. அக்னி தீர்த்தம் என்று கூறப்படும் இராமேஸ்வரம் சமுத்திரக் கரையில் முதலில் தீர்த்தமாடுதலைத் தொடங்கி பின்பு ஆலயத்தினுள் மற்ற தீர்த்தங்களில் நீராட வேண்டும் என்பது மரபு. ஆயிரக்கணக்கான பக்தர்கள் இந்தத் தீர்த்தங்களில் முழுகி தங்கள் பாவங்களைப் போக்கிக் கொள்ள அன்றாடம் வருகின்றனர். அக்னி தீர்த்தம் என்று கூறப்படும் சமுத்திரக் கரையில் தான் முன்னோர்களுக்கு தர்ப்பணங்கள், பிதுர்கடன்கள் நிறைவேற்றப்படுகின்றன. இங்குள்ள தீர்த்தங்களுள் உயர்வானது 'கோடி' தீர்த்தமாகும். இஃது கிணறு வடிவில் உட்புறத்தில் அமைந்துள்ளது.

யாத்திரை செய்ய வேண்டிய முறை வாழ்நாளில் ஒவ்வொருவரும் ராமேஸ்வரம் சென்று இறைவனை வழிபட்டு நற்கதி பெறவேண்டும். அவ்வாறு செல்வோர் முதலில் இராமேஸ்வரம் வந்து கடல் நீராடி இராமநாதரைத் தொழுது, இங்கிருந்து (கடல்) மண்ணையெடுத்துக் கொண்டு காசி சென்று, கங்கையிற் கரைத்து, கங்கையில் நீராடி விசுவநாதரைத் தொழுது கங்கை நீருடன் திரும்பவும் இராமேஸ்வரம் வந்து இராமநாதசுவாமிக்கு அபிஷேகம் செய்து வணங்கி இந்த யாத்திரையைப் பூர்த்தி செய்ய வேண்டும். இதுவே முறையானது. சிறந்த, புண்ணிய யாத்திரைத் தலம். தனுஷ்கோடி சேது இத்தலத்தையடுத்துள்ளது. இங்கு வந்து மூழ்கினால்தான் காசி யாத்திரை பூர்த்தியாகும் என்பது மரபு.

> கோடி மாதவங்கள் செய்து, குன்றினார் தம்மை வல்லாம்
> வீடவே சக்கரத்தால் எறிந்து, பின் அன்பு கொண்டு
> தேடி மால் செய்த கோயில் திருஇரா மேச்சுரத்தை
> நாடி வாழ் நெஞ்சமே ! நீ நன்னெறி ஆகும் அன்றே.

என்பது அப்பர் தேவாரம்.

253. திருவாடானை

மூலவர் – ஆதிரத்னேஸ்வரர், அஜகஜேஸ்வரர்.
அம்பாள் – சிநேகவல்லி, அன்பாயிரவல்லி.
தலமரம் – வில்வம்
தீர்த்தம் – க்ஷீரகுண்டம், வருணதீர்த்தம், அகத்திய தீர்த்தம், சூரிய தீர்த்தம், மார்க்கண்டேய தீர்த்தம் முதலானவை.
பதிகங்கள் – சம்பந்த–1.

காரைக்குடியில் இருந்து தேவகோட்டை வழியாக சுமார் 42 கி.மீ. தொலைவிலும், சிவகங்கையில் இருந்து தொண்டி சாலையில் காளையார்கோவில் வழியாக சுமார் 50 கி.மீ. தொலைவிலும் இத்தலம் இருக்கிறது. காரைக்குடி, சிவகங்கை மற்றும் தேவகோட்டையில் இருந்து பேருந்துகள் செல்கின்றன. திருப்புனவாசல் தலத்திலிருந்தும் இங்கு வர சாலை வசதி உள்ளது.

தலவரலாறு

பாரிசாதவனம், வன்னிவனம், வில்வவனம், ஆதிரத்னேஸ் வரம், மார்க்கண்டேயபுரம், கோமுத்தீசம், விஜயேச்சரம் என 12 வேறு பெயர்களும் உண்டு. இத்தலம் நான்கு யுகங்களிலும் இருக்கிறது என்றும், முன்னொரு காலத்தில் தேவலோகத்தில் உள்ள அமிர்தத்திலிருந்து ஒரு துளி பூமியில் விழுந்ததால் இவ்வூர் உண்டாகியது என்றும் திருவாடானை தலபுராணம் தெரிவிக்கிறது. இத்தலத்து இறைவனை வணங்கினால் முக்தி நிச்சயம். ஆகவே இது முக்திபுரம் என்று அழைக்கப்படுகிறது.

மேலும் சூரியன் வணங்கியதால் ஆதிரத்தினேசுவரம் என்று இதற்குப் பெயர் உண்டு. அந்த விவரங்களை அறிந்து கொள்வோம். பிரம்மதேவரின் ஆலோசனையின் படி சூரியன் இத்தலத்திற்கு வந்து தன் பெயரில் ஒரு தீர்த்தத்தை உண்டாக்கி ரத்தினமயமான லிங்கம் ஒன்றை செய்து அதற்கு நாள்தோறும் அபிஷேகம் செய்து, தூப தீப

ஆராதனைகள் காட்டி வழிபட்டான். ஆதியாகிய சூரியன் நீல நிறமுள்ள ரத்தினமயமான இறைவனை வழிபட்டதால் இத்தலத்து இறைவனுக்கு ஆதிரத்தினேசுவரர் என்ற பெயர் உண்டாயிற்று. சூரியன் வழிபட்டதை மெய்ப்பிக்கும் விதமாக இன்றும் உச்சிக்காலத்தில் பாலாபிஷேகம் செய்யும் போது இறைவன் திருமேனி நீல நிறமாகக் காட்சி அளிப்பதாக கூறப்படுகிறது.

ஆடானை பெயர் வந்த காரணம் வருணபகவானின் மகனாகிய வாருணியின் சாபம் நீக்கியதால் ஆடானை எனவும் இத்தலம் அழைக்கப்படுகிறது. துர்வாச முனிவர் ஒரு சமயம் ஆற்றின் கரையில் தவம் செய்து கொண்டிருந்தபோது அந்த வழியாக வருணபகவானின் மகன் வாருணி என்பவன் வந்தான்.

முனிவர் தவம் செய்வதைப் பார்த்த அவன் அவரை வணங்காமல் அலட்சியமாகச் சென்றான். இதைக் கவனித்த துர்வாச முனிவர் கோபம் கொண்டு தவமுனிவனாகிய என்னை அலட்சியம் செய்து விலங்கைப் போல கடந்து சென்ற நீ ஆட்டுத்தலையும், யானை உடலும் கொண்டு திரிந்து அலைக என சாபம் கொடுத்து விட்டார்.

தன் தவறை உணர்ந்த வாருணி அவரது கால்களில் விழுந்து சாபம் தீர பரிகாரம் வேண்டினான், அவர், முன்னொரு காலத்தில் சூரியனால் வழிபடப்பட்ட இத்தலத்து மூர்த்தியான சிவலிங்கத்தை வணங்கி வழிபட்டால் சாபம் நீங்கும் என்றார். அவனும் அவ்வாறே செய்து சுயரூபம் பெற்றான். வாருணி சாபம் நீக்கியதால் இத்தலம் ஆடானை என்று பெயர் பெற்றது. (ஆடு + ஆனை = ஆடானை) இத்தலத்து இறைவன் ஆடானை நாதர் என்று பெயர் பெற்றார்.

தலச்சிறப்புக்கள்

ராஜகோபுரம் ஒன்பது நிலைகளைப் பெற்று 130 அடி உயரமுடன் கம்பீரமாகக் கிழக்கு நோக்கியுள்ளது. விநாயகர், முருகன், சோமாஸ்கந்தர், இலக்குமி சந்நிதிகள் உள்ளன. நடராச சபை உள்ளது. அழகிய சிற்ப வேலைப்பாடுகளுடன் கூடிய தூண்களை உடைய மண்டபம் உள்ளது. இக்கோவில்

பாண்டிய நாட்டு தேவார சிவஸ்தலங்களில் ஒரு முக்கிய இடத்தைப் பெற்றுள்ளது.

மூலவர் ரத்னேஸ்வரர் அழகான சிவலிங்கத் திருமேனியுடன் தரிசனம் தருகிறார். இவரை நீல நிற ரத்தினத்தால் சூரியன் அமைத்து வழிபட்டதைப் பார்த்தோம். இம்மூர்த்தி நீலக்கல்லில் ஆவுடை சேர்க்கப்பட்டுக் காட்சி தருகிறார். சுவாமி, அம்பாள் சந்நிதிகள் இருண்டும் கிழக்கு நோக்கி அமைந்துள்ளன. அம்பாள் நான்கு கரங்களுடன் விளங்குவது விசேஷம். மற்றொரு விசேஷம் என்னவென்றால், மாசி மாதத்தில் சூரியஒளி மூலவர் மற்றும் அம்பாள் மீது விழுவது தான்.

உள் பிரகாரத்தில் விநாயகர், சுப்பிரமணியர், சூரியன், 63 நாயன்மார்கள், தட்சிணாமூர்த்தி, வருணலிங்கம், விஸ்வநாதர், சண்டிகேஸ்வரர், நடராஜர், நால்வர், பைரவர், சந்திரன் முதலிய சந்நிதிகள் உள்ளன. இது சுக்கிர தோஷ நிவர்த்தித் தலமாக விளங்குகிறது. வெள்ளிக்கிழமைகளில் இங்கு சுக்கிர தோஷ நிவர்த்திக்காக விசேஷ பூஜைகள் நடைபெறுகின்றன.

"மங்கை கூறினன் மான்மறியுடை
அங்கையானுறை ஆடானை
தங்கையாற்றெழு தேத்த வல்லவர்
மங்குநோய் பிணிமாயுமே."

என்பது சம்பந்தர் தேவாரம்.

254 திருக்கானப்பேர்
(காளையார்கோவில்)

மூலவர்	–	காளேஸ்வரர், சோமேசர், சுந்தரேசர்.
அம்பாள்	–	சௌந்தரநாயகி, சொர்ணவல்லி, மீனாட்சி.
தலமரம்	–	மந்தாரை.
தீர்த்தம்	–	யானைமடு, சிங்கங்கை, காளிதீர்த்தம்.
பதிகங்கள்	–	சமபந்தர்–1, சுந்தரர்–1.

திருக்கானப்பேர் தற்போது காளையார்கோவில் என்று வழங்கப்படுகிறது. இத்தலம் சிவகங்கையில் இருந்து தொண்டி செல்லும் சாலையில் சுமார் 20 கி.மீ. தொலைவில் உள்ளது. சிவகங்கை, காரைக்குடி, தேவகோட்டை, மதுரை ஆகிய ஊர்களிலிருந்து இத்தலத்திற்குப் பேருந்து வசதிகள் உள்ளன. இத்திருக்கோயிலில் மூன்று சந்நிதிகள் உள்ளன.

நடுவில் இருப்பது காளீஸ்வரர் சொர்ணவல்லி. வலது பக்கம் இருப்பது சோமேசர் சௌந்தர நாயகி. இடது பக்கமாக இருப்பது சுந்தரேசர் மீனாட்சி.

தேவாரப்பாடல் பெற்றவர் காளீஸ்வரர் மட்டுமே. இவர் பெயரில்தான் நிலபுலன்கள் உள்ளன. இப்பகுதியில் இம்மூன்று சந்நிதிகளை யொட்டி வழங்கும் பழமொழி ஒன்று உண்டு "காளை தேட சோமர் அழிக்க சொக்கர் சுகிக்க" என்பதே அது. விழாக் காலத்தில் வீதியுலா வருபவர் சோமேஸ்வரரே. படையல் நிவேதனம் ஆகியவற்றை ஏற்பவர் சொக்கர்.

மூலவர்கள் கிழக்கு நோக்கியும், மூன்று அம்மன்களில் சுவர்ணவல்லி சந்நிதி சுந்தரேஸ்வரர் சந்நிதிக்கு இடதுபுறம் கிழக்கு நோக்கி அமைந்துள்ளது. மற்ற இரண்டு அம்பாள் சந்நிதிகளும் தெற்கு நோக்கி அமைந்துள்ளன. தீர்த்தம் கஜபுஷ்கரணி (யானைமடு), இது நீராழி மண்டபத்துடன் கூடிய பெரிய தெப்பக்குளம் சிவகங்கைக் காளி தீர்த்தம், விஷ்ணு தீர்த்தம், சரஸ்வதி தீர்த்தம், கௌரி தீர்த்தம், ருத்ர தீர்த்தம், லட்சுமி தீர்த்தம், சுதர்சன தீர்த்தம் முதலியன. தலவிருட்சம் கொக்குமந்தாரை.

தலவரலாறு

பண்டாசுரனை வதைத்ததால் ஏற்பட்ட தோஷம் காரணமாக காளியின் உருவம் கறுப்பாக மாறிவிட்டது. அவள் இத்தலம் வந்து சிவகங்கை தீர்த்தம் உண்டாக்கி காளீசுவரை வழிபட்டாள். அவளது கரிய உருவம் மாறி பொன்வர்ணம் வந்தது. அவள் சுவர்ணவல்லியாகி இறைவனை மணந்தாள்.

இந்திரனின் பட்டத்து யானையாகிய ஐராவதம் துர்வாச மகரிஷியின் சாபத்தினால் காட்டுயானையாக மாறி

மண்ணுலகில் அலைந்து திரிந்தது. சாப நிவர்த்திக்கா இத்தலத்திற்கு வந்து தனது தந்தத்தால் பூமியைக் கீறி ஒ பள்ளத்தை உண்டாக்கி அந்தத் தண்ணீரினால் இறைவனை அபிஷேகம் செய்து வழிபட்டது. ஈசன் மகிழ்ச்சி அடைந்து அதன் சாபம் நீக்கினார், அது தேவலோகம் சென்றது யானை உண்டாக்கிய தீர்த்தம் யானைமடு (கஜபுஷ்கரணி) என்று பெயர் பெற்றது. இராமபிரான் ராவணனை அழித்த பிரம்மஹத்தி தோஷம் நீங்க இத்தீர்த்தத்தில் நீராடியதாக ஸ்கந்த புராணத்தில் உள்ளது.

தலச்சிறப்புக்கள்

கோயிலின் எதிரில் மருதுபாண்டியர் சமாதி இருக்கிறது இவர்களே இந்தக் கோயிலின் கோபுரத்தைக் கட்டியவர்கள் அந்தக் கோபுரத்தைக் காப்பாற்ற தங்கள் உயிரைத் துச்சமாக நினைத்த அவர்களுடைய நெஞ்சை உருக்கும் வரலாறு ஒன்று உண்டு.

மருதுபாண்டியரைக் கைது செய்ய எண்ணிய ஆங்கிலேயர் அவர்கள் வந்து சரணடையாவிட்டால் இக்கோபுரத்தை இடித்துவிடப் போவதாகப் பறை சாற்றினர். காட்டில் திரிந்து வாழ்ந்து கொண்டிருந்த மருதுபாண்டியர், ஐயகோ இது என்ன கொடுமை? நம் உயிர்போனாலும் பரவாயில்லை, ஆண்டவன் ஆலயத்து கோபுரம் இடிபடக்கூடாது என்று விரும்பினர். எனவே கோபுரத்தைக் காக்க உறுதி கொண்டு உயிரைப் பொருட்படுத்தாமல் வந்து சரணடைந்து, வெள்ளையரால் தூக்கில் இடப்பட்டனர். மற்றொரு சிறிய கோபுரம் வரகுண பாண்டியனால் கட்டப்பட்டது.

இத்தலத்தில் பிறந்தாலும், இறந்தாலும் முக்தி என்று தலபுராணம் கூறுகிறது. இத்தல இறைவனை வணங்கினால் நாம் பூர்வ ஜென்மத்தில் செய்த அத்தனை பாவங்களும் சூரியனைக் கண்ட பனி விலகுவது போல மறையும். இந்திரன் தனக்கு ஏற்பட்ட சாபத்தைப் போக்க பல சிவாலயங்களைத் தரிசித்தான். ஆனால் பாவம் முற்றிலும் நீங்கவில்லை. ஆனால் இத்தலம் வந்தவுடன் ஆயிரம் சிவாலயங்களை ஒன்றாகத் தரிசித்த பலன் கிடைத்ததாக உணர்ந்தான். இதன் அடிப்படையிலேயே இங்கு சகஸ்ரலிங்கம் பிரதிஷ்டை

செய்யப்பட்டுள்ளது. அது போலவே சுவாமிக்கும், அம்பாளுக்கும் தங்கத்தால் ஆன பள்ளியறை இருப்பது மற்றொரு சிறப்பம்சம்.

கனவில் வந்த காளை

சுந்தரமூர்த்தி சுவாமிகள் சேரமானுடன் தலயாத்திரை செய்த போது திருச்சுழியல் தலத்திற்கு வந்தார். அங்கு இறைவனை வழிபட்டுவிட்டு இரவு தங்கினார். அன்று இரவு அவருக்கு கனவில் இறைவன் காட்சி தந்தார் எப்படி? மனித உருவிலா? அது தான் இல்லை.

காளை வடிவம் தாங்கிக் கையில் பொற்செண்டு பிடித்துத் கொண்டு திருமுடியில் சுழியும் அணிந்து காட்சி தந்த இறைவன் "யாம் இருப்பது கானப்பேர்" எனக் கூறி மறைந்தார். தூக்கம் கலைந்த சுந்தரர் இறைவன் பெருங்கருணைத் திறத்தை வியந்து நெக்குருகினார். காலையில், சேரர் பெருமானுடன் இத்தலத்திற்கு வந்து ஈசனைப் பணிந்து பதிகம் பாடிப் போற்றித் துதித்தார். கானப்பேர் திருத்தலத்தில் காளை வடிவில் குடியிருக்கும் இறைவனே என்று ஒவ்வொரு பாடலிலும் குறிப்பிடுகிறார்.

தொண்டர் அடித்தொழலும் சோதி இளம்பிறையும்
சூதன மென்முலையாள் பாகமும் ஆகிவரும்
புண்டரிகப் பரிசாம் மேனியும் வானவர்கள்
பூச லிடக்கடல்நஞ் சுண்ட கருத்தமரும்
கொண்ட லெனத்திகழுங் கண்டமு மெண்டோளுங்
கோல நறுஞ்சடைமேல் வண்ணமுங் கண்குளிரக்
கண்டு தொழப்பெறுவ தென்றுகொ லோஅடியேன்
கார்வயல் சூழ்கானப் பேருறை காளையையே

என்பது சுந்தரர் தேவாரம்.

255 திருப்பூவணம்

மூலவர் – புஷ்பவனேஸ்வரர், பூவணநாதர்.
அம்பாள் – சௌந்தரநாயகி, மின்னனையாள்.
தலமரம் – பலா.
தீர்த்தம் – வைகை ஆறு
பதிகங்கள் – அப்பர்–1, சுந்தரர்–1 சம்பந்தர்–2.

இந்த ஊர் பழையூர், புதூர், கோட்டை, நெல்முடிக்கரை என நான்கு பகுதிகளாக இருக்கிறது. இவற்றுள் கோட்டை என்ற பகுதியில் தான் இந்தத் திருத்தலம் அமைந்திருக்கிறது. இத்தலத்திற்கு புஷ்பவனகாசி, பாஸ்கரபுரம், லட்சுமிபுரம், பிரம்மபுரம், ரசவாதபுரம் என்று பல பெயர்கள் உண்டு.

இது பாண்டிய நாட்டுத் தலங்களுள் அப்பர், சுந்தரர், சம்பந்தர் ஆகிய மூவரது பாடல்களையும் பெற்ற ஒப்பற்ற தலம். மதுரை மானாமதுரை சாலை வழித்தடத்தில் மதுரையில் இருந்து தென்கிழக்கே 20 கி.மீ. தொலைவில் திருப்பூவணம் உள்ளது. மதுரையில் இருந்து ரயில் மற்றும் சாலை வழியாக திருப்பூவனம் செல்லலாம்.

தலவரலாறு

சம்பந்தர், அப்பர், சுந்தரர் ஆகிய மூவருக்குமே இந்த ஊருக்கு வந்தபோது ஆற்றுமணல் அத்தனையும் சிவலிங்கமாகக் காட்சி அளித்தன. அப்படிக் காட்சி அளிக்க என்ன காரணம்? அதையும் தெரிந்து கொள்வோம்.

பார்வதி தேவி தான் அறிந்து செய்த பாவம் போக்க, இத்திருத்தலம் வந்து, திருக்கோயிலுக்கு நேர் எதிரே வைகை ஆற்றின் வடகரையில் பாரிசாத மரத்தின் அடியிலிருந்து தவம் செய்தாள். அப்போது சிவபெருமான் அம்மரத்தின் அடியில் சிவலிங்கமாய் முளைத்து உமையம்மையின் பாவத்தை நீக்கியருளினார். அதனால் தான் சிவபெருமானை உள்ளும் புறமும் நிரப்பிக் கொண்ட தேவார மூவர்களுக்கு அந்த மணல் அனைத்தும் சிவலிங்கமாகக் காட்சி அளித்தன.

இங்கே வந்த திருஞானசம்பந்தர் வைகை ஆற்றைக் கடக்க

முயன்ற போது ஆற்று மணல்கள் எல்லாம் சிவலிங்கங்களாகக் காட்சியளித்தன. எனவே அவர் அந்த மண்ணை கால்களினால் மிதிப்பதற்கு அஞ்சி, கரையில் இருந்தபடியே தென் திருப்பூவணமே என்று முடியும் தேவாரப் பதிகத்தைப் பாடி வணங்கினார். திருப்பூவணநாதர் நந்தியை சாய்ந்திருக்கச் சொல்லி காட்சி அருளினார். இதை உறுதிப்படுத்தும் விதமாக இன்றும் நந்தி சாய்ந்துள்ளதைக் காணலாம். வைகையின் மறுகரையில் இருந்து அவர்கள் தொழுத இடம் இன்று மூவர் மண்டபம் என அழைக்கப்படுகிறது.

இந்த தலத்து இறைவனை பிரம்மன் வழிபட்டு மேன்மை பெற்றான். இங்கு வைகையாறு வடக்கு நோக்கி உத்தரவாகினியாகப் பாய்வது மிகவும் விசேஷம். அதனால் கங்கைக்கு நிகரானதாகக் கருதப்படுகிறது. அதனால் இங்கு வைகையாற்றில், இறந்தவர்களின் அஸ்தி கரைக்கப்படுகிறது. இது ராமேஸ்வரம் கடலில் கரைப்பதற்குச் சமமானது. இறந்த 30 ஆம் நாளில் திருப்பூவணநாதர் கோயில் சன்னிதியில் நெய்யூற்றி, மோட்ச தீபம் ஏற்றி வழிபாடு செய்தால், இறந்தவர் மோட்சம் அடைவர் என்பது நம்பிக்கை.

தலச்சிறப்புக்கள்

கோவில் கிழக்கு நோக்கியபடி ஐந்து நிலைகளைக் கொண்ட ராஜகோபுரத்தோடு உயர்ந்து நிற்கிறது. பெரிய கோபுரம் கடந்து உள்ளே சென்றால் வரிசையாகப் பல மண்டபங்கள் உள்ளன. ஆறுகால் மண்டபத்தை அடுத்து மகாமண்டபமும் அதையடுத்து அர்த்த மண்டபத்துடன் கூடிய கருவறையும் உள்ளது. மூலவர் புஷ்பவனேஸ்வரர் சுயம்புலிங்கத் திருமேனி கொண்டு தரினம் தருகிறார். லிங்கத் திருமேனியில் திரிசூலம், சடைமுடி ஆகியவற்றைக் காணலாம் இறைவன் சுயம்புமூர்த்தி.

கருவறையில் லிங்கத் திருமேனிக்குப் பின்புறம் நட்சத்திர தீபமும், 27 விளக்குகள் கொண்ட திருவாச்சி தீபமும் இடம் பெற்றுள்ளன. இவை இறந்தவர் முக்தி பெற ஏற்றப்படும் மோட்ச தீபங்கள் எனப்படும். அம்பாள்

சௌந்தரநாயகி சிறிய கோபுரத்துடன் கூடிய தனிக்கோயிலில் அருள்பாலிக்கிறாள்.

உள்பிரகாரத்தில் பாஸ்கர விநாயகர், சுப்பிரமணியர் சூரியன், சயனப்பெருமாள், நால்வர், 63 மூவர், சப்தமாதர்கள் மகாலட்சுமி, தட்சிணாமூர்த்தி, சந்திரன், நவக்கிரகங்கள் ஆகியோரை நாம் தரிசிக்கலாம். இத்தலத்தில் நடராஜர் சபையிலுள்ள நடராச மூர்த்தம் மிகவும் பெரியது, மிக அற்புதமான வேலைப்பாடுகள் கொண்டது. அருகே பதஞ்சலி முனிவரும், வியாக்ரபாத முனிவரும் காட்சியளிக்கின்றனர். உலோகத்தாலான உற்சவ நடராஜரும், சிவகாமியும் இச்சபையிலுள்ளனர்.

ரசவாத சித்தர் திருப்பூவணம் '36ஆவது' திருவிளையாடல் நடந்த திருத்தலம்.

திருப்பூவணத்தில் பொன்னனையாள் என்ற சிவபக்தை இருந்தாள். இவள் நாட்டிய இலக்கணப்படித் தினமும் இறைவன் முன் நடனமாடுவது வழக்கம். இவள் தனக்குக் கிடைக்கும் வருமானத்தை எல்லாம் சிவனடியார் பலரும் வந்து உணவருந்திச் செல்லும் வண்ணம் செலவு செய்தாள்.

திருப்பூவணம் கோயிலில் வைத்துப் பூசிப்பதற்கு இறைவனின் திருமேனியைத் தங்கத்தில் செய்து கொடுக்க வேண்டும் என்ற ஆவல் நீண்ட காலமாக இருந்தது. ஆனால் அவள் ஆடி ஆடி சம்பாதிக்கும் பொருள் எல்லாம் அன்னதானத்திற்கே செலவானதால், அவள் ஆசை நிறைவேறவில்லை. எனவே அவள் மதுரை சோமசுந்தரக் கடவுளை மனதில் நினைந்து வேண்டினாள்.

மதுரை சோமசுந்தரப் பெருமான் அவளது ஆசையைப் பூர்த்தி செய்ய எண்ணி சித்தர் வடிவில் திருப்பூவணத்தில் பொன்னனையாள் வீட்டிற்கு எழுந்தருளினார். பொன்னனையாள் சித்தரது பாதங்களில் பணிந்து வணங்கி உணவு உண்ண அழைத்தாள். அதற்குச் சித்தர் உனது முகம் வாட்டத்துடன் காணப்படுகின்றதே! அதற்குக் காரணம் என்ன? என்னவென்று கேட்டார்.

அவள் தன் ஆசையைத் தெரிவித்து அது இயலாமல்

போனதைக் குறித்து வருந்தினாள். உடனே சித்தர், வருந்தாதே உன் வீட்டில் உள்ள உலோகப் பாத்திரங்களைக் கொண்டு வா எனச் சொல்லி, அவற்றின் மீது திருநீற்றினைத் தூவி, இவற்றைத் தீயிலிட்டுக் காய்ச்சுங்கள் தங்கம் கிடைக்குமெனக் கூறினார். அவர் யாம் மதுரையில் விளங்கும் சித்தராவோம் எனக் கூறி மறைந்தார். வந்தவர் மதுரை வெள்ளியம்பலத்தில் கால்மாறி ஆடியருளும் அம்பலவாணரே என அறிந்து தனது கவலையை விடுத்தாள் பொன்னனையாள்.

சித்தர் கூறியபடியே உலோகப் பாத்திரங்களைத் தீயிலிட்டுப் புடம் செய்தாள். உலோகங்களின் களிம்பு நீங்கிப் பொன்னாக மாறின. இந்த ரசவாதம் கண்டு அவள் ஆனந்தம் கொண்டாள். அப்பொன்னை ஈசனுக்குயச் சிலை செய்ய பொற்கொல்லர்களிடம் கொடுத்தாள். அவர்கள் அழகான ஒரு சிலையைச் செய்து தந்தனர்.

இறைவனின் அழகான திருவுருவத்தைக் கண்டு அச்சோ! இவன் மிக அழகன்' என்று இறைவனின் கன்னத்தைக் கிள்ளி முத்தமிட்டாள். அதனால் இறைவனின் திருமேனியில் தழும்பு உண்டானது. இந்த வரலாற்றை உறுதிப்படுத்தும் விதமாக அந்த லிங்கத் திருமேனியில் கிள்ளிய அடையாளத்தை இன்றும் காணலாம். கோயிலில் சித்தர், பொன்னணையாள் ஆகியோரது உருவச்சிலைகள் இருக்கின்றன. பொன்னனையாள் இறைவனின் கன்னத்தைக் கிள்ளுவது போன்ற சிற்பம் கோயில் மகா மண்டபத்தில் உள்ள கல்தூணில் செதுக்கப்பட்டுள்ளது.

எண்ணியிருந்து கிடந்து நடந்தும்
அண்ணல் எனாநினைவார் வினைதீர்ப்பார்
பண்ணிசையார் மொழியார் பலர் பாடப்
புண்ணியனார் உறை பூவணம் ஈதோ'

என்பது சுந்தரர் தேவாரம்.

256. திருச்சுழியல்

மூலவர்	–	திருமேனிநாதர், சுழிகேசர், பிரளயவிடங்கர், தனுநாதர், மணக்கோலநாதர், கல்யாணசுந்தரர், புவனேஸ்வரர், பூமீஸ்வரர்,
அம்பாள்	–	துணைமாலையம்மை, சகாயவல்லி, சொர்ணமாலை, முத்துமாலையுமையாள் மாணிக்கமாலை.
தலமரம்	–	அரசு, புன்னை.
தீர்த்தம்	–	கௌவைக்கடல், பூமி தீர்த்தம், சூலதீர்த்தம், கௌண்டியன் ஆறு.
பதிகங்கள்	–	சுந்தரர்–1

மதுரையில் இருந்து அருப்புக்கோட்டை சென்று அங்கிருந்து 15 கி.மீ. தொலைவில் உள்ளது. மதுரை, அருப்புக்கோட்டையில் இருந்து நேரடி பேருந்து வசதிகள் இருக்கின்றன. மதுரையில் இருந்து காரியாபட்டி வரை நகரப் பேருந்தில் சென்று அங்கிருந்து மீண்டும் நகரப் பேருந்தில் திருச்சுழியல் வரை செல்லலாம். மதுரை காரியாபட்டி திருச்சுழி தான் நேர் வழி. மதுரையிலிருந்து அருப்புக்கோட்டை சென்று பின் திருச்சுழி செல்வது சுற்று வழியாகும்.

தீர்த்தம் 1. பாவகரி நதி (கௌண்டின்ய ஆறு (அ) குண்டாறு)

2. கவ்வைக்கடல் (ஓலிப்புணரி) சந்நிதிக்கு எதிரில் உள்ளது. இத்தீர்த்தம் சுந்தரர் தேவாரத்தில் சிறப்பிக்கப் பெறுகிறது. சிவபெருமான் பிரளயத்தைச் சுழித்து இத்தீர்த்தத்தில் புகச்செய்தார் என்பது தலவரலாறு.

3. பூமி தீர்த்தம்: சந்நிதிக்கு எதிரில் ஆற்றுக்குச் செல்லும் வழியில் உள்ளது.

4 சூல தீர்த்தம்: கவ்வைக்கடல் மைய மண்டபத்தின் பின் உள்ளது.

இவை தவிர, பிரம தீர்த்தம், ஞானவாவி முதலியவையும்,

அருச்சுனன் தீர்த்த யாத்திரையாகப் புறப்பட்டுப் பாண்டிய நாடு வந்து, சித்திராங்கதையை மணந்து அவளுடன் திருச்சுழியல் வந்து இறைவனை வணங்கித் தன் காண்டீபத்தின் முனையால் உண்டாக்கிய 'கோடி தீர்த்தமும்' (அம்மன் சந்நிதி முன்புள்ள கிணறு) உள்ளன.

தலப் பெயர் காரணம்:

ஒவ்வொரு யுகத்திலும் இந்த ஊரில் பிரளயத்தின்போது பெருவெள்ளம் வருவது வழக்கம். ஆனால் துவாபர யுகத்தில் இந்தப் பகுதியை ஆண்ட மன்னன் சிறந்த சிவபக்தனாக விளங்கியதால் வெள்ள நீரினால் இந்த இடம் அழியாமல் காக்க வேண்டும் என ஈசனை வேண்டினான். அவன் வேண்டுதலை ஏற்ற சிவபெருமான் தனது சூலாயுதத்தினால் தரையில் குத்தி நிலத்தில் ஒரு பெரிய துவாரத்தை ஏற்படுத்தினார். வெள்ளநீர் முழுவதும் அந்தத் துளை வழியாகப் பூமியில் புகுந்தது. ஊர் அழியாமல் காப்பாற்றப்பட்டது. சிவபெருமானின் சூலத்தைச் சுற்றி வெள்ளம் சுழித்துச் சென்றதால் திருச்சுழியல் என்ற பெயர் ஏற்பட்டது.

தலச்சிறப்புக்கள்

ஆலயத்திற்குள் சென்றால் கம்பத்தடி மண்டபம் வரவேற்கிறது, அங்கே கொடிமரம், பலிபீடம் ஆகியவை உள்ளன. மேலும் விநாயகர், சுப்பிரமணியர் சந்நிதிகள் இருக்கின்றன. அதிகார நந்தியைத் தரிசித்து உள்ளே சென்றால் கருவறை தரிசனம். மூலவர் திருமேனிநாதர், சதுரவடிவத்தில் அமைந்த ஆவுடையார் மீது சுயம்பு லிங்கமாக கிழக்கு நோக்கி தரிசனம் தருகிறார்.

கருவறை சுற்றுப் பிரகாரத்தில் உஷா, பிரத்யுஷா சமேத சூரியன், அறுபத்துமூவர், சந்தானாசாரியர், சப்தமாதர்கள் சந்நிதிகள் உள்ளன. கருவறை சுற்றுச் சுவரில் கோஷ்ட மூர்த்தங்களாகத் தட்சிணாமூர்த்தி, லிங்கோற்பவர், துர்க்கை, பிரம்மா ஆகியோர் உள்ளனர். சபா மண்டபத்தில் நடராசர் சந்நிதி உள்ளது. இங்கு நடராசர் மூலவராகச் சிலாரூபத்தில் பிரபையோடு தரிசனம் அளிக்கிறார். அருகே நடராசர், சிவகாமி, பதஞ்சலி, வியாக்ரபாதர் ஆகியோரின் உற்சவ மூர்த்திகளை வணங்கலாம்..

சுவாமி சந்நிதிக்கு தென்புறம் சகாயவல்லி என அழைக்கப் படும் அம்பாள் சந்நிதி தனிக்கோயிலாக கொடிமரம், பலி பீடம், நந்தி ஆகியவற்றோடு உள்ளது. கருவறை உள்ளே சென்றால் அம்பாள் கிழக்கு நோக்கி திரிபங்கி லட்சண அமைப்பில், இடுப்பு, கழுத்து, இடக்கால் சற்று சாய்ந்து நடன அமைப்பில் தரிசனம் தருகிறாள். சந்நிதியின் உட்புறத்தில் அம்பாளுக்கு எதிரில் உள்ள மண்டபத்தின் மேற்புறத்தில் ஸ்ரீ சக்கரம் கல்லில் வடிக்கப்பட்டு வைக்கப்பட்டுள்ளது.

இத்திருத்தலத்தில் திருமால், இந்திரன், பிரம்மன், சூரியன், கௌதமர், அகலிகை, கண்ணுவ முனிவர், அருச்சுனன், சேரமான் பெருமாள் ஆகியோர் வழிபட்டுப் பேறு பெற்றனர் என்பது சிறப்பு. இத்தலத்தில் பூமிதேவி இறைவனை வழிபட்டிருப்பதால் இறைவனுக்கு பூமிநாதசுவாமி என்ற பெயரும் உண்டு. ஆண்டுக்கு இருமுறை சூரியஒளி கருவறையில் உள்ள மூலவரின் திருமேனி மீது விழுவது தலத்தின் சிறப்பம்சம். திருவண்ணாமலையில் தங்கி அருள் மழை பொழிந்து அவனிக்கு ஞானதீபமாய் விளங்கிய ஸ்ரீரமண மகரிஷி அவதரித்த தலமும் இதுவே.

ஊனாய்உயிர் புகலாய்அக லிடமாய் முகில்பொழியும்
வானாய்வரு மதியாய்விதி வருவானிடம் பொழிலின்
தேனாதரித் திசைவண்டினம் மிழற்றுந்திருச் சுழியல்
நானாவிதம் நினைவார்தமை நலியார்நமன் தமரே.

என்பது சுந்தரர் தேவாரம்.

257. திருக்குற்றாலம்

மூலவர் – குற்றாலநாதர், குறும்பலாஈசர், திரிகூடாசலபதி, திரிகூடாசலேஸ்வரர்.

அம்பாள் – குழல்வாய்மொழியம்மை, வேணுவாக்குவாஹினி.

தலமரம் – குறும்பலா

தீர்த்தம் – வடஅருவி

பதிகங்கள் – சம்பந்தர்–2.

திருநெல்வேலி மாவட்டத்தில் உள்ள தென்காசிக்கும் செங்கோட்டைக்கும் இடையே தென்காசியில் இருந்து தென்மேற்கே 5 கி.மீ. தொலைவிலும், செங்கோட்டையில் இருந்து 7 கி.மீ. தொலைவிலும் குற்றாலம் உள்ளது. தென்காசியிலிருந்தும் செங்கோட்டையிலிருந்தும் அடிக்கடி பேருந்துகள் உள்ளன. மதுரை, திருநெல்வேலி ஆகிய இடங்களில் இருந்தும் தென்காசி செல்ல பேருந்து வசதிகள் நிறைய உள்ளன.

தல வரலாறு:

கந்தபுராணம் திருக்குற்றாலப் படலத்தில் அகத்தியர் இத்தலத்தில் திருமாலை சிவனாக்கி வழிபட்ட வரலாறு கூறப்பட்டுள்ளது.

கயிலையில் மீனாட்சி சுந்தரேசுவரர் திருக்கல்யாண வைபவத்தின் போது வடதிசை தாழ்ந்து தென்திசை உயர்ந்தது. இறைவன் அகத்தியரை நோக்கி அகத்திய! வடதிசை பாரம் தாங்காமல் தாழ்ந்துவிட தென்திசை உயர்ந்து, அதை சமநிலைப்படுத்த நீ தென்திசைக்குச் சென்று வாழ்ந்து வருக என ஆணையிட்டார்.

அப்போது முனிவர் ஐயனே நான் உமது திருக்கல்யாண வைபவத்தையும் திருநடனத்தையும் காண இயலாதே என வருந்தினார். ஈசன் திரிகூடமலையின் மகிமையைக் கூறி அங்கு விஷ்ணுவாயிருந்த தம்மை சிவலிங்கமாக்கி மகுடாகமப்படி பூசித்து வழிபட்டு வா, அப்போது நீ எமது கல்யாண

வைபவத்தையும் நடனத்தையும் காணலாம் என்று கூறி அனுப்பி வைத்தார்.

அகத்தியரும் அவ்வாறே தென்திசை சென்று இலஞ்சி முருகனின் ஆலோசனைப்படி வைணவர் வேடம் பூண்டு கோயிலுக்குள் சென்று கண்களை மூடிக்கொண்டு சிவனைப் பிரார்த்தனை செய்தவாறு அச்சிலையின் தலையில் தனது கையை வைத்து அழுத்த, விஷ்ணுவின் சிலை குறுகி சிவலிங்கமாக மாறியது. அகத்தியருக்கு சிவபார்வதி திருமணக் காட்சியும் கிடைத்தது. அகத்தியரால் சிவத் திருமேனியாக மாற்றப்பட்டதால் லிங்கத் திருமேனியின் மீது அகத்தியரின் ஐந்து விரல்களும் பதிந்த அடையாளம் இருப்பதைக் காணலாம். விஷ்ணுவின் சிலாரூபம் லிங்கமாக மாறியதைப் போல ஸ்ரீதேவியை குழல்வாய் மொழியம்மை ஆகவும், பூதேவியைப் பராசக்தியாகவும் மாற்றியதாகவும் ஐதீகம்.

வைணவர்கள் விஷ்ணு மூர்த்தியைக் காணாமல் திகைத்து அகத்தியரை நிந்தித்தனர். முனிவர் அவர்களிடம் கோயிலின் தென்மேற்கு மூலையில் வைத்து பூசை செய்யுங்கள் அரியும் சிவனும் ஒன்றே; வேறுபாடு காட்டாதீர்கள் என உரைத்தார்.

முத்தனே முளரிக்கண்ணா மூலமென்றழைத்த வேழப்
பத்தியி னெல்லைகாகும் பகவனெ திகிரியாளா
கத்தனே யருள்சூற்கொண்டகந்தரக் கருப்பினானே
நத்தணி செவியகோல நாடுதற் கரியநம்பி

என்று சிவனுக்கும் விஷ்ணுவுக்கும் பொதுப் பெயர்களைச் சொல்லி பாடிப் பரவி கோயிலுக்குள் சென்றனர்.

அகத்தியர் திருமாலை சிவனாக்குவதற்காகத் தன் கைகளால் தொட்டதால் சிவலிங்கத்தின் தலைப்பாகத்தில் ஐந்து விரல்களும் பதிந்த வடு உள்ளது. முனிவர் தொட்டு அமுக்கியதால் உண்டான தலைவலி நீங்கவே இன்றும் சிவலிங்கத்திற்கு தைல அபிஷேகம் நடைபெறுகின்றது. அவருக்கு அபிஷேகம் செய்த அந்த மகாசந்தனாதித்தைலம் கோயில் அலுவலகத்தில் விற்பனை செய்யப்படுகின்றது. இது பல மூலிகைகள், வேர்கள் மற்றும் மருந்துகள் சேர்த்து மருத்துவ முறைப்படி பக்குவமாகக் காய்ச்சப்படுகின்றது.

இது தலைவலி, வயிற்றுவலி சயரோகம் முதலான கொடிய நோய் தீர்க்கும் மருந்தாகப் பயன்படுகின்றது.

குற்றாலநாதருக்கு 'வற்றாக் குடிநீரும் மாறாத் தலையிடியும்' எனும் சொல் வழக்கு உள்ளது. அகத்திய முனிவர் வருகைக்குப் பின், பெருமாளே "குறுக்கி குறுக்கி" குற்றாலநாதருக்கு மாற்றினார் என்பது புராணச் செய்தி. மேலும் அர்த்தசாம பூசையின் போது மூலிகைகளைக் கொண்டு கசாயம் தயாரித்து இறைவனுக்கு நெய்வேத்தியமாகப் படைத்து பக்தர்களுக்கு வழங்கப்படுகிறது. ஆதியில் இத்திருக்கோயில் வைணவத்தலமாக இருந்ததை உணர்த்தும் வகையில், இக்கோயில் சங்கு வடிவத்தில் அமையப்பெற்றுள்ளது. தற்போதும் இக்கோயில் சங்கின் வடிவில் இருப்பதை திருக்குற்றால மலையிலுள்ள செண்பகாதேவி கோயிலுக்குச் செல்லும் வழியில், அருவியின் மேற்பரப்பில் இருந்து காணலாம்.

தலச்சிறப்புக்கள்

திரிகூடநாதர் என்றும் குற்றாலநாதர் என்று அழைக்கப்படும் இத்தலத்து இறைவன் சுயம்பு லிங்கமாகக் கிழக்கு நோக்கி தரிசனம் தருகிறார். குழல்வாய் மொழியம்மை கிழக்கு நோக்கிய சந்நிதியில் அருள்பாலிக்கிறாள். பிரகார வலமாக வரும்போது அகத்தியரால் பிரதிஷ்டை செய்யப்பட்டதாகச் சொல்லப்படும் பராசக்தி பீடம் உள்ளது.

குற்றாலநாதர் மூலவரின் வடதிசையில் அறுபத்து நான்கு சக்தி பீடங்களில் ஒன்றான தரணிபீடம் எனப்படும் பராசக்தி பீடம் சிறுகோயிலாக உள்ளது. இது சிவன் சிற்பரையின் மந்திர சக்திகள் அடங்கிய ஆலயம். இங்கு பராசக்தி அரி, அயன், அரன் மூவரையும் பெற்றெடுத்தாள். இவளே கடவுளர் யாவர்க்கும் மேலை இறைவியுமாம் என்ற அபிராமி அந்தாதி வரிகளை நினைத்துப் பார்க்கலாம். தாணுமாலயப் பூந்தொட்டில் இவள் சன்னிதானத்தில் ஆடிக்கொண்டே இருக்கிறது.

பிராகாரத்தை வலம் வரும் போது, அதிகார நந்தி, சூரியன், கும்பமுனி எதிரில் கோஷ்ட மூர்த்தமாகவுள்ள தட்சிணாமூர்த்தி, விநாயகர், சப்தகன்னியர் முதலிய சந்நிதிகளைத் தரிசிக்கலாம்.

பஞ்சபூதலிங்கங்களும், நன்னகரப்பெருமாள், சுப்பிரமணியர் சனிபகவான் சந்நிதிகளும் உள்ளன.

இத்தலத்திலுள்ள தீர்த்தங்களில் வடவருவியும், தேனருவ என்ற சிவமதுகங்கையும் சிறப்புடையவை. தலமரமாகிய பலா மரத்தில் வருடம் முழுவதும் காய்கள் காய்க்கும். இதை யாரும் பறிப்பதில்லை. இந்த பலாவில் உள்ள சுளைகள் லிங்கத்தின் வடிவில் இருப்பது பார்த்து பரவசப்பட வேண்டிய ஒன்றாகும்.

சித்திரசபை குற்றாலநாதர் கோவில் நடராஜப் பெருமானின் ஐந்து சபைகளில் சித்திர சபையாகத் திகழ்கிறது. குற்றாலநாதர் கோவிலில் இருந்து சுமார் 1 கி.மீ. தொலைவில் தனிக்கோயிலாக சித்திர சபை அமைந்திருக்கிறது. மரத்தாலேயே ஆன அற்புத வேலைப்பாடுகளுடன் கூடிய இந்த சித்திர சபையில் இரண்டு மண்டபங்கள் இருக்கின்றன. ஒரு மண்டபத்தில் நிறைய சாளரங்கள் இருக்கின்றன. கூடத்தின் நான்கு பக்கங்களிலும் அற்புத ஓவியங்கள் தீட்டப்பட்டுள்ளதை மணிக்கணக்கில் கண்டு ரசிக்கலாம். அர்ச்சுனனுக்கு பஞ்ச தரிசனம் காட்டியருளிய பாசுபத அஸ்திரம் தந்த தலம்.

சபையின் உட்சுற்றில் துர்க்கையின் பல்வேறு வடிவங்கள் வீரபத்திரர், கஜேந்திர மோட்சம், திருவிளையாடற் புராண வரலாறுகள், அறுபத்து மூவர் உருவங்கள், பத்மநாபரின் கிடந்த கோலம், இரணிய சம்ஹாரம், பைரவரின் பல்வேறு உருவங்கள், சனிபகவான் ஆகியவை வண்ணத்தில் எழுதப்பட்டுள்ளன. இங்கே சிவபெருமான் நிகழ்த்திய 64 திருவிளையாடல்கள் அனைத்தும் சித்திரங்களாக அழகு ஓவியங்களாக கண்களைக் கவரும் விதத்தில் தீட்டப்பட்டிருகின்றன. கிழக்கு நோக்கியுள்ள இந்த சித்திர சபையின் உள்ளே இருக்கும் நடராசப் பெருமான் தெற்கு நோக்கி தரிசனம் தருகிறார்.

> வம்பார் குன்றம் நீடுயர்சாரல் வளர் வேங்கைக்
> கொம்பார் சோலைக் கோலவண்டியாழ் செய்குற்றாலம்
> அம்பா னெய்யோடாடலமர்ந்தான் அலர் கொன்றை
> நம்பான்மேய நன்னகர் போலும் நமரங்காள்."

என்பது சம்பந்தர் தேவாரம்.

258. திருநெல்வேலி

மூலவர்	–	நெல்லையப்பர், வேணுவனநாதர், வேய்முத்தநாதர், நெல்வேலிநாதர், சாலிவாடீசர், வேணுவனேஸ்வரர், வேணுவன மகாலிங்கேஸ்வரர். சுயம்பு மூர்த்தி.
அம்பாள்	–	காந்திமதி அம்மை, வடிவுடையம்மை.
தலமரம்	–	மூங்கில்
தீர்த்தம்	–	பொற்றாமரைக்குளம், (ஸ்வர்ண புஷ்கரணி) கருமாறித் தீர்த்தம், சிந்துபூந்துறை.
பதிகங்கள்	–	சம்பந்தர்–1.

தல வரலாறு:

முன்னொரு காலத்தில் வேதசர்மா என்னும் கோயில் அர்ச்சகர் சிவபெருமானிடம் மிகுந்த பக்தியுடன் மனமுருகி வழிபாடுகள் செய்து வந்தார். ஒரு முறை திருநெல்வேலியில் 12 வருடங்கள் மழை பெய்யாமல் வானம் பொய்த்தது. நீர் இல்லாமல் பயிர்களும், உயிர்களும் வாடின. அப்போதும் கூட வேதசர்மா. ஒவ்வொரு நாளும் சில வீடுகளில் நெல்லை யாசகமாக வாங்கி வந்து, இறைவனின் நைவேத்தியத்திற்காகப் பெற்ற நெல்லை சந்நிதி முன் உலர வைத்து விட்டு குளிக்கச் செல்வது அவரது வழக்கம். அவ்வாறு செய்து வரும் போது ஒரு நாள் திடீரென்று மழை பெய்ய ஆரம்பித்தது.

மழைச் சத்தம் கேட்டதும் ஐயோ பெருமானுக்கு வாங்கிய நெல் மழைத் தண்ணீரில் நெல் நனைந்து விடப்போகிறது என்று எண்ணி, பதைப்போடு ஓடி வந்து பார்த்தார். என்ன ஆச்சரியம்? மழைநீர் நெல்லின் மீது படவேயில்லை, சுற்றிலும் மழை பொழிந்து கொண்டிருந்தது. நெல் வெயிலில் காய்ந்தது. இந்த அதிசயத்தைக் கண்டு மெய்சிலிர்த்தார் அர்ச்சகர். இறைவனின் பெருங்கருணையை வியந்து நெக்குருகினார். தலைக்கு மேல் இருகரம் கூப்பி ஆனந்தக் கண்ணீர் பெருக்கினார். இந்த அதிசயத்தைக் கேள்விப்பட்ட மக்களும், மன்னனும் வேதசர்மாவின் உண்மையான பக்தியை அறிந்து போற்றினர். நெல்லுக்கு வேலியிட்டுக் காத்ததால் அத்தலத்து

ஈசனை நெல்வேலிநாதர் என்றும், அதுவரை வேணுவனம் என்றிருந்த அப்பகுதியை திரு என்ற அடைமொழி சேர்த்து நெல்வேலி என்றும் மக்கள் பெயரிட்டு அழைத்தனர்.

கோவில் தோன்றிய வரலாறு:

முன்பொரு காலத்தில் இப்பகுதி மூங்கில் காடாக இருந்தது. அப்போது அரண்மனைக்குப் பால் ஊற்றிக் கொண்டிருந்தார் ராமக் கோனார். அப்படி ஒருநாள் அவர் சென்று கொண்டிருக்கும் பொழுது வழியிலிருந்த மூங்கில் முளை ஒன்று அவரது காலை இடறியது. அதனால் பானையில் வைத்திருந்த பால் அந்த இடத்தில் சிதறியது. இது பலநாட்கள் தொடர்ந்து நடந்தது. இதனால் கோனார் அந்த மூங்கில் முளையைக் கோடாலியால் வெட்டினார்.

அதில் இருந்து ரத்தம் பீறிட்டது. பதறிப்போன அவர் பாண்டிய மன்னரிடம் விபரம் தெரிவித்தார். அரசன் ஆட்களுடன் வந்து மூங்கில் முளையை கைகளால் அகற்றிப் பார்த்தபோது தலையில் இடது பக்கம் வெட்டுப்பட்ட காயத்துடன் சிவலிங்கம் வெளிப்பட்டது. இன்றும் மூல லிங்கத் திருமேனியின் தலையில் வெட்டுக் காயத்தைக் காணலாம். சுயம்புவாகத் தோன்றிய சிவலிங்கத்தை மூலவராகக் கொண்டு கோயில் உருவானது. இருபது ஆவுடையார்கள் பூமிக்கு அடியே இருப்பதாகவும் இருபத்தியோராவது ஆவுடையார் மீது ஈசன் எழுந்தருளி இருப்பதாகவும் சொல்லப்படுகிறது. இது சதுரவடிவமானது.

கோவில் அமைப்பு:

மூலவருக்கு நான்கு ராஜகோபுரங்களும், அம்பாளுக்கு ஒரு ராஜகோபுரமும் கொண்டு நெல்லை மாநகரின் நடுவில் 850 அடி நீளமும், 756 அடி அகலமும் கொண்டு பிரம்மாண்டமாக இந்த கோயில் அமைந்திருக்கிறது. கோயிலில் நுழைந்தவுடன் 10 அடி உயரத்திற்கு மேலாக ஒரு அழகான வெள்ளை நிற நந்தியைக் காணலாம். மூலவரைக் காண்பதற்கு முன் சுமார் 9 அடி உயரம் உள்ள மிகப் பெரிய விநாயகர் தரிசனம் தருகிறார்.

மூலவரைச் சுற்றி 3 பிரகாரங்கள் உண்டு. முதல் பிரகாரத்தில் எல்லாக் கோயில்களையும் போல கோஷ்ட மூர்த்திகளாக தக்ஷிணாமூர்த்தி, பிரம்மா, துர்க்கை ஆகியோரையும் மற்றும்

சண்டிகேஸ்வரர், மகிஷாசுரமர்த்தினி, பைரவர் ஆகியோரை நாம் காணலாம். காந்திமதியம்மையை தாரைவார்த்துக் கொடுத்த கோவிந்தப் பெருமாள் சந்நிதியும் சிவனுக்கு அருகிலேயே வடக்குத் திசையில் அமைந்துள்ளது.

பெருமாள் ஆதிசேஷன் மீது பள்ளி கொண்ட நிலையில் மல்லாந்து படுத்து இருக்கிறார். அவரது மார்பில் சிவலிங்க அடையாளம் இருக்கிறது. அவரது வலது கைக்கு அருகேயும் ஒரு சிவலிங்கம் இருப்பதைக் காணலாம்.

இரண்டாவது பிரகாரம் சற்றுப் பெரியது. ஆரம்பத்திலேயே "ஏழிசை ஸ்வரங்கள் இசைக்கும் தூண்கள்" உள்ளன. இவற்றைத் தட்டிப் பார்த்தால் ஒவ்வொன்றில் இருந்தும் விதவிதமான ஸ்வரங்களின் ஒலி கேட்கும். இந்தப் பிரகாரத்தில் தான் பஞ்ச சபைகளில் ஒன்றான "தாமிர சபை" உள்ளது. இங்குள்ள நடராசர் 'தாமிர சபாபதி' என்றழைக்கப்படுகிறார். சபைக்கு மேலே தாமிரத் தகடு வேயப்பட்டுள்ளது. கீழே மரத்தாலும் மேலே தாமிரத்தாலும் ஆக்கப்பட்டு ஏழு அடுக்குகளைக் கொண்டு இச்சபை சித்திர வேலைப்பாடுகளுடன் அருமையாகத் திகழ்கின்றது. சிவபெருமான் இங்கே ஆடியது முனிதாண்டவம் ஆகும். அகத்தியர் மணக்கோலம் கண்ட தலம்.

மண்டபத் தூண்களில் யானை மீது கைலாயம் செல்லும் சுந்தர மூர்த்தி நாயனாரும், குதிரை மீது செல்லும் சேரமான் பெருமாள் நாயனாரும் நமக்குத் தரிசனம் தருகிறார்கள். பலவிதமான நாட்டிய முத்திரைகளைத் தாங்கிய பெண்கள் மேற்கூரையில் மரச்சிற்பங்களாக உள்ளனர். 63 நாயன்மார்களின் சிலைகள், அஷ்டலக்ஷ்மி, சனீஸ்வரர், சகஸ்ரலிங்கம் ஆகிய சிலைகளும் இருக்கின்றன.

மூன்றாவது பிரகாரம் மிகப் பெரியதாகவும் அகலமாகவும் அமைந்துள்ளது. முருகப்பெருமான் ஆறு முகங்களும், பன்னிரண்டு கரங்களும் கொண்டு மயில் மீது அமர்ந்த கோலத்தில் இருபுறமும் வள்ளி தெய்வானையுடன் ஆறுமுக நயினார் என்னும் திருநாமத்துடன் தெற்கு நோக்கி எழுந்தருளியுள்ளார். இந்தச் சிற்பம் ஒரே கல்லில் வடிவமைக்கப்பட்டள்ளது சிறப்பாகும்.

மூலவர், அம்பாள் ஆகிய இரண்டு சந்நிதிகளும் கிழக்கு

நோக்கி அமைந்திருக்கின்றன. உச்சிக்கால பூசையை அம்பாளே நேரில் வந்து இறைவனுக்கு நடத்திவைப்பதாக ஐதீகம் உண்டு. காந்திமதியம்மை தனிச்சந்நிதியில் நின்ற திருக்கோலம் காட்டுகிறாள். வியாழக்கிழமை தோறும் அம்பாளுக்கு தங்கப்பாவாடை சாத்தப்படுகிறது. அம்பாள் சந்நிதியின் முன்னால் இரண்டு இசைத்தூண்கள் உள்ளன. அகத்தியருக்குத் திருமணக் காட்சியைக் காட்டி அருளிய தலங்களுள் இதுவும் ஒன்று. இக்கோயிலில் இரு துர்க்கைச் சந்நிதிகள் உள்ளன. மகிஷாசுரமர்த்தினி சந்நிதி தெற்கு நோக்கியும், பண்டாசுரமர்த்தினி சந்நிதி வடக்கு பார்த்தும் உள்ளன. அம்பாள் சந்நிதியில் உள்ள பைரவர் 8 கரங்களுடன், ஆயுதங்கள் ஏந்தியவாறு காட்சி தருகிறார். ஊஞ்சல் மண்டபம் 96 தூண்களுடன் அழகாகக் காட்சி தருகிறது.

இக்கோயிலில் மூன்று தலைகள், மூன்று கால்கள், மூன்று கைகளுடன் சுரதேவர் எழுந்தருளி இருக்கிறார். இவர், கையில் தண்டம், மணி, சூலத்துடன் காட்சி தருகின்றார். தீராத காய்ச்சலால் அவதிப்படுவோர், இம்மூர்த்திக்கு மிளகு அரைத்துச் சார்த்தி வெந்நீரால் அபிஷேகம் செய்தால் நோய்தீரும் என்பது மக்களின் நம்பிக்கை. பொல்லாப் பிள்ளையார் சந்நிதி இங்கு மிகவும் விசேஷமானது. மற்ற கோவில்களைப் போல மார்கழி மாதம் விடியற்காலையில் இவ்வாலயம் திறப்பதில்லை. மாறாக கார்த்திகை மாதத்தில் மட்டும் காலை 4 மணிக்கெல்லாம் கோயில் தரிசனத்திற்காகத் திறக்கப்படும்.

"வெடிதரு தலையினர் வேனல் வெள்ளேற்றினர் விரிசடையர்
பொடியணி மார்பினர் புலியதளாடையார் பொங்கரவர்
வடிவுடை மங்கையோர் பங்கினர் மாதரைமையல் செய்வார்
செடிபடு பொழிலணி திருநெல்வேலியுறை செல்வர்தாமே."

என்பது சம்பந்தர் தேவாரம்.

இதுவரையில் பாண்டி நாட்டுத் திருத்தலங்களைத் தரிசித்த நாம் இப்போது கொங்கு நாட்டுக்குள் நுழைந்து அங்குள்ள தேவாரப்பாடல் பெற்ற சிவத்தலங்களைத் தரிசிப்போம்.

கொங்கு நாட்டில் உள்ள
பாடல் பெற்ற
சிவஸ்தலங்கள்

259. திருப்புக்கொளியூர்- அவிநாசி

மூலவர் – அவிநாசி லிங்கேஸ்வரர்,
அவிநாசி ஈஸ்வரர், அவிநாசி நாதர்,
பெருங்கேடிலியப்பர்.

அம்பாள் – கருணாம்பிகை,
பெருங்கருணை நாயகி.

தலமரம் – பாதிரி (ஆதியில் மாமரம்)

தீர்த்தம் – நாககன்னி தீர்த்தம்.

பதிகங்கள் – சுந்தரர் பாடல் பெற்ற தலம்.

தேவாரப் பதிகங்கள் பாடப்பட்ட காலத்தில் திருப்புக்கொளியூர் என்று வழங்கப்பட்ட இந்த சிவஸ்தலம் தற்போது அவிநாசி என்று மக்களால் கூறப்படுகிறது. கோவையிலிருந்து 40 கி.மீ; திருப்பூரிலிருந்து 14 கி.மீ; திருமுருகன்பூண்டியிலிருந்து 5 கி.மீ தொலைவில் கோவை ஈரோடு நெடுஞ்சாலையில் இத்தலம் உள்ளது.

தல வரலாறு:

சுந்தரர் இத்தலத்திற்கு வருகை தந்த போது எதிரும் புதிருமாக இருந்த இரண்டு வீடுகளில் ஒன்றில் மங்கள ஒலியும், மற்றொன்றில் அமங்கல ஒலியும் ஒரே நேரத்தில் கேட்டது. இதற்கு என்ன காரணம் என விசாரித்தார். ஐந்து வயதுள்ள இரு அந்தணச் சிறுவர்கள் மடுவில் குளிக்கச் சென்றார்கள், அவர்களில் ஒருவனை மடுவில் இருந்த முதலை விழுங்கி விட்டது. தப்பிப் பிழைத்த சிறுவனுக்கு அவன் பெற்றோர் உபநயனம் செய்கிறார்கள். அதுதான் மங்கள ஒலி. இறந்த சிறுவனின் வீட்டில் சோகத்தால் அழும் ஒலி என்றும் கூறினர்.

இறந்த சிறுவனின் பெற்றோர் சுந்தரர் வந்திருப்பதை அறிந்து அவரிடம் தங்கள் துயரத்தைத் தெரிவித்துக் கதறினர். அவர்களை மடு எங்கே இருக்கிறது, வாருங்கள் போவோம் என்றார். பெற்றோரும் ஊர்மக்களும் தொடர சுந்தரர் மடுவை அடைந்தார். முதலையை அழைக்கும் எண்ணத்துடன் 'எற்றான் மறக்கேன்' என்று தொடங்கும் பதிகம் பாடினார்.

பிறகு 4வது பாடலாக

உரைப்பார் உரைப்பவை உள்க வல்லார் தங்கள் உச்சியாய்
அரைக்காடு அரவா ஆதியும் அந்தமும் ஆயினாய்
புரைக்காடு சோலைப் புக்கொளியூர் அவிநாசியே
காரைக்கால் முதலையைப் பிள்ளைதரச் சொல்லு காலனையே

என்று இறைவனுக்குக் கட்டளை இடும் வகையில் பாடும் போது சிவபெருமான் அருளினால் நீரில்லா மடுவில் நீர் நிறைந்து பெருகியது. அந்த நீரில் முதலை நீந்தி வந்து சுந்தரரிடம், தான் அன்று ஐந்து வயது பாலகனாக உண்ட சிறுவனை இப்போது பத்து வயதுப் பையனாகவே உயிருடன் உமிழ்ந்துவிட்டுச் சென்றது. இந்த அற்புதம் நடந்த திருத்தலம் தான் அவிநாசி.

தலச்சிறப்புக்கள்

இந்தக் கோயிலில் நாம் முதலில் வழிகாட்டி விநாயகரை வணங்க வேண்டும், பிறகு தவத்திலிருக்கும் அம்பாளை வழிபட்டு, அதன்பிறகே மூலவரைத் தரிசிக்க வேண்டும். கோயிலின் முன்னால் கல்லினால் ஆன கொடிமரம் உள்ளது. அதன் கீழே தனியே சுந்தரர் உருவம், முதலை பிள்ளையை வெளிப்படுத்தும் சிற்பம் முதலியவை கல்லில் செதுக்கப்பட்டுள்ளன.

இக்கோவில் சுமார் 1.5 ஏக்கர் பரப்பளவில் கிழக்கு திசையில் 7 நிலை ராஜ கோபுரத்துடன் நம்மை வரவேற்கிறது. கோவிலின் உள்ளே இரண்டு பிரகாரங்கள் உள்ளன. உள்ளே நுழைந்தவுடன் உள்ள மண்டபத்தின் தூண்களில் வீரபத்திரர், ஊர்த்துவ தாண்டவர் மற்றும் காளியின் சிற்பங்களைப் பார்க்கலாம்.

மூலவர் சுயம்பு மூர்த்தியாக அருள்பாலிக்கிறார். அவரது சந்நிதியின் வலதுபக்கத்தில் அம்பாள் கருணாம்பிகை பெயருக்கு ஏற்றவாறு கருணை பொங்கும் முகத்துடன் தரிசனம் தருகிறாள். அம்பாள் சந்நிதியில் சுவரில் தேள் உருவம் உள்ளது. இப்பகுதியில் தேள் கடித்தவர்கள் அம்பிகையை வலம் வந்தால் விஷம் இறங்கிவிடும் என்ற நம்பிக்கை உள்ளது. இந்தத் தேளுக்கு பக்தர்கள் விளக்கேற்றி வழிபடுகின்றனர்,

அப்படி வழிபட்டால், விஷ ஜந்துக்களின் கடியில் இருந்து தப்பலாம் என்பது அவர்களின் நம்பிக்கை.

கோஷ்டத்தில் முருகனும், காரைக்கால் அம்மையாரும் தனிச்சந்நிதிகளில் அருள்பாலிக்கின்றனர். 63 நாயன்மார்களின் சிலைகள் உட்பிரகாரத்தில் உள்ளன. நடராஜர் மண்டபத் திலுள்ள ஐம்பொன்னால் ஆன நடராஜர் திருமேனியின் அழகு அனைவரையும் கவர்ந்து இழுக்கிறது.

அவிநாசி முருகன் சந்நிதி சிறப்புடையது. அதுபோலவே காலபைரவர் சந்நிதியும். இவருக்கு வடைமாலை அணிவிப்பது விசேஷமான பிரார்த்தனையாகும். கோயிலுக்குப் பக்கத்தில் ஒரு கி.மீ. தூரத்தில் முதலையுண்ட பாலனை மீட்ட ஏரியும், கரையில் சுந்தரர் சந்நிதியும் உள்ளன.

எற்றான் மறக்கேன் எழுமைக்கும் எம்பெருமானையே
உற்றாய் என்று உன்னையே உள்குகின்றேன் உணர்ந்து உள்ளத்தால்
புற்று ஆடு அரவா புக்கொளியூர் அவிநாசியே
பற்றாக வாழ்வேன் பசுபதியே பரமேட்டியே.

என்பது சுந்தரர் தேவாரம். காசிக்கு நிகரான தலம். காசியில் வாசி அவிநாசி என்ற பழமொழி அதை உறுதிப்படுத்துகிறது. திருமணப்பேறு, மக்கட்பேறு கிடைக்க இத்தல இறைவனை வழிபடலாம். கொங்கு நாட்டில் உள்ள தலங்களில் மிகப் பெரிய தேர் உள்ள தலம்.

260 திருமுருகன் பூண்டி

மூலவர்	–	முருகநாதேஸ்வரர், முருகநாதசுவாமி.
அம்பாள்	–	ஆலிங்கபூஷணஸ்தனாம்பிகை, (முயங்குபூண் முலையம்மை) ஆவுடைநாயகி, மங்களாம்பிகை.
தலமரம்	–	குருக்கத்தி
தீர்த்தம்	–	பிரம்ம தீர்த்தம், சண்முக தீர்த்தம், ஞானதீர்த்தம்.
பதிகங்கள்	–	சுந்தரர்–1.

நாம் மேலே தரிசனம் செய்த அவிநாசியில் இருந்து 5 கிமீ தொலைவில், அவிநாசி திருப்பூர் சாலை வழியில் திருமுருகன் பூண்டி உள்ளது.

தல புராணம்:

முருகப்பெருமான் சூரபத்மனைக் கொன்றதால் ஏற்பட்ட பிரம்மஹத்தி தோஷத்தைப் போக்கிக் கொள்வதற்காக இந்தத் தலத்திற்கு வந்து, சிவலிங்கம் ஒன்றைப் பிரதிஷ்டை செய்து அதற்குப் பூசை செய்து தனது தோஷத்தைப் போக்கிக் கொண்டார் என்பது வரலாறு. சித்தப்பிரமை, பைத்தியம், பில்லி, சூன்யம் இவை நீங்க வேண்டுவோர் இங்கு வந்து நீராடி வழிபடுவதையும், பலநாள்கள் இங்கேயே தங்கியிருப்பதையும் இன்றும் காணலாம்

சேரமான் பெருமான் நாயனாரிடம் பெற்ற பரிசுப் பொருள்களுடன் சுந்தரர் திரும்பி வரும் வழியில் திருமுருகன் பூண்டி அருகே வரும் போது சிவபெருமான் தனது பூதகணங்களை வழிப்பறித் திருடர்கள் வேடத்தில் அனுப்பி அவரது பரிசுப் பொருள்களைக் கவர்ந்து வரச் செய்தார். பொருட்களை இழந்த சுந்தரர் கவலை கொண்டு, திருமுருகன் பூண்டி இறைவனிடம் பதிகம் பாடி முறையிட்டார். நீங்கள் இருக்கும் போது இந்த அவலம் நடக்கலாமா? வழிப்பறி திருடர்களிடம் இருந்து என்னைக் காப்பாற்றாமல் எதற்கு நீயும் அம்பிகையும் இங்கே கோயில் கொண்டிருக்கிறீர்கள்? என்பதை தனது தேவாரப் பதிகத்தின் ஒவ்வொரு பாடலின் முடிவிலும் "எத்துக்கு இங்கு இருந்தீர் எம்பிரானீரே" என்று நிந்திப்பதைப் போலப் பாடினார். இதற்கு மேலும் அவரைச் சோதிக்க விரும்பாத ஈசன், பூதகணங்களுக்கு ஆணையிட அவைகள் அத்தனை பொருட்களையும் சுந்தரரிடம் திரும்பக் கொண்டு வந்து கொடுத்தன.

இதனை உறுதிப்படுத்தும் விதமாக இக்கோவிலில் உள்ள மண்டபத்தில் கையில் வில்லை ஏந்தியபடி வேட்டுவன் கோலத்தில் நிற்கும் சிவபெருமான் சிற்பமும், இதற்கு எதிரில் சுந்தரர் கவலையுடனும் மகிழ்ச்சியுடனும் இருக்கும் இரு சிற்பங்களும் காணப்படுகின்றன. ஒன்று பறிகொடுத்து முகம் வாடிய நிலையிலும் மற்றொன்று மீண்டும் பெற்ற மகிழ்ச்சி

நிலையிலும் இருப்பது சிறப்பு. இழந்த பொருளை மீண்டும் பெறுவதற்கு உரிய, பரிகாரத் தலமாக திருமுருகன் பூண்டி விளங்குகிறது.

தலச்சிறப்புக்கள்

நொய்யல் ஆற்றின் வடபகுதியில் மேற்கு நோக்கியவாறு அமைந்துள்ள இந்தக் கோவிலில் மற்ற கோவில்களைப் போல நுழைவுக் கோபுரம் இல்லை. கோயிலுக்கு வெளியே கொங்கு நாட்டுத் தலங்களுக்கே உரித்தான கருங்கல் தீபஸ்தம்பம் உள்ளது. மூலவரான திருமுருகநாதர் சிவலிங்க ரூபத்தில் சுமார் 2½ அடி உயரம் கொண்டு மேற்கு நோக்கி தரிசனம் தருகிறார். மேற்குப் பார்த்த நிலையில் அம்பாள் முயங்கு பூண்முலை வல்லியம்மையின் சந்நிதி அமைந்துள்ளது. உட்பிராகாரத்தில் நிருதி விநாயகர், 63 நாயன்மார்கள், சண்முகர், துர்க்கை, பைரவர், சனீஸ்வரர், நவக்கிரகங்கள் சந்நதிகள் உள்ளன. மூலவர் சந்நிதியின் வலது பக்கமாக ஆறு முகங்களுடன் சண்முகர் எழுந்தருளி இருக்கிறார்.

பூத கணங்கள் செல்வத்தைக் கொள்ளை அடித்துச் சென்ற பிறகு இங்குள்ள விநாயகர் சுந்தரரைக் கூப்பிட்டு பொருள் இருக்கும் இடத்தைக் காட்டினார். இவர் கூப்பிடு விநாயகர் என்ற பெயரில் தலவிநாயகராக அருள்பாலிக்கிறார். திருமுருக நாதசுவாமி ஆலயத்தின் பின்புறம் மாதவனேஸ்வரர் கோவில் உள்ளது. இங்கே பைரவர் சந்நிதி விசேஷமானது. சுவாமி கிழக்கு நோக்கியுள்ளார். (சுயம்புமூர்த்தி என்று சொல்லப்படுகிறது) கோயிலின் முன் மண்டபம் உள்ளது. எங்கும் இல்லாத புதுமையாக, இம்மண்டபத்தின் மேலே பெரிய நந்தி, ஆலயத்தைப் பார்த்தவாறு சுதையால் அமைக்கப்பட்டு உள்ளது. இத்தல நடராஜர் பிரம்ம தாண்டவக் கோலத்தில் காட்சி தருகிறார்.

இக்கோவிலின் வடமேற்கு மூலையில் கேது பகவானுக்கு தனிச் சன்னதி அமைந்துள்ளது. இத்தலத்தில் கேது பகவான் இறைவனைப் பூஜித்ததாக தல வரலாறு கூறுகிறது. எனவே இவ்வாலயம் கேது தோஷத்தால் பாதிக்கப்பட்டவர்களுக்கு ஓர் அரிய பரிகாரத்தலமாக விளங்குகிறது.

கொடுகு வெஞ்சிலை வடுக வேடுவர்
விரவலாமை சொல்லித்
திடுகு மொட்டெனக் குத்திக் கூறைகொண்டு
ஆறலைக்கும் இடம்
முடுகு நாறிய வடுகர் வாழ்முருகன்
பூண்டி மாநகர் வாய்
இடுகு நுண்ணிடை மங்கை தன்னொடும்
எத்துக்கு இங்கு இருந்தீர் எம்பிரானீரே.

என்பது சுந்தரர் தேவாரம்.

261 திருநணா (பவானி)

மூலவர் – சங்கமுகநாதேஸ்வரர், சங்கமேஸ்வரர்
அம்பாள் – வேதாம்பிகை
தலமரம் – இலந்தை,
தீர்த்தம் – காயத்திரி தீர்த்தம், சாவித்திரி தீர்த்தம், சரஸ்வதி தீர்த்தம், தேவ தீர்த்தம்.
பதிகங்கள் – சம்பந்தர்–1.

ஈரோட்டில் இருந்து சுமார் 15 கி.மீ. தொலைவிலும், சேலத்தில் இருந்து 56 கி.மீ. தொலைவிலும் பவானி உள்ளது. சேலம், ஈரோட்டில் இருந்து பவானிக்கு பேருந்து வசதிகள் உள்ளது. பவானி ஆறு காவிரியில் கூடும் இடத்தில் இக்கோயில் அமைந்துள்ளது.

திரிவேணி சங்கமம் பழைமையான பெரிய கோயில். பவானி, பவானிகூடல், பவானி முக்கூடல், வதரிகாசிரமம் முதலிய அனைத்தும் இதன் பெயர்களே. குபேரன், விசுவாமித்திரர், பராசரமுனிவர் ஆகியோர் இத்தலத்து ஈசனை வழிபட்டிருக்கிறார்கள். பவானி, காவேரி மற்றும் கண்ணுக்குப் புலப்படாத அமிர்த நதி என்ற மூன்று நதிகளும் கூடும் இடமான திரிவேணி சங்கமம் என்று அழைக்கப்படும் கூடுதுறையில் பவானி சங்கமேஸ்வரர் கோவில் அமைந்துள்ளது.

தலச்சிறப்புக்கள்

கோவிலுக்கு இரண்டு வாயில்கள். கோவிலின் பிரதான கோபுரம் வடக்கு திசையில் 5 நிலைகளையும் 7 கலசங்களையும் உடையதாக அமைந்துள்ளது. இந்தக் கோவிலில் சைவ வைணவ ஒற்றுமைக்கு ஒரு எடுத்துக்கட்டாக சங்கமேஸ்வரர் வேதநாயகி சந்நிதிகள் மட்டுமில்லாமல் ஆதிகேசவப் பெருமாளுக்கும் சௌந்திரவல்லித் தாயாருக்கும் சந்நிதிகள் உள்ளன.

மூலவர் சுயம்பு லிங்கமாக அருள்தருகிறார். அருகில் அம்பாள் வேதநாயகியின் சந்நிதி கிழக்கு நோக்கி அமைந்துள்ளது. இந்த இரண்டு சந்நிதிகளுக்கு நடுவே சுப்பிரமணியர் சந்நிதி அமைந்துள்ளது. இவ்வாறு இருப்பது சோமாஸ்கந்த அமைப்பு என்பர். இது இந்தக் கோவிலின் சிறப்பம்சம். இக்கோவிலில் உள்ள அமிர்தலிங்கேஸ்வரர் சந்நிதி சிறப்புடையதாகும். லிங்கத்தின் பாணப் பகுதியை எடுத்து இடையில் வைத்துக் கொண்டு ஆவுடையாரை வலம் வர குழந்தை இல்லாதவர்களுக்கு மகப்பேறு ஏற்படும் எனபது மக்களின் நம்பிக்கையாகும்.

தமிழகத்தில் பல தலங்கள் பரிகாரத்தலங்களாகச் சிறப்பு பெற்றுள்ளன. திருநள்ளாறு, வைத்தீஸ்வரன் கோயில், காளஹஸ்தி, போன்றே பவானி சங்கமும் சிறந்த பரிகாரத்தலமாக உள்ளது. பிறப்பு முதல் இறப்பு வரையிலுள்ள அனைத்து தோஷங்களுக்கும் இங்கு பரிகாரம் செய்யப்படுகிறது. காவிரி, பவானி நதிகள் கூடும் சங்கமத் துறையில் விஸ்வாமித்திரரால் காயத்ரி மந்திரம் சொல்லி பிரதிஷ்டை செய்யப்பட்ட காயத்ரி லிங்கேஸ்வரர் கோவில் உள்ளது.

இக்கோவில் அருகே பரிகார பூஜைகள் தினந்தோறும் நடப்பதைப் பார்க்கலாம். இந்த தலத்தில் மண்ணுக்கு அடியே ஏராளமான சிவலிங்கங்கள் புதைந்துள்ளன. ஆகவே இந்த ஊரில் எரிக்கப்படும் சடலங்களின் மண்டையோடு வெடிப்பதில்லை எனக் கூறப்படுகிறது. தலவிருட்சமான இலந்தை மரத்தின் அடியில்தான் சிவபெருமான் முன்னொரு காலத்தில் சுயம்பு மூர்த்தியாக குபேரனுக்குத் தரிசனம்

தந்திருக்கிறார்.

அம்பிகையின் அருள் பெற்ற ஆங்கிலேயர்:

ஆங்கிலேய ஆட்சி நடந்த போது பவானி பகுதிக்கு கலெக்டராக இருந்தவர் வில்லியம் காரோ என்பவர். அம்பிகையின் பெருமையை அனைவரும் கூறுவதைக் கேட்ட அவர் அன்னையைத் தரிசனம் செய்ய விரும்பினார். ஆனால் அந்நிய மதத்தினர் கோயிலுக்குள் அனுமதிக்கப்படுவதில்லை என்பதால் மதில்சுவரில் மூன்று துளைகளை சாளரம் போல ஏற்படுத்தி அம்பாளைத் தரிசிக்க வழி செய்யப்பட்டது. அவரும் தினமும் பக்தியோடு அம்பிகையைத் தரிசனம் செய்து வந்தார்.

ஒருநாள் தனது இல்லத்தில் காரோ உறங்கிக் கொண்டிருந்தபோது அம்பாளைப் போன்ற உருவத்துடன் ஒரு பெண்வந்து அவரை வெளியே வரச்சொல்லி அழைத்தாள். அவர் வரவில்லை. ஆகவே அந்தப்பெண் அவரது கையைப் பிடித்து தரதரவென வெளியே இழுத்துக் கொண்டு வந்தாள். இது கனவோ நனவோ என அவர் குழம்பிக்கொண்டிருக்கும் அதே வேளையில் அவர் குடியிருந்த இல்லத்தின் மாடி தடதடவென இடிந்து விழுந்தது.

தன்னைக் காப்பாற்றியது அம்பிகையின் அருளே என்பதை அறிந்த அவர் தந்தக்கட்டில் ஒன்றை செய்து காணிக்கையாக்கினார். அதில் தனது கையொப்பமும் இட்டிருக்கிறார். இந்த அதிசய நிகழ்ச்சி 1804 ஆம் வருடம் ஜனவரி 11 தேதி நடந்தது என்று வரலாறு தெரிவிக்கிறது.

பந்தார் விரல் மடவாள் பாகமா நாகம் பூண்டு ஏறதேறி
அந்தார் அரவணிந்த அம்மானிடம் போலும் அந்தண் சாரல்
வந்தார் மடமந்தி கூத்தாட வார்பொழிலில் வண்டு பாடச்
செந்தேன் தெளியொளிரத் தேமாக்கனி யுதிர்க்குந் திருநணாவே."

என்பது சுந்தரர் தேவாரம்

262. கொடிமாடச் செங்குன்றூர் திருச்செங்கோடு

மூலவர் – அர்த்தநாரீஸ்வர்
அம்பாள் – பாகம்பிரியாள்,
முருகன் – செங்கோட்டு வேலவர்
தலமரம் – இலுப்பை.
தீர்த்தம் – தேவதீர்த்தம்
பதிகங்கள் – சம்பந்தர்–1.

ஈரோட்டில் இருந்து 18 கி.மீ. தொலைவிலும், சேலத்தில் இருந்து 27 கி.மீ. தொலைவிலும், திருச்செங்கோடு உள்ளது. சேலம், ஈரோடு மற்றும் நாமக்கல் ஆகிய இடங்களில் இருந்து திருச்செங்கோட்டிற்கு பேருந்து வசதிகள் இருக்கின்றன.

தலப்பெருமை

தேவாரப் பதிகங்களில் கொடிமாடச் செங்குன்றூர் என்று சொல்லப்பட்ட இந்தத் தலம் தற்போது திருச்செங்கோடு என்று வழங்கப்படுகிறது. கோவில் மேற்கு நோக்கி ஒரு சிறிய குன்றின் மீது அமைந்துள்ளது. இந்த மலை செந்நிறமாக இருப்பதால், செங்கோடு என்ற பெயர் ஏற்பட்டது.

கடல் மட்டத்தில் இருந்து சுமார் 1900 அடி உயரத்தில் அமைந்துள்ள இக்கோவிலுக்குச் செல்ல சுமார் 1250 படிகள் ஏறவேண்டும். தற்போது வாகனங்கள் மூலமும் செல்ல முடிகிறது. மலை மீதிருந்து பார்த்தால் காவிரி ஆறு தெரியும். படிக்கட்டுக்களில் பாம்பு உருவங்கள் உள்ளன. ஓரிடத்தில் நீளமான பாம்பு வடிவத்திலேயே (20 அடி நீளம்) ஏறும் வழி அமைந்துள்ளது.

இப்படிகளுள் 60 ஆம் படி மிகச் சிறப்பு வாய்ந்ததாகச் சொல்லப்படுகிறது. அந்தக் காலத்தில் படிமீது நின்று ஒருவர் சத்தியம் செய்தால் அது நீதிமன்றத்திலும் ஏற்றுக் கொள்ளப்பட்டதாகத் தெரிகிறது.

அர்த்தநாரீஸ்வரர்:

இது அர்த்தநாரீஸ்வரத் தலமாகும். மூலவர் லிங்க வடிவத்தில் இல்லாமல் மேற்கு நோக்கி நின்ற திருக்கோலத்தில் உமாமகேஸ்வரராகத் தரிசனம் தருகிறார். மாதொரு பாகர் என்று அழைக்கப்படும் மூலவர் சுமார் 6 அடி உயரம் உள்ள உளி படாத சுயம்புத் திருமேனி கொண்டவர். பாதி ஆணாகவும் பாதி பெண்ணாகவும் காட்சி அளிக்கிறார். ஆண்பாகத்தில் தலையில் ஜடாமகுடம் தரித்து, பூர்ண சந்திரன் சூடி, கழுத்தில் ருத்ராட்சம், அணிந்து, கையில் தண்டாயுதம், காலில் கழல் எனக் காட்சி அளிக்கிறார். பெண்பாகத்தில் ஜடை, தாலி அணிந்து, இடது காலில் கொலுசு, மார்பில் கொங்கை, இடுப்பில் கை வைத்தபடி, காலில் சிலம்பு அணிந்து அன்னை பராசக்தியாக வடிவம் காட்டுகிறார். ஒரு பாதி புடவை ஒரு பாதி வேஷ்டி அலங்காரம்.

கண்களில்கூட ஆண், பெண் பாக வேறுபாடு ஒரு மயிரிழையில் அகலமாகவும் குறுகலாகவும் காட்டப்பட்டுள்ளன. இந்த அழகை வர்ணிக்க வார்த்தைகள் இல்லை. முழு வடிவமும் வெள்ளைப் பாஷாணத்தால் ஆனது. ஈசன் திருவடியின்கீழ் குளிர்ந்த நீர் சுரக்கின்றது. இது தேவ தீர்த்தம் எனப்படும். இந்தத் தீர்த்தமே பக்தர்களுக்குத் தினமும் பிரசாதமாகக் கொடுக்கப்படுகிறது. மூலவர் முன்னால் மரகதலிங்கமும், பிருங்கி மகரிஷியின் உருவமும் உள்ளது.

செங்கோட்டு வேலவர்:

இத்தலத்து முருகப்பெருமான் மீது அருணகிரிநாதருக்கு ஈடுபாடு அதிகம். செங்கோட்டு வேலவனைப் பார்த்து ரசிக்க நாலாயிரம் கண் படைத்திலனே அந்த நான்முகனே என்று பாடி இருக்கிறார். அது உண்மைதான், செங்கோட்டு வேலவர் கிழக்கு நோக்கிய சந்நிதியில் வலக்கை வேல் ஊன்றி, இடக்கையை இடுப்பில் வைத்தவாறு நின்ற திருக்கோலத்தில்

அழகாகத் தரிசனம் தருகிறார். சந்நிதிக்கு முன்னால் இருக்கும் மண்டபத்தில் கலை நுணுக்கம் மிகுந்த சிற்பங்களைக் கண்டு ரசிக்கலாம். இவரும் வெள்ளைப் பாஷாணத்தால் ஆனவர்.

பிருங்கி முனிவர் கொடுத்த தொல்லையினால், உமாதேவி ஈசனை நோக்கித் தவம் இருந்து அவரது உடலில் இடப்பாகத்தைப் பெற்று இணைந்தாள். அம்மை பூசித்த லிங்கம் மூலஸ்தானத்தில் இருக்கிறது. காலை, மதியம், மாலையில் நடக்கும் பூஜையின்போது மட்டும் இந்த லிங்கத்தை அர்த்தநாரீஸ்வரர் அருகில் வைத்து பூசைகள் செய்கிறார்கள். இந்தப் பூஜைகளை அம்பிகையே செய்வதாக ஐதீகம். உச்சிக்காலத்தில் இந்த லிங்கத்திற்கு அபிஷேகம் நடக்கிறது. ஆதிசேஷன், மஹாவிஷ்ணு ஆகியோர் இத்தலத்து ஈசனை வழிபட்டுள்ளனர். மஹாவிஷ்ணு தனிக்கோயிலில் ஆதிகேசவப் பெருமாள் என்ற திருநாமத்தோடு தரிசனம் தருகிறார்.

படிக்கட்டுகள் வழியே மலை ஏறிச் செல்லும் போது நாகர் சந்நிதி உண்டு. இது பாறையில் செதுக்கப்பட்டுள்ள நாகம். இது மிகவும் பிரசித்தி பெற்றது. நாக தோஷங்கள் நீங்குவதற்காக இங்கு பக்தர்கள் அதிக அளவில் வருகிறார்கள். அர்த்த நாரீஸ்வரர் சதயம் நட்சத்திரத்திற்கு அதிபதியாக இருப்பவர், ஆகவே அந்த நாளில் சுவாமிக்கு விசேஷ அபிஷேகம் நடக்கிறது. சதயம் நட்சத்திரத்தில் பிறந்தவர்கள் இத்தலத்திற்கு வந்து வணங்கினால் தோஷங்கள் நீங்கி நல்வாழ்வு பெறுவர்.

வெந்த வெண்ணீ றணிந்து விரிநூல் திகழ்மார்பினல்ல
பந்தணவும் விரலாள் ஒரு பாகம் அமர்ந்தருளிக்
கொந்தணவும் பொழில்சூழ் கொடிமாடச் செங்குன்றூர் நின்ற
அந்தணனைத் தொழுவார் அவலம் அறுப்பவரே.

என்பது சம்பந்தர் தேவாரம்.

263. வெஞ்சமாக்கூடல்

(இவ்வூரை தற்போது வெஞ்சமாங்கூடலூர் என்று அழைக்கிறார்கள்)

மூலவர்	–	கல்யாண விகிர்தேஸ்வரர், விகிர்தநாதேஸ்வர்
அம்பாள்	–	மதுரபாஷிணி, பண்ணேர்மொழியம்மை, விகிர்தநாயகி.
தலமரம்	–	வில்வம்
தீர்த்தம்	–	குடகனாறு
பதிகங்கள்	–	சுந்தரர்–1.

கரூரில் இருந்து அரவங்குறிச்சி செல்லும் சாலையில் சுமார் 14 கி.மீ. தென்மேற்கே பயணம் செய்தால் ஆறு ரோடு பிரிவு என்ற இடம் வரும். அங்கிருந்து பிரியும் ஒரு கிளைச் சாலையில் சுமார் 8 கி.மீ. சென்றால் இத்தலத்தை அடையலாம். கரூர் ஆற்றுமேடு நகரப் பேருந்து (Town Bus) வெஞ்சமாங்கூடல் வழியாகச் செல்கிறது.

தலச்சிறப்புக்கள்

அமராவதியின் கிளைநதியான சிற்றாறு அமராநதியுடன் கூடுகின்ற இடத்தில் இருப்பதால் இது மாக்கூடல் எனப் பேர் பெற்று காலப்போக்கில் வெஞ்சமாக்கூடல் என அழைக்கப்படுகிறது. மேலும் ஒரு காலத்தில் இப்பகுதியை ஆண்டு வந்த வெஞ்சன் என்ற வேட்டுவ அரசனின் நினைவாகவும் இத்தலம் வெஞ்சமாக்கூடல் என அழைக்கப்படுகிறது என்றும் சொல்கிறார்கள்.

சிற்றாற்றின் கிழக்குக் கரையில் அமைந்துள்ள இக் கோவில் சுமார் 1200 ஆண்டுகள் பழமையானது. கொங்கு நாட்டுத் திருத்தலங்களில் காணப்படும் சிறப்பம்சமான கருங்கல் விளக்குத் தூண் (தீபஸ்தம்பம்) இராஜகோபுரத்திற்கு எதிரே காணப்படுகிறது. கோயில் ஐந்து நிலை கோபுரமும் பெரிய பிரகாரமும் உடையது. இராஜகோபுரம் வழியாக உள்ளே நுழைந்தால் சுமார் 17 படிகள் கீழிறங்கிச் சென்று தான்

பிரகாரத்தை அடைய முடிகிறது. பிரகாரத்தின் முன்னா உள்ள முகப்பு மண்டபத்தில் கொடி மரம், பலிபீடம், நந்தி ஆகியவை உள்ளன.

சுவாமி சந்நிதி, அம்பாள் சந்நிதி ஆகிய இரண்டுட வெளிப்பிரகாரத்தில் உள்ளன. உட்பிரகாரத்தின் தெற்கு சுற்றில், முதலில் சைவ நால்வர் பெருமக்கள், தொடர்ந்து அறுபத்துமூவர் சிலைகள் உள்ளன. மற்ற கோயில்களி இல்லாத அதிசயமாக இந்த மூர்த்தங்களின் கீழ் அவரவ நாடு, மரபு, காலம், நட்சத்திரம் ஆகிய விவரங்களை எழுதி வைத்திருக்கிறார்கள். மூலஸ்தானத்தில் லிங்க வடிவத்தி விகிர்தநாதேஸ்வரர் கிழக்கு நோக்கி ஐந்துஅடி உயர கொண்டு தரிசனம் தருகிறார். அம்பாளின் உருவமும் 2. அடி உயரம் உள்ளது. கிழக்கு நோக்கிய சந்நிதியில் அம்பாள் நின்ற திருக்கோலம் காட்டுகிறாள்.

மூலவர் சந்நிதி வாயிற் கதவுகளில் கொங்கு நாட்டுத் தலங்கள் ஏழிலும் உள்ள மூர்த்தங்கள் செதுக்கப்பட்டுள்ளன. கோஷ்ட மூர்த்தங்களாக விநாயகர், தட்சிணாமூர்த்தி, இலிங்கோத்பவர் பிரம்மா, துர்க்கை உள்ளனர். இத்தலத்தில் முருகப்பெருமான் ஆறு திருமுகங்களுடன் பன்னிரு திருக்கரங்களும் கொண்டு வள்ளி தெய்வானையுடன் மயில் மீது கால் வைத்தமர்ந்து கிழக்கு நோக்கிக் காட்சி தருகிறார். இத்தலத்து ஈசனை இந்திரன் வணங்கி சாபவிமோசனம் பெற்றான்.

சுந்தரருக்குச் சிவபெருமான் பொன் கொடுத்த தலங்களில், வெஞ்சமாக்கூடலும் ஒன்று. சுந்தரர் பாடலுக்கு மகிழ்ந்து சிவபெருமான் அவருக்குப் பொன் தர நினைத்தார். அவரிடம் பொன் இல்லாத காரணத்தினால் கிழவராக வந்து தன் இரண்டு குமாரர்களை ஒரு மூதாட்டியிடம் (இவ்வுருவில் வந்தது பார்வதி தேவியே) ஈடு காட்டிப் பொன் பெற்று சுந்தரருக்குப் பரிசு வழங்கியதாக தலபுராணம் தெரிவிக்கிறது.

"பண்ணேர் மொழியாளை யொர் பங்குடையாய்
படுகாட்டகத் தென்றுமோர் பற்றொழியாய்
தண்ணார் அகிலுந்நல சாமரையும் மலைத்
தெற்று சிற்றாறதன் கீழ் கரைமேல்
மண்ணார் முழவுங் குழலுமியம்ப

மடவார் நடமாடு மணியரங்கில்
விண்ணார் மதிதோய் வெஞ்சமாக்கூடல்
விகிர்தா அடியேனையும் வேண்டுதியே."

என்பது சுந்தரர் தேவாரம்.

264 திருப்பாண்டிக்கொடுமுடி
(கொடுமுடி)

மூலவர்	–	மகுடேஸ்வரர், கொடுமுடிநாதர். (கல்வெட்டில் 'மலைக்கொழுந்தீசர்' என்ற பெயருள்ளது.)
அம்பாள்	–	மதுரபாஷிணி, திரிபுரசுந்தரி, பண்மொழி நாயகி, வடிவுடைநாயகி.
தலமரம்	–	தவதீர்த்தம், பிரமதீர்த்தம், காவிரி.
தீர்த்தம்	–	தேலமரம் வன்னி.
பதிகங்கள்	–	சம்பந்தர்–1, அப்பர்–1, சுந்தரர்–1.

ஈரோட்டில் இருந்து சுமார் 40 கி.மீ. தொலைவிலும், கரூரிலிருந்து வடமேற்கே சுமார் 26 கி.மீ. தொலைவிலும் கொடுமுடி உள்ளது. ரயில் நிலையம் மற்றும் பேருந்து நிலையத்தில் இருந்து சுமார் 5 முதல் 10 நிமிட நடை தொலைவில் ஆலயம் உள்ளது. கொங்கு நாட்டில் மூவர் பாடலும் பெற்ற தலம் இது ஒன்றுதான்.

தலவரலாறு

முன்னொரு காலத்தில் ஆதிசேடனுக்கும் வாயுவுக்கும் யார் பலசாலி என்று நடந்த போட்டியில் ஆதிசேஷன் மேருவின் ஆயிரம் சிகரங்களையும் சுற்றி வளைத்துக் கொண்டான். வாயுபகவான் தன் பலங்கொண்ட மட்டும் வீசி அவைகளைப் பிடுங்கப் பார்த்தான். அப்போது மேருவின் ஆயிரம் சிகரங்களுள் ஒன்று, ஐந்து மணிகளாக உடைப்பட்டுச் சிதறியது. அவ்வாறு சிதறியபோது சிவப்புமணி திருவண்ணாமலையாகவும், மரகதம் ஈங்கோய் மலையாகவும்,

மாணிக்கம் திருவாட்போக்கியாகவும், நீலம் பொதிகையாகவும், வைரம் கொடுமுடியாகவும் ஆயின என்று தலபுராணம் தெரிவிக்கிறது. மேருவில் இருந்து பிய்ந்து சிகரங்கள் நான்கும் இன்றும் மலைகளாகவே காட்சி தர வைரமடிமுடி மட்டும் சுயம்பு லிங்கமாகக் காட்சி தருவது கொடுமுடி தலத்தின் சிறப்பாகும். மேருவின் மகுடத்தில் தோன்றியவர் என்பதால் மகுடேஸ்வரர் என்றும், தமிழில் கொடுமுடிநாதர் என்றும் இத்தல இறைவனுக்குப் பெயர் ஏற்பட்டது.

தலச்சிறப்புக்கள்

இக்கோவில் சுமார் 640 அடி நீளமும், சுமார் 484 அடி அகலமும் உடையதாய் கிழக்கு நோக்கி அமைந்திருக்கிறது. மும்மூர்த்திகளான சிவன், விஷ்ணு, பிரம்மா ஆகிய மூவருக்கும் தனித்தனி கோபுரங்களும், தனித்தனி சந்நிதிகளும் அமைந்திருப்பது இத்தலத்தின் விசேஷமாகும். இக்கோவிலுக்கு மூன்று வாயில்கள் கிழக்குப் பக்கம் அமைந்துள்ளன. நடுக் கோபுர வாயில் வழியாக உள்ளே சென்றால் விஷ்ணு மற்றும் பிரம்மாவின் சந்நிதிகளுக்குச் செல்லலாம். நடு வாயிலுக்கு வடபுறம் உள்ள கோபுர வாயில் வழியாக உள்ளே சென்றால் மூலவர் கொடுமுடி நாதர் சந்நிதிக்குச் செல்லலாம். நடு வாயிலுக்கு தென்புறம் உள்ள கோபுர வாயில் வழியாக இறைவி வடிவுடை நாயகியின் சந்நிதிக்குச் செல்லலாம்.

கருவறையில் மூலவர் கொடுமுடிநாதர், சுயம்பு லிங்கமாக சதுரவடிவத்தில் அமைந்த ஆவுடையார் மீது குட்டையான பாணத்தோடு அருள்பாலிக்கிறார். பாணத்தின் மீது விரல் தடங்களைக் காணமுடிகிறது. அதற்கு என்ன காரணம்? தெரிந்து கொள்வோம். அகத்தியர் இத்தலத்தில் எழுந்தருளி இருக்கின்ற சிவலிங்க ஈசனை வழிபட்டபோது அவரது கைவிரல் தடங்கள் ஏற்பட்டதாக ஐதீகம்.

பெயர் வந்ததற்குச் சொல்லப்படும் கதை. பாண்டிய மன்னன் மலையத்துவச பாண்டியனின் மகனுக்கு பிறவியிலேயே விரல்கள் சரியாக வளராமல் இருந்தன. அவன் கொடுமுடி நாதரிடம் குறைதீர்க்குமாறு வேண்டிக் கொண்டான். இறைவன் திருவருளால் பிள்ளையின் விரல்கள் வளர்ந்தது. விரல் வளர்ந்து குறை தீர்ந்த தலமாதலின்

பாண்டிக் கொடுமுடி' என்றாயிற்று. மேலும் பிள்ளையின் துறைதீர்த்த காரணத்தினால் மகிழ்ச்சி அடைந்த பாண்டியன் இக்கோவிலுக்கு மூன்று கோபுரங்களும், மண்டபங்களும் கட்டி, மேலும் பல திருப்பணிகளைச் செய்தான். பாண்டிய மன்னனால் திருப்பணிகள் செய்யப் பெற்றதால் இத்தலம் பாண்டிக் கொடுமுடி ஆயிற்று.

சுந்தரமூர்த்தி சுவாமிகள் நமசிவாயத் திருப்பதிகம் பாடியருளிய தலம். இத்தலத்தை வழிபட்டால் சிவன், விஷ்ணு, பிரமன் ஆகிய மூவரையும் வணங்கிய பலன்களை அடையலாம். அகத்தியர் பரத்வாஜர் ஆகியோருக்கு ஈசன் திருமணக்கோலம் காட்டி அருளினார். இது ஆதிசேஷனால் உருவான கோயில் ஆனதால் இங்கு நாகர் வழிபாடு விசேஷம். மூலவர் சந்நிதி கோஷ்டங்களில் நர்த்தன விநாயகர், தட்சிணாமூர்த்தி, மகாவிஷ்ணு, பிரம்மா, துர்க்கை ஆகியோரைக் காணலாம். மூலவருக்கு வலது புறத்தில் அம்மன் தனிச்சந்நிதியில் எழுந்தருளி இருக்கிறாள். இந்த அமைப்புடைய கோயில்கள் கல்யாண தலங்கள் என்று அழைக்கப்படுகின்றன. இந்தத் தலத்திற்கு வந்து இறைவனைப் பக்தியோடு வழிபட்டால் திருமணத்தடைகள் நீங்கும்.

கோயிலுள் வெளிச்சுற்றில் மிகப் பெரிய வன்னி மரம் உள்ளது. மிக வயதான மரம். கீழே பிரம்மா (கற்சிலை) 3 முகங்களோடு காட்சி தருகிறார். வன்னி மரத்தையே ஒரு முகமாகப் (தவஞ்செய்து) பெற்றார் என்பது வரலாறு. இந்த வன்னி மரத்தின் வயதைக் கணக்கிட முடியவில்லை. மிகப் பழைய இந்த மரம் பூ பூக்கிறது. ஆனால் காய்ப்பதில்லை. ஒரு பக்கத்தில் முட்கள் உள்ளன, மறுபக்கம் முட்கள் இல்லை. இந்த மரத்தின் இலைகளைத் தண்ணீரில் போட்டு வைத்தால் எத்தனை நாட்கள் ஆனாலும் அந்தத் தண்ணீர் கெடுவதில்லை என்பது ஆச்சரியமான அறிவியல் உண்மை. அதனால் பழனி பங்குனி உத்தரத் திருவிழாவில் தீர்த்தக்காவடி எடுப்பவர்கள் இந்த மரத்தின் இலைகளை தண்ணீரில் போட்டு, அந்த தண்ணீரை காவடியில் சுமந்து பல நாட்கள் பாதயாத்திரையாகச் செல்கிறார்கள்.

இங்குள்ள ஆஞ்சநேயர் கோரப்பற்களுடன் காட்சி

தருவது விசேஷம். சஞ்சீவி மலையைத் தூக்கி வருவதற்காக வடக்கே செல்வது போன்ற காட்சி. அவரது வாலில் மணி கட்டப்பட்டிருக்கிறது, பெருமாள் சந்நிதியின் உட்புறத்தில் சற்று வித்தியாசமான வியாக்கிரபாத விநாயகரின் சிலை இருக்கிறது. பெயரே ஆச்சரியமாக இருக்கிறது இல்லையா? புலியின் கால்களும், யானை முகமும் கொண்ட இந்த விநாயகர் மிக அபூர்வமானவர், கேட்ட வரம் தருபவர் என்கிறார்கள்.

மூன்று தீர்த்தங்கள் உள்ளன. துலா ஸ்நானம் இங்குச் செய்வது கங்காஸ்நானத்திற்குச் சமம் என்னும் குறிப்பு சேது புராணத்தில் உள்ளது. பிரம்மாவுக்குப் பக்கத்தில் ஆஞ்சநேயர் சந்நிதி உள்ளது. பெருமாள் (வீரநாராயணப் பெருமாள்) மகாலட்சுமித் தாயாருடன் காட்சித்தருகிறார். சனீஸ்வரர், காலபைரவர் சந்நிதிகளும் உள்ளன. இங்குள்ள தட்சிணாமூர்த்தியின்கீழ் முயலகன் வடிவம் இருப்பதும், சனகாதி நால்வர்களுக்குப் பதிலாக ஒருவருடைய வடிவம் மட்டுமே இருப்பதும் விசேஷம், மேலும் தட்சிணாமூர்த்தி சடாமுடி தரித்து, அருகே ரிஷபத்தோடு காட்சி தருகிறார். சுப்பிரமணியரைத் தாங்கும் மயில் வழக்கத்திற்கு மாறாக எதிர்த் திசையைப் பார்த்த வண்ணம் உள்ளது. பெருமானின் பன்னிரு கைகளிலும் ஆயுதங்கள் உள்ளன. இத்தல நடராஜர் முயலகன் இல்லாமல் சதுர தாண்டவக் கோலத்தில் காட்சி தருகிறார்.

ராகுகேது தோஷத்தினால் பாதிக்கப்பட்டவர்கள் இத்தலத்தில் பரிகாரங்கள் செய்து இறைவனை வணங்கினால் திருமணத்தடை நீங்கும், புத்திரப்பேறு வாய்க்கும். நவக்கிரகங்களுக்குப் பூசை செய்து வாழை மரத்திற்குத் தாலிகட்டும் பழக்கம் இங்கே உள்ளது. நாகதோஷம் நீங்குவதற்கு தலவிருட்சமான வன்னி மரத்தின் அடியில் கல்லில் அடித்த நாகரை பிரதிஷ்டை செய்கிறார்கள்.

அமாவாசை நாட்களில் காவிரிக்கரையில் பித்ருக்களுக்கு இங்கே தர்ப்பணம் செய்யப்படுகிறது. அறுபதாம் கலியாணம், ஆயுஷ்ஹோமம் ஆகியவை நடத்துவதற்கும் இத்தலம் விசேஷமானது.

சிட்டனைச் சிவனைச் செழுஞ்சோதியை
அட்ட மூர்த்தியை ஆலநிழலமர்
பட்டனைத் திருப்பாண்டிக் கொடுமுடி
நட்டனைத் தொழநம் வினை நாசமே”

ான்பது அப்பர் தேவாரம்.

265. கருவூர் (கரூர்)

மூலவர் – பசுபதீஸ்வரர், பசுபதி நாதர், பசுபதி.
அம்பாள் – கிருபாநாயகி, சௌந்தர்ய நாயகி.
தலமரம் – வில்வம்
தீர்த்தம் – ஆம்பிரவதி (அமராவதி) நதி.
பதிகங்கள் – சம்பந்த–1.

கரூர் நகரின் மத்தியில் கோவில் உள்ளது. கோயமுத்தூர், ஈரோடு, திருச்சியில் இருந்து பேருந்து வசதிகள் நிறைய உள்ளன. கரூர் ரயில் நிலையம் திருச்சி ஈரோடு ரயில் பாதையில் இருக்கிறது.

தலவரலாறு

ஒரு முறை பிரம்மதேவனுக்கு தானே படைப்பவன் என்ற கர்வம் உண்டாயிற்று. அதை அடக்க திருவுளம் கொண்ட ஈசன், நாரதரை அழைத்து விஷயத்தைச் சொன்னார். நாரதர் சொல்லியபடி காமதேனு பூலோகம் வந்து வஞ்சி வனமாக இருந்த இந்தத் தலத்திற்கு வந்தது. புற்று ஒன்றுக்குள் பாதாளத்தில் ஆதிலிங்கம் இருக்கிறது. அதனை பால் அபிஷேகம் செய்து வழிபடு என்ற அசரீரி வாக்கு எழுந்தது. அதன் படியே காமதேனு தன் மடியில் இருந்து பாலைச் சொரிந்து தினமும் வழிபட்டது.

ஒரு நாள் தெரியாத்தனமாக காமதேனுப் பசுவின் குளம்பு சிவலிங்கத்தின் மீதுபட்டதில் ரத்தம் வழிந்தது. மனம் வருந்திக் கதறியது. காமதேனுவைப் பார்த்து, இறைவன் நீ என்னை வழிபட்ட காரணத்தினால் என்னை பசுபதிநாதர் என்று அழைப்பர். அதோடு நீயும் இன்று முதல் பிரம்மனைப்போல

படைக்கும் ஆற்றல் பெற்றிருக்கிறாய் என்று அருளினார் காமதேனு இறைவன் தந்த வரத்தினால் சிருஷ்டிக்க ஆரம்பித்தது அதனைக் கண்ட பிரம்மன் கர்வம் அடங்கினான்.

தன் தவற்றை உணர்ந்த காரணத்தினால் ஈசன் பிரம்மனிடமே படைப்புத் தொழிலை ஒப்படைத்துவிட்டு காமதேனுவை சொர்க்கத்துக்கு அனுப்பிவைத்தார் என்பது வரலாறு. இதனை உறுதிப்படுத்தும் விதமாக கோயிலுக்குள் நுழையும் போது கொடிமரத்தில் ஒரு பக்கம் புகழ்ச்சோழனார் கையில் ஒரு தட்டில் தலையை வைத்துக் கொண்டு நிற்பதைப் போல ஒரு சிற்பம் உள்ளது. மறுபுறம் ஒரு பசு சிவலிங்கத்தைத் தனது நாக்கினால் வருடுவதைப் போலவும், அதன் கால்களுக்கு இடையே பால் மடிக்கு நேர்கீழே சிவலிங்கம் இருப்பதைப் போலவும் சிற்பத்தைக் காணலாம்.

தலச்சிறப்புக்கள்

கொங்குநாட்டு சிவஸ்தலங்களில் கரூரில் உள்ள இந்த சிவாலயம் மூர்த்தி, தலம், தீர்த்தம் எனும் மூன்று சிறப்புக்களை யும் பெற்ற பெருமை உடையது. கோவில் ராஜகோபுரம் ஏழு நிலைகளையும் ஏழு கலசங்களையும் கொண்டுள்ளது கோபுரத்தில் திருவிளையாடல் புராணம், தசாவதாரம் ஆகியவை சுதைச் சிற்பங்களாகச் சித்தரிக்கப்பட்டுள்ளன உட்கோபுரம் ஐந்து நிலைகளைக் கொண்டது. இந்த இரண்டு கோபுரங்களுக்கும் இடையே 63 நாயன்மார்களில் ஒருவரான புகழ்ச் சோழர் மண்டபம் உள்ளது. இவர் கருவூர்ப் பகுதியை ஆண்ட மன்னராவார். இத்தலத்திற்கு மற்றொரு சிறப்பும் உண்டு, 63 நாயன்மார்களில் ஒருவரான எறிபத்த நாயனார் பிறந்த தலம் இது. கருங்கல்லால் ஆன கொடிமரம் உள்ளது.

அதோடு சிவகாமியாண்டார் வாழ்ந்து தொண்டு செய்த திருத்தலம் இது. மேலும் திருவிசைப்பா பாடிய கருவூர்த்தேவரின் பிறந்த ஊரும் இதுதான். கந்த புராணக் காலத்தில் வாழ்ந்ததாகக் கருதப்படும் முசுகுந்த சக்ரவர்த்தி இக்கோயிலுக்கு ஏராளமான திருப்பணிகள் செய்திருக்கிறார். அதற்காகத்தானோ என்னவோ திருப்பரங்குன்றத்தில் நடந்த தேவானை முருகன் திருமணத்திற்கு முசுகுந்த மன்னனுக்கு

அழைப்பிதழ் அனுப்பப்பட்டது அத்தகைய சிறப்பு பெற்ற திருத்தலமும் இது தான்.

பதினெட்டு சித்தர்களுள் ஒருவரான சித்தர் கருவூரார் பற்றற்று சிவன் மீது இச்சை கொண்டு வாழ்ந்தார். இவர் கோயிலுக்குள் வாம மார்க்கத்தைக் கடைப்பிடித்து மது, புலால், ஆகியவற்றைக் கொண்டு இறைவனுக்குப் பூசை செய்வதாக அர்ச்சகர்கள் குறைகள் கூறினர். ஆனால் மன்னனுக்கு அவரிடம் எந்தக் குறையும் தெரியாத காரணத்தினால் அவர் மீது வீண்பழி சுமத்தியவர்களைத் தண்டித்தான். ஆனாலும் அவர் அப்படியே செய்வதாக அந்தணர்கள் வற்புறுத்தியதால் கருவூரார் ஒரு தைப்பூசத் தினத்தன்று ஆனிலை அப்பருடன் ஐக்கியமானதாக வரலாறு கூறுகிறது. இவர் இத்தலத்தின் தென்மேற்கு மூலையில் தனிச் சந்நிதியில் எழுந்தருளி அருள்பாலித்து அஞ்ஞான இருள் நீக்கி வருகிறார். இவரது சமாதியும் இவ்வூரிலேயே உள்ளது.

கோவிலுக்குள் 2 பிரகாரங்கள் உண்டு. கோவிலில் உள்ள நூற்றுக்கால் மண்டபக் கலைச்சிறப்பு காணவேண்டிய ஒன்றாகும். கிழக்கு நோக்கி உள்ள கல்யாண பசுபதிநாதர், ஆநிலையப்பர் என்று வழங்கப்படுகிறார். இவர் சுமார் இரண்டடி உயரம் உள்ள சுயம்பு லிங்கமாக சதுர வடிவத்தில் அமைந்த ஆவுடையார் மீது வடபுறமாகச் சற்றே சாய்ந்தாற்போலக் காட்சியளிக்கிறார். கருவூராருக்காகச் சுவாமி சாய்ந்து கொடுத்தார் என்பது செவிவழிச் செய்தி. பங்குனி மாதம் 14, 15, 16 ஆகிய மூன்று நாட்கள் சூரியனின் ஒளி லிங்கத்தின் மீது விழுகிறது.

இரண்டு அம்மன் சந்நிதிகள் அம்மன் சுந்தரவல்லி சந்நிதி தெற்குப் பார்த்தபடி அமைந்திருக்கிறது. இவள் கிரியா சக்தி வடிவானவள். இந்தச் சந்நிதியின் இடது புறம் கிழக்கு நோக்கி அலங்காரவல்லி என்ற அம்மனின் பழைய கோவில் இருக்கிறது. இவள் ஞான சக்தி வடிவானவள். இங்கே எழுந்தருளி இருக்கும் இரண்டு அம்மன்களைப் பற்றிய தகவல் இது. இவ்விரு அம்பாள் சந்நிதிகளுள் கிழக்கு நோக்கியுள்ள அலங்கார நாயகி சந்நிதியே ஆதியானது. மற்றதாகிய சௌந்தர நாயகி சந்நிதி பற்றிய ஒரு வரலாறு சொல்லப்படுகிறது. (1) அதாவது கரூருக்குப் பக்கத்தில் ஆண்டவர் கோயிலூர் என்னும் ஊர்

உள்ளது. அங்கு வாழ்ந்து வந்த ஒரு பெண், ஆண்டாள்போல இவ்விறைவனை மணந்து கொண்டாளாம். அவளது திருவுருவமே சௌந்தரவல்லி என்கின்றனர். அதனால்தான் சுவாமி, ஆண்டுத் திருவிழாவில் ஒரு நாள் அவ்வூருக்கு இன்றும் சென்று வருவதாகச் சொல்கிறார்கள்.

இது குறித்து மற்றொரு தகவலும் உண்டு, மாலிக்காபூரின் படையெடுப்பின்போது அம்பாள் அலங்காரவல்லியின் திருமேனியை பகைவர் கண்களுக்குத் தெரியாமல் புதைத்து விட்டனர். பல வருடங்களுக்குப் பிறகு இயல்பு நிலை திரும்பிய உடன் தோண்டியபோது கிடைக்கவில்லை. ஆதலால் புதிய அம்பாள் பிரதிஷ்டை செய்யப்பட்டது. சில காலத்திற்குப் பிறகு எப்போதோ புதைத்து வைக்கப்பட்ட முன்னதும் கிடைத்து விட்டது. அதனால் அதையும் இரண்டாவதாகப் பிரதிஷ்டை செய்து விட்டனர் என்கின்றனர்.

மூலவரைத் தரிசிக்கச் சேவார்த்திகள் செல்லும் நுழைவு வாயிலில் வலப்பக்கமுள்ள கல்தூண் ஒன்றின் மத்தியில் சேவார்த்திகள் செல்லும் பக்கமாகவே ஒரு சக்கரம் ஒன்று உள்ளது. இதன் பொருள் எவர்க்கும் தெரியவில்லை. விசாரித்ததில், இக்கோயில் அமைக்கப்பட்ட காலத்தைப் பற்றிய குறிப்பு அச்சக்கரம் என்கின்றனர். உண்மை விளங்கவில்லை.

தொண்டு எலாம் மலர் தூவி ஏத்த நஞ்சு
உண்ட ஆர்உயிர் ஆய தன்மையர்
கண்டு அனார் கருவூருள் ஆன்நிலை
அண்டனார் அருள் ஈயும் அன்பரே.

என்பது சம்பந்தர் தேவாரம்.

இதுவரையில் கொங்குநாட்டுத் தலங்களைத் தரிசித்த நாம் இப்போது மலைநாட்டுத் தலம் ஒன்றை தரிசிக்கலாம் வாருங்கள்.

266. திரு அஞ்சைக்களம்

மூலவர்	–	மூலவர் அஞ்சைக்களத்தீஸ்வரர், மகாதேவர்.
அம்பாள்	–	உமையம்மை
தலமரம்	–	சிவகங்கை
தீர்த்தம்	–	சரக்கொன்றை
பதிகங்கள்	–	சுந்தரர்–1.

கேரள பாணியில் அமைந்த கோயில். கேரள மாநிலம் பிரசித்தமான கொடுங்களூர் பகவதி அம்மன் திருக்கோவிலிலிருந்து சுமார் 2 கி.மீ தொலைவில் உள்ளது. இந்த ஊரை திருவஞ்சிக்குளம் என்று அழைக்கிறார்கள். கொடுங்களூரிலிருந்து நகரப் பேருந்து மூலம் இத்தலத்தை அடையலாம்.

தலவரலாறு

சேரநாட்டை ஆண்டு வந்த பெருமாக்கோதையார் என்ற மன்னன் சிறந்த சிவபக்தனாக விளங்கியவன். இவனுக்கு கழறிற்று அறிவார் என்ற பெயர் உண்டு. யார் என்ன விஷயத்தைப் பற்றி பேசினாலும், அது அவனுக்கு நன்றாகப் புரிந்தது. மேலும் விலங்குகள், பறவைகள் பேசுவதையும் அவன் இறைவன் அருளால் அறிந்ததால் இப்பெயர் ஏற்பட்டது. அவன் தினமும் இறைவனை வணங்கும் நேரத்தில் அம்பலக்கூத்தரின் சிலம்பொலி கணீர் என்று கேட்பது வழக்கம்.

அந்த சிலம்பு ஒலியைக் கேட்ட பிறகே அவன் உணவு உண்பான்.

ஒரு நாள் சேரமான் சிவபெருமானை வழிபடும் நேரத்தில் இறைவன் கால் சிலம்பொலி கேட்கவில்லை. பதறிப் போனான் மன்னன், ஐயனே என்ன தவறிழைத்தேன் என்று கதறினான். வருத்தம் தாளாமல் தன் உடைவாளை எடுத்து தன் உயிரை போக்கிக் கொள்ள முயன்றபோது, வருந்தாதே மன்னா என் மனதுக்கினிய சுந்தரன் தேனினும் இனிமையான பாடல்களினால் என்னை அபிஷேகம் செய்வான். அந்தப் பாடல் சுவையில் மெய்மறந்து விட்டேன் எனவே தான்

சிலம்பொலி தர மறந்து போயிற்று என்று இறைவன் தரிசனம் தந்து தெரிவித்தார். இதனால் சுந்தரர் மீது பாசம் கொண்ட சேரமான், தில்லை சென்று அம்பலவாணரைத் தரிசனம் செய்தபிறகு, திருவாரூர் சென்று சுந்தரரிடம் நடந்ததைக் கூறி அவரது நட்பை விரும்பி வந்ததாக சொன்னபோது இறைவன் பெருங்கருணையை எண்ணி சுந்தரர் நெக்குருகினார். இருவரும் நண்பர்களாகி விட்டனர், சேரமான் திருவஞ்சிக் குளத்திற்கு வருக என சுந்தரருக்கு அன்போடு அழைப்பு விடுத்தார்.

திருவஞ்சைக்களம் சென்ற சுந்தரர் அங்கே சிறிது காலம் தங்கி இறைவனை வழிபட்டு திருவாரூர் திரும்பினார். பிறகு மற்றொரு முறை அவர் திருவஞ்சைக்களம் சென்றபோது அவரை சேரமான் யானை, குதிரை சேனைகளோடு, மேளதாளங்கள் ஒலிக்க வரவேற்று, மரியாதை அளித்து சிறப்பித்தார். பாதபூசை செய்தார், சுந்தரர் அங்கேயே சிலகாலம் தங்கி மேலும் சில மலைநாட்டு தலங்களைத் தரிசித்தார்.

கயிலாயம் செல்லும் நேரம் வந்தது அறிந்து, 'தலைக்குத் தலைமாலை' என்ற பதிகம் பாடியபோது, ஈசன் உத்தரவின் பேரில் இந்திரனின் ஐராவதம் திருவஞ்சைக்களம் வந்து அவருக்காகக் காத்திருந்தது. வீதியின் நடுவில் உள்ள பெரிய மேடை "யானை வந்த மேடை" என்று தற்போது வழங்கப்படுகிறது. சிவகணங்கள் சூழ, தேவர்கள் வாழ்த்தொலி செய்ய சுந்தரர் வெள்ளையானை மீது அமர்ந்து கயிலாயம் சென்றார். இதனை தனது உள்ளுணர்வினால் அறிந்த சேரமான் உடனே இத்தலத்தில் இருந்து தனது வெள்ளைக் குதிரையில் ஏறிக் கொண்டு அதன் காதில் நமசிவாய மந்திரத்தை ஓதினார். உடனே அது வானத்தில் பறந்து, இந்திரனின் பட்டத்து யானையைப் பின்தொடர்ந்து சென்றது. இருவரும் கயிலையை அடைந்தனர் என்பது தலவரலாறு தருகின்ற தகவல். மேலும் இது பரசுராமர் தாயைக் கொன்ற பாவம் நீங்க வழிபட்ட தலம்.

தலச்சிறப்புக்கள்

ஆலயம் கேரளப்பாணியில் மூன்று அடுக்குகளாக அமைந்திருக்கிறது. மேற்கு வாசல் வழியாக சென்றால் யானைப்பந்தல் வரும். சுந்தரரை அழைக்க ஐராவதம் வந்து

இறங்கிய இடம் இது. கோயிலின் உள்ளே சிறிய ராஜகோபுரம் உள்ளது பக்கச் சுவற்றில் யானை உருவங்கள் வெளியில் இருந்து கோயிலுக்கு உள்ளே செல்வதைப் போலவும், எதிர்ச்சுவற்றில் கோயிலுக்கு உள்ளேயிருந்து வெளியே செல்வதைப் போலவும் அமைக்கப்பட்டிருக்கின்றன. இது சுந்தரரை ஏற்றிக் கொள்வதற்காக ஐராவதம் வந்ததையும், அவரை ஏற்றிக் கொண்டு வெளியே செல்வதையும் குறிக்கிறது. இதைக் குறிக்கும் வகையில் சுந்தரமூர்த்தி நாயனர் சேரமான் பெருமாள் நாயனார் வெண்கலச் சிலைகள் உள்ளன.

மேற்கு வாசல் வழியாக உள்ளே நுழைந்தால் சிவபார்வதி தம்பதியர்களுடைய பள்ளியறை மிகச் சிறப்பாக இருக்கிறது. கருவறையில் மூலவர் ஆவுடையார் இல்லாமல் சுயம்பு லிங்கமாகத் தரிசனம் தருகிறார். சிறிய திருமேனி. ஆகவே அஞ்சைக்களத்தப்பர் தரைமட்டத்திற்கு மேல் சில அங்குல உயரமே உள்ளார். கருவறை விமானத்தில் யோக நரசிம்மரைக் காணலாம். இங்குள்ள நடராசர் உருவம் சேரமான் பெருமாள் பூசித்தது, இச்சிலையின் கீழே திருவஞ்சைக்களத்து சபாபதி என்று எழுதப்பட்டிருப்பதைக் காணலாம்.

அருச்சுனன் வில்லால் அடித்த தழும்பு லிங்கத்தின் தலையில் இருக்கிறது. இத்தலத்தில் அம்பாளுக்குத் தனியாக சந்நிதி இல்லை. சுவாமிக்குப் பக்கத்திலேயே தாமிரச்சிலையாக எழுந்தருளி இருக்கிறாள். கேரள முறையைப் பின்பற்றி இத்தலத்தில் வெடிகள் வெடித்து பிரார்த்தனை செய்வதைப் பார்க்க முடிகிறது. சுந்தரர் கயிலை சென்ற ஆடி, சுவாதி நன்னாளன்று ஆண்டுதோறும் சுந்தரர், சேரமான் ஆகியோருக்கு அபிஷேகம் செய்து விழா கொண்டாடுகிறார்கள். இந்த ஒரு நாள் மட்டும் தமிழ்நாட்டு முறைப்படி ஆகம பூஜை செய்யப்படுகின்றது. பரசுராமர் தன் தாயைக் கொன்ற தீவினை தீரும் பொருட்டு வழிபட்ட தலம்.

"சிந்தித்து எழுவார்க்கு நெல்லிக்கனியே
சிறியார் பெரியார் மனத்தேறலுற்றால்
முந்தித் தொழுவார் இறவார் பிறவார்
முனிகள் முனியே அமரர்க்கமரா
சந்தித்தடமால் வரைபோற்றிரைக(ள்)
தணியாதிடறுங் கடலங்கரைமேல்

அந்தித் தலைச் செக்கர் வானே யொத்தியா(ல்)
அணியார் பொழில் அஞ்சைக் களத்தப்பனே"

என்பது சுந்தரர் தேவாரம்.

மலைநாட்டுத் தலத்தை தரிசித்த கையோடு தேவாரப்பாடல் பெற்ற ஒரே ஒரு துளுநாட்டுத் தலமான திருக்கோகர்ணம் என்ற தலத்தை தரிசிப்போம்.

267. திருக்கோகர்ணம்

மூலவர்	–	மஹாபலேஸ்வரர், பிராணலிங்கேஸ்வரர், ஆத்ம லிங்கேஸ்வரர்.
அம்பாள்	–	கோகர்ணேஸ்வரி, தாமிரகௌரி.
தீர்த்தம்	–	கோகர்ண தீர்த்தம்.
பதிகங்கள்	–	சம்பந்தர்–1, அப்பர்–1.

இது கர்நாடக மாநிலத்தில் உள்ள தேவாரப்பாடல் பெற்ற ஒரே திருமுறைத்தலம் என்ற சிறப்பைப் பெற்றது.

இத்தலத்தில் உள்ள சிவலிங்கம் கயிலையிலிருந்து இராவணன் கொண்டுவந்ததாக நம்பப்படுகிறது. இராவணன் எடுக்க முயலும் போது அந்த சிவலிங்கம் பசுவின் காது போல குழைந்ததால் கோகர்ணம் என்ற பெயர் பெற்றது. "கோ" = பசு, "கர்ணம்" = காது. இத்திருக்கோயில் கடற்கரை அருகில் அமைந்துள்ளது. சென்னையிலிருந்து ரயில் மூலம் குண்டக்கல் வழியாக ஹுப்ளி வரை சென்று, அங்கிருந்து பேருந்து மூலம் செல்லக்கூடிய தலம். மங்களூரிலிருந்தும் பேருந்துகள் உள்ளன.

தலவரலாறு

ஒரு சமயம் இராவணன் இலங்கையில் பிரதிஷ்டை செய்விப்பதற்காகக் கயிலையிலிருந்த பிராண லிங்கத்தை சிவபெருமானிடம் இருந்து பெற தவம் செய்தான். அந்த லிங்கம் பூலோகம் சென்று விட்டால் தேவர்கள் பலமிழந்து

விடுவார்கள். ஆகவே இதனை எப்படியாவது தடுக்க வேண்டும் என்று முயற்சி செய்தார் நாரதர். ஆனால் அதற்குள் காலம் கடந்து விட்டது, ராவணன் தனது தவத்தினால் ஈசனை மகிழ்வித்து பிராண லிங்கத்தைப் பெற்றுக் கொண்டான். ஈசன் இந்த லிங்கத்தை ராவணனிடம் கொடுப்பதற்கு முன்னால் ராவணா நீ ஆகாய மார்க்கமாக இதைக் கொண்டு செல்வது கூடாது, நடந்துதான் செல்ல வேண்டும் உன் கைகளில் உள்ள இந்த லிங்கத்தை எக்காரணம் கொண்டும் பூமியில் வைத்து விடக்கூடாது. அப்படி வைத்தால் அது திரும்ப வராது என்று எச்சரிக்கை செய்தார். வந்தவன் வழியில் இத்தலத்தில் சற்று இளைப்பாற எண்ணித் தரையில் வைத்தான். அப்போது தேவர்கள் மூன்று உலகங்களின் பாரங்களையும் அந்தச் சிவலிங்கத்தின் மீது செலுத்தினர். அது பாதாள லோகத்தையும் தாண்டி வேர்ஊன்றி நிலைத்து விட்டது. இறைவன் இத்தலத்திலேயே வீற்றிருக்கத் திருவுள்ளம் கொண்டுவிட்டால் அதை யாரால் மாற்ற முடியும்? ராவணன் சிறிது நேரம் இளைப்பாறிய பின்னர்

அச்சிவலிங்கத்தை மீண்டும் எடுக்க முயன்றபோது அது அசைந்து கொடுக்கவில்லை. அவன் தன் வலிமையனைத்தையும் பயன்படுத்தினான். அப்போது அச்சிவலிங்க பாணம் பசுவின் காது போலக் குழைந்துவிட்டது. லிங்கத்தை விட்டுவிட்டு இலங்கைக்குச் சென்றான் ராவணன். அதனால் தலத்திற்குக் கோகர்ணம் என்று பெயர் வந்தது. அசைக்க முடியாத பலம் கொண்டதால் இறைவனுக்கு மகாபலேஸ்வரர் என்று பெயருண்டாயிற்று.

தலச்சிறப்புக்கள்

தமிழகக் கோயில் அமைப்பில் இருந்து முற்றிலும் மாறுபட்டது. தெற்கிலும், மேற்கிலும் வாயில்கள் உள்ளன. மேற்கு வாயில் வழியாக கடற்கரைக்குச் செல்லலாம். இது ஒரு கடற்கரைக் கோயிலாகும். தெற்கு வாசல் வழியாக உள்ளே நுழைந்தால், பிரகாரம் வருகிறது. அதைத் தாண்டிச் சென்றால் ரிஷிபதேவர் தரிசனம் தருகிறார். அம்பாள் கிழக்கு நோக்கிய சந்நிதியில் அருள்பாலிக்கிறாள். பக்கத்தில் தாம்ரகுண்டம் என்ற குளம் இருக்கிறது.

கருவறை மிகவும் சிறியது, நடுவில் சதுரமேடை மீது வட்டவடிவமான பீடம் இருக்கிறது. பீடத்தில் தென்கிழக்குப் பகுதியில் வெடிப்பு ஒன்று காணப்படுகிறது. இது சுவர்ண ரேகை கொண்ட சாளக்கிரம பீடம் என்கிறார்கள். இதன் நடுவே வெள்ளை நிறத்தில் உள்ளங்கை அளவு ஒரு பள்ளம் இருக்கிறது. அந்தப் பள்ளத்தில் நடுவில் கொட்டைப்பாக்கு அளவிலான மகாபலேஸ்வரர் சிவலிங்க பாணம் தென்படுகிறது. விரலால் தொட்டு திருமேனியை உணரலாம். சிவலிங்கம் ஒரு கொட்டைப்பாக்கு அளவில் ஆவுடையாரில் அடங்கியிருப்பது விசேஷமானது. இத்தலத்து வழக்கப்படி நாம் இறைவன் திருமேனியைத் தொட்டு நீராட்டி மலர்சூட்டி வழிபடலாம். பசுவின் காது போல குழைந்து காணப்படுவது மெய்சிலிர்க்க வைக்கிறது. பிரகாரத்தில் உள்ள விநாயகர் விசேஷமானவர். இவர் இரண்டு கரங்களோடு நின்ற நிலையில் யானை முகத்துடன் துவிபுஜ விநாயகர் என்ற பெயரில் காட்சி தருகிறார். இவரது யானைத்தலையின் நடுவே யாரோ குட்டியதைப்போல சிறிய பள்ளம் இருக்கிறது. இது ராவணன் குட்டியதால் ஏற்பட்டதாம்.

மேலும் சில விசேஷங்கள்:

கைலாயத்தில் சிவபெருமான் மலையாக, உமாதேவி நதியாகக் காட்சி தருகிறாள். அது போலவே இந்த தலத்திலும் ஈசன் மலையாகவும், அம்பிகை நதியாகவும் அருட்காட்சி தருகின்றனர். அம்பாளே இங்கு நதி வடிவம் எடுத்து ஓடுகிறாள் என்பது ஐதீகம். சிவன் மலையாக வீற்றிருக்கும் தலங்களில் பக்தர்கள் கிரிவலம் வருவது வழக்கம். அது இந்தத் தலத்தில் முடிவதில்லை. ஏன் என்றால் இங்கே நதி இருக்கிறது. சிவபெருமான் சுயம்புவாகத் தோன்றியதோடு, மேற்கு நோக்கியும் எழுந்தருளி இருப்பதால் இது சித்தியளிக்கும் தலங்களுள் ஒன்றாகக் கருதப்படுகிறது. அதனாலும் இவருக்கு மகாபலேஸ்வரர் என்று பெயர் வந்தது.

இத்தலத்தில் உள்ள கோகர்ப்பக் குகை கண்டு களிக்கத்தக்கது. இங்கு 33 தீர்த்தங்கள் உள்ளன. அவற்றுள் கோகர்ண தீர்த்தம், தாம்ர கௌரிநதி, கோடி தீர்த்தம், பிரமகுண்ட தீர்த்தம் முதலியவை சிறப்புடையன. இவற்றுள்ளும் கோடி

தீர்த்தம் மிக்க சிறப்புடையது. இத்தலத்திற்கு வருவோர் முதலில் கோடி தீர்த்தத்தில் நீராடி, பின்பு கடல் நீராடி, பிண்டதர்ப்பணம் செய்து, மறுபடியும் நீராடி புதிய ஆடை உடுத்தி மகாபலேஸ்வரரை வழிபட வேண்டும் என்பது முறையாகும். அமாவாசை மற்றும் பௌர்ணமி தினங்கள் கடல் நீராட்டுக்கு விசேஷமானது. இத்தலம் பாஸ்கரத் தலங்களுள் ஒன்றாகும். காசி, புஷ்பகிரி, காஞ்சிபுரம், ஸ்ரீசைலம், சேது, கேதாரம் என்பன மற்ற பாஸ்கர ஷேத்திரங்கள்.

பேதைமட மங்கையொரு பங்கிட
மிகுத்திடப மேறியமரர்
வாதைபட வண்கடலெ ழுந்தவிட
முண்டசிவன் வாழுமிடமாம்
மாதரொடும் ஆடவர்கள் வந்தடி
யிறைஞ்சிநிற மாமலர்கள்தூய்க்
கோதைவரி வண்டிசைகொள் கீதமுரல்
கின்றவளர் கோகரணமே.

என்பது சம்பந்தர் தேவாரம்.

❀❀❀

இனி நாம் வடநாட்டில் உள்ள
ஐந்து தேவாரப்பாடல்கள்
பெற்ற தலங்களைத் தரிசித்து வரலாம்.

வடநாட்டுத் தலங்கள்

268. திருப்பருப்பதம். ஸ்ரீ சைலம்.

மூலவர் – மல்லிகார்ச்சுனர், ஸ்ரீசைலநாதர், சீபர்ப்பதநாதர்.

அம்பாள் – பிரமராம்பிகை.

தலமரம் – மருதமரம், திரிபலாமரம்.

தீர்த்தம் – பாலாழி முதலாகவுள்ள பல தீர்த்தங்கள்.

பதிகங்கள் – சம்பந்தர்–1, அப்பர்–1, சுந்தரம்–1.

ஆந்திர மாநிலத்தில் கர்நூல் மாவட்டத்தில் நந்தியாலுக்குப் பக்கத்தில் உள்ளது. திருப்பதியிலிருந்து 500 கி.மீ. தொலைவிலுள்ள இத்தலத்திற்கு அங்கிருந்து நேரே செல்லப் பேருந்து வசதியுள்ளது. சென்னையிலிருந்தும் ஸ்ரீசைலத்திற்குப் பேருந்து செல்கிறது.

பன்னிரு ஜோதிர் லிங்கத் தலங்களில் ஒன்று. வட நாட்டுப் பாடல் பெற்றத் தலங்களில் இது முதலாவது தலமாகும். மக்கள் வழக்கில் தற்போது "ஸ்ரீசைலம்" என்று வழங்குகிறது. சந்திரரேகா என்ற பெண் பக்தை மல்லிகை மலர்கள் கொண்டும், அர்ஜீன மலர்கள் கொண்டும் பக்தியோடு நாளும் அர்ச்சித்து வழிபட்டதால் இத்தலத்து ஈசன் மல்லிகார்ச்சுனர் என்று பெயர் பெற்றார்.

மல்லிகையாக ஈச்வரனே இருக்கிறான் ஸ்ரீசைலத்தில் அந்த மல்லிகைக் கொடி அர்ஜுன மரத்தைச் சுற்றிக் கொண்டு படர்ந்திருக்கிறது. அதுதான் மல்லிகார்ஜுனம். அர்ஜுனம் என்பது மருத மரம். அதை ஸ்தல வ்ருக்ஷமாகக் கொண்ட மூன்று க்ஷேத்ரங்கள் இருக்கின்றன. வடக்கில் ஆந்திர தேசத்தில் இருப்பதுதான் ஸ்ரீசைலம், அது மல்லிகாஜுர்னம், பாதாள கங்கை என்கிற கிருஷ்ணா தீரத்தை ஒட்டியிருப்பது அது. மத்தியில் இருப்பது திருவிடைமருதூர். மத்யார்ஜுனம், இடை மருதூர் என்றே பெயர் பெற்றது. காவேரிக் கரையில் சோழ மண்டலத்திலிருப்பது. தெற்கே இருப்பது திருப்புடைமருதூர் என்னும் புடார்ஜுனம். தென்பாண்டி நாட்டில், தாமிரபரணிக் கரையில் அது இருக்கிறது என்று இத்தலப் பெருமையை ஸ்ரீ காஞ்சி மகாபெரியவா விளக்கி இருக்கிறார்.

தலவரலாறு

முன்னொரு காலத்தில் சிலாத மகரிஷி குழந்தை வரம் வேண்டி சிவபெருமானை நோக்கி தவம் இருந்தார். இவருக்கு சிவபெருமானின் அருளால் இரண்டு ஆண்பிள்ளைகள் பிறந்தன. அவற்றுக்கு நந்தி, பர்வதன் எனப் பெயரிட்டு வளர்த்து வந்தார். ஒரு நாள் குழந்தைகளைப் பார்க்க சனகாதி முனிவர்கள் வந்த போது, இரண்டு குழந்தைகளுள் நந்தி, இன்னும் சிலகாலமே பூலோகத்தில் இருப்பான் என்று அதிர்ச்சித் தகவலைத் தெரிவித்தனர்.

இதைக்கேட்டு சிலாத மகரிஷி கலங்கினார். தந்தையின் வருத்தம் அறிந்த நந்தி, அப்பா கலங்க வேண்டாம், நான் சிவபெருமானைக் குறித்து கடுமையான தவம் செய்து சாகாவரம் பெறுவேன் என்று சொல்லி அப்படியே தவம் மேற்கொண்டார். நந்தியின் தவத்தில் மகிழ்ச்சி அடைந்த ஈசன் அவரை தனது வாகனமாக்கிக் கொண்டார். அதோடு நந்தியின் அனுமதி இல்லாமல் தன்னை யாரும் காணமுடியாது என்ற உத்தரவும் இட்டார்.

நந்தி தவம் செய்த இடத்திற்கு நந்தியால் என்பது பெயர். அது மலையின் கீழே இருக்கிறது. நந்தியைப் போலவே அவருடைய தம்பி பர்வதனும் சிவபெருமானை நோக்கி தவம் இருந்து பர்வதமலையாக மாறும் வரத்தைப் பெற்றுக் கொண்டான்.

மலையின் சிறப்பு ஸ்ரீசைலம் 12 ஜோதிர் லிங்கத்தலங்களுள் ஒன்று. இந்த தலம் பக்திஞானம் வைராக்கியம் ஆகியவற்றுக்கு புகழ்பெற்றது. இங்கே ஏராளமான தவசிகள், மகான்கள், சித்தபுருஷர்கள், வேதாந்திகள் ஆகியோர் நித்யவாசம் செய்கிறார்கள். இதற்கு தட்சிண கைலாயம் என்ற பெயரும் உண்டு. இந்த ஸ்ரீசைலமலையைத் தரிசனம் செய்தால் மறுபிறவி கிடையாது என்பது பக்தர்களின் நம்பிக்கை. ஸ்ரீபர்வதம், ஸ்ரீநகரம், ஸ்ரீசைலம் என்ற பெயர்களினால் இத்தலம் அழைக்கப்படுகிறது. இங்கு கோயில் கொண்டிருக்கும் அம்பாளான பிரம்மராம்பா தேவி பதினெட்டு மகாசக்தி பீடங்களில் இங்கே முழுமையாக ஆட்சி செய்கிறாள். சக்தியின் 51 சக்தி பீடங்களில் இந்த இடத்தில் அவளது கழுத்துப்பகுதி

விழுந்ததாகச் சொல்லப்படுகிறது.

எந்தக் கோயிலுக்குச் சென்றாலும் குளித்து விட்டோ, கைகால்களைக் கழுவிக் கொண்டோ, உடல் சுத்தத்தோடு சென்று இறைவனைத் தரிசிக்க வேண்டும் என்பது சாஸ்திரம். ஆனால் இங்கு எந்தவிதமான நித்திய கர்மங்களைச் செய்யாமல் மல்லிகாஜீர்னரைத் தரிசனம் செய்யலாம். இதற்கு தூளிதரிசனம் என்று பெயர். எந்த ஜாதியாக இருந்தாலும், இனமாக இருந்தாலும் சிவலிங்கத்தின் தலையைக் கையால் தொட்டு வணங்கலாம்.

இம்மலையில் எட்டு சிகரங்களும், ஒன்பது நந்திகளும் உள்ளன. அவை முறையே,

சிகரங்களாவன

1. வைடூரிய சிகரம்,
2. பரவாளி சிகரம்,
3. ரௌப்ய சிகரம்,
4. மாணிக்கச் சிகரம்,
5. மரகத சிகரம்,
6. பிரம்ம சிகரம்,
7. க்ஷேமா சிகரம்,
8. வஜ்ர சிகரங்கள் ஆகும்;

நந்திகளாவன

1. பிரதம நந்தி,
2. நாக நந்தி,
3. விநாயக நந்தி,
4. கருட நந்தி,
5. சிவ நந்தி,
6. மகா நந்தி,
7. சூரிய நந்தி,
8. விஷ்ணு நந்தி,
9. சோம நந்தி

என்பனவாகும்.

அவ்வாறே இங்கு

1. பிரமேஸ்வரம்,
2. ஜனார்த்தனேஸ்வரம்,
3. வருணேஸ்வரம்,
4. ஹேமேஸ்வரம்,
5. சப்தகோடீஸ்வரம்,
6. மோக்ஷேஸ்வரம்,
7. இந்திரேஸ்வரம்,
8. அக்னேஸ்வரம்,
9. குக்குடேஸ்வரம்

என்று ஒன்பது கோயில்களும் உள்ளன.

கோயில் சிறப்பு:

தேவாரம் பாடிய மூவரில், சம்பந்தரும், சுந்தரரும் இத்தலத்திற்கு வராமல் காளத்தி ஈசனைத் தொழுதபிறகு அங்கிருந்தே வடக்கு நோக்கி இந்த ஸ்ரீசைலத்தைப் பாடினர். ஆனால் திருநாவுக்கரசர் மட்டுமே தாம் கைலாய யாத்திரை மேற்கொண்ட போது இத்தலத்திற்கு விஜயம் செய்து இறைவனைத் தொழுது பாடி இருக்கிறார். மலையடிவாரத்தில் கிருஷ்ணாநதி பாய்கிறது, இதனை பாதாளகங்கை என அழைக்கின்றனர். தென்கரையில் கோயில் அமைந்திருக்கிறது.

கோயில், மலை உச்சியில் கிழக்கு நோக்கியுள்ளது. நாற்புறமும் கோபுரவாயில்கள் இருந்த போதிலும் பிரதான வாயில் கிழக்கு கோபுரமே. பெரிய மண்டபத்தில் கல்லால் ஆன நந்தி உள்ளது. ஆலய முகப்பில் சித்தி விநாயகர் தரிசனம் தருகிறார். மேற்குப் பிராகாரத்தில் பாண்டவர்கள் கட்டியதாகச் சொல்லப்படும் ஆறு ஆலயங்கள் உள்ளன. பளிங்குக் கல்லால் ஆன சண்முகர் கோயில், அன்னபூரணி ஆலயம், சஹஸ்ரலிங்கேசுவரர் கோயில், பஞ்ச நதீஸ்வரர் ஆலயம் முதலியன தரிசிக்கத்தக்கன. தெற்கு வாயில் கோபுரம் ‘ரங்க மண்டபம்’ என்று அழைக்கப்படும். மஹாசிவராத்திரியில் பாதாள கங்கையில் நீராடி, மல்லிகார்ச்சுனரைச் சேவிப்பது மிகப்பெரும் புண்ணியமாகும். மலையின் கிழேயிருந்து 3 மணிநேரம் பிரயாணம் செய்தால் மட்டுமே இந்தக் கோயிலை தரிசிக்க முடியும். அடர்ந்த காட்டுப்பகுதியாக இருக்கிறது.

சுனகல பசுவண்ண நந்தி:

இந்த நந்தி பிரதான மண்டபத்தில் கம்பீரமாக இருக்கிறது. இது கர்ஜனை செய்யும் போது கலியுகம் முடியும் என்பது பக்தர்களின் நம்பிக்கை. ஸ்ரீ சைல சிகரத்திற்கு இரண்டு கிமீ தொலைவில் சாட்சி கணபதி இருக்கிறார். இவர் தன்னிடம் வருகின்றவர்களில் யாருக்கு கைலாயம் செல்லத் தகுதி இருக்கிறது யாருக்கு இல்லை என ஒரு பட்டியல் தயார் செய்கிறார். அதனால் இவருக்குச் சாட்சி கணபதி என்று

பெயர். மகாவிஷ்ணுவே கணபதி உருவத்தில் இருப்பதாக ஐதீகம். இவரை வணங்கிவிட்டுத்தான் ஸ்ரீசைலம் வாயிலில் நுழைவது மரபு.

கரவிலா மனத்தராகிக் கைதொழு வார்கட்கென்றும்
இரவுநின் றெரியதாடி யின்னருள் செய்யுமெந்தை
மருவலார் புரங்கண்மூன்று மாட்டிய வகையராகிப்
பரவுவார்க் கருள்கள் செய்து பருப்பத நோக்கினாரே.

என்பது அப்பர் தேவாரம்.

269 இந்திரநீல பருப்பதம்

மூலவர் – நீலாசலநாதர்
அம்பாள் – நீலாம்பிகை
தீர்த்தம் – இந்திரதீர்த்தம்.
பதிகங்கள் – சம்பந்தர்–1

இது வடநாட்டில் இமயமலைச்சாரலில் இருக்கின்ற தலமாகும். இத்தலத்து ஈசனை இந்திரன் வழிபட்டு சாபவிமோசனம் பெற்றான்.

இந்த தலத்திற்கு நேரில் செல்லாமல் தென் கயிலாயமாகிய திருக்காளத்தி தலத்தை தொழுத பிறகு, சம்பந்தப் பெருமான் அங்கிருந்தே இத்தலத்தைப் போற்றிப் பாடியிருக்கிறார்.

பத்ரிநாத் கோயிலை அடைந்து இரவு தங்க வேண்டும். விடியற்காலையில் நான்கு மணி அளவில் எழுந்து பார்த்தால் இந்திர நீலப்பருப்பதம் கண்கொள்ளாக் காட்சியாகத் தரிசனம் தரும். அந்த நேரத்தில் இந்த மலை இந்திர நீலநிறத்தில் மாறிவிடுவது ஒரு அற்புதமான அனுபவமாகும். நேரம் ஆக ஆக இந்த நிறம் மாறிவிடுகிறது. குறையில்லாத பக்தியும், இறைவனின் திருவருளும் உடையவர்களுக்கே இந்த தரிசனம் வாய்க்கும் என்பது பக்தர்களின் அசைக்கமுடியாத நம்பிக்கை.

இந்த மலையை நீலகண்ட பர்வதம் என மக்கள் அழைக்கின்றனர்.

"பூவினானொடு மாலும் போற்றுறுந்
தேவனிந்திர நீலபர்ப்பதம்
பாவியா எழுவாரைத் தம்வினை
கோவியா வருங் கொல்லுங் கூற்றமே."

என்பது சம்பந்தர் தேவாரம்.

270 அநேகதங்காபதம்

மூலவர் – அநேநகதங்காவதநாதர்
அம்பாள் – மனோன்மணி
தீர்த்தம் – ஞானதீர்த்தம்
பதிகங்கள் – சம்பந்தர்–1.

கேதாரம், கௌரிகுண்டம், உத்திராஞ்சல் மாநிலம்

இது வடநாட்டுத் தேவாரம் பெற்ற தலங்களுள் ஒன்று. கேதாரம் செல்லும் வழியில் உள்ளது. இறைவி கௌரி என்னும் திருநாமத்தோடு தவஞ்செய்த பதியாதலின் கௌரிகுண்டம் என்றும் கூறப்பெறும். இமயத் தலங்களில் ஒன்றாக விளங்கும் இத்தலத்தை, திருக்கேதார யாத்திரை செல்வோர் எளிதில் தரிசித்து இன்புறலாம்.

ரிஷி கேசத்திலிருந்து கேதாரம் செல்வோர் கௌரி குண்டம் வரை பேருந்துகளில் செல்லலாம். கௌரி குண்டத்தில் உள்ள சிறிய வெந்நீர் ஊற்று நீராடற்கேற்றது. கேதார்நாத் யாத்திரையில் கௌரிகுண்டம் வரையில்தான் பேருந்துகள் செல்லும். அங்கிருந்து நடந்தோ, குதிரைமீதோ, டோலியிலோ 14 கி.மீ. கரடுமுரடான மலைப் பாதையில் ஏறிச் சென்று கேதார நாதரைத் தரிசித்துத் திரும்ப வேண்டும்.

இத்தலத்திற்குச் செல்லாமல் தென்கயிலாயமான திருக்காளத்தியை வணங்கிய பின்பு சம்பந்தப்பெருமான் அங்கிருந்தே தொழுது இத்தலத்தைப் பாடினார்.

"தந்தத்திந்தத் தடமென்றருவித் திரள்பாய்ந்து போய்ச்
சிந்தவெந்த கதிரோனொடு மாசறு திங்களா(ர்)

அந்தமில்ல அளவில்ல அனே கதங்காபத (ம்)
எந்தை வெந்த பொடி நீறணிவார்க்கு இடமாவதே."

என்பது சம்பந்தர் தேவாரம்.

❀❀❀

271 திருக்கேதாரம்

மூலவர் – கேதாரேஸ்வரர்
அம்பாள் – கேதாரகௌரி
தீர்த்தம் – மர்தாகினி
பதிகங்கள் – சம்பந்தர்–1 சுந்தரர்–1.

இது ஹரித்துவாரில் இருந்து 250 கிமீ தொலைவில் இருக்கிறது. 'கௌரி குண்டம்' வரையில் வாகனங்களில் சென்று, அங்குள்ள வெந்நீர் ஊற்றில் பக்தர்கள் நீராடுவார்கள். பிறகு அங்கிருந்து புறப்பட்டு மலைப் பாதையில் பயணத்தைத் தொடங்குவது மரபாக இருந்து வருகிறது. இங்கிருந்து கேதாரம் 14 கி.மீ தூரத்தில் அமைந்துள்ளது. போகும் வழியில் மந்தாகினி ஆறு குறுக்கிடும். மிகப் புண்ணியமான அந்த நதியின் நீரைப் பருகுவதும், அதில் முழுகி நீராடுவதும் பாவங்களைப் போக்கும். மேலும் பயணத்தைத் தொடர்ந்து கேதார தீர்த்தத்தில் நீராடுதலும், பருகுதலும் பாவங்கள் அனைத்தையும் போக்கும், பிறவியாகிய பெருங்கடலைக் கடக்கச் செய்யும் என சிவபுராணம் தெரிவிக்கிறது.

இருவரும் தென்கயிலாயமான திருக்காளத்தியிலிருந்தே இமயமலைச் சாரலில் உள்ள இத்தலத்தைப் பாடித் தொழுதனர்.

தலவரலாறு

ஆதிகாலத்தில் இமயமலையில் மகாவிஷ்ணு நாராயண மகரிஷியாக அவதாரம் செய்தார். அவரது சீடராக நரன் என்ற உத்தம ஆன்மா வந்தது. இருவரும் மணலால் லிங்கம் பிடித்து பக்தியோடு வழிபட்டு வந்தனர். அவர்களது பக்திக்கு மெச்சிய ஈசன், நரநாராயணர் முன்னால் தரிசனம் தந்தார். அவர்கள் இருவரும் பரவசம் அடைந்தனர். ஐயனே நீங்கள்

இத்தலத்திலேயே கோயில் கொண்டு அனைவருக்கும் அருள்பாலிக்க வேண்டும் என வேண்டினர். அவர்களது வேண்டுகோளை ஏற்ற ஈஸ்வரன், கேதாரேஸ்வராக எழுந்தருளி இன்றுவரையில் தரிசனம் தருகிறார் என்பது தலவரலாறு.

கேதார கௌரி விரதம் இன்று சிறப்பாகக் கொண்டாடப் படுகிறது அல்லவா? அது வந்த இடம் இது தான். பிருங்கி முனிவர் சிவன் மீது கொண்ட அளவு கடந்த பக்தியின் காரணமாக உமாதேவியை விடுத்து சிவனை மட்டுமே வழிபட்டு வந்தார். அதனால் கோபம் கொண்ட அன்னை இமயமலைச்சாரலில் கடுமையான தவம் மேற்கொண்டு ஈசனின் இடப்பாகத்தை வரமாகப் பெற்று அமர்ந்து கொண்டாள்.

தவத்திற்கு இடையூறு செய்த மன்மதனைத் தனது நெற்றிக்கண் நெருப்பினால் சுட்டெரித்தவன் முக்கண் இறைவனாகிய சிவபெருமான். அவனது தவத்தை இந்த உலகத்தினர் பழிக்கும் படியாக அவன் மேனியிலே இடப்பாகத்தைப் பிடித்துக் கொண்டு அமர்ந்து அர்த்தநாரீஸ்வர கோலத்தை அளித்து விட்டாயே தாயே! உன் சாமார்த்தியமே சாமர்த்தியம் என்று வியந்து பாடுகிறார் அபிராமி பட்டர்.

‘ விழியால் மதனை அழிக்கும் தலைவர் அழியா விரதத்தினை அண்டமெல்லாம் பழிக்கும்படி ஒரு பாகம் கொண்டாளும் பராபரையே’ என்பது அப்பாடல். இப்படி இறைவனின் வாமபாகத்தை வவ்விய தலம் இந்தக் கேதாரம். கேதார கௌரி விரதம் அனுஷ்டிக்கும் முறை இதனால் தான்தோன்றியது.

தலச்சிறப்புக்கள்

இது ஜோதிர்லிங்கத் தலங்களுள் ஒன்று. மே முதல் அக்டோபர் வரையிலான ஆறு மாதங்களில் மட்டுமே நம்மால் கேதாரேஸ்வரரைத் தரிசிக்க முடிகிறது. மற்ற நாட்களில் பனியினால் மூடப்பட்டிருக்கும். அந்தப் பனிமூடிய காலங்களில் தேவர்கள் பூலோகம் வந்து கேதாரநாதரை வழிபாடு செய்கிறார்கள் என்பது ஐதீகம். 6 மாதம் மண்ணவர் பூஜை 6 மாதம் விண்ணவர் பூஜை நடைபெறுவதாக

ஐதீகம்.

அக்டோபர் இறுதியில் திருக்கோயிலைத் திருக்காப்பிடும் முன் மூல மூர்த்திக்கு முழுவதுமாய் வெண்ணைக் காப்பிட்டுச் செல்வர். பின் 6 மாதங்கள் பனியால் மூடப்பட்டிருக்கும். பின்பு பனிக்கட்டிகளை உளியால் உடைத்து கதவைத் திறப்பார்கள். இந்த ஆறு மாதங்களுக்கு உற்சவ மூர்த்தியை 'உக்கிமட்' எனும் தலத்திற்கு எழுந்தருளச் செய்து பூஜித்து வருவர். பஞ்ச பாண்டவர்களுக்கு இத்தலத்து ஈசன் காட்சி அளித்திருக்கிறான். கோயிலின் பின்புறம் வெள்ளிப்பனி காட்சி அளிக்கின்ற அழகு ஒப்பற்றது அதைக் காணக் கண்கள் கோடி வேண்டும். இங்கே ஆதிசங்கரர் ஆலயம் ஒன்றும் இருக்கிறது.

வாழ்வாவது மாயம்மிது மண்ணாவது திண்ணம்
பாழ்போவது பிறவிக்கடல் பசிநோய்செய்த பறிதான்
தாழாதறஞ் செய்ம்மின்தடங் கண்ணான்மல ரோனுங்
கீழ்மேலுற நின்றான்றிருக் கேதாரமெ னீரே.

என்பது சுந்தரர் தேவாரம்.

272. திருநொடித்தான்மலை- திருக்கயிலாயம்

திருக்கயிலாயம் சிவபெருமான் உமாதேவியோடு எழுந்தருளி அருள்பாலிக்கும் மலை திருக்கயிலாயம். இது இமயமலையின் வடக்கில் திபெத் நாட்டின் மேற்கில் அமைந்திருக்கிறது.

இங்கு இயற்கையான கோயிலமைப்பில் பனி மூடிய சிவலிங்கமாகக் காட்சி அளிக்கிறது. ஒருவர் எந்தப் பக்கமாக இருந்து எப்படிப் பார்த்தாலும், எந்தக் கோயிலை நினைத்துக் கொண்டு பார்த்தாலும் அவரவர்களுக்கு அவ்விதமாகவே அவர்கள் விரும்பும் ஆலயமாகவே காட்சி அளிக்கும் அற்புதத் திருத்தலம் இது. இதனை நேரில் கண்டவர்கள் அனுபவத்தில் உணர்ந்து ஆனந்தமும் அதிசயமும் அடைகிறார்கள். இந்த மலையின் சிகரம் தென்திசை நோக்கி இருக்கிறது.

இது 29 மைல் சுற்றளவு உடையது, மேலும் ஆங்காங்கே சதுரம், முக்கோணம், வட்டம் போன்ற சித்திர வேலைப்பாடுகள் உடைய மேடைகள் காணப்படுகின்றன. இந்த மலையை அப்பர், சம்பந்தர், சுந்தரர் ஆகிய மூவரும் பாடிப் போற்றி இருக்கிறார்கள்.

ஞானசம்பந்தர் தென்கயிலாயம் என்று போற்றப்படும் காளத்தி மலையைத் தரிசித்த பிறகு, அங்கிருந்தே வடதிசை நோக்கி கைகூப்பித் தொழுது கயிலாயநாதனை மனத்தினால் கண்டு பாடிப் பரசவம் அடைந்தார்.

ஆனால் அப்பர் பெருமான் தனது தள்ளாத வயதிலும் கயிலாய நாதனைக் காணும் ஆசையில் தட்டுத்தடுமாறி அங்கம் நோக நடந்தார். அந்த நீண்ட யாத்திரையில் இறைவன் பெருங்கருணையினால் திருவையாற்றில் கயிலையின் ஒப்பற்ற தரிசனத்தைப் பெற்று உய்ந்தார். அவர் அப்போது பாடிய திருக்கயிலைத் திருத்தாண்டகங்களுக்கு போற்றித் திருத்தாண்டகம் என்று பெயர்.

சுந்தரரும் திருவஞ்சைக்களத்தில் இருந்து இந்திரனது பட்டத்து யானையான ஐராவதத்தின் மேலேறி கயிலை சென்றார். அப்போது இறைவனது கருணைத்திறத்தை நினைந்து நெக்குருகி அவர் பாடிய தேவாரப் பாடல்கள் வருணபகவானால் திருவஞ்சைக்களம் வந்தடைந்து நமக்குக் கிடைத்திருக்கிறது. சுந்தரரைப் போலவே சேரமான்பெருமாள் நாயனாரும், காரைக்கால் அம்மையாரும் கூட கயிலாயம் சென்றிருக்கிறார்கள்.

வேற்றாகி விண்ணாகி நின்றாய் போற்றி
மீளாமே ஆளென்னைக் கொண்டாய் போற்றி
ஊற்றாகி உள்ளே ஒளித்தாய் போற்றி
ஓவாத சத்தத் தொலியே போற்றி
ஆற்றாகி அங்கே அமர்ந்தாய் போற்றி
ஆறங்கம் நால்வேதம் ஆனாய் போற்றி
காற்றாகி யெங்கும் கலந்தாய் போற்றி
கயிலை மலையானே போற்றி போற்றி !

என்பது அப்பர் தேவாரம்.

273. திருக்கோணமலை

மூலவர் – திருக்கோணேஸ்வரர்
அம்பாள் – சிவகாமசுந்தரி, அம்சகனகாம்பிகை
தலமரம் – கல்லால மரம்.
தீர்த்தம் – மாவலி கங்கை படுகை, கந்தளாய்.
பதிகங்கள் – சம்பந்தர்–1.

இதுவரையில் இந்தியாவில் இருந்த தேவாரப்பாடல் பெற்ற திருத்தலங்களைத் தரிசித்த நாம் இப்போது இலங்கையில் உள்ள சிவத்தலத்திற்கு விஜயம் செய்வோம் வாருங்கள். ஈழநாட்டில் இரண்டு தலங்கள் தேவாரப்பாடல் பெற்றவை. அவற்றுள் ஒன்று திருக்கோணமலை, மற்றொன்று திருக்கேதீஸ்வரம்.

திருக்கோணமலையை ஈழநாட்டில் "பலஇருளை வாட்டுந் திருக்கோணமா மலையாய்" என்று வள்ளலார் போற்றிப் பாடி இருக்கிறார்.

3000 ஆண்டுகள் பழமையான இக்கோயிலுக்கு திரிகூடம் என்ற பெயரும் உண்டு. இந்த ஆலயத்திற்கு கொழும்பில் இருந்தும், யாழ்ப்பாணத்தில் இருந்தும் புகைவண்டி மூலமாகச் செல்லலாம். சாலை வசதியும் இருக்கிறது.

தலவரலாறு

கிபி 1624ம் ஆண்டு போர்த்துக்கீசியர்கள் இந்தக் கோயிலை நாசம் செய்து அழித்தனர். இருந்தாலும் இந்தக் கோயிலை இடிப்பதற்கு முன்னால் படைத்தளபதி அழகான கலையம்சம் நிறைந்த கோயிலை ஒரு ஓவியனைக் கொண்டு தத்ரூபமாக சித்திரமாக வரைந்து எடுத்துக் கொண்டபிறகு தரை மட்டமாக்கினான். அந்த ஓவியம் இன்றும் லிஸ்பன் நகரத்தில் இருப்பதாகச் சொல்லப்படுகிறது.

நாடு சுதந்திரம் பெற்ற பிறகு, 1950 இல் கோயிலை மீண்டும் கட்டுவதற்கு பக்தர்களும் நகரசபையாரும் முயற்சிகள் மேற்கொண்டனர். அஸ்திவாரம் தோண்டிய போது அனைவரும் வியக்கும் விதமாக மூன்றடி ஆழத்தில் லிங்கமும், அம்பிகை, சந்திரசேகர், பார்வதி, விநாயகர், அஸ்திரதேவர் ஆகிய

விக்கிரகங்கள் கிடைத்தன. இதை இறைவன் கருணை என்று சொல்லாமல் வேறென்ன சொல்லமுடியும்?

இந்த சிலைத் திருமேனிகள் புதிதாக கட்டப்பட்ட கோயிலில் முறைப்படி பிரதிஷ்டை செய்யப்பட்டு, கோயிலுக்கு கும்பாபிஷேகம் சிறப்பாக நடத்தப்பட்டது. ஆதியில் இங்கே உச்சி, நடு, அடிவாரம் என மூன்று அடுக்கு கோயில்கள் இருந்ததாகச் சொல்லப்படுகிறது.

கோயிலை பறங்கியர் பாழ்படுத்தியபோது பக்தர்களாகிய பாசுபதவிரதிகளும், பணியாளர்களும் பதைபதைத்து அந்தச் சிலைகளை கிணறுகள், குளங்களில் மறைத்துப் பாதுகாத்தனர். ஒரே ஒரு சிவலிங்கத்தை மட்டும் வயல்கள் நிறைந்த தம்பலகாமம் என்ற ஊரில் மறைத்து வைத்து ரகசியமாக வழிபாடுகள் செய்து வந்தனர்.

பாண்டியமன்னன் தம்பலகாமத்தில் திருப்பணிகள் செய்திருப்பதையும், திருக்கோணமலையில் மீன் சின்னத்தை பொறித்திருப்பதையும் வரலாற்றுக் குறிப்புக்கள் தெரிவிக்கின்றன.

தலச்சிறப்புக்கள்

ராஜகோபுரம் அழகானது, கம்பீரமாக வரவேற்கிறது. இந்த ஆலயத்தில் அர்த்த மண்டபம், ஸ்தம்ப மண்டபம், ஸ்நபன மண்டபம், மற்றும் கருவறை ஆகியவை ஆகம விதிப்படி அமைக்கப்பட்டிருக்கின்றன. ஆலயத்தில் கணபதி, முருகப்பெருமான், சண்டிகேஸ்வரர், நவக்கிரகங்கள் ஆகியவை உள்ளன. சுவாமியும் அம்பாளும் தனித்தனியான சந்நிதிகளில் அருள்பாலிக்கின்றனர்.

ஆடி அமாவாசையில் மாவலிகங்கை படுகையில் ஈஸ்வரன் தீர்த்தம் ஆடுகிறார். திருகோணமலை ஆகம விதிகளின்படி வசந்த மண்டபம், யாகசாலை, மடப்பள்ளி ஆகியவை அமைந்திருக்கின்றன. சுற்றுப் பிரகாரத்தில் சூரியன், சந்திரன், நாகதம்பிரான், காலபைரவர், சண்டிகேஸ்வரர் ஆகியோர் எழுந்தருளி இருக்கிறார்கள்.

மார்கழி மாதத்துத் திருவெம்பாவை சிறப்பாக நடை

பெறுகிறது. அம்பிகை உற்சவம் ஆடிப்பூர நாளைத் தீர்த்தமாகக் கொண்டு முன் பத்துநாள் உற்சவம் நடைபெறுகிறது. அம்பிகைக்குரிய நவராத்திரி நாட்களில் ஸ்ரீ சக்ரபூஜை வெகுசிறப்பாக நடைபெறுகிறது.

பங்குனி உத்தர தினத்தில் கொடியேற்றி 18 நாட்கள் பெருவிழா நடக்கிறது. சிவராத்திரிக்கு பதினைந்து நாட்களுக்கு முன்னால் கோணேஸ்வரருக்கு சிறப்பான அபிஷேகங்கள் நடக்கின்றன. மறுநாள் அவர் உமையம்மையோடு திருவுலா வருவது கண்கொள்ளாக் காட்சியாகும். ஆடி அமாவாசை அன்று கோணேச மூர்த்தியோடு எல்லா ஆலயப் பெருமான்களும் கடலில் தீர்த்தமாடுவது சிறப்பம்சம். நித்தமும் ஆறுகால பூசைகள் நியமம் தவறாமல் இக்கோயிலில் நடைபெற்று வருகிறது.

தாயினும் நல்ல தலைவர் என்றடியார் தம்மடி போற்றிசைப்பார்கள்
வாயினு மனத்து மருவி நின்றகலா மாண்பினர் காண் பலவேடர்
நோயிலும் பிணியுந் தொழிலர் பால் நீக்கி நுழைதரு நூலினர் ஞாலம்
கோயிலுஞ் சுனைங் கடலுடன் சூழ்ந்த கோணமாமலை யமர்ந்தாரே".

என்பது சம்பந்தர் தேவாரம்.

274. திருக்கேதீஸ்வரம்

மூலவர் – திருக்கேதீஸ்வரர்
அம்பாள் – ஸ்ரீகௌரி
தலமரம் – வன்னிமரம்
தீர்த்தம் – பாலாவி பெருந்தடாகம்.
பதிகங்கள் – சம்பந்தர்–1, சுந்தரர்–1.

இலங்கையாகிய ஈழநாட்டில் உள்ள இணையில்லாத சிவத்தலங்கள் இரண்டில் இதுவும் ஒன்று. முன்னொரு காலத்தில் நவக்கிரகங்களில் ஒன்றான கேதுபகவான் இத்தலத்து ஈசனை பூசித்த காரணத்தினால் இது கேதீஸ்வரம் என்ற பெயரைப் பெற்றது. "செய்ய கேது தலையற்ற அந்நாள் திருந்து பூசனை செய்து முடிப்போன்" என்பது பழம்பாடல். "தொண்டர்கள்

நாள்தோறும் துதிசெய அருள்செய் கேதீச்சரமதுதானே'
என்பது திருஞானசம்பந்தமூர்த்தி நாயனார் தேவாரம்.

திருக்கேதீஸ்வரம் திருக்கோயில் இலங்கையில் மன்னார் மாவட்டத்தில், மன்னார் நகருக்கு ஏழு மைல் தொலைவில், மாதோட்டம் என்ற புராதனமான துறைமுக நகரத்தில் அமைந்துள்ளது. பண்டைக் காலத்தில் இத் திருக்கோயிலும், மாந்தை என்று அழைக்கப்படும் மாதோட்டத் துறைமுகமும் உலகப் புகழ் பெற்று விளங்கின.

தலப்பெயர்க் காரணம்

சூரபதுமனின் மனைவியின் பேரன் துவட்டா. இவனுக்குத் திருமணமாகி பல ஆண்டுகள் ஆகியும் பிள்ளைப் பேறின்றி

வருந்தினான். பிறகு திருக்கேதீச்சரத்தில் உள்ள பாலாவித் தீர்த்ததில் நீராடிக் கேதீச்சரத்தானை வழிபட்டு இறைவனது திருவருளால் பிள்ளைப் பேறு பெற்றார். பின் இத்தலத்தில் வாழ்ந்து இவ்விடத்தை பெரிதாக்கினார், நகரத்தை நிர்மாணித்தார். துவட்டாவினால் நிர்மாணிக்கப்பட்டதால் துவட்டாவெனவும் காலப் போக்கில் பெருநகரமாய்த் திகழ்ந்தமையால் மாதுவட்டாவெனவும் இதற்குப் பெயர் ஏற்பட்டது.

இத் தலத்திலமைந்துள்ள பாலாவித் தீர்த்தத்தில் நீராடி இறுதிக்கடன் புரிவோர்க்கு புண்ணியம் கிட்டுமெனவும், இத் தீர்த்ததில் நீராடுவோர்க்குப் பிரம்மகத்தி போன்ற பாவங்கள் தீருமென்பதும் ஐதீகம். இங்கு வாழ்ந்த பழங்குடிகள் நாகர்கள். ஆகவே இது அவர்களது முக்கிய வழிபாட்டுத்தலமாக இருந்தது. இக்கோயிலில் எழுந்தருளிய ஈசனுக்கு நாகநாதர் என்ற பெயர் இருந்துள்ளது. சோழ மன்னர்கள் பலரும், பாண்டிய மன்னரும் மற்றும் யாழ்ப்பாண அரசர்கள் பலரும் இக்கோயிலுக்கு பல திருத்தொண்டுகள் செய்துள்ளனர்.

தமிழகத்தில் இருந்து செல்வோர் இராமேஸ்வரம் தலைமன்னார் கப்பல் வழி வந்து, தலைமன்னாரிலிருந்து இங்கே வரலாம். கொழும்பிலிருந்து மன்னார்வரை புகைவண்டியில் வருவதாக இருந்தால் திருக்கேதீஸ்வர நிலையத்தில் இறங்கி வரலாம். இலங்கையில் வடபாகத்தில் மாந்தை என்னும் மாதோட்ட நகரிலே இத்திருத்தலம் அமைந்திருக்கிறது.

தலவரலாறு

இது ராமாயண காலத்தில் இருந்து சிறந்த முறையில் இருந்து வந்துள்ளதைக் குறிப்புக்கள் தெரிவிக்கின்றன. ராவணனின் மனைவியான மண்டோதரி, மயன் என்ற சிற்றரசனுடைய மகள். இந்த மயன் ஆட்சி செய்த இடத்தின் பெயர் மாதோட்டம் எனப்படும் மாந்தை. மண்டோதரி மாதோட்டத்தில் இருந்த திருக்கேதீஸ்வரப் பெருமானை வழிபட்டு இருக்கிறாள்.

கந்தபுராணத்தின்படி, முன்னொரு காலத்தில் வாயுதேவனுக்கும், ஆதிசேஷனுக்கும் ஏற்பட்ட பலப்போரில்

தனது ஆயிரம் படங்களினாலும் மேருமலையைச் சுற்றிக் கொண்டான் ஆதிசேஷன். பலமாகக் காற்றை வீசி அதை எடுக்கப் பார்த்தான் வாயுதேவன். அப்போது மேரு மலையின் மூன்று சிகரங்கள் பெயந்து வந்தன. அந்த மூன்றில் இரண்டு இலங்கைத் தீவில் விழுந்தன. ஒன்று திருக்கேதீஸ்வரம் என்ற தலமாகும். மற்றொன்று நாம் ஏற்கெனவே பார்த்த திருக்கோணமலை.

சமயகுரவர்களான சம்பந்தரும், இவருக்குப் பிறகு சுந்தரமூர்த்தி சுவாமிகளும் இத்தலத்திற்கு வந்து, இங்கே வீற்றிருக்கும் திருக்கேதீஸ்வரரைக் கண்டுதொழுது தங்கள் பாடல்களில் பாடிப் போற்றி இருக்கின்றனர். இந்தியாவிலும், இலங்கையிலும் அமைந்துள்ள 275 தேவாரப் பாடல் பெற்ற சிறப்புத் தலங்களுள் இத் திருக்கோயிலும் ஒன்றாகும். ஈழத்திலுள்ள சிவன் திருக்கோயில்களுள், திருக்கேதீஸ்வரமும், திருக்கோணேஸ்வரமும் மட்டுமே இவ்வாறு பாடல் பெற்ற தலங்களாக விளங்குவது இவற்றின் தனிச் சிறப்பாகும்.

மாதோட்டத் துறைமுகம் முக்கியமான வியாபாரத் துறைமுகமாக விளங்கியது. கிரேக்கர்களும், ரோமானியர்களும், அராபியர்களும், எத்தியோப்பியர்களும், பெர்சியர்களும், சீனர்களும், ஜப்பானியர்களும் மற்றும் பர்மியர்களும் கடல் கடந்து இத் துறைமுகத்துக்குக் கப்பல்களில் வந்திறங்கினார்கள். இலங்கையிலிருந்து வியாபாரப் பொருட்களை வாங்கிச் சென்றார்கள்.

பிற்பட்ட காலகட்டத்தில், இலங்கையைப் போர்த்துக் கேயர்கள் கைப்பற்றியபோது, அவர்கள் கிறிஸ்தவ மதத்தைப் பரப்புவதற்காகவும், இந்துத் திருக்கோயில்களில் நிறைந்திருந்த செல்வங்களைக் கொள்ளையடிப்பதற்காகவும் இந்துக் கோயில்கள் அனைத்தையும் இடித்துத் தரைமட்டமாக்கினார்கள். அவ்வாறே, திருக்கேதீஸ்வரத் திருக்கோயிலும் 1505 ஆம் ஆண்டளவில் போர்த்துக்கேயர்களால் இடித்துத் தரைமட்டமாக்கப் பட்டது.

பிறகு பலகாலத்திற்குப் பிறகு இருநூற்றைம்பது ஆண்டுகளுக்குப் பின்னர் 1872ஆம் ஆண்டளவில் ஸ்ரீலஸ்ரீ ஆறுமுக நாவலருக்கு திருக்கேதீஸ்வரம் கோயிலைக்

கண்டுபிடித்து புதுப்பிக்க வேண்டும் என்ற பேராவல் எழுந்தது. ஆனால் அவரது காலத்தில் இத்திருப்பணி கைகூடவில்லை, பக்தர்களின் இடைவிடாத முயற்சி தொடர்ந்தது. இருபது ஆண்டுகளாக முயற்சி செய்து 1893ஆம் ஆண்டு கார்த்திகை மாதத்தில் திருக்கேதீஸ்வரத்தைச் சேர்ந்த நாற்பது ஏக்கர் நிலத்தைப் பகிரங்க ஏலத்தில் விலைக்குப் பெற்றுத் திருப்பணி வேலைகள் செய்யத் தொடங்கினார்கள்.

திருப்பணி வேலைகள் தொடங்கி பூமியைத் தோண்டிய போது அனைவரும் அதிசயிக்கும் விதமாக புதைந்து போன கோயிலின் பழைய கர்ப்பக்கிருகம், அர்த்தமண்டபம், பலிபீடம், துவசத்தம்பம் முதலியன அமைந்த இடங்களைக் கண்டனர். அவன் அருளாலே அவன் தாள் வணங்குவது போல எல்லாம் வல்ல ஈசனின் அருளால் தொடர்ந்து பழைய சிவலிங்கம், நந்தி, விநாயகர் முதலிய திருவுருவங்கள் கிடைத்தன. குருடன் பார்வை பெற்றதைப் போல பக்தர்கள் ஆனந்தக் கூத்தாடினர். அங்கே கிடைத்த மிகப் பெரிய சிவலிங்கமே இன்றைய மகாலிங்கம், அவரை வெளியில் எடுத்தபோது ஒரு சிறு பழுது ஏற்பட்டது.

கர்ப்ப கிருகத்தில் எழுந்தருளச் செய்வதற்கு அந்த ஊனம் தடையாகிவிடவே, பக்தர்கள் அவரை மேற்குப் பிரகாரத்தில் எழுந்தருளச் செய்தனர். இன்றும் சிவராத்திரி வேளையில் ஆயிரக்கணக்கான பக்தர்கள் ஆடிப்பாடிப் பாலாவியில் நீர்முகந்து வந்து தம் கையாலேயே ஒவ்வொரு ஜாமத்திலும் அபிஷேகம் செய்து வாயினால் “சிவாய நம ஓம், சிவாய நம ஓம்” என ஒரே குரலில் ஜெபித்து மகிழ்ச்சி அடைவதைக் காணமுடிகிறது.

குலசேகரபட்டினத்தைச் சேர்ந்த சோமசுந்தரச் செட்டியார் என்னும் வணிகர் தமது சொந்தப் பொறுப்பில் 1952ஆம் ஆண்டில் ஒரு கும்பாபிஷேகத்தைச் செய்தார். அவர் தான் பிற்காலத்தில் துறவு பூண்டு மதுரைத் திருஞானசம்பந்தர் திருமடத்துக் குருமகா சந்நிதானமாக எழுந்தருளியிருந்தார்.

கோயில் சிறப்புக்கள்:

இன்றைய திருக்கேதீச்சரம் கிழக்கு நோக்கிய எழில்மிகு

இராசகோபுரத்தோடு ஒளி வீசுகின்றது. கோபுரத்தோடு ஒட்டினாற் போல பெரிய மணிமண்டபம் காணப்படுகிறது வாசலில் பெரிய நந்தியெம் பெருமான் காவல் புரிகின்றார். அருகில் தெற்கு நோக்கியவாறு மிகப்பெரிய அளவில் சிவசிவ மண்டபம் அமைந்துள்ளது.

அர்ச்சனைப் பொருள்கள், தேவஸ்தான வெளியீடுகள் பெறுவதற்கான வசதியும் உள்ளன. இன்றைய வெளிப்பிராகாரம் பொன்னாச்சி மரங்களாலும் வேப்பமரங்களாலும் பொலிவு பெறுகிறது.

கோயிலுக்குள் சூரியன் கோயில், களஞ்சிய அறை யாகசாலை உள்ளன. அடுத்து திருஞானசம்பந்தமூர்த்தி, கேது, சந்தானாசாரியர்கள், திருமறைகள், சதுர்வேதங்கள், உற்சவமூர்த்தி, களாய நால்வர், சேக்கிழார், அறுபத்துமூவர், சுந்தரர் ஆகியோரைத் தரிசனம் செய்யலாம். அடுத்து விநாயகப் பெருமான், சோமாஸ்கந்தர், விஷ்ணு, மகாலிங்கம், பஞ்சலிங்கங்கள், லட்சுமி, முருகன் கோயில்கள் உள்ளன.

இனி உட்பிரபகாரத்தில் சுப்பிரமணியர், தேவசபை, சரபமூர்த்தி, நடராஜப் பெருமான் ஆகியோர் இருக்கின்றனர். அடுத்து மேற்கு நோக்கியவாறு யாகசாலை, காலபைரவர் கோயில், சனீஸ்வரன், சந்திரன் ஆகியோர் தனிச் சந்நிதிகளில் அருள்பாலிக்கின்றனர். கோபுரத்தின் கீழே இரண்டு புறங்களிலும் அதிகார நந்திகள் எழுந்தருளியுள்ளார்கள். கொடிமரம் கம்பீரமாக நிற்க, நிருத்த மண்டபத்தில் நவக்கிரக சந்நிதி உள்ளது.

இன்று இக்கோயிலுக்கு ஐந்து பெரிய தேர்கள் உருவாகியுள்ளன. இவற்றுள் சுவாமியின் தேர் பெரியதாகும். சுவாமி கிழக்கு நோக்கி தரிசனம் தர, அம்பாள் கௌரியம்மன் தெற்கு நோக்கியுள்ளார். சுவாமி வாசலில் இராசகோபுரத்தின் இருமருங்கிலும் விநாயகரும் சுப்பிரமணியரும் உள்ளனர். பழைய நந்தியெம்பெருமான் வெளியில் காவல் காத்தவாறு சிவனை நோக்கியிருக்கிறார்.

பண்டைய அழகுத் திருக்கோயில் தற்போது இல்லையென்ற போதிலும் அதற்கு ஒரு சிறிதும் குறைவில்லாத வகையில்

சிவாகம விதிகளின் படியும், திராவிடச் சிற்பக்கலையின் அழகு வெளிப்படும் முறையிலும் தற்போதுள்ள திருக்கோயில் அழகும் சிறப்பும் ஒருங்கே அமையும் வண்ணம் எழுப்பப்பட்டுள்ளது.

பண்டு நால்வருக்கு அறம் உரைத்தருளிப் பல்லுல கினில் உயிர் வாழ்க்கை
கண்ட நாதனார் கடலிங்கை தொழக்காதலித் துறை கோயில்
வண்டு பண்செயுமாமலர்ப் பொழின் மஞ்சை நடமிடு மாதோட்டம்
தொண்டர் நாடொறும் துதிசெய அருள் செய் கேதீச் சரமதுதானே

என்பது சம்பந்தர் தேவாரம்.

அங்கத்துறு நோய்கள் அடியார் மேல் ஒழித்தருளி
வங்கம் மலிகின்ற கடன் மாதோட்ட நன்னகரில்
பங்கஞ்செய்த மடவாளடு பாலாவியின் கரைமேல்
தெங்கம் பொழில் சூழ்ந்த திருக்கேதீச்சரத்தானே"

என்பது சுந்தரர் தேவாரம்.

275 திருஇடைவாய்

மூலவர் – இடைவாய்நாதர்
அம்பாள் – அபிராமி
தலமரம் – வில்வம்
தீர்த்தம் – புண்ணியகோடி தீர்த்தம்
பதிகங்கள் – சம்பந்தர்–1.

திருவிடைவாயில் எனவும் அழைக்கப்படுகிறது.

தேவாரத் திருப்பதிகங்கள் பெற்ற தலங்கள் 274 என இதுவரை கணக்கிடப் பெற்றிருந்தது. கி. பி. 1917ஆம் ஆண்டு கல்வெட்டு ஆராய்ச்சியில் திருஞானசம்பந்தர் திருப்பதிகம் பாடிய மற்றொரு தலம் இருப்பது கண்டறியப்பட்டது.. அத்தலம்தான் திருவிடைவாய். இது இடவை என மருவியும் வழங்குகிறது. அப்பர் தேவாரத்தில் இடம்பெற்ற வைப்புத்தலமாகக் கருதப்பெற்று வந்த திருவிடைவாய், சம்பந்தரது தேவாரத் திருப்பதிகம் பெற்ற தலமாக தற்போது விளங்கி வருகிறது.

தஞ்சை மாவட்டம் கொரடாச்சேரி வெண்ணாற்றங்கரையில் இத்தலம் உள்ளது. கொரடாச்சேரியிலிருந்து கூத்தாநல்லூர் செல்லும் வழியில் வெண்ணை வாயில் என வழங்கும் வெண்ணாற்றுப் பாலத்திற்கு அருகில் திருவிடைவாய் செல்லும் வழி என்னும் கைகாட்டி வழியே கிழக்கில் 1.5 கி.மீ. சென்றால் இத்தலத்தை அடையலாம்.

தலச்சிறப்புக்கள்

கிழக்கு நோக்கிய சந்நிதி. அழகிய சிறிய திருக்கோயில். புதிய திருப்பணி. ஒரே பிரகாரம் மட்டும் உள்ளது. கட்டைக் கோபுர வாயிலைக் கடந்து உள்ளே சென்றால் நந்தி, பலிபீடங்கள் கன்னிமூலையில் விநாயகர். வாயுமூலையில் முருகன் கஜலக்ஷ்மி சந்நிதிகள், கிழக்கே ஐயனார், நவக்கிரகங்கள் வைரவர், சந்திரசூரியர் உள்ளனர்.

தெற்குப் பிரகாரத்தில் நால்வர் சந்நிதியில் தலத் திருப்பதிகக் கல்வெட்டு உள்ளது. அடுத்து நர்த்தன விநாயகர் தக்ஷிணாமூர்த்தி விளங்குகின்றனர். மேற்கே இலிங்கோத்பவர் வடக்கே பிரம்மா துர்க்கை தனிக்கோயில், சண்டேசுரர் உள்ளனர்.

மகாமண்டபத்தில் அம்பாள் சந்நிதி தெற்கு நோக்கியுள்ளது. அம்பாள் தெற்கு நோக்கி அருள்பாலிக்கிறாள். சுவாமி கருவறையில் எழுந்தருளி தரிசனம் தருகிறார். ஐயடிகள் காடவர்கோன் நாயனார் அருளிய க்ஷேத்திரக் கோவை வெண்பா ஒன்றும் இத்தலத்திற்குள்ளது.

"மறியார் கரத்தெந்தையம் மாதுமையோடும்
பிறியாத பெம்மான் உறையும் இடம் என்பர்
பொறிவாய் வரிவண்டு தன் பூம்பெடை புல்கி
வெறியார் மலரில் துயிலும்விடைவாயே."

என்பது சம்பந்தர் தேவாரம்.

276 திருக்கிளியன்னவூர்

இத்தலம் 276ஆவது திருமுறைத்தலமாகக் கண்டுபிடிக்கப்பட்டுள்ளது.

சித்தாந்தம் மலர் 5 இதழ் 11 (1932) தலைப்பு ஏட்டிலிருந்து எடுக்கப்பட்டது.

மேற்படி நூலில் இத்தலம் எங்குள்ளது என்று குறிப்பிடப்படவில்லை.

ஆனால் திண்டிவனத்திற்குப் பக்கத்தில் 'கிளியனூர்' என்றும் பெயரில் இன்றொரு ஊர் உள்ளது.

மூன்றாம் திருமுறை தேவாரப் பதிகங்கள் 3.127. திருக்கிளியன்னவூர் பண் கௌசிகம்

திருச்சிற்றம்பலம்

4159 தார்சி றக்கும் சடைக்கணி வள்ளலின்
சீர்சி றக்கும் துணைப்பதம் உன்னுவோர்
பேர்சி றக்கும் பெருமொழி உய்வகை
ஏர்சி றக்கும் கிளியன்ன வூரனே. 3.2.1

4160 வன்மை செய்யும் வறுமைவந் தாலுமே
தன்மை யில்லவர் சார்பிருந் தாலுமே
புன்மைக் கன்னியர் பூசலுற் றாலுமே
நன்மை யுற்ற கிளியன்ன வூரனே. 3.2.2

4161 பன்னி நின்ற பனுவல் அகத்தியன்
உன்னி நின்று உறுத்தும் சுகத்தவன்
மன்னி நாகம் முகத்தவர் ஓதலும்
முன்னில் நின்ற கிளியன்ன வூரனே. 3.2.3

4162 அன்பர் வேண்டும் அவையளி சோதியான்
வன்பர் நெஞ்சில் மருவல்இல் லாமுதற்
துன்பந் தீர்த்துச் சுகங்கொடு கண்ணுதல்
இன்பந் தேக்குங் கிளியன்ன வூரனே. 3.2.4

4163 செய்யும் வண்ணஞ் சிரித்துப் புரம்மிசை
பெய்யும் வண்ணப் பெருந்தகை யானதோர்
உய்யும் வண்ணமிங் குன்னருள் நோக்கிட

மெய்யும் வண்ணக் கிளியன்ன வூரனே. 3.2.5

4164 எண்பெ றாவினைக் கேதுசெய் நின்னருள்
நண்பு றாப்பவம் இயற்றிடில் அந்நெறி
மண்பொ றாமுழுச் செல்வமும் மல்குமால்
புண்பொ றாதகி ளியன்ன வூரனே. 3.2.6

4165 மூவ ராயினும் முக்கண்ண நின்னருள்
மேவு றாதுவி லக்கிடற் பாலரோ
தாவு றாதுன தைந்தெழுத் துன்னிட
தேவ ராக்குங் கிளியன்ன வூரனே. 3.2.7

4166 திரம் மிகுத்த சடைமுடி யான்வரை
உரம் மிகுத்த இராவணன் கீண்டலும்
நிரம் மிகுத்து நெரித்தவன் ஓதலால்
வரம் மிகுத்த கிளியன்ன வூரனே. 3.2.8

4167 நீதி யுற்றிடும் நான்முகன் நாரணன்
பேத முற்றுப் பிரிந்தழ லாய்நிமிர்
நாதன் உற்றன நன்மலர் பாய்இருக்
கீதம் ஏற்ற கிளியன்ன வூரனே. 3.2.9

4168 மங்கை யர்க்கர சோடுகு லச்சிறை
பொங்க ழற்சுரம் போக்கெனப் பூழியன்
சங்கை மாற்றிச் சமணரைத் தாழ்த்தவும்
இங்கு ரைத்த கிளியன்ன வூரனே. 3.2.10

4169 நிறைய வாழ்கிளி யன்னவூர் ஈசனை
உறையும் ஞானசம் பந்தன்சொல் சீரினை
அறைய நின்றன பத்தும்வல் லார்க்குமே
குறையி லாது கொடுமை தவிர்வரே. 3.2.11

திருச்சிற்றம்பலம்

www.ingramcontent.com/pod-product-compliance
Lightning Source LLC
LaVergne TN
LVHW100630051026
849519LV00001B/162

* 9 7 8 9 3 8 7 6 5 5 5 0 8 *